९९% संसद / विधिमंडळ सदस्य एकूण मतदारसंख्येच्या अगदी अल्प संख्येने निवडून येतात – अनेक जण, झालेल्या मतदानाच्या १५-२०% मते मिळून, म्हणजे लोकसंख्येच्या केवळ ७ ते १०% मते मिळून निवडून येतात. असे असताना आपली संसदीय प्रणाली किती 'प्रातिनिधिक' आहे? सध्याच्या प्रणालीत राजकीय पक्षांना समाजाचे विभाजन करायला उत्तेजन मिळत नाही का? आणि समाजात फूट पडली, तर देश एकसंध राहील का? शासनातील व्यक्ती संसदेला जबाबदार आहेत का? की त्या व्यक्ती व त्यांच्यावर नियंत्रण असणारे लोक ह्यांच्याच मुठीत संसद असल्यामुळे ते सत्तेवर आहेत?

लोकसभेत ३९ पक्ष, काही मंत्रिमंडळांमध्ये १४ पक्ष, असे असताना ही प्रणाली देशाला मजबूत, एकसंध व परिणामकारक असे शासन देऊ शकेल का? ह्या प्रणालीमुळे, ज्यांच्याकडे एखाद्या खात्याचा कारभार बघण्याची, कायद्याबद्दलचे प्रस्ताव समजून त्यांचे विश्लेषण करण्याची, धोरणविषयक विकल्पांचे मूल्यमापन करण्याची क्षमता, निष्ठा व सचोटी आहे; अशाच व्यक्तींच्या हातात सत्ता जाते का? की उत्तरोत्तर खालावत जाणाऱ्या दर्जाची माणसे विधिमंडळांमध्ये व सरकारमध्ये येत आहेत? सत्तेवर आल्यावर जनतेचे हित बघण्याची प्रेरणा त्यांना मिळते की, काम कसे करतो हे बघण्याऐवजी सत्तेवर राहण्यासाठी वेगवेगळ्या पक्षांच्या आघाड्या बनवण्यातच ते वेळ घालवतात? ह्या प्रणालीमुळे विरोध करण्याचे व अडथळे आणण्याचे राजकारण अटळ होत आहे का?

एकंदर, शासनव्यवस्था किती खालावली म्हणजे 'ही प्रणाली योग्य नाही, आपण हिला पर्याय शोधला पाहिजे' असा निष्कर्ष आपण काढणार?

तो पर्याय काय असू शकेल?

हे सांसद 'आम्ही सार्वभौम आहोत' असा दावा करत तसे वागू लागले तर काय होईल? 'घटनेची मूळ रचना बदलता येणार नाही,' ह्या निर्णयाच्या रूपात न्यायालयाने उभी केलेली तटबंदी राजकारण्यांपासून रक्षण करण्यासाठी आवश्यक नाही का? पण ह्या तटबंदीला धक्का पोचवणार नाही, अशी पर्यायी प्रणाली बनवता येईल का? अशी प्रणाली प्रत्यक्षात आणण्याची जबाबदारी कोण घेईल?

श्री. अरुण शौरी ह्यांनी ह्या पुस्तकात ह्या व अशा प्रश्नांचा परखड उहापोह केला आहे.

सद्य:स्थितीसाठी योग्य आणि राष्ट्र बलवान करण्यासाठी आवश्यक असे पुस्तक.

अभिप्राय

शासनव्यवस्थेचा दर्जा आणखी किती खाली गेला म्हणजे आपण 'होय, आपल्याला दुसरी एवादी प्रणाली स्वीकारली पाहिजे' असे म्हणणार आहोत? अशी पर्यायी प्रणाली कशी असू शकेल? पण प्रणाली बदलण्याचा निर्णय घेणे, हे सध्याची प्रणाली बदलल्यामुळे ज्यांचे सर्वांत जास्त नुकसान होणार आहे, त्यांच्याच हातात आहे, मग हा बदल होणार कसा? आकाराने अवाढव्य आणि अनेक गुंतागुंतीच्या समस्या समोर असलेल्या आपल्या देशाला नेत्यांनी योग्य दिशा दिली तर उपलब्ध असलेल्या अमाप संधींचा लाभ करून घेणे शक्य आहे. मात्र त्यासाठी मजबूत शासनसयंत्रणेची आवश्यकता असते. विशेषत: केंद्रशासन प्रभावशाली हवे. कार्यक्षम कारभार चालवणारी शासनव्यवस्था हवी.

ज्योती ग्रंथ वार्ता, १५ सप्टेंबर २००९

आपल्या स्नेहीजनांना पुस्तके भेट द्या

संसदीय प्रणाली

आपण तिचे काय केले आहे
आणि काय करू शकतो

द पार्लमेन्टरी सिस्टिम

लेखक

अरुण शौरी

अनुवाद

अशोक पाथरकर

मेहता पब्लिशिंग हाऊस

THE PARLIAMENTARY SYSTEM by ARUN SHOURIE

© Arun Shourie, 2007

Published by ASA Publications, New Delhi.

Translated in Marathi Language by Ashok Patharkar

द पार्लमेन्टरी सिस्टिम / राजकीय

अनुवाद : अशोक पाथरकर

Email : author@mehtapublishinghouse.com

मराठी अनुवादाचे व प्रकाशनाचे हक्क मेहता पब्लिशिंग हाऊस, पुणे ३०

प्रकाशक : सुनील अनिल मेहता, मेहता पब्लिशिंग हाऊस,
१९४१ सदाशिव पेठ, माडीवाले कॉलनी, पुणे – ४११०३०.

अक्षरजुळणी : इफेक्ट्स, २१/६ब, आयडिअल कॉलनी, कोथरूड,
पुणे – ४११०३८.

मुखपृष्ठ : चंद्रमोहन कुलकर्णी

प्रकाशनकाल : सप्टेंबर, २०१० / मार्च, २०१२ / पुनर्मुद्रण : जून, २०१९

P Book ISBN 9788184981629

E Book ISBN 9789386888877

E Books available on : play.google.com/store/books
www.amazon.in

शेवटपर्यंत इतरांची काळजी करणाऱ्या
माझ्या माता-पित्यांच्या स्मृतीस

आमचा आधार मालती शुक्ल यांना

आमचे जीवन असणाऱ्या आदितला
अनीता व माझ्याकडून

प्रस्तावना

आज भारतात दोन स्पर्धा सुरू आहेत. एका स्पर्धेत, एका बाजूला ऊर्जा असणारा व प्रगती करणारा सर्जनशील समाज आणि दुसऱ्या बाजूला वाळवीने पोखरलेला शासनाचा डोलारा; तर दुसऱ्या स्पर्धेत एका बाजूला नवा भारत घडविणारे लोक – मुख्यत: उद्योजक व मध्यमवर्गीय व्यावसायिक– तर दुसऱ्या बाजूला स्वत: चलनात राहण्यासाठी जातीयवादाचे विष पेरून जुन्या भारताला जिवंत ठेवण्याचा प्रयत्न करणारे राजकारणी वर्ग हे आहेत.

सध्याची परिस्थिती जर अशीच राहिली, तर त्याचे दोन परिणाम होऊ शकतील. एक म्हणजे दिवसेंदिवस बिघडत चाललेल्या शासनव्यवस्थेमुळे निर्माण होणाऱ्या अडचणींना कंटाळून अर्थव्यवस्थेला आकार देणारे लोक राज्यकर्त्यांवर दबाव आणून शासन सुधारण्यास भाग पाडतील व त्यामुळे अर्थव्यवस्था गतिमान होईल; किंवा शासनव्यवस्था इतकी अधोगतीला जाईल की, उत्तर प्रदेश किंवा बिहारसारखी स्थिती सर्वत्र निर्माण होऊन आर्थिक प्रगतीचा आलेख पुन्हा खाली खेचला जाईल.

उद्योग क्षेत्रात दर वर्षी नवे नेते उदयाला येत आहेत व ते नवनवे प्रयोग करत आहेत; पण सार्वजनिक क्षेत्रात मात्र दुय्यम दर्जाच्या लोकांच्या जागी त्याहूनही खालच्या अक्षरश: तृतीय दर्जाचे लोक येत आहेत; राजकारण्यांच्या जागी गुन्हेगारांवर अवलंबून असलेले राजकारणी येत आहेत आणि आता तर त्यांच्या जागी स्वत:च गुन्हेगार असलेले राजकारणी येत आहेत. अशी डोळ्यांत भरण्यासारखी विरुद्ध स्थिती का आहे?

एकीकडे आपले उद्योजक नवनवीन क्षेत्रांत प्रवेश करून, दूरदूरच्या देशांमध्ये विजयपताका फडकावत आहेत, आणखी दूरच्या भविष्यकाळासाठी विचार व आयोजन करीत आहेत व पुढे केव्हातरी जगावर मात करता यावी, यासाठी आजच आपल्या कार्यपद्धतीत बदल करत आहेत, तर दुसरीकडे आपले राजकारणी आणखी लहान-लहान गटांना चेतवीत आहेत. राजकारण्यांच्या विचारांचे क्षितिज आणखी संकोच पावत आहे, असे का?

आपल्या संसदीय प्रणालीच्या ज्या वैशिष्ट्यांमुळे (खरे म्हणजे 'संसदीय प्रणालीचे आपण जे काही केले आहे' त्या) आणि ज्यांच्यामुळे आपण आजच्यासारख्या राजकारणात रुतत आहोत, ज्यांच्यामुळे आजच्यासारख्या राजकारण्यांच्या हातांत सत्ता जात आहे, त्या वैशिष्ट्यांविषयी हे पुस्तक आहे. कोणत्या प्रकारची पर्यायी रचना (structure) आपण स्वीकारू शकतो, याविषयीही प्रस्तुत पुस्तकात चर्चा केलेली आहे.

अर्थात, जिचा विपर्यास करता येणार नाही, अशी कोणतीच रचना नसते. आणि प्रस्थापित प्रणालीची अधोगती रोखण्यासाठी स्वत:ची वर्तणूक सुधारण्याऐवजी नवी प्रणाली शोधणे, हा पलायनवाद होईल. कारण खूप चर्चा करून, वेगळी प्रणाली तयार करून आपण ती वापरू लागलो, पण आपली वागणूक सुधारली नाही, तर मात्र त्या प्रणालीचेसुद्धा असेच होऊ शकते.

एका प्रकारची प्रणाली एका विशिष्ट प्रकारच्या वर्तणुकीला जन्म देते, तर दुसऱ्या प्रकारच्या प्रणालीत वेगळ्या प्रकारची वर्तणूक लाभदायक ठरते. म्हणजेच प्रणालीनुसार वर्तणूक बदलू शकते. आपल्या १९५०-६० च्या दशकातील करपद्धतीतील कराच्या भयानक दरांमुळे कररूपाने येणारे उत्पन्नही वाढले नाही आणि समाजात समानताही आली नाही. उलट 'काळी' अर्थव्यवस्था फोफावली. कराचे दर खाली आणल्यावर कर भरण्याची प्रवृत्ती वाढली. त्याचप्रमाणे 'लायसेन्स-कोटा' राज्यात, आधुनिक तंत्रज्ञानाचे व बाजारपेठेचे ज्ञान ह्यांपेक्षा व्यापार व उद्योग मंत्री, DGTD मधील अधिकारी, आयात-निर्यात (होय, निर्यातसुद्धा!) नियंत्रण खात्यातील अधिकारी यांच्या ओळखी असणे जास्त महत्त्वाचे झाले होते. अगदी निर्यातीच्या बाबतीतसुद्धा, देशाला अत्यंत निकड असणारे परकीय चलन निर्यातीमुळे मिळत असतानासुद्धा, ह्या अधिकाऱ्यांना परवाना लागत असे! त्या प्रकारच्या व्यवस्थेमध्ये एका विशिष्ट प्रकारच्या प्रयत्नांची गरज होती. ज्याला शासकीय यंत्रणा आपल्या इच्छेप्रमाणे वाकवण्याची कला साधली आहे, अशा प्रकारचा उद्योजक

यशस्वी ठरत होता. तीपण व्यवस्था मोडीत काढल्याबरोबर आपल्याला आता उद्योजकांमध्ये वेगळ्या प्रकारची वर्तणूक बघायला मिळते आहे. वेगळ्या जातकुळीचा उद्योजक वर येताना दिसतो आहे.

ह्या पुस्तकात नंतर घेतलेले उदाहरण बघूया. आत्ताच्या निवडणुकीमध्ये उमेदवार किती पैसा ओतू शकतो, कोणत्या जातींचा पाठिंबा तो मिळवू शकतो, याचा निवडणुकीच्या निकालावर बराच परिणाम होतो. गुन्हेगार उमेदवारांच्या हाताशी असणाऱ्या गुंडांच्या टोळ्यांमुळे त्यांची स्थिती साधारण उमेदवारांपेक्षा बळकट असते. समजा आपण निवडणुका बंदच करून टाकल्या आणि त्याऐवजी विधिमंडळ सदस्य निवडण्यासाठी लॉटरीचा अवलंब केला, तर? मग 'क्ष' उमेदवार जास्त पैसा खर्च करू शकतो, तो अमुक जातीचा आहे, त्याच्या हाताशी गुंडांच्या टोळ्या आहेत– अशा गोष्टींचा त्याच्या निवडून येण्याच्या शक्यतेवर काहीच परिणाम होणार नाही. पैसा/जात/गुन्हेगारी यांचा प्रभाव नाहीसा होईल.

यावरून, रचनेच्या (structure) स्वरूपाचा परिणाम निकालावर होऊ शकतो, हे दिसून येते. रचनेचा वर्तणुकीवरही परिणाम होतो आणि म्हणून, जिचा विपर्यास करताच येणार नाही, अशी कोणतीच रचना असू शकत नाही हे खरे असले तरी, त्यामुळे आपण विविध पर्यायांचा विचारच करू नये असे नाही.

ह्या त्रोटक चर्चेवरून पुढील निष्कर्ष निघतात–

- आजची मुख्य समस्या ही आहे की, सध्याची संसदीय प्रणाली आणि तिच्यातून निर्माण झालेली निवडणूकपद्धती यांच्यामुळे मतदारांचे विभाजन होत आहे आणि त्याचबरोबर त्यातून शंभर कोटी लोकांचा कारभार बघण्याची क्षमता असणारी आणि सचोटी व निष्ठा असणारी माणसे निर्माण होत नाहीत.
- शासनाशी संबंधित ज्या समस्यांना आपल्याला तोंड द्यावे लागत आहे, त्यांचे मूळ आपल्या विधिमंडळांमध्ये आहे.

- त्यामुळे विधिमंडळांची भूमिका व प्रभाव कमी करण्याचे उपाय आपण शोधून काढले पाहिजेत.
- शासनात जास्त चांगली माणसे येतील, असे उपाय योजले पाहिजेत.
- त्यानंतर विधिमंडळांच्या तुलनेत शासन जास्त प्रभावी होईल, असे केले पाहिजे.
- विधिमंडळांखेरीज इतर संस्थांच्या माध्यमातून उत्तरदायित्व (accountability) प्रस्थापित करावे.
- आणि विशेषतः न्यायसंस्थेची भूमिका व अधिकार वाढवावेत.

तरीसुद्धा योजना/प्रणाली हा फक्त पूर्वपक्ष म्हणजे अर्धाच भाग झाला. केवळ प्रणाली हा इलाज होऊ शकत नाही. आपल्याला माहीत असलेल्या संसदीय प्रणालीतून ज्या अनिष्ट गोष्टी निर्माण झाल्या आहेत, त्यांची अनिष्टता वाढत आहे याचे कारण आपल्या चुकीच्या समजुती: 'सामान्य माणसा'चे स्तोम, 'विधिमंडळ सदस्य हा लोकांचा प्रतिनिधी असतो' ही समजूत, 'जनता सार्वभौम आहे' म्हणून संसद सार्वभौम आहे, म्हणून संसद-सदस्य सार्वभौम आहेत, म्हणून संसद-सदस्यांच्या बहुमताचा गट सार्वभौम आहे, म्हणून ह्या गटावर ज्याचे नियंत्रण आहे; तो सार्वभौम आहे... अशा समजुती राजकारण्यांच्या पथ्यावर पडतात. जेव्हा राजकारण्यांना, त्यांना गैरसोयीचे असलेले असे काही (उदा. न्यायसंस्था) दूर सारायचे असेल, तेव्हा हा सिद्धान्त फार उपयोगी पडतो आणि जसा सार्वजनिक क्षेत्रातील व्यक्तींचा दर्जा घसरत आहे; तसे राजकारणी, त्यांची सत्ता वाढविण्यासाठी आणि त्यांच्या वागणुकीबद्दल कोणी प्रश्न उभे केले, तर ते मोडून काढण्यासाठी, हा सिद्धान्त लोकांच्या तोंडावर फेकत असतात.

दहा वर्षे संसदेचे प्रत्यक्ष निरीक्षण केल्यावर आणि राज्यांच्या विधिमंडळांमधील कामकाज कोणत्या थराला पोहोचले आहे याची वर्णने वाचल्यावर, मला अशी भीती वाटते की; शासनव्यवस्थेला आणि आपल्या स्वातंत्र्यांना सर्वांत मोठा धोका 'जनता

सार्वभौम आहे' इथून वर जात 'म्हणून संसद सार्वभौम आहे' ह्या सिद्धान्तापासून आहे... त्यामुळे ह्या पुस्तकाचा बराच भाग मी एका घटनाक्रमाची चर्चा करण्यात खर्च केला आहे. लोकांच्या नावाखाली कशाची घोषणा करण्यात आली, इथपासून तर संसदेच्या सार्वभौमत्वाच्या नावाखाली कशाकशावर हक्क सांगत ते बळकावले गेले इथपर्यंत. आपल्या विधिमंडळांमध्ये अजून वारंवार असे आवाज ऐकू येत आहेत, त्यावरून मला अशी भीती वाटते की, तोच तीस वर्षांपूर्वीचा घटनाक्रम, जुना असला तरी, आजही ताजा आहे.

त्या घटनाक्रमाची आठवण करण्याचे आणखी एक कारण आहे. 'आणीबाणी' हा आमच्या पिढीसाठी अनेक कारणांनी एक अतिशय महत्त्वाचा टप्पा होता. त्यामुळे मध्यमवर्ग जागृत झाला व राजकारणाभिमुख झाला; पण आजच्यापैकी दोन-तृतीयांश लोक– होय दोनतृतीयांश– तेव्हा जन्मलेही नव्हते. आणखी एक-षष्ठांश किंवा एक-सप्तमांश लोक काय घडते आहे, याची जाणीव होण्याइतके मोठे नव्हते आणि तरीही सत्ता बळकावण्याची ती घटना आपल्या मनात ताजी ठेवली नाही, तर तसे पुन्हा कधीतरी होण्याचा संभव बळावेल. शासनव्यवस्था एकाएकी हाताबाहेर जात नाही, तिचा ऱ्हास क्रमाक्रमाने होतो. स्वातंत्र्यांवरसुद्धा एकदम घाला येत नाही. तीसुद्धा हळूहळू कमी होऊन लोकांना त्याची सवय होते आणि स्वातंत्र्य केवळ दूर राजधानीत बसलेले सत्ताधीश हिरावून घेतात असे नाही, आपल्या भागातील गुंडही तसे करू शकतात.

शासनव्यवस्था व तिचे मेरुमणी, म्हणजे विधिमंडळे, त्यांना असलेला धोका व आपण सार्वभौम असल्याचा त्यांचा दावा लक्षात घेता, आपल्याला 'मूलभूत रचने'च्या (Basic Structure) तत्त्वाची संरक्षक भिंत आवश्यक आहे, असे या पुस्तकात सुचवले आहे. श्रीमती इंदिरा गांधी व त्यांचे पित्ते यांनी 'न्यायाधीशांनी लावलेला शोध' अशी या तत्त्वाची हेटाळणी केली होती. मी असे सुचवले आहे की, विधिमंडळाचे अधिकार व भूमिका कमी कराव्यात. शासनाचे अधिकार वाढवावेत व

'मूलभूत रचनेची तटबंदी' व तिच्यामुळे न्यायसंस्थेला प्राप्त होणारे अधिकार अधिक बलवान करावेत; पण 'मूलभूत रचने'च्या मुद्द्यावर न्यायलयांनी दिलेल्या काही महत्त्वाच्या निर्णयांचे अवलोकन केले असता, न्यायाधीशांनी स्वत:च ह्या तटबंदीला अनेक तडे पाडल्याचे लक्षात येते. म्हणून ह्या पुस्तकात न्यायाधीशांनी, बहुधा अतिविश्वासापोटी दिलेल्या, तटबंदीला तडे पाडणाऱ्या निर्णयांची उदाहरणे दिली आहेत व असे म्हटले आहे की, न्यायसंस्थेचे विचार करण्याचे व देखरेख करण्याचे अधिकार वाढवणे एवढेच पर्याप्त नसून न्यायाधीशांनी त्यांना देण्यात आलेल्या स्वातंत्र्याचा प्रत्यक्षात वापर करणे आवश्यक आहे.

अर्थात ह्या जुळ्या समस्या आहेत. एक म्हणजे, सध्याच्या व्यवस्थेत बदल करण्याचे निर्णय घेण्याचा अधिकार हा ह्या व्यवस्थेचा लाभ ज्यांना होत आहे त्यांच्याच हातात आहे; आणि दुसरे म्हणजे खुल्या समाजामध्ये त्यांच्यावर दबाव आणण्यासाठी जोरदार सार्वजनिक चर्चा होत राहणे आवश्यक आहे. परंतु इथेही त्यांचाच (राजकारण्यांचाच) पगडा आहे– जे कोणी सत्तेवर आहेत त्यांच्या उथळ भाषणांना माध्यमे किती प्रसिद्धी देतात ते पाहा, उद्योगपतींच्या संघटना ह्या सत्ताधीशांच्या जणू 'इव्हेन्ट मॅनेजर'च झाल्या आहेत ते पाहा. आणि राजकीय व्यवस्थेशी संबंध नसणाऱ्या कारणांसाठी माध्यमांची होणारी मुस्कटदाबी पाहा. त्यामुळेच वरील समजुतींना, सिद्धान्तांना सत्याची प्रतिष्ठा प्राप्त होण्यास मदत झाली आहे.

परंतु ह्या अडचणी असूनसुद्धा बदल घडवून आणणे शक्य आहे, अशी आशा करण्यास वाव देणारी अनेक कारणे आहेत. एक म्हणजे शासनव्यवस्थेची पातळी इतकी खालावली आहे की, प्रभावशाली लोकांनासुद्धा त्याची झळ बसू लागली आहे. दुसरे म्हणजे वैधता, अधिकार, सत्ता ह्या गोष्टींचा आत्तापर्यंत लाभ घेणाऱ्या, म्हणजे राजकारण्यांच्या हातातून निसटून, परिस्थितीच्या अधोगतीचा फटका ज्यांना बसला आहे त्यांच्या, म्हणजे नवा भारत घडवणाऱ्यांच्या हातात गेल्या आहेत.

त्यामुळे पर्यायी रचनेची (structure) गरज आहे व ती निर्माण करण्याची संधीसुद्धा आहे.

ह्या पुस्तकातील प्रस्ताव हे ह्या दोन गोष्टींमधून निर्माण झाले आहेत. तुमच्या विशेष प्रावीण्यक्षेत्रात अवश्य पुढे जा. परंतु त्या क्षेत्राच्या बाहेरही पाऊल टाकायला शिका. त्यासाठी परिस्थिती अगदीच डबघाईला जाण्याची वाट बघू नका... जसे परकीय चलनाचे संकट आले, तेव्हाच आर्थिक क्षेत्रात सुधारणा झाल्या! शासनव्यवस्थेची स्थिती सुधारण्यासाठी वेळ काढा व प्रयत्न करा. थोडक्यात म्हणजे 'इतिहास घडवण्यास मदत करा.'

अनुक्रमणिका

संरचना

१

सध्याची प्रणाली निसर्गनियमाला धरून आहे का?

एका व्यवस्थापन तज्ज्ञाने एका प्रयोगाविषयी लिहिले आहे. तो म्हणतो : एक बेडूक घ्या. उकळते पाणी असलेल्या एका भांड्यात त्याला टाका. तो एकदम उडेल. उडी मारून पाण्याच्या बाहेर पडेल. त्याला चटका बसेल; पण तो जिवंत राहील. आता दुसरा एक बेडूक घ्या आणि सर्वसामान्य तपमानाचे पाणी असलेल्या भांड्यात त्याला टाका. आता त्या पाण्याला हळूहळू उष्णता देत उकळी येईपर्यंत तापवा. बेडकाला हळूहळू वाढणाऱ्या तपमानाची सवय होईल. तो धुंदी चढल्याप्रमाणे स्तब्ध होईल व शेवटी उकळला जाऊन मरण पावेल.

आपण त्या बेडकासारखे आहोत. सार्वजनिक जीवनातील दिवसेंदिवस खालावत जाणाऱ्या परिस्थितीची आपल्याला सवय होत आहे. आपल्या संस्था मोडकळीला येण्याची आपल्याला सवय होत आहे. ज्यांच्याविरुद्ध न्यायालयात गंभीर भ्रष्टाचाराचे, अगदी खुनाचेसुद्धा खटले चालू आहेत, अशी माणसे आपल्या केंद्रसरकारमध्ये असतील; असा विचार तरी दहा वर्षांपूर्वी कोणी केला असता का? पण आपण त्याला सरावलोच ना? असे मंत्री आपल्या शाळेला भेट देण्यासाठी आले असते, तर आपण त्यांच्याभोवती नाचलो नसतो का? मोठे सरकारी अधिकारी त्यांच्या आज्ञा पाळत नाहीत का? जे प्रसंग पूर्वी बिहार व उत्तर प्रदेश ह्या विधानसभांमध्ये घडायचे, ते खुद्द संसदेतही घडताना दिसत नाहीत का? त्यामुळे आपल्याला आता धक्का बसतो का? दहशतवादी ज्या हत्या करत आहेत, त्याला आपण सरावलो नाही का? त्यांचा शेवटचा हल्ला कधी व कुठे झाला, हे तुम्ही सांगू शकाल? न्यायालयामधील खटल्यांच्या दिरंगाईची आपल्याला सवय झाली की नाही? चाकरमाने कामाचा केवळ देखावा करतात, त्याची नाही का सवय झाली आपल्याला?

म्हणून आपण पहिला जो प्रश्न स्वतःला विचारायला हवा तो हा की, अशी काही सर्वांत खालची पातळी आहे का, की जिथे पोहोचल्यावर आपल्याला असा निष्कर्ष काढता येईल की, 'होय ही व्यवस्था ठीक चालत नाही आहे, आता ती बदलायला हवी.'

गुन्हेगार सांसद व मंत्री असलेल्या, लालूचा बिहारमधील तेरा वर्षांचा कारभार ही आपल्याला लोकाशाहीसाठी द्यावी लागणारी किंमत आहे का? म्हणजे ते अटळ आहे का? आपल्याला जे दिसत आहे, ती 'लोकशाही' की *'आपण लोकशाहीचे जे काही केले आहे ते?'* हे *'चोरांचे राज्य'* की *'प्रजेचे राज्य'*; ही 'लोकशाही' की *'अराजक'*?

नंतर आपण स्वतःला एक प्रश्न विचारावा: कोणत्याही राज्याचा कारभार बघणे, हे काम एखाद्या समुदायाला शक्य आहे का? एखाद्या जमावाला किंवा टोळीला राज्यकारभार चालविणे शक्य होईल का? 'सामान्य माणसा'बद्दल आपली एक रम्य कल्पना असते; पण शंभर कोटी लोकांचा कारभार पाहणे, हे गुंतागुंतीचे काम सामान्य माणसाला जमेल का? येणारा दिवस सुरळीतपणे पार पाडणे, कुटुंबाची काळजी घेणे, शेजाऱ्यांना मदत करणे किंवा त्यांचा प्रतिकार करणे अशा सामान्य माणसाच्या दृष्टीने महत्त्वाच्या असलेल्या बाबी व पूर्ण देशाचा कारभार बघणे ह्यांत काहीच फरक नाही?

सोयीचे असेल तेव्हा राजकारणी लोक सध्याच्या संसदीय प्रणालीचे गोडवे गातात. 'आपण दुसऱ्या एखाद्या पर्यायी घटनाप्रणालीचा विचार करू या' असे एखाद्याने सुचवले की, 'ह्या माणसाचा काही तरी अंतःस्थ हेतू आहे' अशी हाकाटी ते पिटतात. 'तो उच्चवर्णीय आहे. आपली पवित्र घटना, केवळ ती डॉ. आंबेडकरांनी बनवली म्हणून त्याला खाली ओढायची आहे' असे आरोप माझ्या बाबतीत केले गेले आहेत. आणि हेच लोक, सर्वोच्च न्यायालयाचा एखादा निर्णय त्यांना राजकीयदृष्ट्या गैरसोयीचा असेल, तर तो चिरडण्यासाठी घटनेतील तरतुदी उलट्या करण्यास जराही कचरत नाहीत.

आता घटना व ती लिहिणारे यांच्या बाबतीत बोलायचे, तर घटना तयार करण्याची प्रक्रिया इतकी गुंतागुंतीची होती की, तिचे श्रेय एकाच व्यक्तीला देता येणे शक्य नाही. तरीही एकाच व्यक्तीचा उल्लेख करायचा झाला, तर त्या वेळचे घटना-समितीचे घटनात्मक सल्लागार सर बी. एन. राव, यांचा उल्लेख निश्चितच करावा लागेल. डॉ. आंबेडकरांनी स्वतःच आपण घटनाकार असल्याचा इन्कार तर केला आहेच पण घटनेविषयी नापसंतीही व्यक्त केली आहे आणि तीसुद्धा अगदी कडक शब्दांत : 'लोक नेहमी म्हणतात की, तुम्ही घटनेचे शिल्पकार आहात. त्याला माझे उत्तर हे की, मी केवळ लेखनिकाचे काम केले आहे. मला जे (लिहायला) सांगितले गेले, ते मी लिहिले आणि तेही बरेचसे माझ्या इच्छेविरुद्ध...' असे ते २ सप्टेंबर १९५३ रोजी राज्यसभेत म्हणाले. 'सर, माझे मित्र मला सांगतात की, घटना मी लिहिली. पण माझी असे म्हणायची तयारी आहे की, ती जाळणाराही मी पहिला माणूस असेन. मला ती नको आहे. ती कोणासाठीही योग्य

नाही...' ते काहीही असो. डॉ. आंबेडकरांसह ज्यांनी घटना बनवली, त्यांनी याची कल्पनाही केली नसेल की; जी व्यवस्था आपण प्रस्थापित करत आहोत तिच्यातून, आज विधिमंडळांत व मंत्रिमंडळांत जे लोक दिसतात, त्यांच्यासारखे लोक निर्माण होतील.

पण मूळ मुद्दा वेगळाच आहे. 'घटना कोणी लिहिली' किंवा 'घटनेत बदल करणे म्हणजे महापाप' यांच्याही पलीकडील तो मुद्दा आहे. मुद्दा असा आहे की, सध्याची प्रणाली हे केवळ साधन आहे. त्यापासून निर्माण होणाऱ्या परिणामांवरूनच त्याचा बरे-वाईटपणा ठरवणे योग्य होईल.

घटना बनवणाऱ्यांच्या मनात याविषयी अजिबात शंका नव्हती. जेव्हा उद्दिष्टांबद्दलच्या ठरावावर (Objectives Resolution) विचार होत होता, म्हणजे अगदी पहिल्या टप्प्यातच, २२ जानेवारी १९४७ रोजी घटना समितीला उद्देशून पंडितजी म्हणाले :

'स्वतंत्र भारताचे रूपांतर चैतन्यमय अशा बलवान राष्ट्रात होईल. ते (राष्ट्र) काय करेल आणि काय नाही, याची मला कल्पना नाही, पण मी एक सांगू शकतो की, ते कोणापुढेही झुकायला मान्यता देणार नाही... पुढील पिढीला किंवा आपल्या वारसदारांना बंधनात टाकण्याचा अधिकार ह्या सभागृहाला नाही.'

त्यानंतर जवळजवळ दोन वर्षांनी जेव्हा घटना समिती घटनेच्या मसुद्यावर विचार करत होती, तेव्हा पंडितजी पुन्हा त्या विषयाकडे वळले व सभासदांना उद्देशून म्हणाले :

'शेवटी घटना म्हणजे शासनाचा कारभार व लोकांचे जीवन कसे चालावे, यांना दिलेले कायद्याचे स्वरूप आहे. कोणतीही राज्यघटना जर लोकांचे जीवन, त्यांच्या आशा-आकांक्षा यांना धरून नसेल, तर पोकळ होईल. तिच्यात लोकांच्या आकांक्षा पूर्णत्वाने आल्या नाहीत, तर त्याचा परिणाम लोकांना प्रगतिपथावरून मागे खेचण्यात होईल. घटना, जेणेकरून लोकांची नजर व त्यांचे मन उच्च ध्येयावर राहील, अशी असली पाहिजे... एक गोष्ट लक्षात ठेवा. ती ही की घटना शक्य तितकी बलवान व टिकाऊ बनवण्याची आपली इच्छा असली तरी... तिच्यात थोडी लवचीकता ठेवली पाहिजे. तुम्ही कोणतीही गोष्ट फार साचेबंद किंवा कायमस्वरूपी केली, तर तुम्ही देशाच्या आणि सजीव चैतन्यमय लोकांच्या प्रगतीला खीळ घालाल.'

घटना अमलात येऊन फक्त दोन वर्षे झाली होती. सर्वोच्च न्यायालयाच्या काही निर्णयांना मुरड घालण्यासाठी १९५१ मध्ये एक विधेयक मांडण्यात आले होते. सभासदांनी तक्रार केली, घटना स्वीकारून फक्त दोनच वर्षे झाली आहेत. तिच्यात इतक्या लवकर दुरुस्ती करणे अगदी चुकीचे आहे. पंडितजींनी स्पष्ट सांगितले :

'...भारतात आपल्याला एक विचित्र सवय आहे. आपण वेगवेगळ्या गोष्टींना देवत्व बहाल करतो, आपल्या असंख्य देवांमध्ये त्यांना स्थान देतो आणि त्यांची पूजा सुरू केल्यावर, कृती मात्र अगदी उलट करतो. ह्या देशात एखादी गोष्ट नेस्तनाबूत करायची असेल, तर आपण तिला देवत्व बहाल करतो. ह्या देशाची ती रीतच आहे. त्यामुळे तुम्हांला ही घटना जर निकामी करायची असेल, तर अगदी डोळे मिटून तिला 'परमपवित्र'त्व द्या! ती मृतवत, न वाहणारी, अचेत, अवजड, एका जागी खिळलेली अशी हवी असेल; तर अवश्य तसे करा, कारण तिच्या पाठीत किंवा पोटात खंजीर खुपसण्याचा तो उत्तम मार्ग आहे. कोणतीही राज्यघटना अचल, एकाच जागी तुंबलेली असेल, मग ती कितीही चांगली असो, तर तिचा घटना म्हणून उपयोग शून्य. ती आधीच वार्धक्यात पोचलेली आणि मरणाकडे वाटचाल करणारी असेल. घटना जिवंत असण्यासाठी ती विकासशील असली पाहिजे, जुळते घेणारी, लवचीक आणि बदलता येण्याजोगी असली पाहिजे. लोकांनी हे लक्षात ठेवले पाहिजे की, अनेक वर्षे परिश्रम करून तयार केलेली ही राज्यघटना चांगली आहेच, पण जसाजसा समाज बदलेल, परिस्थिती बदलेल, तशातशा आपण तिच्यात योग्य त्या सुधारणा केल्या पाहिजेत. ती मिडिस किंवा पर्शियन कायद्यांप्रमाणे आजूबाजूचे जग बदलले, तरी न बदलता येण्यासारखी नसावी.'

आणि पुन्हा १९५५ मध्ये, जेव्हा घटनेत चौथी दुरुस्ती करण्यात येत होती, तेव्हा पंडितजींनी याचा पुनरुच्चार केला :

'शेवटी घटना ही, सरकारचे व देशातील इतर शासनयंत्रणांचे कार्य सुरळीत चालावे, यासाठी आहे. जग बदलत असतानासुद्धा घटना बदलू नये अशी धारणा नव्हती, तर ती चैतन्यपूर्ण, गतिमान व जिला आधुनिक परिस्थिती व आधुनिक समाज यांच्या प्रवाही स्वरूपाची जाणीव आहे अशी असावी, असा विचार होता.'

आणि वस्तुस्थिती अशी आहे की, जेव्हाजेव्हा त्यांना (म्हणजे राज्यकर्त्यांना) घटनेतील तरतुदी बदलायच्या असतात– उदाहरणार्थ श्रीमती इंदिरा गांधींनी १९७५मध्ये

स्वत:चा बचाव करण्यासाठी, आपली राजकीय उद्दिष्टे साध्य करण्यासाठी केले तसे किंवा सर्वोच्च न्यायालयाच्या आरक्षणाबाबतच्या अनेक निर्णयांवर उतारा म्हणून ज्या अनेक दुरुस्त्या केल्या गेल्या– तेव्हा हे लोक वरील उक्तीचाच आधार घेतात. इतर लोकसुद्धा (उदाहरणार्थ घटनेच्या कामाचे पुनरावलोकन करण्यासाठी नेमलेला राष्ट्रीय आयोग) तेच करतात. मात्र जेव्हा दुसरा कोणी घटनेत बदल सुचवितो, तेव्हा हे लोक 'याचा काही तरी गुप्त डाव आहे' अशी हाकाटी सुरू करतात. ज्यांनी घटनेत जवळजवळ शंभर दुरुस्त्या केल्या, त्यांच्या तोंडी 'गुप्त डावा'ची भाषा शोभत नाही. खरे म्हणजे त्यांनी घटनेचे जे काही केले आहे, ते बघता जवळजवळ शंभर दुरुस्त्या म्हणणेसुद्धा कमीच ठरेल. घटनेत (आत्तापर्यंत) बरोबर ९४ दुरुस्त्या केल्या गेल्या आहेत. अनेक दुरुस्त्यांमुळे घटनेतील अनेक कलमे बदलली आहेत– काही बाबतींत अगदी उलटी केली गेली आहेत– आणि अशा बदल केलेल्या कलमांची संख्या अंदाजे ३३२ आहे.

२

आपली सध्याची प्रणाली

आकाराने अवाढव्य आणि अनेक गुंतागुंतीच्या समस्या समोर असलेल्या आपल्या देशाला नेत्यांनी योग्य दिशा दिली तर उपलब्ध असलेल्या अमाप संधींचा लाभ करून घेणे शक्य आहे. मात्र त्यासाठी मजबूत शासनयंत्रणेची आवश्यकता असते. विशेषत: केंद्रशासन प्रभावशाली हवे. कार्यक्षम कारभार चालवणारी शासनव्यवस्था हवी.

सध्याच्या प्रणालीची अविभाज्य वैशिष्ट्ये ज्यांच्याविषयी आपण चर्चा करणार आहोत, ती पुढीलप्रमाणे आहेत :

- सार्वत्रिक प्रौढ मताधिकार : मताधिकार वापरावा की नाही, हा पर्याय पात्र मतदाराला उपलब्ध असतो.
- वेळोवेळी होणाऱ्या निवडणुका : लोकसभा, राज्यांची विधिमंडळे, महानगरपालिका, नगरपालिका, ग्रामपंचायती अशा कोणत्या ना कोणत्या संस्थेच्या निवडणुका चालू असतात किंवा नियोजित असतात.
- एका उमेदवाराच्या निवडीसाठी एक मतदार संघ : ज्याला सर्वांत जास्त मते पडतील तो निवडून येतो.
- विधिमंडळात ज्याला मताधिक्य असेल, तो पक्ष किंवा निवडणुकीच्या पूर्वी किंवा नंतर अस्तित्वात आलेली पक्षांची युती, सरकार बनवते.
- अशा मताधिक्य असलेल्या पक्षाने किंवा युतीने नेता म्हणून निवडलेली व्यक्ती पंतप्रधान किंवा मुख्यमंत्री होते.
- ती निवडून आलेल्या उमेदवारांमधून मंत्र्यांची निवड करते. विधिमंडळाचा सभासद नसलेल्या व्यक्तीचीसुद्धा निवड ती करू शकते, पण अशा व्यक्तीला सहा महिन्यांच्या मुदतीत विधिमंडळाचा सभासद म्हणून निवडून यावे लागते.
- पुढील पंतप्रधान कोण असणार किंवा पुढील सरकार कोणते असणार, याबाबत सहमती नसली तरी सध्याचे सरकार मतदानाने पाडता येते.
- नवे सरकार बनवणे अशक्य झाले, तर नव्याने निवडणुका घेण्यात येतात. ह्या

प्रणालीचे समर्थन करण्यासाठी अनेक कारणे आहेत. ती अशी :

- ह्या प्रणालीमुळे स्पष्ट मताधिक्य असलेले सरकार सत्तेवर येते. अशी सरकारे स्थिर असतात व भारतासारख्या मोठ्या व गुंतागुंतीच्या देशाचा कारभार करताना अनेक वेळा जे कठीण निर्णय घ्यावे लागतात, ते त्यांना असलेल्या मताधिक्यामुळे घेता येतात.
- ही प्रणाली जनतेचे व जनतेच्या इच्छेचे प्रतिनिधित्व करते.
- ह्या प्रणालीमध्ये सत्तेत सर्वांचा सहभाग अपेक्षित असतो व त्यामुळे प्रत्येक पक्षाला व नेत्याला आडमुठेपणा न करता प्रतिस्पर्ध्यांशी जमवून घ्यावे लागते व त्यामुळे सर्वांच्या इच्छाआकांक्षामध्ये एकवाक्यता येते.
- ह्या प्रणालीनुसार स्थापन होणारे सरकार विस्तृत पायावर उभे असते, ते जास्त प्रातिनिधिक असते, स्थिर असते, जास्त काळ टिकते व जास्त परिणामकारक होते.
- ह्या प्रणालीमध्ये कोणत्याही समस्येबाबत सहमती व्हायला जरा विलंब होऊ शकतो, परंतु त्यातून घेतला जाणारा निर्णय अधिक काळ टिकतो.
- ह्या प्रणालीमुळे मंत्र्यांनी पंतप्रधानांना जबाबदार असणे, सामुदायिक जबाबदारीच्या तत्त्वामुळे प्रत्येक मंत्र्याने इतर मंत्र्यांनाही जबाबदार असणे व एकंदरीत शासनयंत्रणेने संसदेला जबाबदार असणे; हे घडून येते.
- ह्या प्रणालीमुळे पक्षाचे व मतदारांचे विभाजन होण्यास आळा बसून द्विपक्ष पद्धत निर्माण होण्यास मदत होते.

एक बोलके साम्य :

'पॉवर ॲन्ड प्रॉस्परिटी' ह्या ओल्सनच्या मरणोत्तर प्रकाशित झालेल्या महत्त्वाच्या पुस्तकात स्थिर लुटारू व फिरता लुटारू यांच्यात त्याने एका जागी फरक केला आहे. आपली सत्ता टिकवणे व वाढवणे हेच दोघांचेही प्रथम व सर्वांत महत्त्वाचे उद्दिष्ट असते. ते साध्य करताना दोघेही आपापल्या सावजांना लुटतात. पण ओल्सनच्या मते त्यातही एक महत्त्वाचा फरक असतो. 'स्थिर' दरोडेखोराची भरभराट– उदाहरणार्थ एखाद्या भागातील वेश्याव्यवसायावर नियंत्रण असणारा गुंड– ही त्याच्या अधिपत्याखालील भागातील लोकांचा व्यवसायधंदा व्यवस्थित चालणे व वाढणे यांवर अवलंबून असते. त्यामुळे त्या लोकांचा धंदाच बंद होईल किंवा ते दुसऱ्या ठिकाणी निघून जातील इतकी तो त्यांची पिळवणूक करीत नाही. फिरत्या लुटारूला अशा गोष्टीचा विधिनिषेध नसतो. त्याची भरभराट ही त्याच्या तावडीत सापडणाऱ्या लोकांच्या भरभराटीवर अवलंबून नसते. तो त्यांना पुरता लुटतो व मग दुसरीकडे जातो.

आपली प्रणाली इतक्या खालच्या पातळीला पोहोचली आहे, की देशाचे मोठे भाग आता लुटारूंच्या ताब्यात आहेत, आणि तेसुद्धा फिरत्या लुटारूंच्या!

लुटारूंच्या व सत्ताधाऱ्यांच्या दृष्टीने सत्तेवर राहणे ही गोष्ट सर्वांत महत्त्वाची

असते. आपल्या क्षेत्रातील लोकांची भरभराट झाली, तर ते आपल्याला सत्तेवर राहण्यास मदत करतील असे वाटले तरच ते त्यांच्या भरभराटीसाठी प्रयत्न करतात. लोकांचे शोषण केल्याने ते अधिकच हतबल होऊन आपल्यावर जास्तच अवलंबून राहतील असे त्यांना वाटले, तर ते त्यांचे शोषण करत राहतील. ओल्सन म्हणतो की, 'लुटारूचे उद्दिष्ट' किती व्यापक आहे, यावर सर्व अवलंबून असते.

खिसेकापूसारखा 'साधा' गुन्हेगार तुमच्या खिशातील सर्व काही घेतो; पण माफिया गुंड तुम्ही स्थलांतर करून धंदाच दुसरीकडे हलवणार नाही, इतपत तुमच्याकडे सोडतो. एवढेच नव्हे, तर तुमच्याकडून खंडणी घेण्याच्या बदल्यात तो त्याच्या भागात दुसऱ्या गुंडांपासून तुमचे रक्षण करतो, पण फिरता दरोडेखोर सर्व काही लुटून नेतो.

त्यामुळे सरकारे जितकी लवकर बदलतील, जितकी अस्थिर होतील, तितकी लूट जास्त होईल.

'आपण लवकर जाणार, तेव्हा आहोत त्या काळात जेवढे गिळंकृत करता येईल तेवढे करू या' असा विचार सध्या सत्तेवर असणारे करतात.

सध्याचे सरकार किती कमी काळ सत्तेवर राहील, एवढी एकच गोष्ट महत्त्वाची नाही. विधिमंडळाचे आणि त्यामुळे सरकारचेही जेवढे जास्त पक्षांमध्ये विभाजन होते, तेवढी देशाच्या हिताऐवजी आपल्याला कसे जास्त कमावता येईल ते बघण्याची प्रवृत्ती वाढते. सरकारचे अस्तित्व खासदारांच्या किंवा आमदारांच्या अनेक छोट्या छोट्या गटांवर अवलंबून राहिल्यामुळे प्रत्येक पक्षाचा मंत्री लूट करू शकतो. कोणालाही परिणामांची किंवा शिक्षेची भीती राहत नाही. रॉय हॅरॉडच्या 'महत्त्वाचा नसण्याचे महत्त्व' ह्या सिद्धान्तानुसार लहान गट असणारे सर्वांत जास्त लूट करू शकतात आणि तेही अगदी बेदरकारपणे, कारण त्यांचा संयुक्त सरकारवर फारसा परिणाम होणार नसतो. जे अगदी अकार्यक्षम असतात व लोकप्रिय नसतात, ते तर कशाचाही विधिनिषेध न बाळगता लूट करतात. कारण, आपण पुन्हा निवडून येणार नाही, हे ते जाणून असतात. आणि त्याचप्रमाणे कितीही लूट केली, तरी निवडून येणारच अशी सुरक्षिततेची खात्री वाटणारेसुद्धा मुक्तपणे लूट करू शकतात. 'कर्तबगारी' कितीही अनिष्ट असली, तरी जातीच्या एकगठ्ठा मतांच्या जोरावर निवडून येणारे मंत्री आणि सत्तेवर आल्यावर ते काय करतात, ते जरा आठवून बघा.

तळटीप :

१. मँकर ओल्सन, Power and Prosperity, Outgrowing Communist and Capitalist Dictatorships, बेसिक बुक्स, न्यूयॉर्क २०००.

३

सध्याच्या प्रणालीबद्दलची मिथके

प्रमाणशीर प्रतिनिधित्वाच्या तुलनेत ज्याला 'सर्वांत जास्त मते, तो जिंकला' ह्या पद्धतीचा पुरस्कार करणाऱ्यांच्या म्हणण्यानुसार ह्या प्रणालीमुळे टिकाऊ मताधिक्य निर्माण होते आणि त्यामुळे सत्तेवर येणारे सरकार निर्भयपणे निर्णय घेऊ शकते. प्रमाणशीर प्रतिनिधित्वाच्या पद्धतीमुळे मतदारांचे व पक्षांचे क्रमश: विभाजन होण्यास चालना मिळते, असे म्हणतात. आमचा अनुभव– गेल्या सलग तीस वर्षांचा अनुभव– याच्या बरोबर उलट आहे. ज्याला सर्वांत जास्त मते, तो निवडून आला; ह्या पद्धतीमुळे मतदारांच्या व पक्षांच्या विभाजनाला खतपाणीच घातले गेले आहे.

१९६७ मध्ये जेव्हा हे विभाजन प्रथम अस्तित्वात आले व संयुक्त सरकार बनवण्याची आवश्यकता निर्माण झाली, तेव्हा राजकीय समीक्षकांनी 'भारत आता परिपक्व होत आहे, संसदेत आता भारतातील समृद्ध विविधतेचे खऱ्या अर्थाने प्रतिनिधित्व दिसत आहे' असे कौतुक केले. आपल्या विधिमंडळांची व पक्षांची जी स्थिती झाली आहे, तिचे स्पष्टीकरण काहीजण जरा वेगळ्या प्रकारे करतात. एक वरिष्ठ पोलीस अधिकारी मला काही दिवसांपूर्वी सांगत होते, ''लोकांना जर राजाभय्याला निवडून देण्यात आनंद वाटत असेल किंवा शहाबुद्दीनला आणि अन्सारीला निवडून देऊन जर त्यांना आनंद होत असेल व त्यांच्या गरजेच्या क्षणी ते त्यांना मदत करीत असतील, तर आम्ही कोण त्याला हरकत घेणार?'' अशी स्पष्टीकरणे, जर ती चलाखी म्हणून वापरलेली नसतील, तर मला ती पळवाटांप्रमाणे वाटतात. ती माणसाला निष्क्रिय बनवितात– काय करणार? अखेरीस ही लोकशाही आहे! लोकांना अशी माणसे त्यांचे प्रतिनिधी म्हणून हवी असतील, तर त्यात हस्तक्षेप करणारे आम्ही कोण? असे जेव्हा म्हटले जाते, तेव्हा लोकांना हवी असतात म्हणून अशी माणसे निवडली जातात, यावर माझा विश्वास बसत नाही. लोकांची अशी इच्छा आहे, असे जरी धरून चालले, तरी ते मी मान्य करणार नाही. निवडणूक पद्धती व राजकीय पद्धती यांच्याबद्दल आपण अगदी वेगळेच निकष वापरले पाहिजेत. जे खरोखरच कायदे करू शकतात, असेच लोक यासाठी पात्र

असावेत का? शंभर कोटी लोकसंख्या असणाऱ्या देशाचा कारभार बघण्याची क्षमता ज्यांच्या अंगी आहे, अशाच लोकांची नेमणूक शासनात व्हावी का?

संसदीय प्रणालीमुळे लोक संसदेला जबाबदार होतात, हे मिथक :

आज लूट करणाऱ्यांना जे पूर्ण संरक्षण मिळत आहे, ते बघता सध्याच्या संसदीय पद्धतीमुळे उत्तरदायित्व येते, हे एक महत्त्वाचे मिथक चुकीचे आहे, हे सिद्ध होते.

ह्या मिथकाची दोन अंगे आहेत. संसदीय प्रणालीमध्ये शासनयंत्रणा संसदेला जबाबदार असते असे म्हणतात. दुसरे म्हणजे प्रत्येक मंत्र्यावर पंतप्रधानांच्या व्यतिरिक्त इतर मंत्र्यांची व संसदेचीसुद्धा नजर असते असे म्हणतात. ह्या सिद्धान्तानुसार, मंत्रिमंडळाच्या सामूहिक जबाबदारीच्या तत्त्वानुसार एखादा मंत्री निर्धारित धोरणाशी विसंगत वागू लागला, तर सर्वांनाच त्याचा परिणाम भोगावा लागेल ह्या भीतीने मंत्रिमंडळातील इतर सदस्य व पंतप्रधान त्याला मार्गावर आणतात.

आपली सरकारे ज्या स्थितीला पोहोचली आहेत, ते लक्षात घेता वरीलपैकी प्रत्येक समजूत म्हणजे मिथक आहे, हे स्पष्ट दिसते.

वस्तुस्थिती अशी आहे की, मंत्रिमंडळ हे संसदेला जबाबदार असणे व संसदेचे मंत्रिमंडळावर नियंत्रण असण्याऐवजी मंत्रिमंडळाचेच संसदेवर नियंत्रण असलेले दिसते. आणि सरकार पाडण्याची क्षमता तुमच्यात नसेल, तर संसदेत तुम्ही काय बोलता किंवा काय करता, याची त्यांना अजिबात पर्वा नसते, हे रोज दिसून येते. अगदी एखाद्या अ-राजकीय प्रश्नावरसुद्धा सभासद आपापल्या पक्षाच्या धोरणानुसारच बोलतात व मतदान करतात. न्यायमूर्ती व्ही. रामस्वामी यांच्यावरील महाभियोगाची (impeachment) कारवाई आठवा. अंतर्गत सुरक्षितता, काश्मीर, परराष्ट्र धोरण, अंदाजपत्रक यांच्यावर झालेल्या चर्चा आठवा. प्रत्येक सभासद त्याच्या पक्षाच्या धोरणाला धरूनच बोलतो. त्यामुळे 'चर्चां'चे महत्त्व व उपयुक्तताच नष्ट होतात. सभागृहात झालेल्या अंदाजपत्रकावरील सयुक्तिक चर्चेमुळे त्यात बदल करावा लागल्याचे शेवटचे उदाहरण तुम्हांला सांगता येईल? ढिसाळ व अकार्यक्षम मंत्री तर सोडूनच द्या पण अगदी उघडउघड लाचखोरी करणाऱ्या एका तरी मंत्र्याला संसदेने आत्तापर्यंत दोषी ठरवले आहे का?

हेच पूर्ण सरकारला लागू होते आणि जेव्हा एखादे सरकार खाली खेचले जाते, तेव्हा धोरण, समस्या किंवा वर्तणूक ह्या मुद्द्यांवरून ते खाली येत नाही. चंद्रशेखर सरकार पाडण्यास जबाबदार असलेले ते दोघे पोलीस हवालदार आठवतात? एच.डी. देवेगौडांचे सरकार जेव्हा पाडले जात होते, तेव्हाचे त्यांचे असाहाय्यपणे उद्गारलेले शब्द– "मी एवढेच विचारीत आहे की, माझ्या हातून कोणती चूक घडली आहे?" आठवतात? सरकारला सत्तेवर राहू देण्यापेक्षा नवी निवडणूक घेणे हे आपल्या जास्त

फायद्याचे आहे असे जेव्हा सरकारला पाठिंबा देणाऱ्यांना वाटते; तेव्हा सरकार पाडले जाते. त्याचप्रमाणे एखादे सरकार योग्य धोरण राबवत आहे म्हणून ते सत्तेवर ठेवले जाते असेही नाही– डावे पक्ष मनमोहन सिंग सरकारचा अनेक बाबतींत जो निषेध करतात तो पाहा : "सरकारचे धोरण जनता-विरोधी आहे" असा घोष ते करतात. "सरकारने आपले परराष्ट्रधोरण अमेरिकेकडे गहाण ठेवले आहे" असे ते ओरडत असतात, पण ते सरकार सत्तेवर ठेवतात. त्यांनी असे करण्याचे एक कारण म्हणजे त्यांना दुसरा पर्याय सापडलेला नाही आणि दुसरे कारण म्हणजे निवडणूक घेतली, तर बहुमत मिळेल अशी पक्षांची दुसरी जुळणी करण्याची शक्यता अजून त्यांना दिसलेली नाही इतकेच. त्यामुळे अजून आपल्याला सत्तेवरून कोणी खाली खेचू शकणार नाही, असा विश्वास असल्यामुळे डाव्या पक्षांनी संसदेत कितीही वल्गना केल्या, तरी सरकार त्याची पर्वा करत नाही. ते कोडगेपणाने चालवून घ्यायचे, त्याच्याकडे डोळेझाक करायची असे धोरण आहे. दुसऱ्या बाजूला, आपण काहीही म्हटले; तरी त्याचा काहीही परिणाम होणार नाही, हे जाणून असल्यामुळे विरोधी पक्ष सभागृहात गदारोळ करणे, कामकाज बंद पाडणे असे मार्ग अवलंबत आहेत.

शिवाय, केवळ सरकार व त्याला पाठिंबा देणारे यांचे वर्तन अयोग्य असण्याचा प्रश्न नाही. त्याची दुसरी बाजूसुद्धा तेवढीच विघातक आहे. प्रथम राज्यांची विधिमंडळे आणि आता संसदेतसुद्धा इतकी अनागोंदी आहे की, त्यांना उत्तरदायित्वाची जबाबदारी निभावणे शक्यच राहिलेले नाही. योग्य प्रकारे चर्चा केल्याशिवाय आणि कानठळ्या बसवणाऱ्या गदारोळातच ठराव मंजूर केले जात आहेत. अगदी अंदाजपत्रकसुद्धा गोंधळातच मंजूर होत आहे. वृत्तपत्रांमधील एखाद्या मथळ्यावर तहकुबीचा ठराव आणून तास अन् तास खर्च होतात, पण किमान गणसंख्या पुरी करण्यासाठी खासदारांना गोळा करून 'ठराव मंजूर झाला' असे जाहीर केले जाते... आणि मग अधिवेशनाच्या शेवटी सभापती म्हणतात, "ह्या अधिवेशनात खूप कामकाज पार पडले. सभागृहाने तेवीस बिले मंजूर केली. दोनशे पंचाहत्तर कागदपत्रे सभागृहाच्या पटलावर मांडली गेली. देशांतर्गत व अंतर्देशीय अशा अनेक महत्त्वाच्या बाबींवर अतिशय उपयुक्त अशी चर्चा झाली. देशाला प्रगतिपथावर नेण्यासाठी सरकार करीत असलेल्या प्रयत्नांना मार्गदर्शन करण्यात त्या चर्चेचा मोठा उपयोग होईल, अशी मला खात्री वाटते..."

सत्य परिस्थिती आकडेवारीपेक्षा अगदी निराळी आहे. संसदेच्या कामकाजाचा अभ्यास चिकाटीने सुरू केलेल्या सी. व्ही. मधुकर यांनी असे निदर्शनास आणले आहे की, गेल्या सहा वर्षांत संसदेने औपचारिकरित्या दर वर्षी जवळपास अठावन्न विधेयके मंजूर केली असली, तरी संसदेच्या शेवटच्या सात अधिवेशनांमध्ये कायदे करण्याच्या प्रस्तावांवर चर्चा करण्याचा वेळ लोकसभेत केवळ वीस टक्के तर

राज्यसभेत तेवीस टक्के एवढाच होता. २००४ सालच्या हिवाळी अधिवेशनात कायद्याशी संबंधित विधेयकांवरील चर्चेसाठी लोकसभेत पंधरा टक्क्यांपेक्षाही कमी वेळ खर्च झाला... खरे म्हणजे हे प्रमाणसुद्धा जरा जास्तच वाटते. मधुकर यांनी असे निदर्शनाला आणले आहे की, '२००६ साली लोकसभेत मंजूर झालेल्या एकूण ठरावांपैकी चाळीस टक्क्यांपेक्षा जास्त ठरावांवर प्रत्येकी एका तासापेक्षाही कमी चर्चा झाली. राज्यसभेचे चित्र नाममात्रच चांगले आहे.' पण हेसुद्धा झालेल्या कामकाजाचे अतिरंजित असेच वर्णन आहे. कारण सभागृहात अधिकृतपणे चर्चा होत असताना, सांगण्यास लाज वाटावी एवढे रिकामे सभागृह असू शकते. पूर्वी 'इंडियन एक्सप्रेस'ने दिलेल्या कोर्टाच्या अवमानाशी संबंधित विधेयकावरील चर्चेचा उल्लेख करून मधुकर म्हणतात की, हे महत्त्वाचे विधेयक लोकसभेत जेव्हा आवाजी मतदानाने संमत झाले, तेव्हा सभागृहात सत्ताधारी पक्षाचे फक्त एकवीस सभासद तर विरोधी पक्षांचे केवळ नऊ सभासद उपस्थित होते. अर्थात केवळ विधेयके संमत करणे, एवढे एकच काम विधिमंडळे करीत नाहीत. धोरणे, महत्त्वाच्या घटना आणि त्यांना सरकारने कसा प्रतिसाद दिला, यांवरील चर्चासुद्धा तेवढ्याच महत्त्वाच्या असतात. परंतु त्यासंबंधीचे चित्र तर आणखीनच निराशाजनक आहे. बहुतेक वेळा दिवसाचे कामकाज सुरू झाले की विरोधी पक्ष– म्हणजे त्या वेळेस जी बाजू विरोधी पक्ष असेल ती– मागणी करतात की, अमुक-अमुक समस्येवर– उदाहरणार्थ शेतकऱ्यांच्या आत्महत्या, भाववाढ, शेतीक्षेत्रातील संकट वगैरेंवर– ताबडतोब चर्चा व्हावी. सरकारपक्ष आग्रह धरतो की, आधी निश्चित केलेल्या कार्यक्रमपत्रिकेनुसारच विषय चर्चेला घेण्यात यावेत. मग सभेचे कामकाज दोन-चार वेळा स्थगित केले जाते. इच्छित लोकांनी दखल घेतली आहे, याची खात्री करून मग दोन्ही बाजू चर्चेला तयार होतात. चर्चा सुरू होते व विषय बंद होतो. सभागृहात जेमतेम किमान गणसंख्येएवढे सभासद असतात... याला गेल्या काही वर्षांतील एकमेव अपवाद म्हणजे भारत व अमेरिका अणुशक्ती करार. मी राज्यसभेचा सभासद असताना, ज्या चर्चेमुळे सरकारला आपले धोरण उलटे करावे लागले, अशी माझ्या आठवणीतील एकमेव चर्चा, म्हणजेच ह्या अणुशक्ती करारावरील चर्चा.

थोडक्यात म्हणजे सरकारला जाब विचारणारी सभागृहे आता राहिली नसून तिथे यांत्रिक पद्धतीने कारभार चालतो व जिथे ठरवून केलेले नाट्यमय प्रसंग घडतात अशा खोल्यांमध्ये त्याचे रूपांतर झाले आहे.

पुढील निवडणुकीत सरकार सत्तेवरून फेकले जाऊ शकते एवढ्यापुरतेच सरकारला जबाबदार धरण्याची क्षमता ह्या पद्धतीत आहे. परंतु हे जेवढे संसदीय प्रणालीच्या बाबतीत खरे आहे, तेवढेच अध्यक्षीय प्रणालीच्या बाबतीतसुद्धा खरे आहे. तसेच हे जेवढे एकपक्षीय सरकारच्या बाबतीत लागू आहे, तेवढेच आघाडी/संयुक्त सरकारच्या बाबतीतही लागू आहे.

संसदीय प्रणालीमुळे प्रतिनिधित्व आपोआप येते, हे मिथक :

प्रमाणशीर प्रतिनिधित्व पद्धतीच्या उलट आपल्याकडे असलेल्या मताधिक्य पद्धतीमध्ये एका पक्षाला सत्ता मिळणे अपेक्षित आहे. त्यातूनच लहान पक्ष नाहीसे होऊन द्विपक्षीय पद्धतीकडे वाटचाल होण्यास उत्तेजन मिळेल, अशी अपेक्षा आहे. मोठे पक्ष आपला आवाका व धोरण विस्तृत करतील. उमेदवारांच्या निवडीत लोकांच्या पसंतीला जास्त महत्त्व प्राप्त व्हावे, अशी अपेक्षा आहे. तरीही भारतात वरीलपैकी प्रत्येक बाबतीत चित्र उलटे दिसत आहे.

२००४ सालच्या लोकसभा निवडणुकीत दोनशे तीस पक्षांनी उमेदवार उभे केले. आत्ता लोकसभेत एकोणचाळीस पक्ष आहेत. राज्यसभेत तीस पक्ष आहेत. राष्ट्रीय लोकशाही आघाडीच्या (रालोआ) सरकारमध्ये अकरा पक्ष होते. संयुक्त पुरोगामी आघाडीच्या (संपुआ) सरकारमध्ये चौदा पक्ष आहेत. द्रमुक पक्षाचे मंत्री, कायम सत्तेत असणाऱ्या राम विलास पासवान यांच्यासारखे, पूर्वी रालोआ सरकारमध्ये असणाऱ्या मंत्र्यांनी संपुआमध्ये येऊन मंत्रिपदे अबाधित ठेवली आहेत.

विधिमंडळांचे सदस्य व आता सरकारेसुद्धा कमी मतांनी निवडली जात आहेत. सुरुवातीच्या काळातसुद्धा फक्त अडतीस ते एकेचाळीस टक्के मतांच्या जोरावर पंडित जवाहरलाल नेहरू व श्रीमती इंदिरा गांधी यांच्या सरकारला प्रचंड बहुमत मिळाले, यामुळे अनेक विचारवंत निरीक्षक चिंतित झाले होते. किती प्रमाणात मते मिळून २००४ च्या लोकसभेचे सभासद निवडून आले, ते पुढील तक्त्यांत दिसेल—

मतदान केलेल्या मतदारांच्या एकूण मतांपैकी विजयी उमेदवारांना मिळालेल्या मतांची टक्केवारी :

गट	विजयी उमेदवारांची संख्या	टक्के	एकूण टक्के
२०% पेक्षा कमी	०	०	–
२०% ते ३०%	१६	३	३
३१% ते ४०%	९५	१७	२०
४१% ते ५०%	२१४	३९	६०
५१% ते ६०%	१७६	३२	९२
६१% ते ७०%	३६	७	९९
७०% पेक्षा जास्त	६	१	१००
एकूण	५४३	१००	

नोंदवलेल्या मतदारांच्या एकूण मतांपैकी
विजयी उमेदवारांना मिळालेल्या मतांची टक्केवारी :

गट	विजयी उमेदवारांची संख्या	टक्के	एकूण टक्के
१०% पेक्षा कमी	२	०	-
११% ते २०%	९३	१७	१७
२१% ते ३०%	२२०	४१	५८
३१% ते ४०%	१८६	३४	९२
४१% ते ५०%	३६	७	९९
५१% ते ६०%	४	१	१००
६१% ते ७०%	२	०	१००
७०% पेक्षा जास्त	०	०	१००
एकूण	५४३	१००	

थोडक्यात म्हणजे नव्याण्णव टक्के खासदार मतदारांच्या एकूण संख्येपैकी ५०% पेक्षा कमी मते पडून लोकसभेत निवडून आले. जवळजवळ ६०% खासदार त्यांच्या मतदारसंघातील मतदारांच्या संख्येच्या ३०% पेक्षा कमी मते पडून निवडून आले. आपण फक्त ज्यांनी मतदान केले अशा मतदारांचा जरी विचार केला, तरी ६०% मतदार ५०% पेक्षा कमी मते मिळून निवडून आले. राज्यांमधील विधिमंडळांचा व सरकारांचा विचार केला, तर त्यांची अप्रातिनिधिकता तर आणखी मोठी आहे, हे पुढील तक्त्यांवरून दिसून येईल.

राज्य विधानसभा निवडणुका २००१-२००५
मतदान केलेल्या मतदारांच्या एकूण मतांपैकी विजयी उमेदवाराला मिळालेल्या मतांची टक्केवारी

राज्य	२०% पेक्षा कमी जागा	३०% पर्यंत जागा	४०% पर्यंत जागा	५०% पर्यंत जागा	६०% पर्यंत जागा	७०% पर्यंत जागा	७०% पेक्षा जास्त
आंध्रप्रदेश		१	८	३४	८९	१००	
आसाम	४	२७	६८	९०	९७	१००	
बिहार	०	४	४९	८९	९८	१००	
छत्तीसगड		४	३४	८०	९८	१००	
दिल्ली	१	४	३९	८०	९९	१००	
गुजरात		१	७	४२	८८	९६	१००
हरयाणा		३	३५	६४	८३	८९	१००
हिमाचल प्रदेश		३	२४	६१	९२		
झारखंड	३	२९	७१	९४	९९	१००	
कर्नाटक	०	६	३४	७५	९९	१००	
केरळ		१	४१	९६	१००		
मध्यप्रदेश		९	३२	६७	९८	१००	
महाराष्ट्र		२	२७	६४	९२	९८	१००
ओरिसा	३	१९	६०	९७	९९	१००	
पंजाब		३	२	७३	९७	९९	
राजस्थान		६	३४	७५	९८	१००	
तामिळनाडू			३	४२	९७	१००	
उत्तर प्रदेश		२६	७८	९६	९९	९९	१००
उत्तराखंड	१	२९	८१	९६	१००		
पश्चिम बंगाल			२	५०	८८	९६	१००

राज्य विधानसभा निवडणुका २००१-२००५
नोंदवलेल्या मतदारांच्या एकूण मत्येपैकी विजयी उमेदवाराला मिळालेल्या
मतांची टक्केवारी

राज्य	२०% पेक्षा कमी जागा	३०% पर्यंत जागा	४०% पर्यंत जागा	५०% पर्यंत जागा	६०% पर्यंत जागा	७०% पर्यंत जागा	७०% वर जागा
आंध्रप्रदेश	२	१८	६४	९९	१००		
आसाम	२	२९	७३	९५	९८	९९	१००
बिहार	६२	१००					
छत्तीसगड	४	४४	९४	९८	१००		
दिल्ली	४	६६	९९	१००			
गुजरात		१	३१	८९	९९	१००	
हरयाणा		३	४१	८७	९८	९९	१००
हिमाचल प्रदेश	२	२७	७५	९९	१००		
झारखंड	४९	९५	९९	१००			
कर्नाटक	७	५६	९६	१००	१००		
केरळ	६	८०	१००				
मध्यप्रदेश	९	४३	९३	१००			
महाराष्ट्र	७	५३	८६	९७	१००		
ओरिसा	३	३७	९६	१००			
पंजाब	-	५	५०	९९	१००		
राजस्थान	७	५५	९४	१००	१००		
तामिळनाडू	१	४२	९८	१००			
उत्तर प्रदेश	६२	९६	१००	१००			
उत्तराखंड	७०	९७	१००				
पश्चिम बंगाल		१	८	६३	९३	९८	१००

निरीक्षणे :

- बिहारमध्ये मतदारसंघांमधील एकूण मतदारांपैकी ७०% मतदारांचे पाठबळ नसतानाही १००% उमेदवार विधानसभेमध्ये निवडून आले. त्यांच्या मतदारसंघांमध्ये मतदान केलेल्या मतदारांची संख्या एकूण मतदारांच्या संख्येच्या ३०% पेक्षाही कमी होती. अशा प्रकारे निवडून आलेल्या उमेदवारांचे प्रमाण झारखंडामध्ये ९५%, उत्तर प्रदेशात ९६% तर उत्तराखंडात ९७% होते.

- ज्यांनी मतदान केले अशाच मतदारांचा विचार केला, तरी त्या संख्येच्याही ५०% पेक्षा कमी मते मिळूनही निवडून आलेल्या उमेदवारांचे प्रमाण बिहारमध्ये ८९%, छत्तीसगडमध्ये ८०%, झारखंडमध्ये ९४%, उत्तर प्रदेशात ९६%, उत्तराखंडात ९६% होते. इतर राज्यांपैकी अनेक राज्यांतसुद्धा– आसाम, हरयाना, कर्नाटक, मध्य प्रदेश, पंजाब, राजस्थान या राज्यांत– हे प्रमाण ६५% ते ७५% होते.[१]

ह्या चिंताजनक वैशिष्ट्याचा निर्देश करून घटना आढावा आयोग (Constitution Review Commission) म्हणतो, 'काही उमेदवारांच्या बाबतीत, एरवी ज्यांची अनामत रक्कमसुद्धा जप्त झाली असती, असे उमेदवार केवळ मतदान केलेल्या मतदारांपैकी सर्वांत जास्त मते मिळाली म्हणून निवडून आले.'[२] ह्याला प्रतिनिधित्व म्हणायचे?

एक संलग्न मिथकही आहे. निवडून आलेला उमेदवार त्याच्या मतदारसंघातील मतदारांचे हित व समस्या यांचे प्रतिनिधित्व करत असतो. याचा अर्थ भारतात तरी असा घेतला गेला आहे की, व्यक्तिश: प्रत्येक मतदाराचे हित व समस्या हा उमेदवार मांडू शकतो; पण हा समज पूर्णपणे काल्पनिक आहे. एका मतदारसंघात जवळ जवळ वीस लाख लोक असतात. त्यांना नोकरी मिळवून देणे, त्यांच्या नातेवाइकांची इच्छित ठिकाणीच बदली होईल असे बघणे, अशा गोष्टी, उमेदवार कितीही प्रामाणिक असला तरीही त्याला करणे शक्य नाही. आणि तरीही त्याने असे केले पाहिजे, हे मिथक नाही, तशी अपेक्षा असते. एका भौगोलिक मतदारसंघासाठी एक उमेदवार ह्या तत्त्वावर आधारित असलेल्या सध्याच्या निवडणूकपद्धतीच्या पुरस्कर्त्यांची अशी प्रामाणिक समजूत असते की, मतदारसंघातील लोकांच्या गरजा व समस्या यांच्याकडे लक्ष देणे हे उमेदवारांचे कर्तव्यच आहे! अशा युक्तिवादाचा नीचांक मध्य प्रदेशाच्या स्थानिक क्षेत्र विकास योजनेत (Local Area Development Schemes) बघायला मिळतो. लोकसभेतील प्रत्येक खासदाराला त्याच्या कारकिर्दीच्या मुदतीसाठी दहा कोटी रुपये व राज्यसभेच्या खासदाराला बारा कोटी रुपये दिले जातात. स्थानिक प्रशासन जनतेच्या गरजांची हव्या तितक्या तत्परतेने दखल घेत नाही आणि फक्त स्थानिक खासदारालाच लोकांविषयी कळकळ असते, अशा

समजुतीतून एवढी प्रचंड रक्कम, सर्व खासदारांची मिळून वर्षाला एक हजार सहाशे कोटी रुपये, प्रत्येक खासदाराला दिली जाते असे दिसते. ह्याची परिणती एका बाजूला वैधानिक व शासनाच्या कार्यक्षेत्रांमधील मर्यादांचा स्पष्टपणा कमी होण्यात तर दुसऱ्या बाजूला भ्रष्टाचार व दुर्लक्ष यांचे आरोप होण्यात होते. खासदाराने त्याच्या अधिकारातील निधीचा उपयोग एका खेड्यातील कामासाठी केला की दुसरी खेडी, त्यांच्याकडे दुर्लक्ष झाल्याचा व त्या खेड्यासाठी निधी देण्यामागे काही अंत:स्थ हेतू असल्याचा आरोप करतात.

उमेदवार अल्पमताने निवडले जाणे ह्या वैशिष्ट्याचे परिणाम प्रत्येक मतदारसंघाचा विचार केला, तर अगदी ठळकपणे दिसून येतात. पुढील पानांवर दिलेले २००४ च्या लोकसभा निवडणुकीशी संबंधित आकडे पाहा :

फक्त दहा ते वीस टक्के मतदारांची मते मिळून निवडून आलेल्या उमेदवारांचे किती मतदारसंघ आहेत बघा. आपल्या लोकसंख्येतील अठ्ठेचाळीस टक्के लोक एकोणीस वर्षे वयाच्या खाली आहेत. मात्र लोकसंख्येच्या अंदाजे मतदार ५५% असतील, हे लक्षात घेता वरील आकड्यांवरून असे दिसेल की, विजयी उमेदवारांनी त्यांच्या मतदारसंघांतील लोकसंख्येपैकी केवळ पाच ते दहा टक्के लोकांचे मन वळवले की विजय निश्चित!

ह्या वस्तुस्थितीमध्ये उमेदवार व त्यांचे नेते यांच्यासाठी एक महत्त्वाचा धडा दडलेला आहे. तो म्हणजे एकूण मतदारांपैकी एक दशांश ते एक पंचमांश इतक्या मतदारांचा भक्कम पाठिंबा मिळेल असे करा. काँग्रेसने ह्याच धोरणाचा अवलंब दीर्घ काळ केला. लालू यादव, मुलायमसिंग, मायावती यांच्या सामर्थ्यामागील रहस्यही हेच आहे. तामिळनाडूमधील जिल्हापातळीवरील पक्ष सरकार बनवण्यात किंवा पाडण्यात जी निर्णायक भूमिका बजावू शकतात, त्यांच्या 'अजिंक्य'पणामागेही हीच गोष्ट आहे. आज प्रत्येक पक्ष मुस्लिमांचा जो अनुनय करतो, त्याचेही हेच कारण आहे. त्या एक दशांश किंवा एक पंचमांश लोकांवर दहशत बसवा, त्यांचे लाड करा, त्यांना कोणतीही आमिषे दाखवा; त्यांच्यावर ज्यांचा प्रभाव किंवा नियंत्रण आहे –मशिदीमध्ये शुक्रवारी प्रवचने देणारे मुल्ला किंवा खेड्यातील सरपंच यांच्यासारखे– त्यांना वश करून घ्या आणि तुम्ही निवडणूक जिंकलीच म्हणून समजा. तुमचे लक्ष्य असणारा गट पुरेसा नाही असे वाटत असेल तर– गुजरातमध्ये कुप्रसिद्ध झालेली खाम (KHAM), किंवा लालू प्रसादांची MY म्हणजे मुस्लीम-यादव युती, तामिळनाडूतील जिल्हापक्षांची आघाडी अशी महान सामाजिक आघाडी स्थापन करा आणि निवडणूक जिंका!

आता मतदारांचे इतके विभाजन झाले आहे की, त्यांना एकत्र येण्यास भाग पाडेल असा कोणताही राष्ट्रीय पक्ष राहिलेला नाही. आणि हे राष्ट्रीय पक्षांच्या लक्षात

उत्तर प्रदेश, लोकसभा निवडणूक २००४
एकूण मतदारसंख्येतून विजयी उमेदवारांना मिळालेल्या मतांची टक्केवारी

मतदारसंघ	% मते	मतदारसंघ	% मते
मुरादाबाद	१६.१	घातमपूर (sc)	१३.३
आंवला	१३.४	जलौन (sc)	१४.९
बरेली	१७.३	झांसी	१५.६
पिलिभित	१९.९	हमीरपूर	१८.६
शाहजहांपूर	१७.८	बान्दा	१४.४
खेरी	१५.६	फतेहपूर	१२.८
शहाबाद	१६.७	चैल (sc)	१३.२
सीतापूर	१३.३	अलाहाबाद	१५.०
मिसरिख (sc)	१६.८	फुलपूर	१८.८
हरदोई (sc)	१६.८	मिर्झापूर	१२.४
लखनऊ	१९.८	रॉबर्टसगंज (sc)	११.४
मोहनलाल गंज (sc)	११.६	वाराणसी	१३.९
उन्नाव	१३.७	चंदौली	१२.९
प्रतापगड	१७.९	सईदपूर (sc)	१५.१
सुलतानपूर	१७.९	मीरत	१९.०
फैजाबाद	१५.६	बिल्होर	१६.३
बारा बंकी (sc)	१६.२	कानपूर	१४.८
कैसरगंज	१७.३	फरुखाबाद	१२.९
बहराइच	१३.३	फिरोझाबाद (sc)	१६.३
गोंदा	१८.१	आगरा	१७.०
बस्ती (sc)	११.०	मथुरा	१४.७
दोमारियागंज	१५.०	हाथरस (sc)	१४.४
खलिलाबाद	१६.८	अलिगढ	१२.५
बन्सगाव	१२.५	खुरजा (sc)	१४.७
महाराजगंज	१७.४	हापूर	१३.०
पद्रोना	१३.८	जौनपूर	१४.५
देवरिया	१५.१	मछलीशहर	१६.१
सलेमपूर	१३.२	लालगंज (sc)	१८.२
बल्लिया	१८.९	आझमगढ	१८.१
घोसी	१४.१		

आले आहे. असे धरून चाला की सबंध देशात अस्तित्व असलेल्या एखाद्या पक्षाने देशातील मतांच्या १५% मते मिळवली. त्याचा काय उपयोग होईल? त्या पक्षाला एकही जागा मिळणार नाही. पण त्याऐवजी त्या पक्षाने काही स्थानिक प्रश्नांवर लक्ष केंद्रित केले; देशाच्या एखाद्या विशिष्ट भागातील १५% मतदारांमध्ये द्वेष निर्माण करण्यासाठी आपली शक्ती वापरली, तर त्याला आपल्या उमेदवारांना लोकसभेवर निवडून देणे निश्चित शक्य होईल. समाजवादी पक्ष, शिवसेना, द्रमुक, अण्णाद्रमुक, अकाली, बसपा, कम्युनिस्ट यांच्या 'यशा'कडे बघा व प्रभाव कमी होत चाललेल्या काँग्रेस व भाजप यांच्याशी त्यांची तुलना करा.

मतदारांमध्ये फूट पाडण्यासाठी नेत्यांना याहून मोठ्या आमिषाची गरज आहे?– समाजाच्या आणखी छोट्या गटाला लक्ष्य करण्यासाठी, त्यांच्यात फुटीरतेचे बी रुजविण्यासाठी– तुम्ही इतरांपेक्षा वेगळे आहात, तुमच्यावर इतर लोक अन्याय करत आहेत आणि तुमच्याकडे जे काही थोडे उरले आहे, तेही इतर लोक बळकावणार आहेत– असे सांगून बहकवण्यासाठी हे आमिष पुरेसे आहे. निवडणूक होऊन जाते, आपण जिंकलो आहोत अशी जाणीव पक्षाला होते. त्या पक्षाबरोबर हातमिळवणी करून आपल्या उमेदवारांसाठी मंत्रिपदे किंवा तत्सम इतर पदे मिळवण्याचा प्रयत्न इतर पक्ष करतात. विचारांमध्ये साम्य आहे म्हणून सरकार स्थापन करण्यासाठी ते एकत्र येतात असे नाही– खरे म्हणजे कम्युनिस्ट व काँग्रेस ह्या पक्षांप्रमाणे निवडणुकीत ते नुकतेच एकमेकांच्या विरुद्ध लढलेले असतात. आपल्याकडे चालत आलेली संधी बघून एकत्र येण्याचे समर्थन करता येईल, असा एखादा सोयीचा मुद्दा ते शोधून काढतात. शेवटी 'देशाला जातीयवादापासून वाचवण्यासाठी आमच्यासारख्या धर्मनिरपेक्ष शक्तींना एकत्र येण्याची अतिशय गरज होती' हे कारण पुरते.

दूरदर्शन वाहिन्यांवरील आपल्या बाजूला वळवलेल्या बातमीदारांकडून ह्याला खतपाणी घातले जाते. 'मतदारांनी दिलेल्या कौलानुसार... इत्यादी इत्यादी.'

त्या महत्त्वाच्या काळात विविध प्रकारे तत्काल विश्लेषण सादर करून लोकांच्या मनाची तयारी केली जात असतानाच तीन-चार अनुभवी कार्यकर्त्यांना 'किमान समान कार्यक्रम' बनवण्यास सांगितले जाऊन संधीला तात्त्विकतेचा अंगरखा चढवला जातो. 'आम्ही सत्तेसाठी नाही, तर हा किमान समान कार्यक्रम राबवण्यासाठी एकत्र येत आहोत.'

दुर्बल सरकारे :

मतदारांचे विभाजन झाले की, विधिमंडळसुद्धा तसेच होते. आपण आधी बघितल्याप्रमाणे आता लोकसभेतसुद्धा एकोणचाळीस पक्ष आहेत. अकरा पक्ष एकत्र आल्यावरच वाजपेयी सरकार बनू शकले. डॉ. मनमोहनसिंग यांचे सरकार चौदा पक्षांची मोट

बांधल्यावरच शक्य झाले आणि तरीही (तथाकथित) संयुक्त पुरोगामी आघाडीच्या बाहेर असणाऱ्या चार कम्युनिस्ट पक्षांच्या मर्जीवरच त्यांचे अस्तित्व अवलंबून आहे.

अशा प्रकारे अनेकविध गट एकत्र येऊन बनलेली आघाडी मुळातच दुर्बल असते, पण तिच्यातील मोठा पक्ष सोडून इतर पक्षांना सरकार दुर्बल राहिलेलेच हवे असते. तसे असेल तरच सरकार व त्यातील मोठा पक्ष हे त्यांच्या मर्जीवर अवलंबून राहतात. अशा प्रकारे आघाडीतील मोठा पक्ष सोडून इतर सर्व पक्षांना आघाडीची स्थिती जेवढी नाजूक होईल, तेवढा जास्त आनंद होतो आणि आघाडीमध्ये सर्वांत लहान पक्ष सर्वांत प्रभावी बनतो. संपुआचे सरकार सत्तेवर आल्यापासून कम्युनिस्टांचे वर्तन कसे आहे, ते पाहा. जनता-विरोधी धोरणाबद्दल व भारताचे परराष्ट्रधोरण अमेरिकन सरकारच्या हातचे खेळणे केल्याबद्दल ते सरकारची निर्भर्त्सना करतात, पण तरीही सरकार सत्तेत ठेवतात. पाय मोडायचे पण जिवंत ठेवायचे, असे त्यांचे धोरण आहे. सर्व चुकांचा दोष सरकारला द्यायचा आणि 'जनतेच्या प्रश्नांसाठी झगडल्याचे' श्रेय स्वत:च्या पदरात घ्यायचे!

आघाडी दुर्बल असली व तिच्यातील मोठ्या पक्षाला पांगळे केलेले असले की प्रत्येक लहानसहान 'नेता' राजा होतो. एखाद्या पक्षातून मंत्री म्हणून कोणाला घ्यायचे, हे ठरवण्याचा अधिकार पंतप्रधानांना नाही तर त्या पक्षाच्या नेत्याला प्राप्त होतो आणि एकदा मंत्रिमंडळात आल्यावर त्या मंत्र्याचे काम कसेही असो, तो भले त्याच्या अखत्यारीतील खात्याचा बट्याबोळ का करेना, पंतप्रधानांच्या व इतरांच्या डोळ्यांदेखत तो कितीही भ्रष्टाचार करो, त्याला हात लावायचे धाष्टर्य कोणालाही होणार नाही. आणि ह्याची त्याला जाणीव असते. तो स्वत:ला फक्त त्याच्या पक्षाच्या नेत्याला उत्तरदायी समजतो, पंतप्रधानांना नाही. 'मंत्रिमंडळाची पद्धत सामूहिक जबाबदारीवर आधारित आहे' हे केवळ एक विधान, पोकळ विधान ठरते. मंत्रिमंडळाच्या ज्या बैठकीत नेवेली लिग्नाइट कॉर्पोरेशनमधील सरकारची मालकी (शेअर्स) काढून टाकण्याचा निर्णय झाला, त्या बैठकीला द्रमुकचे मंत्री हजर होते. त्यांचे नियंत्रक एम. करुणानिधी यांनी हा निर्णय मान्य नसल्याचे जाहीर केले. सरकारला काहीही कुरकुर न करता आपला निणर्य मागे घ्यावा लागला. दुसरीकडे, औषधांच्या किमतीपासून आरक्षणासारख्या अतिमहत्त्वाच्या व दीर्घकालीन परिणाम असणाऱ्या बाबींवर तोंडदेखली संमतीसुद्धा न घेता मंत्री धोरणे जाहीर करून टाकतात आणि संपूर्ण सरकारला, जराही 'ब्र' न काढता, त्या निर्णयाला संमती देणे भाग पडते. डॉ. मनमोहनसिंग यांच्या असाहाय्यतेला –जी रोजच्या चेष्टेचा विषय झाली आहे– त्यांचा अंगभूत संकोची स्वभाव केवळ अंशत: कारणीभूत आहे. त्यांची त्या पदावर नियुक्ती केली गेली आहे, एवढेच नाही; तर काँग्रेस पक्षातील लोक श्रीमती सोनिया गांधींपुढे लोटांगण घालत असताना एकानेही 'सोनिया गांधींचे

वारसदार' म्हणून त्यांचा उल्लेख केलेला नाही, याचे भान त्यांना सतत ठेवावे लागते आणि तेव्हापासून मंत्रिमंडळातील त्यांचे सहकारीसुद्धा त्यांचा व त्यांच्या पदाचा मान ठेवत नाहीत. ते सरकारचे संचालक नसून सल्लागार आहेत असे दिवसेंदिवस वाटत आहे. पंतप्रधान ही एक संस्था राहिली आहे का? 'सामूहिक जबाबदारी'चे तत्त्व, हा मंत्रिमंडळपद्धतीचा पाया आहे का?

आपण एखादा विशिष्ट घटनाक्रम बघू या; म्हणजे आपण कुठे पोहोचलो आहोत, हे आपल्याला कळेल.

एक ताजे उदाहरण :

आपल्या देशातील झारखंड हा नैसर्गिक साधनसंपत्तीने सर्वांत समृद्ध असा भाग आहे. खनिज संपत्तीच्या बाबतीत तर जगातील बहुतेक देशांपेक्षा तो संपन्न आहे. तरीही तेथील लोक गरीब आहेत. पूर्वी बिहारचा भाग असताना लालूच्या तेरा वर्षांच्या विध्वंसक कारभारामुळे तो आणखी खाली गेला. नव्या राज्याची निर्मिती २००० साली करण्यात आली. असे केल्याने ह्या भागातील जनतेची बिहारच्या विनाशकारी राजकारणातून सुटका होईल, अशी आशा होती. तेव्हापासून तिथे जे घडत आहे, ते बघता ह्या आशेचे प्रत्यक्षात काय झाले, ते दिसून येते.

विभाजनापूर्वीच्या बिहारमध्ये शेवटची निवडणूक फेब्रुवारी २००० मध्ये घेतली गेली. एकूण तीनशे चोवीस जागांपैकी नंतरच्या झारखंड भागात एक्याऐंशी जागा होत्या. त्या वेळेस वेगळ्या झारखंड राज्याची निर्मिती होणार, हे जवळ जवळ निश्चित झालेले होते. त्यामुळे ही निवडणूक बिहार विधानसभेसाठीच नाही तर होणाऱ्या झारखंड राज्याच्या विधानसभेसाठीसुद्धा आहे, असे मानले जात होते.

निवडणुकीच्या निकालातून, भविष्यातील झारखंड विधानसभेतील परिस्थिती अशी होती.

| भाजप : ३२ | काँग्रेस : ११ | ज द यु : ३ | सी पी आय (मा.ले.) : १ | |
| झा मु मो : १२ | राजद : ९ | सी पी आय : ३ | एम सी सी : १ | अपक्ष : ४ |

वरील चित्राचा विचार करताना काही बारकाव्यांकडे आपण दुर्लक्ष करू या– उदाहरणार्थ वरील एम सी सी म्हणजे 'मार्क्सवादी कम्युनिस्ट पक्ष' नसून 'मार्क्सिस्ट कोऑर्डिनेशन कमिटी'– निवडणुकांमध्ये भाग घेणे म्हणजे 'क्रांती'शी घोर प्रतारणा करणे, असे मानणारी ही कमिटी आहे.

पण एका बारकाव्याकडे आपण लक्ष द्यावे तो म्हणजे काही नावे– त्यांचा काही महिन्यांनंतर मागमूसही राहिला नसला तरी.

निवडून आलेल्या उमेदवारांमध्ये चार अपक्ष होते. त्यांपैकी एक, सुदेश महतो–

खरा ऑल झारखंड स्टुडन्ट्स युनिअनचा (AJSU) – हा युनायटेड डेमोक्रॅटिक गोवन्स पार्टीच्या (UDGP) चिन्हावर उभा होता, पण वास्तवात तो अपक्ष म्हणून मानला गेला. तशीच जोबा मांझी नावाची एक महिला उमेदवार होती. पश्चिम सिंघभूम जिल्ह्यात लोकप्रिय असणाऱ्या देवेन्द्र मांझी ह्या दिवंगत नेत्याची ती विधवा. तिनेसुद्धा UDGP च्या चिन्हावर निवडणूक लढवली, पण ती अपक्ष म्हणूनच मानली गेली व त्यांच्यातच तिची गणना झाली.

समशेर सिंग हा तिसरा अपक्ष उमेदवार. तो विभाजनपूर्व बिहारच्या विधानसभेवर १९८५ व १९९० ह्या निवडणुकांमध्ये भाजपच्या तिकिटावर निवडून गेला होता. पक्षाच्या वरिष्ठ नेत्यांशी मतभेद झाले म्हणून त्याने पक्ष सोडला. २००० सालच्या निवडणुकीत तो स्वबळावर प्रचंड बहुमताने निवडून आला.

चौथा अपक्ष उमेदवार माधव लाल सिंग. हा एका प्रतिष्ठित कुटुंबातील आहे. तोसुद्धा १९८५ व १९९० मध्ये भाजपच्या तिकिटावर विजयी झाला पण १९९५ च्या निवडणुकीमध्ये एका भाजप उमेदवाराकडून पराभूत झाला.

झारखंड राज्याची निर्मिती होणार, हे जेव्हा निश्चित झाले आणि त्याच्या स्थापनेची तारीख (१५ नोव्हेंबर २०००) जाहीर झाली, तेव्हा सत्ता हस्तगत करण्यासाठी दोन विरोधी आघाड्या स्थापन झाल्या. शेवटी भाजपच्या नेतृत्वाखालील आघाडीने बाजी मारली. ८२ सभासदसंख्या (८१ नियुक्त व १ नेमलेला) असलेल्या विधानसभेत ह्या आघाडीला ४५ सभासदांचा पाठिंबा होता.

त्या ४५ सभासदांची वर्गवारी अशी: भाजप ३२, समता ५, जदयु ३, अपक्ष ४, व अँग्लो इंडियन लोकांच्या कोट्यातून नेमणूक केलेला १.

बाबुलाल मरांडी यांची प्रथम भाजप विधिमंडळ पक्षाच्या व नंतर रालोआच्या (NDA) अध्यक्षपदी निवड झाली. ते त्यावेळी लोकसभेचे सभासद व केंद्रीय मंत्रिमंडळात राज्यमंत्री होते. नंतर पोटनिवडणुकीत ते झारखंड विधानसभेवर निवडून आले. एका CPI उमेदवाराच्या निधनामुळे ही पोटनिवडणूक घेतली गेली. त्यामुळे भाजपचे पक्षबल ३२ वरून ३३ वर गेले तर CPI चे ३ चे २ झाले.

१५ नोव्हेंबर २००० रोजी मरांडी यांचा मुख्यमंत्री म्हणून शपथविधी झाला.

राज्याच्या पहिल्या मंत्रिमंडळात मुख्यमंत्री धरून २७ मंत्री होते. १६ कॅबिनेट दर्जाचे (१० भाजपचे, २ समता पार्टीचे, १ जदयु व ३ अपक्ष), ८ राज्यमंत्री (स्वतंत्र खाती असणारे) व २ इतर राज्यमंत्री.

समता पार्टीच्या सर्वच्या सर्व पाच आमदारांना मंत्रिपद द्यावे लागले– दोघांना कॅबिनेट दर्जा व तिघे स्वतंत्र खात्यांचे राज्यमंत्री, जदयुच्या तीन आमदारांपैकी एकाला सभापती म्हणून निवडले गेले, एकाला ऊर्जा राज्यमंत्री व एकाला स्वतंत्र खात्याचा राज्यमंत्री बनवले गेले.

चार अपक्षांपैकी माधव लाल सिंग सोडून इतर तिघांनाही कॅबिनेट दर्जाचे मंत्री बनविण्यात आले.

संकटाची पहिली चाहूल :

काही महिन्यांतच संकटाची लक्षणे दिसू लागली. नेहमीप्रमाणेच हे संकट एखाद्या धोरणावरून नाही तर 'वजनदार' खाते मिळवण्याच्या आग्रहापोटी होते– दिवाळे वाजलेल्या 'झारखंड स्टेट इलेक्ट्रिसिटी बोर्डा'चे अध्यक्षपद मिळवण्यासाठी ऊर्जा मंत्री लालचंद महतो यांना एच. बी. लाल नावाच्या व्यक्तीची नेमणूक अध्यक्षपदावर करावयाची होती, पण मुख्यमंत्र्यांनी वेगळ्याच व्यक्तीची (राजीव रंजन) नेमणूक केली. जातीसंबंधीची विविध प्रकारची विधाने केली गेली– ऊर्जामंत्री कूर्मी आहेत पण 'काही कारणासाठी' त्यांना कायस्थ व्यक्तीला नेमायचे होते, मुख्यमंत्र्यांनी नेमलेली व्यक्ती कूर्मी होती व त्यामुळे त्यांना कूर्मी समाजाचे नेते असलेल्या एका केंद्रीय मंत्र्याचे समर्थन होते. यावरून महतो व मरांडी यांच्यात वैर सुरू झाले.

दुसरे एक कॅबिनेट मंत्री मधू सिंग यांना त्यांच्या महसूल व भूसंधारण खात्याशिवाय रजिस्ट्रेशन खातेही हवे होते. मरांडींनी त्यांची इच्छा पुरी केली नाही. इतर मंत्र्यांचीही आपापल्या गाऱ्हाण्यांची यादी होती. मुख्यमंत्र्यांनी परिस्थिती कशीतरी नियंत्रणात ठेवली.

ज्यांना मंत्रिपद द्यावे लागले होते, ते अपक्ष सभासद समशेर सिंग यांनी राजीनामा दिला. मुख्यमंत्र्यांनी राजीनामा स्वीकारला नाही. परिस्थिती तशीच राहिली. म्हणजे रोज वेगवेगळ्या अफवा व प्रतिअफवा निर्माण होऊ लागल्या, आणि धक्काबुक्कीसुद्धा!

असंतोषाने गंभीर रूप धारण केले आहे, असे २००३ च्या सुरुवातीला स्पष्ट होऊ लागले. असंतुष्ट मंत्र्यांची आक्रमकता वाढतच होती.

समता पार्टीचे चार व जदयुचा एक अशा पाच मंत्र्यांनी मरांडी-विरोधी गट स्थापन केला. हे मंत्री होते ऊर्जामंत्री लालचंद महतो (जदयु), महसूल व भूसंधारण मंत्री मधू सिंग (समता), अबकारी व दारूबंदीमंत्री रमेश सिंग मुंडा (समता), सार्वजनिक आरोग्य व अभियांत्रिकी खात्याचे राज्यमंत्री जलेश्वर महतो (समता) व नागरी विकास खात्याचे राज्यमंत्री बच्चासिंग (समता).

समता पक्षाचे एक मंत्री रामचंद्र केदारी हे मरांडी गटात होते. जदयुच्या वाट्यातील एक राज्यमंत्री वैद्यनाथ राम, जे सभापतींच्या जवळचे समजले जात, ते तटस्थ राहिले. अशा प्रकारे जदयु व समता पक्ष ह्यांमध्ये दोन तट पडले. त्यावेळी जदयुचे अध्यक्ष शरद यादव होते व जॉर्ज फर्नांडिस समता पार्टीचे राष्ट्रीय अध्यक्ष होते.

फेब्रुवारी २००३ च्या अखेरीस शेवटचा सामना, किंबहुना ह्या फेरीतील शेवटचा सामना, सुरू झाला:

२१ फेब्रुवारी २००३ : ते पाच असंतुष्ट मंत्री नेतृत्वबदलाची मागणी करतात. कारण नेहेमीचेच– मरांडी यांची कार्यपद्धती त्यांना पसंत नाही. जॉर्ज फर्नांडिस, समता पार्टीचे अध्यक्ष व रालोआचे निमंत्रक त्यांची मागणी फेटाळतात व त्यांच्या पक्षाच्या मंत्र्यांना केंद्राच्या आदेशाचे पालन करायला सांगतात.

२६ फेब्रुवारी २००३ : बंडखोर मंत्री राष्ट्रीय नेतृत्वाचा आदेश धुडकावून लावतात व २८ फेब्रुवारीपर्यंत नेतृत्वात बदल करण्याचा इशारा देतात.

२८ फेब्रुवारी २००३ : भाजप हायकमांड मरांडी यांना दिल्लीला बोलावून घेते. बंडखोर मंत्र्यांनासुद्धा त्यांच्या पक्षाचे केंद्रीय नेते बोलावून घेतात.

१ मार्च २००३ : भाजप हायकमांड 'नेतृत्वात बदल होणार नाही' अशी घोषणा करतात. बंडखोर मंत्री 'आम्ही यापुढे मरांडी यांना मुख्यमंत्री मानणार नाही' अशी घोषणा करतात. भाजप सोडून दुसऱ्या पक्षाचा माणूस मुख्यमंत्री असावा, अशी मागणी ते करतात.

२ मार्च २००३ : मरांडी बंडखोर मंत्र्यांची भेट घेतात. पण परिस्थितीत फरक पडत नाही.

३ मार्च २००३ : बंडखोर मंत्री दिल्लीला जातात.

४ मार्च २००३ : जदयु अध्यक्ष शरद यादव 'परिस्थितीचे मूल्यमापन करण्यासाठी' रांचीला पोहोचतात.

५ मार्च २००३ : मरांडी यांना न भेटता यादव दिल्लीला परततात. ते राज्य सरकारवर –ज्यात त्यांच्या पक्षाचे आमदार सहभागी आहेत– जाहीरपणे टीका करतात.

६ मार्च २००३ : जदयुचे व समता पार्टीचे राष्ट्रीय नेते मरांडी यांना जास्त 'समजूतदारपणा' दाखवण्याचा सल्ला देतात, पण नेतृत्व बदलाची मागणी फेटाळतात.

८ मार्च २००३ : बच्चासिंग बंडखोर गट सोडून मरांडींच्या बाजूला येऊन मिळतात. आपण राष्ट्रीय नेत्यांच्या आदेशाचा मान ठेवीत आहोत, असे ते म्हणतात.

९ मार्च २००३ : जॉर्ज फर्नांडिस व एल. के. अडवानी पुन्हा नेतृत्वबदलाची मागणी फेटाळतात. चार बंडखोर मंत्री झामुमोचे नेते शिबू सोरेन यांना रांचीमध्ये भेटतात.

१३ मार्च २००३ : चार दिवसांच्या राजकीय घडामोडींनंतर मरांडी मंत्रिमंडळातील सात मंत्री एकत्र राजीनामा देतात. ते म्हणजे जदयुचे लालचंद महतो व बैद्यनाथ राम, समता पार्टीचे मधू सिंग, रमेश सिंग मुंडा व जलेश्वर महतो व दोघे अपक्ष समशेर सिंग व जोबा मांझी.

हे सातही मंत्री विधानसभेत सत्ताधारी पक्षाचे बाक सोडून विरोधी पक्षाच्या सभासदांमध्ये जाऊन बसतात. विरोधी पक्षाचे सभासद सभापती नामधारी यांना आपले नेते म्हणून निवडतात. विधानसभेत रालोआचे सभासद नामधारी यांना त्यांनी बजावलेल्या भूमिकेबद्दल शिवीगाळ करतात व त्यांच्या राजीनाम्याची मागणी करतात.

१४ मार्च २००३ : राज्यपाल एम. रमा जॉइस हे मरांडी यांना विधानसभेत बहुमत सिद्ध करण्याचा आदेश देतात.

१६ मार्च २००३ : सर्व विरोधी पक्षीय सभासद एकत्र राहण्यासाठी म्हणून रांचीजवळ एका ठिकाणी मुक्कामाला जातात. भाजपचे महासचिव व झारखंडची जबाबदारी असलेले राजनाथ सिंग रांचीला पोहोचतात.

१७ मार्च २००३ : मरांडी राजीनामा देतात. अर्जुन मुंडा यांची भाजप विधिमंडळ पक्षाच्या नेतेपदी निवड होते. बंडखोर मंत्री रालोआमध्ये परतात. आपली दिशाभूल केल्याबद्दल व दगाबाजी केल्याबद्दल नामधारी व शिबू सोरेन बंडखोर मंत्र्यांची कडक शब्दांत निंदा करतात.

१८ मार्च २००३ : अर्जुन मुंडा इतर पाच मंत्र्यांसमवेत मुख्यमंत्रिपदाची शपथ घेतात. त्यात समशेर सिंग, सुदेश महतो, जोबा मांझी व माधव लाल सिंग हे चौघे अपक्ष व भाजपचे पी. एन. सिंग यांचा समावेश असतो.

२५ मार्च २००३ : मंत्रिमंडळाचा विस्तार केला जातो. सर्व बंडखोर मंत्र्यांना कॅबिनेट दर्जा दिला जातो.

विधानसभा निवडणूक २००५ :

झारखंड राज्याची स्थापना झाल्यानंतर विधानसभेची पहिली निवडणूक फेब्रुवारी २००५ मध्ये घेण्यात आली. २७ फेब्रुवारीला निकाल जाहीर करण्यात आले. पक्षांचे बल पुढीलप्रमाणे होते :

भाजप	३०	ज द यु	६	झारखंड पार्टी	१
झा मु मो	१७	फॉर्वर्ड ब्लॉक	२	अपक्ष	५
काँग्रेस	९	सी पी आय (मा. ले)	१	UDGP	२
रा ज द	७	राष्ट्रवादी काँग्रेस	१		

पाच अपक्षांमध्ये AJSU चे सुदेश महतो, चंद्रप्रकाश चौधरी व मधू कोडा, स्टीफन मरांडी व हरी नारायण राय यांचा समावेश होता.

या प्रत्येकाविषयी थोडी माहिती बघितली तर 'समस्यांवर आधारित राजकारण' याचे खरे स्वरूप कळेल–

- सुरेश महतो : हे अखिल झारखंड विद्यार्थी चळवळीमधून (AJSU मधून) उदयास आले. २००० मध्ये पहिल्यांदा विधानसभेवर निवडून आले. २००५ मध्ये पुन्हा जिंकले. मरांडी सरकारमध्ये रस्ते बांधणी खात्याचे मंत्री होते. ते सरकार पडल्यावर हे मुंडा सरकारमध्ये गृहमंत्री म्हणून अतिशय प्रभावी झाले.
- मधू कोडा : 'निष्ठावंत राष्ट्रीय स्वयंसेवक संघ/भाजप कार्यकर्ता' ही यांची ओळख. २००० मध्ये ते प्रथमच भाजप तिकिटावर निवडून आले. भाजपने २००५ मध्ये त्यांना तिकीट नाकारले. मग त्यांनी अपक्ष म्हणून निवडणूक लढवली व ते जिंकले. मरांडी सरकारमध्ये व त्यानंतर मुंडा सरकारमध्ये मंत्री झाले, आणि नंतर, मुख्यमंत्री झाले.
- स्टीफन मरांडी : त्यावेळी राज्यसभेचे सभासद होते. झामुमोमध्ये होते व त्यांच्या पूर्वीच्या डुमका मतदारसंघातून निवडणूक लढवण्याची त्यांची इच्छा होती. शिबू सोरेन यांनी त्यांना तिकीट नाकारले त्यामुळे ते अपक्ष म्हणून लढले.
- जोबा मांझी : यांचे पती देवेन्द्र मांझी हे झारखंड चळवळीत आघाडीवर होते. त्यांचा खून झाला. त्यांच्या जागी जोबा मांझी राजकारणात उतरल्या. १९९५ व २००० ह्या निवडणुकांमध्ये बिहार विधानसभेवर व २००५ मध्ये झारखंड विधानसभेवर निवडून आल्या. ह्यांनी व बंधू तिर्के ह्यांनी UDGP ह्या गोव्यातील पक्षाच्या चिन्हावर निवडणूक लढविली.
- इनोस एक्का : अगदी तीन वर्षांपूर्वीपर्यंत हे एक लहान कंत्राटदार होते. झारखंड पक्षाच्या तिकिटावर २००५ ची निवडणूक जिंकले. २००५ मध्ये त्यांनी रालोआला पाठिंबा दिला व मग सप्टेंबर २००६ मध्ये ते संपुआचे समर्थक झाले. त्यांच्या पक्षाबद्दल बोलायचे झाले, तर एन. ई. होरो यांच्या नेतृत्वाखालील झारखंड पार्टीचे उमेदवार म्हणून हे निवडून आले होते. पण लवकरच स्वतःचा गट बनवला.

वरील ढोबळ माहितीवरूनसुद्धा आपल्याला दिसेल की, वरीलपैकी प्रत्येक लोकप्रतिनिधीमध्ये स्वतंत्र अस्तित्वाची ओढ असण्याचे स्वभावविशेष प्रकर्षाने दिसून येतात.

निवडणुकीत कोणत्याच आघाडीला स्पष्ट बहुमत मिळाले नाही. त्यामुळे निवडणुकीचे निकाल लागल्याबरोबर ज्याला 'नाट्यपूर्ण राजकीय आघाडी' म्हणतात, त्या सुरू झाल्या.

२८ फेब्रुवारी २००५ : अर्जुन मुंडा यांची रालोआच्या नेतेपदी निवड झाली. ह्या वेळी रालोआचे ३६ आमदार होते –३० भाजपचे व ६ जदयुचे– भाजपच्या राज्य कार्यालयामध्ये बाबुलाल मरांडी यांना पाठिंबा देणारी निदर्शने करण्यात आली.

१ मार्च २००५ : दोन्ही गट आपल्या समर्थकांच्या याद्या राज्यपाल सय्यद सिब्ते रिझवी यांना सादर करतात. एकूण ८१ संख्या असलेल्या विधानसभेत दोन्ही

गट आपल्याला ४१ आमदारांचे समर्थन असल्याचा दावा करतात.

राज्यपाल सरकार बनवण्याचे आमंत्रण शिबू सोरेन यांना देतात.

२ मार्च २००५ : शिबू सोरेन यांचा इतर सहा मंत्र्यांसह शपथविधी होतो– स्टीफन मरांडी उपमुख्यमंत्री, राजदचे गिरिनाथ सिंग व अन्नपूर्णा देवी, UDGP चे बंधू तिर्के व जोबा मांझी आणि राष्ट्रवादी काँग्रेसचे कमलेशकुमार सिंग. हे सरकार नऊ दिवस टिकणार असते. शिबू सोरेन यांना २१ मार्चपर्यंत विधानसभेत आपले बहुमत सिद्ध करण्याचा आदेश राज्यपाल देतात.

सोरेनला 'खरेदीविक्री' करण्यासाठी तीन आठवडे का दिले आहेत? या मुद्यावर रालोआ निषेध नोंदवते:

३ मार्च २००५ : रालोआ राष्ट्रपतिभवनात राष्ट्रपतींसमोर ४१ आमदार हजर करते. त्यांपैकी ३० भाजपचे व ६ जदयुचे असतात. पाच अपक्ष– सुदेश महतो, चंद्रप्रकाश चौधरी, मधु कोडा, इनोस एक्का व हरी नारायण राय.

ह्या सर्व आमदारांना, फोडण्यात येऊ नये म्हणून, जयपूरला नेऊन ठेवण्यात येते.

७ मार्च २००५ : अर्जुन मुंडा सर्वोच्च न्यायालयात याचिका दाखल करतात.

९ मार्च २००५ : शिबू सोरेन यांनी ११ मार्च रोजी विधानसभेत त्यांचे बहुमत सिद्ध करावे, असा आदेश सर्वोच्च न्यायालय देते. तसेच विधानसभेत विश्वासदर्शक ठराव मंजूर होईपर्यंत सोरेन सरकारने अँग्लो-इंडियन प्रतिनिधीची सभासद म्हणून नेमणूक करू नये असाही आदेश देते.

विश्वासदर्शक ठरावावर मतदान घेण्याच्या आदल्या दिवशी कमलेश सिंग 'आजारी पडतात'. ते ठरावावरील मतदानासाठी येत नाहीत. सोरेनचे भवितव्य 'सील' होते.

११ मार्च २००५ : विधानसभेत सभासदांनी केलेल्या गदारोळामुळे विश्वासदर्शक ठराव सादर करणे शक्य होत नाही. तात्पुरते सभापती प्रदीप बालमुचू सभा स्थगित करतात. शेवटी राज्यपालांना साक्षात्कार होऊन ते शिबू सोरेनना राजीनामा देण्याचा आदेश देतात. सोरेन राजीनामा देतात.

१२ मार्च २००५ : अर्जुन मुंडा यांचा मुख्यमंत्री म्हणून शपथविधी होतो. पाचही अपक्ष आमदार व कमलेशकुमार सिंग यांना कॅबिनेट दर्जाचे मंत्री म्हणून मंत्रिमंडळात घेतले जाते. कमलेशकुमार सिंग यांचे नाव शपथ घेण्यासाठी पुकारले जाते, ते उपस्थित नसतात. 'हॉस्पिटलमध्ये आहेत' असे सांगितले जाते.

सुदेश महतो जोरदार सौदेबाजी करतात. त्या जोरावर ते गृहखाते व इतर काही 'भारी' खाती बळकावतात. इनोस एक्काच्या बाबतीत बरीच 'खेचाखेची' होते. त्यांची झारखंड पार्टी, संपुआला आमचा पाठिंबा आहे, असे राज्यपालांना पत्र लिहून

कळवते. इनोस एक्का राज्यपालांना वेगळे पत्र पाठवून रालोआला आपला पाठिंबा असल्याचे कळवतात.

१५ मार्च २००५ : अर्जुन मुंडा विधानसभेत त्यांचे मताधिक्य सिद्ध करतात. सभापतिपदी नामधारी निवडून येतात. विश्वासदर्शक ठरावावरील मतदानाच्या वेळेपर्यंत जोबा मांझी विधानसभेत पोहोचत नाहीत. 'कार बिघडली' असे कारण त्या देतात. ह्याची परतफेड लवकरच केली जाते.

१६ मार्च २००५ : राष्ट्रवादी काँग्रेस पक्षाची झारखंड शाखा भाजपमध्ये विलीन होते.

२९ मार्च २००५ : 'कामाचे ओझे' असणाऱ्या मंत्रिमंडळाचा विस्तार करण्यात येतो.

भाजपचे प्रदीप यादव व रघुवर दास व जदयुचे रमेशसिंग मुंडा व राधाकृष्ण किशोर हे कॅबिनेट मंत्री म्हणून मंत्रिमंडळात सामील होतात. कमलेश कुमार सिंग हेसुद्धा शपथ घेतात. अपक्ष मंत्री ज्या खात्यांची मागणी करतात, ती अर्जुन मुंडा यांना द्यावी लागतात.

जलेश्वर महतो यांचे पाठीराखे त्यांचाही मंत्रिमंडळात समावेश करावा यासाठी निदर्शने करतात.

१० एप्रिल २००५ : राधाकृष्ण किशोर मंत्रिपदाचा राजीनामा देतात.

१९ एप्रिल २००५ : जदयुचे जलेश्वर महतो व भाजपचे सत्यानंद भोका पूर्ण कॅबिनेट मंत्री म्हणून मंत्रिमंडळात सामील होतात.

पाच अपक्ष मंत्री त्यांचा 'G-5' असा गट बनवतात. त्यात कमलेशसिंग नसतात. ते वरचेवर सरकारला अडचणीत आणतात.

स्टीफन मरांडी, कमलेशकुमार सिंग, इनोस एक्का यांच्याविरुद्ध पक्षांतर कायद्याखाली सभापतींकडे तक्रार दाखल केली जाते.

रालोआ राजवटीचा शेवट :

G-5चे सदस्य असलेले पाच अपक्ष मंत्री काहीतरी कारण काढून नवनवीन मागण्या सतत पुढे करतात.

जुलै २००६ च्या अखेरपर्यंत मुंडा मंत्रिमंडळात सर्व काही आलबेल नाही, हे दिसू लागते. दिल्लीहून येणाऱ्या बातमीप्रमाणे मधू कोडा, इनोस एक्का व हरी नारायण राय हे तिघे अपक्ष मंत्री काँग्रेसच्या व राजदच्या नेत्यांच्या संपर्कात असल्याचे सूचित होते. फक्त एक अडथळा उरतो– एकमेव महत्त्वाचा प्रश्न, नेता कोण होणार? मंत्रिमंडळातील मंत्र्यांच्या संख्येवर घटनेत मर्यादा असल्यामुळे– झारखंडच्या बाबतीत जास्तीत जास्त बारा मंत्री होऊ शकतात– आणखी एक

समस्या असते की ज्यांना मंत्रिपद देता येत नाही त्यांच्यापुढे कोणते तुकडे टाकायचे?

ऑगस्ट २००६ च्या पहिल्या आठवड्यात स्फोटाची घटका येते. नेहमीप्रमाणेच सार्वजनिक महत्त्वाच्या बाबींचे निमित्त होते. शंभू सिंग नावाच्या रस्ता बांधणाऱ्या कंत्राटदाराने आपल्याला धमकी दिल्याचा आरोप मधू कोडा करतात. मुख्यमंत्री अर्जुन मुंडा कंत्राटदाराची बाजू घेतात व तो निर्दोष असल्याचे सांगतात. यावरून घटनांची मालिका चालू होऊन शेवटी त्याची परिणती अर्जुन मुंडा सरकार पडण्यात होते.

सप्टेंबरच्या पहिल्या आठवड्यात तीन अपक्ष मंत्री सोनिया गांधींना भेटल्याचे बोलले होते.

४ सप्टेंबर २००६ : असंतुष्ट मंत्र्यांपैकी एक, कमलेश कुमार सिंग हे इतर मंत्र्यांना जाऊन मिळण्यासाठी जमशेदपूरमार्गे दिल्लीला जात असतात. मुख्यमंत्र्यांच्या आदेशावरून पोलीस त्यांना जमशेदपूरला अडवतात. कमलेश सिंग यांना सर्किट हाऊसमध्ये राहणे भाग पाडले जाते. सुरक्षेच्या कारणासाठी तसे केल्याचे पोलीस सांगतात.

५ सप्टेंबर २००६ : मधू कोडा, इनोस एक्का, हरी नारायण राय व कमलेश कुमार सिंग हे सारे जण राज्यपालांना भेटून आपल्या मंत्रिपदाचे राजीनामे सादर करतात.

७ सप्टेंबर २००६ : राज्यपाल मुख्यमंत्र्यांना बोलावतात व विधानसभेत त्यांच्या बाजूने बहुमत असल्याचे १५ सप्टेंबरपर्यंत सिद्ध करण्याचा आदेश देतात.

८ सप्टेंबर २००६ : सभापती नामधारी हे स्टीफन मरांडी, कमलेश कुमार सिंग व इनोस एक्का यांना त्यांच्याविरुद्ध पक्षांतर विरोधी कायद्याखाली आलेल्या नोटिसांच्या आधारे –ज्या त्यांच्याकडे काही काळ पडून होत्या– त्यांच्यावर नोटिसा बजावतात.

९ सप्टेंबर २००६ : सभापतींच्या नोटिसांना स्थगिती द्यावी अशी याचिका हे तिघेही जण सर्वोच्च न्यायालयात दाखल करतात.

१२ सप्टेंबर २००६ : सर्वोच्च न्यायालय हस्तक्षेप करण्यास नकार देते.

१४ सप्टेंबर २००६ : सभापती नामधारी त्या तिघांविरुद्धचा निर्णय राखून ठेवतात. अर्जुन मुंडा विश्वासदर्शक प्रस्ताव विधानसभेत न मांडता राजीनामा देतात.

१८ सप्टेंबर २००६ : अपक्ष उमेदवार मधू कोडा यांचा मुख्यमंत्री म्हणून शपथविधी होतो. कमलेश, इनोस व राय हे तिघे कॅबिनेट मंत्री म्हणून शपथ घेतात.

२० सप्टेंबर २००६ : ४१ आमदारांची मते मिळवून कोडा विधानसभेत बहुमत सिद्ध करतात. रालोआचे आमदार मतदानात भाग घेत नाहीत. प्रथम कायमस्वरूपी सभापतीची निवड करावी, अशी मागणी ते करतात.

२४ सप्टेंबर २००६ : जोबा मांझी, सुधीर महतो, नलीन सोरेन व बंधू तिर्के यांना कॅबिनेट मंत्रिपदाची शपथ दिली जाते. सुधीर महतो यांना उपमुख्यमंत्रिपद दिले जाते.

९ ऑक्टोबर २००६ : स्टीफन मरांडी, दुलाल बुइया, चंद्रप्रकाश चौधरी ह्यांचाही मंत्रिमंडळात समावेश होतो. चौधरी आपला पक्ष सोडून आलेले असतात. आपल्याला सभापतिपद मिळावे, असा आग्रह स्टीफन मरांडी धरतात. हे काँग्रेसला मान्य होत नाही. त्यामुळे त्यांना उपमुख्यमंत्री केले जाते. अशा प्रकारे सरकारमध्ये दोन उपमुख्यमंत्री होतात.

७ नोव्हेंबर २००६ : फॉर्वर्ड ब्लॉकमधून काढून टाकण्यात आलेले आणि संपुआला पाठिंबा देणारे अपक्ष आमदार भानुप्रताप शाही यांना एका फौजदारी खटल्यामध्ये जामीन मिळत नाही. ही तांत्रिक अडचण त्यांना मंत्रिपदाची शपथ देण्याच्या आड येते; पण एकदा शब्द दिला की तो पाळलाच पाहिजे. त्यामुळे त्यांचे वडील व माजी आमदार हेमेंद्र प्रताप देहाती यांना मंत्रिमंडळात घेतले जाते. आता ह्या मंत्रिमंडळातील अपक्ष सभासदांची संख्या आठ होते.

पण खातेवाटप करणे ही डोकेदुखी होऊन बसते. शिवाय उपमुख्यमंत्रिपदाचा घोळ असतोच. ह्या गोष्टींविषयी दबाव आणण्यासाठी एक G-3 (तीन जणांचा गट) अस्तित्वात येतो. त्यात हरी नारायण राय, इनोस एक्का व कमलेश सिंग असतात.

खातेवाटपाच्या 'महान' समस्येमुळे काही दिवसांतच ह्या G-3 चा निकाल लागतो. इनोस अजून असंतुष्ट असतात कारण त्यांना रस्ता बांधणी हे 'वजनदार' खाते हवे असते.

त्यानंतर 'वीज' ह्या दुसऱ्या 'भारी' खात्यावरून जाहीर लाथाळी सुरू होते. कोणतेतरी आश्वासन मिळाल्यानंतरच स्टीफन मरांडी सहकार्य देऊ लागतात.

दुसरा G-3 (तिघांचा गट) बनवण्याची वेळ येऊन ठेपते. खातेवाटप 'न्याय्य'प्रकारे व्हावे यासाठी हा निर्माण होतो. त्यात स्टीफन मरांडी, हरी नारायण राय व इनोस एक्का हे असतात. कमलेश सिंग नसतात.

आणि अचानक एक वज्राघात होतो. शिबू सोरेन यांच्या सहकार्यामुळेच हे सरकार बनवता येणे शक्य झालेले असते. काँग्रेसने सर्व सूत्रे आपल्याला हवी तशी हलवलेली असतात. त्यांनी अगदी शोधून निवडलेले राज्यपाल सिब्ते रिझवी यांनी आपल्या पदाला काळिमा फासून शिबू सोरेन यांना मुख्यमंत्री बनवलेले असते. पण ते विधानसभेत बहुमत सिद्ध करण्यात अयशस्वी होतात. त्यांना राजीनामा देणे भाग पडते. पण 'जातीयवादी शक्तींना दूर ठेवण्यासाठी' काँग्रेसला त्यांच्या पाठिंब्याची केंद्रात गरज असते. त्यामुळे त्यांना केंद्र सरकारमध्ये कॅबिनेट मंत्री म्हणून घेतले जाते व त्यांना एक 'वजनदार' खाते दिले जाते. आपले कर्तृत्व (मुळात ज्या

प्रकारच्या कर्तृत्वासाठी देश त्यांना ओळखत होता त्याहून वेगळे असे) दाखवण्यास वेळ मिळण्यापूर्वीच ज्यात डझनभर मुस्लीम मारले गेले होते, अशा खुनाच्या प्रकरणासंदर्भात एक न्यायालय त्यांच्याविरुद्ध अजामीनपात्र वॉरंट काढते. ते परागंदा होऊन एक नवीनच इतिहास घडवतात– भारत सरकारचे एक मंत्री, फरार होताच, देशाच्या संपूर्ण पोलीस व हेर खात्याला सापडत नाहीत. शेवटी त्यांना मंत्रिपदाचा राजीनामा देणे भाग पडते; पण दिल्लीतील सरकारला जातीयवाद्यांचा मुकाबला करण्यासाठी अजूनही त्यांच्या मदतीची गरज असते. म्हणून पुन्हा त्यांचा मनमोहनसिंग मंत्रिमंडळात मंत्री म्हणून समावेश केला जातो, पण, अरे देवा!, लवकरच दिल्लीतील एक कोर्ट त्यांना त्यांच्या स्वीय साहाय्यकाच्या खुनाच्या आरोपावरून दोषी ठरवते...

कोडा मंत्रिमंडळाला धक्का बसतो. कारण सोरेन हे त्यांचा आधारस्तंभ असतात. पण मोल व किंमत यांची गल्लत करायची नसते. मंत्रिमंडळाचा राजीनामा द्यावा लागला, तरी त्यांचे खासदारपद अबाधित राहते. झारखंडमधील काही आमदार अजूनही त्यांच्या प्रभावाखाली असतात. त्यामुळे तुरुंगात असूनही सर्व घटक त्यांचा अनुनय करत असतात...

२००७ साल उजाडते तोच आणखी एका महत्त्वाच्या समस्येवरून युद्ध पेटल्याच्या बातम्या वर्तमानपत्रांमध्ये येऊ लागतात. जवळ जवळ तीस सरकारी मंडळे व सार्वजनिक क्षेत्रातील महामंडळे (Public Sector Corporation) या नगरवधूंवर प्रत्येकाचा डोळा असतो. ह्या सर्व महामंडळांचे प्रमुख पूर्वीच्या सरकारने नेमलेले असल्यामुळे त्यांना पदावरून हटवण्याची घोषणा मुख्यमंत्री करतात. त्याबरोबर सर्व पक्षांची धावपळ सुरू होते. त्यांचे हिकमती नेते शिबू सोरेन आपल्या प्रभावाचा वापर करण्याच्या स्थितीत नसताना ह्या 'वधूं'वर आपलाच हक्क असल्याचा दावा झामुमो करतो. काहीही असले तरी आमचे १७ आमदार आहेत. मंत्रिमंडळातील इतर भागीदारांचे आमदार कमी आहेत– काँग्रेसचे ९, राजदचे ७. नैतिकता व गरज यांच्या आधारावर झामुमो आपल्याला मिळालीच पाहिजेत अशी पंधरा प्राधिकरणे व महामंडळे यांची यादी मुख्यमंत्र्यांना सादर करते. काँग्रेस व राजदसुद्धा उठाव करतात, आम्हांलाही आमचा वाटा मिळालाच पाहिजे.

हे दृश्य अपवादात्मक नाही. १९७९ मध्ये श्रीमती इंदिरा गांधींसमोर मंत्रिमंडळातील सर्व मंत्र्यांसह हात जोडून उभे असलेले भजनलाल आठवा. श्रीमती गांधी नुकत्याच पुन्हा सत्तेवर आल्या होत्या. त्याबरोबर त्या सर्वांनी एक साथ जनता पक्ष सोडून दिला व आपण श्रीमती गांधींशीच एकनिष्ठ असल्याचे शपथपूर्वक जाहीर केले. नुकतेच अरुणाचल प्रदेशात गेगाँग अपांग यांनी काही वेगळे केले का? त्यांनी व त्यांच्या संपूर्ण मंत्रिमंडळाने बाजू-बदल केली. बरे, असे प्रकार फक्त राज्यपातळीवरच होतात आणि केंद्रात होत नाहीत असे समजू नका. बिहार व उत्तर प्रदेश यांच्या विधिमंडळांमधील

वर्तणुकीतील अध:पतनाच्या बाबतीतसुद्धा लोक स्वत:चे समाधान या पद्धतीनेच करून घेत असत; पण जे तिथे काल होत होते, तेच आज संसदेत होते आहे. चरणसिंग, चंद्रशेखर, देवेगौडा व आय. के. गुजराल ह्यांची निवड देशाच्या पंतप्रधानपदी कशी झाली? आणि त्यांना पदच्युत कसे केले गेले? –कार्यपद्धती योग्य नसणे– असे जे कारण राज्यपातळीवर दिले जाते, त्यापेक्षा इथे काही वेगळे असते का?

कधीतरी एखाद्याला 'कार्य न करण्याच्या' पद्धतीबद्दल काढले जाईल, अशी मला आशा आहे.

दृश्य चिन्हे :

● अशा प्रकारचे घटनाक्रम हे आपण संसदीय पद्धतीमधील घोडेबाजार केले आहेत. आणि दहशतवाद्यांच्या हल्ल्यांइतकेच ते ठरावीक साच्याचे झाले नाहीत का? दहशतवाद्यांचा शेवटचा हल्ला केव्हा झाला, हे आपल्याला जितके आठवते, तितकाच घटनेची विटंबना होण्याचा शेवटचा प्रसंग कधी घडला, हे आपल्याला आठवते का?

● अशा राज्यांमध्ये जे आज घडते आहे तेच उद्या केंद्रात घडते, हे नेहमी लक्षात ठेवा. ज्या घटनाक्रमाने चरणसिंग, चंद्रशेखर, गुजराल, देवेगौडा यांना राज्याचे मुख्यमंत्री नव्हे तर भारताचे पंतप्रधान बनवले गेले व नंतर पदच्युत केले गेले; ते काही फार वेगळे नव्हते. सत्ताधीश मंत्र्यांच्या विरुद्ध भ्रष्टाचाराचे खटले चालू असणे, मंत्री फरार असणे, मंत्र्यावर खुनाचा आरोप सिद्ध झालेला असणे, ह्या व अशा घटना एखाद्या दूरवरच्या देशात नव्हे तर भारत सरकारच्या मंत्र्यांच्या बाबतीत घडल्या आहेत.

● ज्याला नेहमी 'उच्च घटनात्मक अधिकारी' असे म्हटले जाते, त्या राज्यपालपदाचे काय झाले आहे, ते लक्षात घ्या.

● राज्यपाल क्वचितच स्वत:च्या बुद्धीप्रमाणे कृती करतात. ते केंद्र सरकारचे दलाल (agent) असतात आणि केंद्र सरकारच्या आदेशाशिवाय कोणतेही पाऊल उचलत नाहीत.

● जनतेच्या सार्वभौम प्रतिनिधींमध्ये 'पडद्यामागे' व 'टेबलाखाली' जे घडले असेल, ते दृश्य घटनांपेक्षा खूपच जास्त रंगतदार असणार.

● अशा घटनाक्रमांमध्ये कोणत्या 'प्रश्नां'चे कारण वेळोवेळी दाखवले जाते, याचा विचार करा. एकाएकी आजारी पडून हॉस्पिटलात दाखल होणे, रस्त्यात कार बिघडणे; अशा ज्या क्लृप्त्या लढविल्या जातात यांचाही विचार करा.

● ह्या व्यक्तींपैकी कोणीही, यांच्याकडे एखाद्या खात्याचा कारभार सांभाळण्याची

क्षमता होती म्हणून तो/ती मंत्री झाला/झाली का, यावर विचार करा.

- मंत्री झालेल्या व्यक्तींची पार्श्वभूमी व मंत्रिपदावर असताना ज्या कारवायांमध्ये ते मग्न होते, त्यांचा शासनयंत्रणा व काम यांच्यावर काय परिणम झाला असेल; याचा विचार करा.
- आज ज्यांना राजकीय पक्ष म्हटले जाते, ते म्हणजे सोंगाड्यांचे थवे कसे झाले आहेत. यांपैकी अनेक पक्षांच्या बाबतीत 'केंद्रीय नेतृत्व', 'पार्टी हायकमांड' हे राज्यपातळीवरील किंवा अगदी स्थानिक पुढाऱ्यांच्या मर्जीवरही अवलंबून असतात. केंद्रीय नेत्यांचे आदेश किती बेमुर्वतपणे व बेधडकपणे मोडले जातात... आणि मग ही अवज्ञा म्हणजे 'पूर्वनियोजित नाटक होते' अशी सारवासारव केंद्रीय नेते कशी करतात, याच्यावर जरा विचार करा.
- विविध पक्षांच्या नेत्यांचे दूर दिल्लीत आपापसात जे डावपेच व रस्सीखेच हे जे काही चालू असते, त्याचा परिणाम राज्यांमधील सरकारे पडण्यात किंवा घडवण्यात कसा होतो... याच्यावर विचार करा.

किरकोळ बदल, मोठे परिणाम :

झारखंडमधील घटनाक्रम घडण्याचे कारण म्हणजे इतर अनेक राज्यांतील विधानसभांचे व अगदी लोकसभेचेसुद्धा अनेक गट, पक्ष व आघाड्या ह्यांच्यात झालेले विभाजन. ह्याच्या परिणामांचे गांभीर्य आणखी दोन गोष्टींमुळे वाढते. एक म्हणजे विधिमंडळातील एकूण जागांपैकी विविध पक्षांना मिळणाऱ्या जागांचे प्रमाण हे एकूण मतांमधील त्यांच्या प्रमाणापेक्षा अगदी वेगळे असू शकते. दुसरी म्हणजे मिळणाऱ्या मतांची संख्या मोठ्या प्रमाणात जरी कमी किंवा जास्त झाली (swing) तरी जागांच्या संख्येत मोठा फरक होऊ शकतो. ह्याचे परिणाम दाखवणारी अनेक उदाहरणे देता येतील. आपले आत्ताचे उद्दिष्ट हे मर्यादित आहे. ते म्हणजे ज्याला सर्वांत जास्त मते, तो निवडला जातो. ह्या सध्याच्या पद्धतीच्या गुणांचे मूल्यमापन करणे. हे गुण काल्पनिक आहेत, हे दाखविण्यासाठी अगदी मोजकीच उदाहरणे पुरेशी आहेत.

आंध्र : आंध्र विधानसभेत २९४ जागा आहेत. तेलगु देसम व काँग्रेस यांचे मतांतील प्रमाण पाहा व जागा किती मिळाल्या, ते पाहा :

वर्ष	तेलगू देसम पार्टी		काँग्रेस	
	मिळालेली मते (%)	मिळालेल्या जागा	मिळालेली मते (%)	मिळालेल्या जागा
२००४	३७.६	४७	३८.६	१८५
१९९९	४३.९	१८०	४०.६	९१
१९९४	४४.१	२१६	३३.८	२६
१९८९	३६.५	७४	४७.१	१८१
१९८५	४६.२	२०२	३७.२	५०

बघा :

● २००४ मध्ये दोन्ही पक्षांना मिळालेल्या मतांच्या प्रमाणात फारसा फरक नाही. पण, काँग्रेसला तेलगू देसमच्या चौपट जागा मिळाल्या.

● १९९९ मध्ये तेलगू देसमला मिळालेल्या मतांचे प्रमाण काँग्रेसपेक्षा फक्त ३.५ टक्क्यांनी जास्त आहे; पण त्या पक्षाला काँग्रेसच्या दुप्पट जागा मिळाल्या.

● १९८९ मध्ये तेलगू देसमला ३६.५% मते पडून ७४ जागा मिळाल्या तर २००४ मध्ये ३७% मते मिळूनही फक्त ४७ जागाच मिळाल्या.

● काँग्रेसला मते देणाऱ्यांचे २००४ मधील प्रमाण १९९९ पेक्षा दोन टक्क्यांनी कमी होऊनसुद्धा त्यांना जवळ जवळ दुप्पट जागा मिळाल्या.

दिल्ली : दिल्ली विधानसभेत ७० जागा आहेत. काँग्रेस व भाजप हे प्रमुख पक्ष राहिले आहेत. त्यांना मिळालेल्या मतांचे प्रमाण व जागा पुढीलप्रमाणे–

वर्ष	काँग्रेस		भाजप	
	मिळालेली मते (%)	मिळालेल्या जागा	मिळालेली मते (%)	मिळालेल्या जागा
२००३	४८.१	४७	३५.२	२०
१९९८	४७.८	५२	३४.०	१५
१९९३	३४.५	१४	४२.८	४९
१९८३	४७.५	३४	३७.०	१९

१९८३, १९९८ व २००३ ह्या निवडणुकांमध्ये काँग्रेसला अठ्ठेचाळीस टक्क्यांच्या जवळपासच मते पडली आहेत, पण जागांच्या संख्येत चौतीस ते बावन्न एवढा फरक पडला आहे.

हरयाना : हरयाना विधानसभेत एकूण ९० जागा आहेत. गेल्या दोन निवडणुकांमध्ये काँग्रेस व भारतीय राष्ट्रीय लोकदल हे प्रमुख पक्ष होते.

वर्ष	**काँग्रेस**		**लोकदल**	
	मिळालेली मते (%)	**मिळालेल्या जागा**	**मिळालेली मते (%)**	**मिळालेल्या जागा**
२००५	४२.५	६७	२६.७	९
२०००	३१.२	२१	२९.६	४७

लोकदलाच्या मतांच्या प्रमाणात फक्त तीन टक्क्यांचीच घट झाली पण जागा सत्तेचाळीस वरून नऊ वर आल्या. तसेच २००० मध्ये तीस टक्क्यांपेक्षाही कमी मते मिळूनही लोकदलाला निम्म्यापेक्षा जास्त जागा मिळाल्या.

केरळ : केरळ विधानसभेत १४० जागा आहेत. मतदारांच्या विभाजनाचे व झालेले विभाजन स्थिर असण्याचे केरळ विधानसभा हे एक उत्तम उदाहरण आहे. आपल्या निवडणुकीच्या आणखी एका वैशिष्ट्याचे ते एक उत्तम उदाहरण आहे. उमेदवार नियमितपणे एका पक्षाकडून दुसऱ्या पक्षाकडे जातात व त्यामुळे मतदारांचे खरे मत प्रदर्शित होत आहे, असा भास होतो. वास्तवात सत्तेवर आलेला नवा पक्ष हा सत्तेवरून गेलेल्या पक्षाहून फार वेगळा नसतो. तसेच, जरी सत्ता एका पक्षाकडून किंवा आघाडीकडून दुसऱ्या पक्षाकडे किंवा आघाडीकडे जात राहिली, तरीही राज्यातील नव्या गुंतवणुकीतील वाढ जवळजवळ शून्य आहे व आपल्या समस्या निर्यात करून त्यावरच हे राज्य जगले आहे– आखाती देशांना कामगार व भारतातील इतर राज्यांना राजकीय तत्त्वज्ञान ह्यांची निर्यात ह्या राज्याने केली आहे! राज्यातील मुस्लीम लीगसारख्या पक्षांच्या 'निधर्मी' कारवायांचेही प्रत्यंतर येते. ते एका निवडणुकीत एका टोकाच्या पक्षाबरोबर जातात तर पुढील निवडणुकीत दुसऱ्या टोकाच्या पक्षाबरोबर असतात त्यामुळे मुस्लीम लीगचे आमदार इतर पक्षांच्या आमदारांपेक्षा जास्त वेळा सत्तेत असतात; ह्यामुळे त्यांचा आणखी एक फायदा होतो, ते कोणाशीही हातमिळवणी करायला सतत तयार असतात, हे सर्व पक्षांना माहीत असल्याने सर्वजण त्यांची मनधरणी करत असतात. जे त्यांना मंत्रिमंडळात घेतात, त्यांचाही फायदा होतो. अशी शंभर टक्के जातीयवादी पार्टी मंत्रिमंडळात घेतल्यामुळे मंत्रिमंडळाची धर्मनिरपेक्षता सिद्ध होते!

प्रमुख पक्षांना वेगवेगळ्या निवडणुकांमध्ये मिळालेल्या मतांचे प्रमाण व जागा पुढीलप्रमाणे :

वर्ष	काँग्रेस		सीपीएम	
	मिळालेली मते (%)	मिळालेल्या जागा	मिळालेली मते (%)	मिळालेल्या जागा
२००६	२४.१	२४	३०.४	६१
२००१	३१.४	६२	२१.४	२३
१९९६	३०.४	३७	२१.६	४०
१९९१	३२.१	५५	२१.७	२८
१९८७	२४.८	३३	२२.८	३८
१९८२	११.९	२०	१८.८	२६
१९८०	११.३	२१	१९.४	३५

निरीक्षणे :-

- १९८७ ते २००१ दरम्यान माकपचे (मार्क्सवादी कम्युनिस्ट पक्षाचे) मतांचे प्रमाण २१% ते २२% राहिले. पण त्यांना मिळालेल्या जागांमध्ये २३ ते ४० एवढा फरक होता.
- त्याचप्रमाणे १९९१, १९९६ व २००१ ह्या निवडणुकांमध्ये काँग्रेसेला ३०% ते ३२% अशी मते मिळाली. पण जागा ३७ ते ६२ इतक्या मिळाल्या.
- १९९६ मध्ये काँग्रेसला ३०.४% मते मिळून ३७ जागा मिळाल्या. माकपला २००६ मध्ये ३०.४% मते मिळून ६१ जागा मिळाल्या.
- १९९६ मध्ये काँग्रेसला ३०.४% मते मिळून ३७ जागा मिळाल्या तर माकपला २१.६% मते मिळून ४० जागा मिळाल्या.

मध्य प्रदेश : छत्तीसगडचे वेगळे राज्य होण्यापूर्वी मध्य प्रदेश विधानसभेत ३२० जागा होत्या. प्रमुख पक्ष काँग्रेस व भाजप हे होते.

वर्ष	काँग्रेस		भाजप	
	मिळालेली मते (%)	मिळालेल्या जागा	मिळालेली मते (%)	मिळालेल्या जागा
१९९८	४०.६	१७२	३९.३	११९
१९९३	४०.७	१७४	३८.८	११७
१९९०	३३.४	५६	३९.१	२२०
१९८५	४८.८	२५०	३२.४	५८
१९८०	४७.५	२४६	३०.३	६०

१९९० ते १९९८ च्या दरम्यान भाजपला एकोणचाळीस टक्क्यांच्या आसपास मते मिळाली पण जागांच्या संख्येत एकशे सतरा ते दोनशे वीस एवढा फरक होता. १९९३ व १९९८ ह्या निवडणुकांमध्ये काँग्रेस व भाजप यांना मिळालेल्या मतांच्या टक्केवारीत फार फरक नव्हता. दोघांनाही चाळीस टक्क्यांच्या जवळपास मते मिळाली, पण जागा एकाला १७२/१७४ तर दुसऱ्याला ११९/११७ अशा मिळाल्या.

महाराष्ट्र : १९९०, १९९५ व १९९९ ह्या निवडणुकांमध्ये शिवसेनेला अनुक्रमे ५२, ७३ व ६९ जागा मिळाल्या, परंतु मिळालेल्या मतांच्या प्रमाणात फार फरक नव्हता– १५.९%, १६.४% व १७.३%

ओरिसा : ओरिसा विधानसभेत एकूण १४७ जागा आहेत. गेल्या काही वर्षांत काँग्रेस, बिजू जनता दल (बिजद) व भाजप हे प्रमुख पक्ष राहिले आहेत.

वर्ष	काँग्रेस		बिजद		भाजप	
	मते (%)	जागा	मते (%)	जागा	(%)मते	जागा
२००४	३४.८	३८	२७.४	६१	१७.१	३२
२०००	३३.८	२६	२९.४	६८	१८.२	३८

निरीक्षणे :-

- २००४ मध्ये काँग्रेसला ३४.८% मते मिळून ३८ जागा मिळाल्या तर बिजदला २७.४% मते मिळून ६१ जागा मिळाल्या.
- २००४ मध्येच भाजपच्या मतांचे प्रमाण (१७%) काँग्रेसच्या मतांच्या (३५%)

निम्मे होते. पण तरीही काँग्रेसला ३८ तर भाजपला ३२ जागा मिळाल्या.

● २००० व २००४ ह्या निवडणुकांमध्ये काँग्रेसच्या मतांचे प्रमाण जवळ जवळ
तेच राहिले (३४ -३५%), पण जागा मात्र २६ च्या ३८ झाल्या.

● २००० मध्ये भाजपला १८% जागा मिळाल्या. २००४ मध्ये काँग्रेसला
जवळजवळ दुप्पट (३५%) मते मिळूनसुद्धा जागा मात्र तेवढ्याच (३८)
मिळाल्या.

राजस्थान : राजस्थान विधानसभेत २०० जागा आहेत. भाजप व काँग्रेस हे
प्रमुख पक्ष राहिले आहेत.

वर्ष	काँग्रेस		भाजप	
	मिळालेली मते (%)	मिळालेल्या जागा	मिळालेली मते (%)	मिळालेल्या जागा
२००३	३५.६	५६	३९.२	१२०
१९९८	४४.९	१५३	३३.२	३३
१९९३	३८.३	७६	३८.६	९५
१९९०	३३.६	५०	२५.२	८५
१९८५	४६.५	११३	२१.२	३९

१९९३ मध्ये दोन्ही पक्षांना जवळ जवळ सारखीच मते पडली (३८%). परंतु
काँग्रेसला ७६ जागा तर भाजपला ९५ जागा मिळाल्या. मतांची टक्केवारीसुद्धा
प्रत्येक निवडणुकीत कशी वरखाली जात आहे, ते बघा. मतदार नाराज किंवा निराश
होऊन पुढील निवडणुकीत एका पक्षाकडून दुसऱ्या पक्षाकडे जातात. मतांमधील
बदलांच्या प्रमाणाच्या अनेकपट फरक जागांच्या संख्येत पडतो. १९९८च्या तुलनेत
२००३ मध्ये भाजपच्या मतांच्या टक्केवारीत सहा टक्क्यांनी वाढ झाली, पण जागा
तेहतीस वरून एकशे वीसवर गेल्या. त्याचप्रमाणे १९९३च्या तुलनेत १९९८मध्ये
मतांच्या टक्केवारीत पाच टक्क्यांनी घट झाली, पण जागांची संख्या पंच्याण्णव
वरून तेहतीसपर्यंत खाली आली.

तामिळनाडू : तामिळनाडूमध्ये तिन्ही वैशिष्ट्यांचे एकत्रित उदाहरण दिसून येते–
सरकारांचे अप्रतिनिधित्व, मतांमधील अल्प फरक यांमुळे जागांच्या संख्येत होणारा
मोठा बदल व मतदारांचे विभाजन होऊन झालेले गट स्थिर राहणे व विविध स्थानीय
पक्ष एकत्र आल्यामुळे अंतिम निकालावर होणाऱ्या परिणामाचे स्वरूप.

विधानसभेच्या २३४ जागांसाठी द्रमुक व अण्णा द्रमुक हे प्रमुख प्रतिस्पर्धी असतात.

तामिळनाडू विधानसभा निवडणुका				
	१९९१	१९९६	२००१	२००६
मिळालेली मते (%)				
द्रमुक	२२.५	४२.१	३०.९	२६.५
अण्णा द्रमुक∗	४४.४			
ऑल इंडिया अण्णा द्रमुक		२१.५	३१.४	३२.६
मिळालेल्या जागा				
द्रमुक	२	१७३	३१	९६
अण्णा द्रमुक∗	१६४			
ऑल इंडिया अण्णा द्रमुक		४	१३२	६१

∗ याचे नंतर ऑल इंडिया अण्णा द्रमुकमध्ये (AIADMK मध्ये) रूपांतर झाले.

प्रा. फायनर यांनी सांगितलेल्या मताधिक्य निवडणूक पद्धतीच्या 'अप्रमाणबद्ध प्रतिनिधित्व' (disproportional representation) या वैशिष्ट्याचे हे उत्तम उदाहरण आहे. २००१ आणि २००६ ह्या निवडणुकींच्या दरम्यान द्रमुकच्या मतांच्या प्रमाणात ३०.९% वरून २६.५% पर्यंत घट होते, पण मिळालेल्या जागांमध्ये ३१ ते ९६ अशी वाढ होते. ऑल इंडिया अण्णा द्रमुकला मिळालेल्या मतांच्या प्रमाणात वाढ होते परंतु त्या मिळालेल्या जागांची संख्या १३२ वरून ६१ इतकी प्रचंडपणे खाली येते.

हेही लक्षात घ्या–

२००६ मध्ये द्रमुकला २६.५% मतांच्या आधारावर ९६ जागा मिळाल्या तर ऑल इंडिया अण्णा द्रमुकला ३२.६% मते मिळूनसुद्धा फक्त ६१ जागा मिळाल्या.

ऑल इंडिया अण्णा द्रमुकला २००६ मध्ये ३२.६% मते पडली जी २००१ मधील ३१.४% मतांपेक्षा जास्त होती; परंतु २००६ मध्ये त्यांना ६१ जागा मिळाल्या तर २००१ मध्ये १३२ जागा मिळाल्या.

२००१ मध्ये दोन्ही पक्षांना जवळ जवळ ३१% मते मिळाली, पण द्रमुकला ३१ जागा मिळाल्या तर ऑल इंडिया अण्णा द्रमुकला १३२ जागा मिळाल्या.

उत्तर प्रदेश : १९९१, १९९३ व १९९६ ह्या निवडणुकांमध्ये ४२५ जागांसाठी झालेल्या निवडणुकांमध्ये भाजपच्या मतांचे प्रमाण जवळजवळ एकच ३१.४%, ३३.३% व ३२.५% होते. मिळालेल्या जागा १९९१ मध्ये २२१,

१९९३ मध्ये १७७ व १९९६ मध्ये १७४ होत्या.

अर्थात, अशा असंबद्धतेसाठी अनेक स्पष्टीकरणे असू शकतात. उमेदवाराला मतदारांचा किती पाठिंबा आहे, याशिवाय त्याच्या विरोधकांची संख्या व बल यांवरही निकाल अवलंबून असतो. तसेच उमेदवाराला मत देणारे मतदार हे भौगोलिकदृष्ट्या कसे विखुरले आहेत व कोणत्या प्रकारचे आहेत, यांवरही ते अवलंबून असते. असे समजून चालू या की, एखाद्या राज्यात लोकसंख्येच्या १५% लोकांची पसंती एका विशिष्ट पक्षाला आहे. त्या पक्षाला एकही जागा न मिळण्याचीसुद्धा शक्यता आहे, कारण त्या पक्षाच्या प्रत्येक मतदारसंघातील उमेदवाराला दुसऱ्या पक्षाच्या उमेदवारापेक्षा कमी मते पडू शकतील. याच्याविरुद्ध एका उदाहरणात राज्याच्या लोकसंख्येपैकी १५% लोक एका पक्षाचे अनुयायी आहेत, पण ते काही मोजक्या मतदारसंघांतच आहेत; असे असेल तर त्या पक्षाचे तेथील उमेदवार मोठ्या बहुमताने निवडून येतील, पण त्यांतील बहुसंख्य मते वाया जातील. अशा मतदारसंघांतील उमेदवारांना निवडून येण्यासाठी आवश्यक असणाऱ्या मतांपेक्षा जास्त मते पडतील परंतु इतर मतदारसंघांमध्ये असे उमेदवार असतील की जे थोड्याच मतांनी हरले व ह्या अतिरिक्त मतांपैकी काही मते जर त्यांना पडली असती, तर ते निवडून आले असते. युती किंवा आघाड्या करण्यातसुद्धा असाच फायदा असतो. एखाद्या मायावती आपल्या बाजूला असणे फायद्याचे असते कारण त्यांची मते 'हस्तांतरणीय' असतात, त्या सांगतील त्या पक्षाला ती दिली जातात.

मुद्दा हा आहे की, अशा असंबद्ध गोष्टींचे स्पष्टीकरण करता येणार नाही असे नाही, पण कारण काहीही असले, तरी त्यांचे परिणाम हेच दर्शवितात की, सध्याच्या पद्धतीनुसार निवडून येणारी सरकारे ही प्रातिनिधिक असतात, बनवणारी विधिमंडळे ही प्रातिनिधिक असतात किंवा शंभर कोटी लोकसंख्येच्या देशासाठी राज्यकर्ते निवडण्यासाठी हीच सर्वांत उत्तम पद्धत आहे हा वारंवार केला जाणारा दावा फोल आहे, याच्या पुष्ट्यर्थ आणखी कितीतरी उदाहरणे देता येतील.

असुरक्षित सरकारे :

मतसंख्येतील लहानशा बदलांचा परिणाम जिंकलेल्या जागांच्या संख्येवर मोठ्या प्रमाणात होतो, हे वैशिष्ट्य राज्यांइतकेच केंद्राच्या बाबतीतही लागू आहे. काँग्रेस व भाजप ह्या दोन पक्षांना गेल्या दहा निवडणुकांमध्ये मिळालेल्या मतांचे प्रमाण व मिळालेल्या जागा यांची पुढे दिलेली आकडेवारी बघा :

१९८४ मध्ये केवळ अठ्ठेचाळीस टक्के मते मिळून लोकसभेच्या एकंदर पाचशे चाळीस जागांपैकी चारशे पाच, म्हणजे जवळजवळ तीन चतुर्थांश जागा काँग्रेस पक्षाला मिळाल्या.

काँग्रेसला मिळालेली मते व जागा

निवडणुकीचे वर्ष	काँग्रेसला मिळालेली मते (%)	काँग्रसेला मिळालेल्या जागा
१९७१	४३.७	३५२
१९७७	३४.५	१५४
१९८०	४२.७	३५३
१९८४	४८.१	४०५
१९८९	३९.५	१९७
१९९१	३६.५	२३२
१९९६	२८.८	१४०
१९९८	२५.८	१४१
१९९९	२८.३	११४
२००४	२६.७	१४५

दुसरी गोष्ट म्हणजे मिळालेल्या जागांमध्ये कसे बदल होत गेले व त्यांच्या तुलनेत मिळालेल्या मतांची टक्केवारी किती होती, हेही पाहा. १९८९ मध्ये मतांचे प्रमाण तीन टक्क्यांनी कमी झाले पण जागा १९७ वरून २३२ एवढ्या वाढल्या. १९९८ मध्ये पुन्हा मतांचे प्रमाण तीन टक्क्यांनी कमी झाले परंतु मिळालेल्या जागेत एकाने वाढ झाली. याउलट १९९९ मध्ये मतांचे प्रमाण २.५% वाढले पण जागांची संख्या १४१ वरून ११४ इतकी खाली आली. २००४ मध्ये मतांचे प्रमाण आणखी कमी झाले (२६.७%), पण मिळालेल्या जागांची संख्या ११४ वरून १४५ झाली आणि आज सत्तेवर असलेल्या संयुक्त पुरोगामी आघाडीचा काँग्रेस पक्ष हा कणा बनला.

भाजपला मिळालेली मते व जागा		
निवडणुकीचे वर्ष	भाजपला मिळालेली मते (%)	भाजपला मिळालेल्या जागा
१९८४	७.४	२
१९८९	११.५	८६
१९९१	२०.१	१२१
१९९६	२०.३	१६१
१९९८	२५.६	१८२
१९९९	२३.६	१८२
२००४	२२.२	१३८

भाजपची आकडेवारीही काँग्रेसचे जणू प्रतिबिंब असल्यासारखीच आहे.

मतांचे प्रमाण १०% च्या वर जाईपर्यंत मिळालेल्या जागा मतांच्या मानाने खूप कमी राहिल्या. भाजपच्या आकड्यांमधील बदल काँग्रेसच्या उलट आहेत. मतांचे प्रमाण १९९१ ते १९९६ दरम्यान तेच राहिले पण जागांची संख्या १२१ वरून १६१ झाली. उलट १९९९ मध्ये मतांच्या प्रमाणात २% ने घट होऊनसुद्धा जागांची संख्या तेवढीच राहिली. २००४ च्या निवडणुकीत मतांचे प्रमाण नाममात्र कमी झाले, पण जागांची संख्या १८२ वरून १३८ वर आली... म्हणजेच मतांच्या प्रमाणातील ०.६% ची घट जागांची संख्या एकूण संख्येच्या एक तृतीयांशावरून एक चतुर्थांशावर आणायला कारणीभूत झाली. नवी आघाडी सत्तेवर येण्यास जबाबदार असलेल्या महत्त्वाच्या कारणांपैकी हे एक होते.

एका प्रसिद्ध गुंतवणूक बँकरने एका वेगळ्याच बाजूकडे लक्ष वेधले आहे. जिचे परिणाम नजिकच्या भविष्यात गहन समस्या निर्माण करू शकतात. काँग्रेस व भाजप या दोघांच्या एकूण जागा बघा. १९९१ मध्ये ३५२ वरून १९९६ मध्ये ३०१ झाल्या, नंतर १९९८ मध्ये ३२३ इतक्या वाढून १९९९ मध्ये २९७ व नंतर २००४ मध्ये २८३ वर आल्या. केंद्रात सरकार बनवण्यासाठी आवश्यक असलेली कळीची संख्या २७२ आहे. जर हे दोन पक्ष असेच एकमेकांच्या जागा 'खात' राहिले, तर लवकरच ह्या दोन्ही पक्षांव्यतिरिक्त केंद्रात दुसरे एखादे संयुक्त सरकार अस्तित्वात येऊ शकेल.

विभाजित मतदार, विभाजन झालेले तुकडे स्थिर राहणे, मतांमधील लहान बदलांमुळे पक्षांना मिळणाऱ्या जागांच्या संख्येत मोठे बदल होणे, ही वैशिष्ट्ये राजकारण्यांना तेच मार्ग अनुसरण्यास प्रवृत्त करतात. काहीही करून मतदारांमधील फूट वाढवायची, मतदारांच्या एखाद्या लहान गटाची मते आपल्याकडे वळवायची, आणि नंतर निवडून आलेल्या अनेक गटांची कशीबशी मोट बांधून बहुमताची रेषा ओलांडायची व सत्ता हस्तगत करायची. कर्तृत्वाचे काय? आकडेवारी ही कामगिरीला पर्याय ठरते आहे, असे एका व्यूहतज्ज्ञाने (Strategist) मला समजावण्याचा प्रयत्न केला.

आणि अशा अनेक गटांना एकत्र बांधण्याच्या क्रियेची व्याप्ती पूर्ण देशामध्ये किंवा अगदी राज्यांमध्येसुद्धा असण्याची आवश्यकता नसते. आपण गेल्या निवडणुकीत जिथे अगदी थोड्या मतांनी हरलो, अशा मतदारसंघांपुरती असली तरी पुरे. निवडणूक आयोगाने लोकसभेला सादर केलेल्या २००४ च्या निवडणुकींवरील अहवालात २३० पक्षांची यादी दिली आहे, याचे आश्चर्य वाटण्याचे कारण नाही. उत्तर प्रदेशातील निवडणुका जवळ येताच १५० पक्ष जन्माला आले, असे 'इंडियन एक्सप्रेस'ला आढळले यात आश्चर्य काय?

ह्या वैशिष्ट्याचा फक्त राजकीय पक्षांच्या व व्यक्तिश: नेत्यांच्या भविष्यावरच परिणाम होणार आहे, असे नाही. श्रीमती इंदिरा गांधी यांनी हुकूमशहाला शोभतील अशा प्रकारे जे बदल घटनेत केले; ते करणे त्यांना शक्य झाले, याचे कारण १९७१च्या निवडणुकीत केवळ ४३.७ टक्के मते मिळालेली असूनसुद्धा त्यांना लोकसभेत दोन तृतीयांश जागा मिळाल्या, हे होते.

एकदा का तुम्ही निवडून आलात की, लॉटरी लागल्याप्रमाणे कोणतेही पद मिळण्याची संधी मिळते. तुम्ही अगदी पंतप्रधान किंवा उपपंतप्रधानसुद्धा होऊ शकता. चरणसिंग, चंद्रशेखर, देवेगौडा, व्ही.पी.सिंग, देवीलाल आठवतात? त्यांच्या जन्मस्थानाच्या आजूबाजूच्या तीन चार जिल्ह्यांच्या पलीकडेही त्यांचा प्रभाव नव्हता, आणि तरीही ते पंतप्रधान, उपपंतप्रधान झाले. इतर काहीजणांच्या बाबतीत तर हा प्रभाव एक दोन जिल्ह्यांच्यासुद्धा पलीकडे नाही! शंभर कोटी लोकांचे भवितव्य ज्याच्या हाती द्यायचे, त्याची निवड करण्याची ही फारच उत्तम पद्धत आहे, नाही? आणि मी हे लिहीत आहे ह्या क्षणी, सोनिया गांधींनी नुसती फुंकर मारली– फक्त एकच फुंकर, तर मनमोहनसिंग सरकार कोसळेल! एकच फुंकर आणि शंभर कोटी लोकांचे पंतप्रधान, उद्या 'जागतिक महाशक्ती' होऊ घातलेल्या देशाचे पंतप्रधान, उडून जाऊ शकतात!!

जास्तच बेजबाबदार होत जाणारी धोरणे :

सध्याच्या निवडणूक पद्धतीच्या वैशिष्ट्यांचा परिणाम निवडणुकीत मिळणाऱ्या जागांपेक्षाही सरकारची धोरणे व कार्यक्रम यांच्यावर कितीतरी जास्त होतो. पहिली गोष्ट ही, की आजच्या पक्षांची कोणत्याही विचारप्रणालीशी कोणतीही बांधिलकी नाही. आदर्श तर सोडाच, जेव्हा एखादी आघाडी किंवा युती करण्यात येते, तेव्हा तिच्यातील पक्षांच्या काही समान संकल्पना असतात म्हणून ती आघाडी होते असे नाही. सध्याची 'संयुक्त पुरोगामी आघाडी' (संपुआ) हे या स्थितीचे उत्तम उदाहरण आहे. २००४ च्या लोकसभा निवडणुकीत काही पक्ष एकमेकांविरुद्ध लढले आणि त्यांची स्वत:चीसुद्धा अपेक्षा नसताना ते जिंकले, किंवा 'आम्ही जिंकलो' असे दाखवता येईल असा गट तयार करता आला आणि ह्या अर्थाने 'जिंकल्यावर' एक 'समान किमान कार्यक्रम' 'तयार' करता आला आणि त्याच्या जोरावर सत्तेत पदार्पण करता आले!

पण ही नुसती सुरुवात आहे. मतदारांचे विभाजन जेवढे अधिक, तेवढे आपल्यापुढे राजकारण्यांना झुकविण्याची क्षमता असलेले गट आणखी लहान असण्याची शक्यता अधिक. आधी राजकीय पक्षांना फक्त अनुसूचित जाती व जमाती यांना खूश ठेवायला लागायचे. त्यानंतर त्यात मुस्लीम, नंतर ओबीसी आणि

मग या प्रत्येक गटामधील पोटजाती/भाग यांची भर पडत गेली. मग हा अनुनय फक्त जातीच्या व धर्माच्या गटांपुरताच मर्यादित राहत नाही. दिल्लीच्या भाडे नियंत्रण कायद्यात सुधारणा केल्या, तर ज्यांना जास्त भाडे भरावे लागेल अशा व्यापाऱ्यांची संख्या ही दिल्लीच्या एकूण मतदारसंख्येच्या अतिशय अल्प असा अंश आहे. तरीही दहा वर्षांपूर्वी संमत झालेला तो कायदा राजपत्रित होऊ न देण्याकरता ते सर्व राजकारण्यांना वाकवू शकतात! दिल्लीत अतिक्रमण कारवाईचे नेहमी लक्ष्य होणाऱ्या उंच व प्रचंड इमारती ज्यांनी बांधल्या, त्या बिल्डर्सची संख्या एकूण मतदारसंख्येच्या तुलनेत नगण्य; तरीही सर्वोच्च न्यायालयाचा आदेश लागू होऊ नये, यासाठी संबंधित कायदाच उलटा करवून घेण्यासाठी ते संपूर्ण राजकीय वर्गाला नमवू शकतात. सर्व राजकीय वर्गाचे दुसऱ्या कोणत्याही बाबतीत नसेल इतके एकमत गैर गोष्टी करण्यात असते. आरक्षणाशी संबंधित सर्वोच्च न्यायालयाने दिलेले निर्णय उलथून टाकण्यासाठी घटनेचे रूप बदलणाऱ्या दुरुस्त्या करण्यातील एकमत आठवा. असे महत्त्वाचे बदल करण्याच्या ठरावांवर मतदान घेणेसुद्धा त्यांना आवश्यक वाटलेले नाही. नुसते आवाजी मतदान पुरे ठरले. राजकारण्यांवर खटले करण्यासाठी राजकारण्यांचीच अनुमती आवश्यक करून त्यांना सुरक्षित करणारे कवच जेव्हा सर्वोच्च न्यायालयाने काढून टाकले, तेव्हा त्यांनी केलेली न्यायालयाची निंदा आठवते? अगदी किरकोळ गटांना खूश करण्यासाठी त्यांच्यापुढे वाकणे, ही राजकारण्यांची सहज प्रवृत्ती होते. याची दोन कारणे आहेत:

एक म्हणजे आधी बघितल्याप्रमाणे, जेव्हा मतदारांमध्ये फूट असते, तेव्हा दोन-तीन टक्के मते जरी इकडची तिकडे झाली; तरी आपण सत्तेवर येण्याऐवजी सत्तेवरून फेकले जाऊ शकतो किंवा त्याच्या उलट होऊ शकते, याची जाणीव राजकारण्यांना झालेली आहे. त्यामुळे एका बाजूला, त्या निर्णयगटाचे निर्णायक मत मिळविण्यासाठी पक्ष टोकाच्या –ज्या देशासाठी घातक आहेत, असे तेही मान्य करतात अशा– भूमिका घेतात. दुसऱ्या बाजूला सरकारमधील, आघाडीतील कोणत्याही पक्षातील, पक्षाच्या एखाद्या गटातील कोणीही नेता कोणत्याही बाबतीत धोरण जाहीर करून टाकतो आणि त्याच्याविरुद्ध बोलण्याचे कोणाचेही धाडस होत नाही. देवीलाल यांनी रॅली घेण्याचे जाहीर केल्यावर घाबरून जाऊन व्ही. पी. सिंग यांनी 'मंडल'वर उडी मारली, त्या वेळच्या घटना आठवून पाहा किंवा आपली राज्यपाल म्हणून नेमणूक होत आहे, अशी कुणकुण लागल्याबरोबर अर्जुनसिंग यांनी इतर मागासवर्गीयांसाठी (OBC) खासगी विनाअनुदानित शैक्षणिक संस्थांमध्ये आरक्षणाची केलेली घोषणा व त्यानंतरचा घटनाक्रम आठवून पाहा. निवडणुकीतील पराभवाची भीती सरकारला योग्य मार्गावर येण्यास भाग पाडते, असे म्हणतात; पण आपल्या बाबतीत त्याच्या उलट खरे आहे: 'ह्या विभाजनाचा अगदी उलट अर्थही काढता

येईल, तो असा की निवडणुकीतील निकालाच्या भीतीमुळे सरकारच्या वर्तनावर परिणाम असा होऊ शकतो की ज्या समर्थकांच्या नाराजीची सरकारला धास्ती वाटते, त्यांच्या मागण्यांबाबत ते संवेदनशील होते व 'आपल्या निर्णयांच्या परिणामांची जाणीव असणारे सरकार म्हणजे जबाबदार सरकार' अशी व्याख्या केली, तर असे सरकार हे बेजबाबदारपणाचा मूर्तिमंत पुतळाच ठरते.'[३]

शासनातील कनिष्ठ कर्मचारी (उदाहरणार्थ पोलीस, प्राथमिक शिक्षक, वगैरे) नाराज होतील, अशी कोणतीही कृती करायला राजकीय नेते अतिशय नाखूश असतात, कारण निवडणुकीच्या वेळी त्याचा परिणाम अतिशय हानिकारक होऊ शकतो.

दुसरी गोष्ट म्हणजे निवडणूक तज्ज्ञ (Psephologists), पत्रकार यांच्याप्रमाणेच कोणत्या कृतीला कोणाची प्रतिक्रिया कशी होईल, याची कल्पना राजकारण्यांनासुद्धा नसते. व्ही. पी. सिंग सरकारने मंडल आयोगाचा विघातक अहवाल स्वीकारण्याचा निर्णय घेतला, त्या मंत्रिमंडळाच्या बैठकीबद्दल आरिफ महम्मद खान यांनी मला जे सांगितले, ते मला आठवते. एक मंत्री व्ही. पी. सिंगना म्हणाले, "सर, इसे लागू कर दिजिये, बीस साल के लिये कोई हमें सरकारसे हिला नही सकेगा?" भाजपच्या त्या वेळच्या अध्यक्षांच्या 'नागपूर संदेशा'ला दिले गेलेले वजन अजूनही अनेकांना आठवत असेल. होणाऱ्या प्रतिक्रियेच्या त्याच अपेक्षेतून रालोआ सरकारने आरक्षणावरील सर्वोच्च न्यायालयाच्या निर्णयाचे काही पैलू उलथून टाकण्यासाठी दोन परिपत्रके काढली व घटना दुरुस्त केल्या. ह्यातून अनुसूचित जातीच्या व जमातीच्या मतदारांना उत्तम संदेश मिळेल, असे मानले गेले, पण कालांतराने एक प्रमुख नेता म्हणाला, "अनुसूचित जाती व जमाती ह्यांच्याकडून एकही जास्त मत आम्हांला मिळाले नाही. उलट नवी दिल्लीत सरकारी कर्मचाऱ्यांची कमीत कमी दहा टक्के मते आम्ही गमावली." अशा प्रकारच्या उपायांचा निश्चित परिणाम कसा होईल, याचा प्रमुख नेत्यांना अंदाज नसतो इतकेच नव्हे तर 'सर, मुस्लिमांचा प्रचंड प्रतिसाद... SC/ ST...'– असे सांगून उत्तेजित करणारे अनेक लोक असतात. माझ्या मते, जो टोकाची भूमिका घेतो, त्याला मात्र फायदा होतो. जेव्हा अनुसूचित जातींना एखादी सवलत दिली जाते, तेव्हा त्याचे श्रेय ते मायावतीला देतात...

सतत लाड केले गेल्यामुळे, राजकीय पक्ष आपल्यापुढे कसे गुडघे टेकतात, हे माहीत असल्यामुळे ह्यांपैकी अनेक गट आक्रमक झाले आहेत. आता त्यांची अशी दृढ भावना झाली आहे की, *तुम्ही* त्यांच्या मागण्या मान्य केल्याच पाहिजेत. त्यामुळे जे काही त्याग करावे लागतील, तेही *तुम्हीच* करायचे. ते तुमच्या गरजांकडे अजिबात लक्ष देणार नाहीत आणि या सर्वांच्या बदल्यात त्यांच्यावर कोणतीही बंधने येता कामा नयेत. शेवटी, कोणत्याही गटाला चेतवताना कोणता संदेश दिला

जातो? हाच की त्याचे शोषण केले जात आहे. ते बळी आहेत. अशा संदेशांबरोबरच त्यांपासून निघणारा निष्कर्षही मनावर ठसल्याशिवाय कसा राहील? आणि संदेश असा आहे की, आपल्या बळकावण्याचा संपूर्ण व्यवस्थेवर काय परिणाम होईल, याची त्यांनी पर्वा करण्याचे कारण नाही.

राजकीय क्षेत्रात तर हे परिणाम आणखी मोठे होतात. आपल्या 'स्वतंत्र' संस्थांपैकी अनेक – कामगार संघटना, विद्यार्थी संघटना, सामाजिक संस्था (NGO)– राजकीय पक्षांचे अवयव आहेत. एकदा एका राजकीय पक्षाने लाचारी पत्करली की केवळ इतर पक्षच लाचार होत नाहीत तर संपूर्ण समाज लाचार होतो.

देशाला ज्याची गरज असते ते याच कारणासाठी अडवले जाते: एखादी गोष्ट का घडली, हे थोडे लोकच 'सिद्ध' करू शकतात, त्यामुळे ज्या गोष्टीला अटकाव करण्याचा ते प्रयत्न करीत असतात, तिला विरोधक दोष देतात, 'आपण आर्थिक क्षेत्रात ज्या सुधारणा केल्या, त्याचा फटका आपल्याला बसला.' असे रालोआच्या २००४ मधील पराभवानंतर अनेक जण म्हणाले. 'इंडिया शायनिंग' मोहिमेलाही त्याबद्दल दोष दिला गेला. निवडणुकीचे निकाल लागण्यापूर्वी या चुकांचा कोणालाही शोध लागला नव्हता. आर्थिक सुधारणांमुळे भाजपचा आणि चौतालांच्या पक्षाचा हरयाणात पराभव झाला तर शेजारच्या राजस्थानमध्ये विजय झाला, हे कसे? याचा शोध माझे सहकारी यशवंत सिन्हा घेणार होते. गुजरात, मध्य प्रदेश, छत्तीसगड ह्या राज्यांमध्ये या सुधारणांमुळे विजय झाला तर महाराष्ट्रात पराभव झाला, हे कसे? याच सुधारणांमुळे कर्नाटकात भाजपला आत्तापर्यंतच्या सर्वांत जास्त जागा मिळाल्या पण शेजारच्या आंध्रमध्ये चंद्राबाबू नायडूंचा मात्र पराभव होतो, हे कसे? देशातील एकंदर निकाल हा सर्व राज्यांतील निकालांची गोळाबेरीज असतो. आणि राज्यांमधील निकाल हे (१) कोणी कोणाबरोबर युती केली व (२) पक्षांची संघटना म्हणून स्थिती कशी होती, यावरून ठरले.

यातील पहिल्या विधानाचे उदाहरण तामिळनाडूमध्ये काय घडले, यावरून स्पष्ट होते. करुणानिधींनी रालोआला दिल्लीत कधीही 'त्रास' दिला नव्हता. त्यांच्याकडे नुसते दुर्लक्षच केले गेले, इतकेच नव्हे तर दोन-तीन स्थानिक 'नेत्यांना' त्यांची हेटाळणीही करू दिली आणि त्यामुळे रालोआच्या वरिष्ठ नेत्यांनी आपल्याला सोडचिठ्ठी द्यायचे ठरवलेले दिसते, असा त्यांचा ग्रह झाला. ह्या एका घोडचुकीचा परिणाम ३० जागांवर झाला– १६ जागा, ज्या रालोआला मिळाल्या असत्या. त्या निवडणुकीचे निकाल जाहीर झाल्यानंतर अस्तित्वात आलेल्या विरोधी आघाडीला गेल्या.

दुसऱ्या विधानाची सत्यता निवडणुकीत हरल्यानंतर अनेक पक्षांमध्ये कसा उद्रेक झाला यावरून सिद्ध होते: पक्षांतर्गत लाथाळ्या, पक्षांमध्ये फूट पडल्याच्या

घटना, एकमेकांची निंदा-नालस्ती, सरकार हातातून गेल्यावर अनेक 'नेत्यां'नी एकमेकांबद्दल कथा पेरायला सुरुवात करणे. हे उद्रेक अचानक झाले नाहीत. पक्षांची संघटना म्हणून निवडणुकीपूर्वी कशी स्थिती होती, याचे ते प्रतिबिंब होते. आधी सरकारमध्ये असेपर्यंत हे नजरेस आले नव्हते इतकेच. सत्तेचे झाकण निघून गेल्यावर त्यांची खरी स्थिती सर्वांना दिसू लागली. अशा स्थितीमुळेच विरोधकांचा विजय झाला, पण त्याचे खापर मात्र आर्थिक सुधारणांवर फोडले गेले.

असे दोन प्रकार झाले. जे जिंकले त्यांची अशी खात्री पटली की, आर्थिक सुधारणांमुळेच रालोआचा पराभव झाला. त्यामुळे त्यांनी त्याबाबतीत जैसे-थे स्थिती ठेवण्याचे ठरवले. आणि सुधारणांमुळेच आपला पराभव झाला, अशी ठाम समजूत झाल्यामुळे त्यानंतरच्या काळात रालोआतील घटक पक्ष सुधारणांपासून अंतर ठेवू लागले.

लवकरच लोकांना आवडतील अशा उपायांची घोषणा करण्याची जणू चढाओढ सुरू झाली. संपुआची रोजगार हमी योजना ही त्यांतलीच एक होती. तिची प्रामाणिकपणे अंमलबजावणी करावयाची ठरवले, तर देशाच्या तिजोरीवर कमीत कमी चाळीस हजार ते पन्नास हजार कोटी रुपयांचा बोजा पडेल. खालच्या पातळीवरील भ्रष्टाचार वाढेल, पण तिला विरोध कोण करणार? अशा बेजबाबदार योजनांना आपण विरोध केला पाहिजे, देशाबद्दल आपल्या जबाबदारीचे भान ठेवले पाहिजे, असे म्हटले तर 'जबाबदारपणे वागून आम्ही काय मिळवले? सरकार घालवले' असे उत्तर मिळते. 'त्यांनी' बेजबाबदार मागण्या केल्या, खोटे आरोप केले आणि बघा, आता ते सत्तेवर आहेत. जबाबदारी वगैरे विसरा. आता काही काळ त्यांना जबाबदारी पाळू द्या. उलट आपण ह्या (रोजगार हमी योजनेच्या) बिलावर ते पुरेसे समावेशक नाही, अशी टीका केली पाहिजे. 'प्रत्येक कुटुंबातील फक्त एकाच व्यक्तीला रोजगार दिला जाईल, ही त्यातील तरतूद तोकडी आहे. फक्त ग्रामीण भागतील कुटुंबेच का? फक्त दररोज रु.साठ एवढा मोबदला का? काही दिवसांकरिताच का? ज्याला कोणाला, मग तो खेड्यातील असो वा शहरातील, नोकरी हवी असेल; त्याला ती दिली पाहिजे. त्याला फक्त साठ रुपये रोज का, किमान वेतन कायद्याच्या तरतुदीनुसार पगार मिळाला पाहिजे. दुसरी नोकरी मिळेपर्यंत त्याला कामावर ठेवले पाहिजे.' अशा पवित्र्याची सरशी होते. ह्याची सत्यता पडताळून पाहायची असेल, तर अशा कोणत्याही लोकानुनयी योजनेवरील चर्चेची नोंद पाहा.

थोडक्यात, असे धोरण ठेवावे की; जे सरकारमध्ये आहेत त्यांचे काम सरकार चालवणे हे आहे. ते जे काही सुचवतील त्याला विरोध करणे, आरडाओरड करणे, जे सुचवले असेल त्याला आडकाठी करणे, जे सुचवतील त्यापेक्षा जास्त हवे म्हणून आग्रह धरणे हे आपले काम. कारण सुचवत असलेल्या योजनांची अंमलबजावणी

करण्यात सरकार जर यशस्वी झाले, तर त्याचा त्यांना पुढील निवडणुकीत निवडून येण्यासाठी उपयोग होईल ना!

हे लोक सत्तेवर असताना ज्या अशा अतिरेकी योजना आणतील, त्या आणणाऱ्या बेजबाबदार सरकारला पुढील निवडणुकीत लोकांनी पराभूत केले की त्या अतिरेकी योजना सुधारता येतील असे म्हणून चालत नाही. कारण एक म्हणजे जे काही देशाचे नुकसान व्हायचे असते, ते झालेले असते आणि दुसरे म्हणजे अशा योजना आणि धोरणे एकदा अमलात आल्या की त्या माघारी घेणे अशक्य असते. 'विविध प्रकारची अनुदाने बंद करा, तो पैसा ज्यांना मिळायला हवा त्यांच्यापर्यंत पोहोचत नाही आणि त्यामुळे गुंतवणुकींचे चित्र विकृत होत आहे' असे किती समित्यांनी सुचवले आहे, पण तसे झाले का? आपण ही अनुदाने कमी करू, असे किती अर्थमंत्र्यांनी सांगितले? त्याहूनही उत्तम उदाहरण म्हणजे आरक्षणांचा प्रवाह उलटा फिरवणे शक्य झाले आहे का? सध्याच्या विभाजित पद्धतीत अशी धोरणे/योजना रद्द करण्याइतके धैर्य सरकारांकडे असते, तर मुळात अशा योजना सुरूच केल्या नसत्या.

मिथक : संसदीय पद्धतीमुळे हितसंबंधांमध्ये एकवाक्यता येते. ह्या पद्धतीनुसार समस्येवर उपाय सापडण्यास वेळ लागतो, पण सापडलेला उपाय अधिक काळ टिकणारा असतो.

सध्याच्या पद्धतीत प्रत्येक गट दुसऱ्याच्या हिताची जाणीव ठेवण्यास व आपले कंगोरे बोथट करण्यास उद्युक्त होतो, असे सांगितले जाते. तसेच एखाद्या समस्येवरील उपायांबाबत सर्वसहमती होण्यास विलंब लागतो, पण एकदा सहमती झाली की ती टिकाऊ असते, असेही म्हटले जाते.

आमच्या नोंदीप्रमाणे वरीलपैकी एकही विधान सत्य असल्याचे सिद्ध झालेले नाही. पहिली गोष्ट म्हणजे कंगोरे बोथट होण्याऐवजी आपले आवाहन जेवढे अधिक धारदार व मतदारांचा गट जेवढा लहान तेवढी विजयाची शक्यता वाढते. आपण आधी बघितल्याप्रमाणे आकड्यांवरूनही हेच सिद्ध होते– जेव्हा पात्र मतदारांपैकी फक्त ६०% लोक मतदान करतात व झालेल्या मतदानाच्या २५% ते ४०% मते मिळून उमेदवार निवडून येतो, तेव्हा पडलेल्या मतांच्या १५% ते २५% म्हणजेच एकूण मतदारांपैकी १०% ते १५% मतदारांना तुम्ही इतरांपेक्षा वेगळे आहात, असे पटवले की विजय निश्चित होतो. आपले प्रतिस्पर्धी तुम्हांला संपवायला निघाले आहेत व आपण व आपले नेते हेच तुमचे खरे रक्षणकर्ते आहेत, अशी भीती त्यांना घातली की काम होते. लालूप्रसाद, मुलायमसिंग, मायावती आपल्या अनुयायांना उद्देशून कसे आवाहन करतात, ते पाहा. जो कोणी अशा छोट्या गटांना भडकवू शकतो, जो अशा दोन-तीन गटांना एकत्र गुंफून त्यांची आघाडी बनवू शकतो, तो

जिंकतो. काँग्रेसची गुजरातमधील 'खाम' (KHAM - K=क्षत्रिय, H=हरिजन, A=आदिवासी व M=मुस्लीम) ही व्यूहरचना आठवा. लालूप्रसाद व मुलायमसिंग यांनी त्यांच्या प्रदेशांमध्ये अवलंबलेली MY (M=मुस्लीम, Y=यादव) व्यूहरचना आठवा. मायावतीची उत्तर प्रदेशातील अनुसूचित जातींवरील पकड पाहा. तामिळनाडूमध्ये काय झाले आहे, ते पाहा. जातीवर आधारित आरक्षण यासारख्या 'पुरोगामी' मार्गाच्या यशाचे आदर्श उदाहरण म्हणजे हे राज्य, असे समजले जाते. आत्तापर्यंत संपूर्ण राजकारण आणि नागरी सेवा हे पूर्णपणे जातीयवादी झाले आहे. राजकीय पक्षांचे अनुयायी हे एका किंवा दुसऱ्या जातीचे असतात. वणियार ह्या पक्षाचे तर थेवर त्या पक्षाचे... यांतील अनेक पक्षांचा प्रभाव केवळ स्थानिक पातळीवरच आहे आणि जो नेता ह्या जिल्हा पक्षांची मोट बांधू शकतो, तो जिंकतो. तो किंवा ती नुसतेच जिंकत नाहीत तर प्रचंड मतांनी जिंकतात. शेवटच्या निवडणुकीत जिल्हा पक्षांची मोट जयललिता बांधू शकल्या. गैरप्रकारांच्या अनेक घटना होऊनसुद्धा त्या प्रचंड मतांनी सत्तेवर आल्या. त्यांनी कार्यक्षम सरकार दिले; परंतु आता त्यांचे प्रतिस्पर्धी करुणानिधी हे त्या पक्षांना एकत्र आणू शकले. त्यांचा मोठ्या मताधिक्याने विजय झाला.

अशा प्रकारचे राजकारण करून नंतर जे धोरण अवलंबिले जाते, ते जास्त टिकाऊ असते का? असे राजकारण लोकांना एकत्र आणते का? त्यामुळे हितसंबंध एकरूप होतात का?

टिकाऊ? छे, अगदी विरुद्ध. आज भारतात खरोखरीच एक सहमती अस्तित्वात आहे. प्रत्येक पक्ष जो सत्तेवर येतो, प्रत्येक पक्ष जो कुठेही सत्तेवर असतो, तो त्याच गोष्टी करायचा प्रयत्न करतो. काय वेगळे केले म्हणजे स्थिती सुधारेल, हे कोणालाच कळत नाही आहे– पश्चिम बंगालमधील भाकप बघा. आणि तरीही त्यांना त्या गोष्टी घडवून आणता येत नाहीत. याला आणखी एक कारण आहे. जेव्हा एखादा पक्ष विरोधी पक्ष म्हणून असतो, तेव्हा सत्तेवर असलेले जे काही करतील त्याला आपण विरोधच केला पाहिजे; अशी त्यांची धारणा असते– मग ते सत्तेवर असताना जे करीत होते, त्याचा पुढचा भाग असला तरीसुद्धा नाहीतर अगदी अक्षरश: तेच असले तरीही! त्यामुळे जेव्हा तो पक्ष सत्तेवर येतो, तेव्हा आधी जी धोरणे अवलंबली जात होती त्यांना नाकारणे, ती सोडून देणे भाग पडते. मनमोहनसिंग सरकारने ज्या प्रकारे खासगीकरणाचे धोरण नाकारले आहे, ते आठवा. पेट्रोलियम क्षेत्रातील किंमत नियंत्रण यंत्रणेपासून (Administered Price Mechanism) सरकारची सोडवणूक करून घेण्याचे प्रदीर्घ प्रयत्न –त्या क्षेत्राची प्रचंड हानी होत असूनसुद्धा कसे उलटे फिरवले जात आहेत– ते आठवा. बँका व अर्थ क्षेत्रातील सुधारणा ज्या प्रकारे बाजूला फेकण्यात आल्या आहेत, ते आठवा...

एक प्रतिनिधिक उदाहरण: आपल्या अणुभट्ट्यांसाठी आपल्याला युरेनिअम लागते. आपल्याकडे भूगर्भात त्याचे मोठे साठे आहेत. आंध्रमध्ये नव्या साठ्यांचा शोध लागला. श्रीमती गांधी यांनी १९८३ मध्ये शोध लागल्याचे जाहीर केले व ही देशाच्या दृष्टीने अतिशय महत्त्वाची गोष्ट आहे, असे प्रतिपादन केले. आता चोवीस वर्षे होऊन गेल्यानंतरसुद्धा आपल्याला त्या साठ्यांचा लाभ घेता आलेला नाही. तीन वर्षांपूर्वी त्या वेळचे आंध्र प्रदेशचे मुख्यमंत्री चंद्राबाबू नायडू हे युरेनिअम कॉर्पोरेशनला त्या दृष्टीने मदत करू पाहत होते. त्या वेळचे विरोधी पक्षनेते राजशेखर रेड्डी यांनी त्याला कडाडून विरोध केला. त्यांनी टाइम्स (ऑफ इंडिया) न्यूज नेटवर्कमध्ये लेख लिहिला होता. तो असा–

UCIL च्या दाव्याची तपासणी आवश्यक
दी टाइम्स ऑफ इंडिया
वाय. एस. राजशेखर रेड्डी, टाइम्स न्यूज नेटवर्क.
ऑगस्ट २१, २००३

"नालगोंदा जिल्ह्यातील लांबापूरच्या सभोवती पाचशे एकर क्षेत्रात युरेनिअमचे खाणकाम करण्याकडे आता लक्ष केंद्रित करण्यात आले आहे. सर्वांत जास्त किरणोत्सर्गी पदार्थ असलेल्या युरेनिअमचे उत्खनन व त्यावर प्रक्रिया करणे यासाठी युरेनिअम कॉर्पोरेशन ऑफ इंडियाला (UCIL) परवानगी देण्यात आली आहे.

भारताला स्वत:च्या संरक्षण कार्यक्रमासाठी, तसेच २००८ पर्यंत चार हजार मेगॅवॅट व २०१० पर्यंत दहा हजार मेगॅवॅट एवढ्या आण्विक विजेची निर्मिती करण्यासाठी युरेनिअमचे उत्पादन स्वत:च करण्याची गरज आहे कारण सर्व विकसित देशांनी भारताला युरेनिअम न विकण्याचे ठरवले आहे. पाचशे कोटी रुपयांचा हा प्रकल्प भीतिदायक आहे. एक म्हणजे तो राजीव गांधी वाघ अभयारण्यापासून सहा कि.मी. अंतरावर आहे. खाणीचा विभाग नागार्जुनसागर धरणापासून चार कि.मी. अंतरावर आहे व प्रक्रिया केंद्र हे जुळ्या शहरांसाठी पाण्याचा कायमचा स्रोत म्हणून विकसित केले जात असलेल्या अक्कमपल्ली बॅलन्सिंग रिझरवॉयरपासून चार कि.मी. अंतरावर आहे. हे दोन्ही पाण्याच्या साठ्यापासून निदान तीनशे मीटर उंचीवर आहेत. UCIL पुढील कमीत कमी वीस वर्षे दररोज एक हजार दोनशे पन्नास टन युरेनिअम खनिजाचे उत्खनन करणार आहे.

ह्याचा अर्थ असा की, प्रचंड प्रमाणात किरणोत्सर्गी कचऱ्याची निर्मिती होईल. युरेनिअमचा अर्धवस्तुमान विघटनकाळ ऐंशी हजार वर्षे आहे. UCIL झारखंडमध्ये तीन ठिकाणी युरेनिअमचे उत्पादन करत आहे आणि जादुगुडा

येथील एकाच खाणीत त्यांनी एवढा उत्पात घडवला आहे की, UCILच्या जबाबदारपणाविषयी शंका वाटावी.[४] मंगळवारी लांबापूर येथे सुरू असलेल्या पर्यावरणविषयक सुनावणीवर निर्लज्जपणे प्रभाव टाकण्याच्या त्यांनी केलेल्या प्रयत्नाने हे पुन्हा सिद्ध झाले आहे.

माझे काँग्रेसमधील सहकारी एम. शशिधर रेड्डी यांनी १६ ऑगस्ट रोजी राजकीय नेते, शास्त्रज्ञ, पर्यावरणतज्ज्ञ व सामाजिक संस्था यांच्या एका गोलमेज परिषदेचे आयोजन केले होते. त्यांनी आमंत्रितांना जादुगुडाचे एक व्हिडिओ चित्रीकरण दाखवले. तेथील फळांमध्ये विचित्र प्रकारच्या बिया दिसू लागल्या आहेत. नेहमीच्या उपायांना दाद न देणारे असे आजार लोकांना होऊ लागले आहे. मुलांमधील अपंगत्वाचे वर्णन मी केवळ वाचकांच्या भावनांना धक्का लागू नये यासाठी करणार नाही. तरीही, काहीही धोका होणार नाही, असा दावा UCIL करत आहे. किरणोत्सर्गी कचऱ्याची विल्हेवाट कशी लावणार, किरणोत्सर्गी प्रक्रियेअंती उरलेल्या गाळाचा दर्जा व गाळ असलेले पाणी साठवण्याच्या टाक्यांची गरज या बाबींवर प्रश्नचिन्हे असतानाही ते असा दावा करत आहेत. शून्य विसर्जन तत्त्वावर आपण काम करणार असल्यामुळे भूजलाचे प्रदूषण होणार नाही, असा त्यांचा दावा आहे.

त्यावर विश्वास ठेवणे म्हणजे मूर्खपणाच नव्हे तर गुन्हा होईल. ह्याच कारणांवरून UCIL ने मेघालयात हाती घेतलेल्या दोमियासियात येथील ह्यासारख्याच प्रकल्पाच्या सर्व बाजूंची तपासणी करण्यासाठी मेघालयाच्या मुख्यमंत्र्यांनी गेल्या महिन्यात एक उच्चस्तरीय समिती नेमली आहे.

प्रदेश काँग्रेसचे अध्यक्ष डी. श्रीनिवास यांनी ह्या प्रश्नाचा विचार करण्यासाठी सर्वपक्षीय बैठक बोलवावी अशी मागणी करून आठवडा होऊन गेला, तरी आमचे मुख्यमंत्री मौन पाळून आहेत.

पूर्वीच्या अनुभवावरून चंद्राबाबू नायडू हे ऐकू न येणाऱ्या पण शोध लावू शकणाऱ्या बहिऱ्याप्रमाणे आहेत, हे आम्हांला माहीत आहे. आज हा त्यांना आगाऊ इशारा.''

आणि आज परिस्थिती काय आहे? आता रेड्डी मुख्यमंत्री आहेत आणि चंद्राबाबू नायडू हे विरोधी पक्षनेते आहेत. खाणकाम सुरू व्हावे म्हणून रेड्डी आटोकाट प्रयत्न करीत आहेत व UCILला मदत करत आहेत. इतर प्रत्येक राजकीय पक्ष – विशेषत: चंद्राबाबू नायडूंच्या नेतृत्वाखालील तेलगु देसम– त्यांना थोपवायचा प्रयत्न करत आहेत आणि लोकांचे आरोग्य व कल्याण यांबाबत संवेदनशील नसल्याबद्दल त्यांचा धिक्कार करत आहेत. आणि पुरावा म्हणून रेड्डींच्याच तीन वर्षांपूर्वीच्या वरील

लेखाचा आधार घेत आहेत!

हितसंबंध एकरूप होत आहेत का?

सध्याची पद्धत प्रतिस्पर्धेचे राजकारण अटळ करते. प्रा. एस. ई. फाइनर यांच्या 'Adversary Politics and Electoral Reforms' ह्या लेखाचा सारांश सांगताना प्रा. वेड म्हणतात, 'ऐरणीवर आलेल्या प्रत्येक प्रश्नाबाबतचा, प्रत्येक पक्षाचा तडजोडीचा बिंदू हा त्या पक्षातील मतमतांतराचा सुवर्णमध्य असतो व तो त्या प्रश्नावरील संसदेतील मतांचा जो खरा मध्यबिंदू असतो, त्याच्यापासून दूर, उजवीकडे किंवा डावीकडे असतो. खरा मध्यभाग, म्हणजे उजवीकडील मतांच्या डावीकडील भाग व डावीकडील मतांच्या उजवीकडील भाग यांना कधीच कार्यान्वित केले जात नाही. तरीही बहुधा ह्या मध्यावरील पट्ट्यातील मते ही सर्व मतदारांच्या एकत्रित इच्छांचे व आकांक्षांचे प्रतिबिंब असतात आणि पक्षातील टोकाचे डावे किंवा उजवे मत असलेले लोक पक्षाचा 'तडजोड बिंदू' मध्याच्या डावीकडे किंवा उजवीकडे खेचत असतात. याचे पर्यवसान धोरणात परस्परविरोधी बदल होण्यात होते आणि ते किती हानिकारक असते, याची प्रचिती सर्वांना आलेली आहे. जास्तीत जास्त परस्परविरोध व अस्थिरता हे निर्माण व्हावे आणि मतैक्य व सातत्य कमीत कमी असावे, असा हेतू या पद्धतीत अंतर्भूत आहे.'

काँग्रेस व भाजप यांच्यामध्ये ज्या आरोप-प्रत्यारोपांच्या फैरी झडत असतात, त्याचे हे अगदी सहीसही वर्णन वाटते की नाही? आणि यातील गमतीशीर विरोधाभास पाहा: राजकीय वर्गाच्या धोरणामध्ये जेवढी जास्त एकवाक्यता होते – जसे काँग्रेस व भाजप यांची परराष्ट्रसंबंध, आर्थिक सुधारणा अशा प्रकारच्या विषयांवरील धोरणे जेवढी जवळ येतात– तेवढे आपले धोरण दुसऱ्या पक्षापेक्षा वेगळे आहे, असे प्रत्येक पक्ष शक्य तितक्या मोठ्याने ओरडून सांगू लागतो!

आपल्या पक्षांनी राजकारणाचे जे काही केले आहे, त्यामुळे वरील मूलभूत वैशिष्ट्य आणखीनच ठळक होते. प्रत्येक प्रश्नावर प्रत्येक पक्ष, देशाचे ध्रुवीकरण होईल असा पवित्रा घेतो. विभाजनास हातभार लावेल असाच दृष्टिकोन प्रत्येक घटक घेतो. अनुदाने, सार्वजनिक क्षेत्रातील बदल, काश्मीर, पाकिस्तानला उत्तर, नक्षलवाद्यांविरुद्धचा लढा, इस्लामिक दहशतवाद्यांविरुद्धचा लढा, बांगलादेशी घुसखोरांचा प्रश्न... मतदार मिळवण्यासाठी व टिकवण्यासाठी, सरकारी कंपन्यांमधील कर्मचारी, मुस्लीम, मागासलेल्या जाती अशा मतदारांना 'योग्य तो' संदेश देण्यासाठी; इतरांपेक्षा आपण वेगळे आहोत, हे ठसविण्यासाठी; देशावर काय परिणाम होईल, याची पर्वा न करता असे पवित्रे घेणे पक्षांना भाग पडते. याचा एक अगदी उद्वेगजनक असा परिणाम संसदेच्या दोन्ही सभागृहांत कधीही बघायला मिळतो: मुंबईत आणखी

एक बॉंबस्फोट, काश्मीरमध्ये आणखी एखादा धक्का; अशा गंभीर घटनांवर चर्चा करतानासुद्धा सभासद एकमेकांवर चिखलफेक करण्याच्या पातळीवर उतरतात; चर्चा सुरू होताच ते त्या विषयाला उद्देशून बोलणे सोडून सभागृहाबाहेरील त्यांच्या मतदारसंघाला उद्देशून बोलू लागतात...

'आम्ही वेगळे आहोत' हे सतत दाखवण्याच्या वृत्तीचे अनेक परिणाम होतात. पहिला म्हणजे त्यामुळे पक्ष आपापली गाऱ्हाणी मांडू लागतात– अन्याय, हालअपेष्टा, दुर्घटना हे सारे नेहमीच असते. एखादा पक्ष ते मांडू लागतो, जशी जास्त गाऱ्हाणी पक्ष उचलून धरतो, तसे लोक नवीन गाऱ्हाणी घेऊन त्यांच्याकडे येतात. लोकांनी आणलेल्या दुर्घटना, गाऱ्हाणी हे संपले की पक्ष नव्या दुर्घटनांचा शोध घेऊ लागतात, त्या मिळाल्या नाही तर त्या 'शोधून' काढल्या जातात... एका बाजूला दुर्घटनांनी आणि गाऱ्हाण्यांनी वातावरण भरलेले असते. मतदारांच्या प्रत्येक गटाला, आपले शोषण केले जात आहे, आपल्या गाऱ्हाण्यांकडे दुर्लक्ष केले जात आहे, अशी खात्री वाटू लागते. त्यातून मग असा अर्थ काढला जातो की; आपली गाऱ्हाणी, आपले हितसंबंध यांच्याकडे दुर्लक्ष केले जाण्याचे कारण आपण मुस्लीम/हिंदू/अनुसूचित जाती किंवा जमाती/मिझो/नागा/मणिपुरी/काश्मिरी/गरीब आहेत, हे आहे... आणि लवकरच यातून पुढला निष्कर्ष काढला जातो की, आपल्या हितसंबंधांकडे दुर्लक्ष केले जात आहे याचे कारण आपली जात/समाज असावा तेवढा बंडखोर नाही!

अशा प्रक्रियेतून पक्ष व गट 'आम्ही ते नव्हेत' अशी स्वत:ची नकारात्मक ओळख सांगू लागतात. आजचे दोन्ही प्रमुख पक्ष –कॉंग्रेस व भाजप– त्यांच्या धोरणांमध्ये बरेच साम्य असूनसुद्धा, स्वत:ची ओळख अशी देतात. आणखी एक वस्तुस्थिती म्हणजे आता आपल्याकडे राजकीय पक्षांची व नेत्यांची अशी पिढी आली आहे की, ज्यांचा कशावरच विश्वास नाही. ह्या सर्व गोष्टींमुळे सहकार्य अशक्य होऊन बसते. बांगला देश व भारत यांसारख्या देशांतील अनुभवांवरून एका विचारी अधिकाऱ्याने अशी कल्पना सुचवली की, यावर एकच उपाय आहे आणि तो म्हणजे सहकार्याची 'सक्ती' करायची. म्हणजे असे की, एक कायदा संमत करून त्याद्वारे, निवडणूक झाल्यावर, दोन प्रमुख पक्षांनी एकत्र येऊन सरकार बनवण्याची सक्ती असावी. आपल्याला फक्त एकाच गोष्टीची खात्री करावी लागेल की, त्यात अशा सरकारचे काम ठप्प करणारा कोणी लियाकत अली खान निघणार नाही.

समाजाचे विभाजन गटांमध्ये होते व प्रत्येक गट त्याच्या मागण्या मान्य केल्याशिवाय इतरांना पुढे जाऊ देणार नाही, असा हट्ट धरतो. प्रत्येक गट 'एक-प्रश्न मूलतत्त्ववादी' (Single issue fundamentalist) बनतो. ह्या व्यवस्थेत प्रत्येकाला आपापल्या मागण्यांचा पाठपुरावा करण्याची संधी मिळू शकते; तसेच देशाच्या

सुरक्षेशी संबंधित बाबी सोडल्या, तर कोणत्याही प्रश्नापेक्षा प्रश्न सोडवण्याची व निर्णयांची अंमलबजावणी करण्याच्या प्रक्रियेशी बांधिलकी ठेवली पाहिजे. असे केले तरच ही व्यवस्था टिकून राहील, असा सल्ला मानायला कोणीच तयार नसतो.

राजकीय पक्षांच्या व त्यांच्या नियंत्रकांच्या दृष्टीची झेप 'इथे आणि आत्ता' यापुरती मर्यादित असते, त्यामुळे नव्या धोरणांचे परिणाम दिसण्यासाठी अनेक वर्षे लागू शकतात, ही गोष्ट आणखी गुंतागुंत निर्माण करते. अनुदाने आज कमी केली, तर त्याचे फायदे दिसायला पाच वर्षे लागतील आणि तेसुद्धा इतके अस्पष्ट असतील की 'हे त्याचे लाभार्थी' असे दाखवणे शक्य होणार नाही. उदाहरणार्थ, अनुदाने कमी केल्यामुळे आर्थिक तूट कमी होईल, याचा फायदा काही विशिष्ट व्यक्तींना किंवा गटांनाच नाही तर सर्वांनाच होईल. याउलट, त्यामुळे ज्यांचे नुकसान होणार आहे, ते लोक किंवा गट स्पष्ट असतात आणि त्यांचे नुकसान इथे आणि आत्ताच होणार असते, यांत चांगल्यापैकी संघटित व आवाज उठवणारे व्यापारी व सवलतीच्या भावातील धान्य, साखर व केरोसीन काळ्या बाजारात विकणारे व्यापारी, कंपन्या व राजकारणी हेही असतात.

आपल्या राजकीय पक्षांची काय अवस्था झाली आहे :

शेवटी ह्याचा परिणाम संसदीय प्रणालीचा पाया असणारे राजकीय पक्ष पोखरले जाण्यात होतो. अनेक वर्षे काँग्रेस हा एकच राष्ट्रीय पक्ष होता. त्याचा पाया जसा कमकुवत होऊ लागला, तसा त्याने जाती- विशेषत: अनुसूचित जाती व अल्पसंख्य विशेषत: भिंद्रनवालेच्या माध्यमातून पंजाबमधील शीख समाज, 'ख्रिश्चन सरकार' देण्याचे आश्वासन देऊन ईशान्येतील ख्रिश्चन समाज आणि सर्वांत सातत्याने मुस्लीम समाज यांचा अनुनय सुरू केला. अनुसूचित जातींचे 'जात' म्हणून लक्ष्य करून काशीराम व मायावती हे वर आले. भिंद्रनवालेचा वापर करण्याचा डाव त्यांच्यावरच उलटला. 'मागासलेल्यां'ना पुकारून लालू यादव, मुलायमसिंग यादव व इतरांनी स्वत:चे भले करून घेतले. मुस्लिमांचा अनुनय करण्यात त्यांच्यातील अगदी टोकाचे कट्टरपंथी चेतवले गेले. ह्यांपैकी जे हुशार होते, त्यांनी संधी ओळखली– प्रमुख पक्ष आपल्याकडे एक गट म्हणून बघत आहे व आपण आपला गट जितका मजबूत करू तितकी काँग्रेस आपल्यापुढे जास्त झुकेल, हे त्यांनी ओळखले.

यावरून दोन निष्कर्ष निघाले. ह्या समाजातील लोकांना 'तुम्ही एकगठ्ठा मतदारगट व्हा' असे सुचवण्यात आले– आपण पूर्ण देशात अल्पसंख्य आहोत, पण विशिष्ट मतदारसंघांमध्ये आपण तराजूचा काटा झुकवू शकतो. आपण फक्त जाणीवपूर्वक व एक उद्दिष्ट डोळ्यांपुढे ठेवून एकगठ्ठा मतदान करायचे. आपण एकगठ्ठा मते टाकतो, असे राजकीय पक्षांच्या लक्षात आले की आपण त्यांना

आपल्या इच्छेप्रमाणे झुकवू शकू. सय्यद शहाबुद्दीन यांनी 'मुस्लीम इंडिया'च्या अंकांमध्ये वेगवेगळ्या मतदारसंघांचे –ज्यामध्ये मुस्लीम एक गट म्हणून निवडणुकीचा निकाल ठरवू शकेल– प्रसिद्ध केलेले नकाशे आठवा. 'वेगळे राहण्यातच सत्ता आहे' ही जाणीव लवकरच तीव्र झाली व व्यूहात्मक (Strategic) मतदान करणे, मुस्लिमांनी मुस्लीम म्हणून मतदान करून नको असलेल्या उमेदवारांचा पराभव करणे, हे सुरू झाले.

दुसरा परिणाम याच प्रकारचा आहे. प्रत्येक घटनेत गटाच्या लोकांना एक गट म्हणून वागवल्याने होणारा फायदा जरी सुरुवातीला काँग्रेसला झाला, तरी शेवटी त्या गटातील जो पुढारी कट्टर जातीयवादी भूमिका घेईल; त्यालाच त्याचा फायदा मिळू लागला. याचे टोकाचे उदाहरण म्हणजे भिंद्रनवाले. पण काशीराम, मायावती, लालू यादव, मुलायमसिंग यादव हे सर्व काँग्रेसच्या याच धोरणाचा अपेक्षित परिणाम होते; आणि ही प्रक्रिया फक्त आरंभी जे गट होते, त्यांच्याचपुरती मर्यादित राहत नाही. जेव्हा पक्ष अनुसूचित जातींची खुशामत करू लागतो; तेव्हा दुसरा एखादा नेता किंवा पक्ष, आपल्या पाठीशी घेता येईल अशा दुसऱ्या गटाचा, शोध घेऊ लागतो. व्ही.पी. सिंग यांनी निर्माण केलेल्या 'इतर मागासवर्गीय जाती' (Other Backward Castes=OBC) आठवा.

जे धोरण काँग्रसने अवलंबले, त्याचा इतर पक्षांना हेवा वाटला व लवकरच त्यांनीही त्याचे अनुकरण केले.

जेव्हा प्रत्येक राष्ट्रीय पक्ष स्वतःची पाठ थोपटून घेत होता– 'बघा पूर्वी आमच्या मर्यादेच्या बाहेर असलेल्या गटांकडून आम्हांला आता कसा अभूतपूर्व प्रतिसाद मिळत आहे–' तेव्हा प्रत्यक्षात त्यांचा पाया कट्टर जातीयवादी नेत्यांच्या ताब्यात जात होता.

ह्या घटनाक्रमाचा परिणाम शेवटी काय होणार आहे, हे जाणून घेण्यासाठी डॉ. आंबेडकरांनी घटना समितीच्या शेवटच्या अधिवेशनात केलेले समारोपाचे भाषण आठवा. एकेक कलम एकत्र करून घटना कशी तयार झाली, ती बनवण्यात अनेक लोकांचा सहभाग कसा होता, हे सांगत त्यावेळी आधीच जी टीका झाली होती; तिला ते उत्तर देत होते आणि मग ते म्हणाले :

"इथे मी माझ्या भाषणाचा समारोप करू शकलो असतो. पण माझे मन आपल्या देशाच्या भवितव्याने इतके भरलेले आहे की, त्याच्या काही पैलूंचे ह्या प्रसंगी आपल्याला दर्शन घडवलेच पाहिजे; असे मला वाटते. २६ जानेवारी १९५० रोजी भारत एक स्वतंत्र देश होईल. (टाळ्या). त्याच्या स्वातंत्र्याचे भवितव्य काय असेल? तो ते स्वातंत्र्य टिकवू शकेल की ते पुन्हा घालवून बसेल? हा विचार प्रथम माझ्या मनात येतो. भारत पूर्वी कधीही स्वतंत्र देश

नव्हता असे नाही. मुद्दा हा आहे की, पूर्वी असलेले स्वातंत्र्य त्याने एकदा गमावले आहे. ते तो पुन्हा गमावेल का? ह्याच विचारामुळे मला भवितव्याविषयी फार काळजी वाटते. भारताने एकदा स्वातंत्र्य गमावले होते; एवढेच नव्हे तर जे भारतातीलच काही लोकांच्या दगाबाजीमुळे व बेईमानपणामुळे गमावले. यामुळे मला जास्त काळजी वाटते. महम्मद बिन कासीमने जेव्हा सिंधवर आक्रमण केले, तेव्हा राजा दहारच्या सेनाधिकाऱ्यांनी महम्मद बिन कासीमच्या हस्तकांकडून लाच स्वीकारली व त्यांनी राजाच्या बाजूने लढण्यास नकार दिला. महम्मद घोरीला भारतावर आक्रमण करण्यास व पृथ्वीराजशी युद्ध करण्यास आमंत्रण देणारा जयचंद होता आणि त्याने त्याला स्वत:ची व सोळंकी राजांची मदत देण्याचे कबूल केले. जेव्हा शिवाजी हिंदूंच्या मुक्ततेसाठी लढत होता, तेव्हा इतर मराठा सरदार व रजपूत राजे मोगल बादशहाच्या बाजूने लढत होते. जेव्हा ब्रिटिश सरकार शीख राजांचा नायनाट करायचा प्रयत्न करीत होते, तेव्हा त्यांचा सरसेनापती गुलाबसिंग स्वस्थ बसला व त्याने शीख राज्याचा बचाव करण्यात मदत केली नाही. १८५७ मध्ये जेव्हा भारताच्या मोठ्या भागाने ब्रिटिश सत्तेविरुद्ध स्वातंत्र्ययुद्ध पुकारले, तेव्हा शीख स्वस्थ राहिले आणि त्यांनी नुसती बघ्याची भूमिका बजावली.

इतिहासाची पुनरावृत्ती होईल का? हाच विचार मनात येऊन मला काळजी वाटते. जात आणि पंथ ह्या आपल्या जुन्या शत्रूंव्यतिरिक्त वेगवेगळ्या व परस्परविरोधी पंथांचे अनेक पक्षही निर्माण होणार आहेत, ह्या जाणिवेने माझी काळजी जास्तच वाढते. भारतीय जनता आपल्या पंथांपेक्षा देशाला जास्त महत्त्व देईल की देशापेक्षा पंथांना जास्त महत्त्व देईल? याचे उत्तर मला माहीत नाही. पण एक गोष्ट निश्चित आहे की, जर पक्षांनी देशापेक्षा पंथाला जास्त महत्त्व दिले, तर आपले स्वातंत्र्य पुन्हा एकदा धोक्यात येईल व कदाचित ते कायमचे जाईल...''

अर्थात त्यांनी एक इशाराही दिला : ''ह्या शक्यतेपासून आपण सर्वांनी निश्चयाने स्वत:चे रक्षण केले पाहिजे. आपल्या रक्ताच्या शेवटच्या थेंबापर्यंत आपल्या स्वातंत्र्याचे रक्षण करण्याचा निर्धार आपण केला पाहिजे.'' त्यांच्या ह्या इशाऱ्याचेसुद्धा टाळ्यांनी स्वागत झाले होते.[५] पण आज आपण सभोवार दृष्टी टाकली, तर आपल्याला काय दिसते? डॉ. आंबेडकरांच्या इशाऱ्यानुसार आपल्या राजकीय पक्षांचे वर्तन आहे? की त्यांनी व्यक्त केलेली भीती ते खरी करून दाखवणार आहेत?

आज दोन्ही राजकीय पक्ष एकाच भौगोलिक रिंगणात आहेत; इतकेच नव्हे तर

त्यांच्या संघटनासुद्धा क्षीण आहेत. संघटना म्हणून त्यांच्या परिस्थितीत एकच फरक आहे, तो म्हणजे काँग्रेसमध्ये सोनिया गांधी ह्या सर्वोच्च नेत्या आहेत. त्या एकमेव अशा दृश्य नेत्या आहेत, त्या सर्वोत्तम 'पंच' आहेत. पक्षातील सर्वांच्या अधिकारांचे उगमस्थान त्याच आहेत, त्यांच्याशी किती कथित जवळीक आहे, यावरून काँग्रेसमधील इतरांचे महत्त्व वाढते किंवा कमी होते; असे असल्यामुळे पक्षात एकी आहे, असा आभास निर्माण झाला आहे. परंतु इंग्लंडची राणी अजून बकिंगहॅम राजवाड्यात राहते, याचा अर्थ ब्रिटिश साम्राज्य अजून अस्तित्वात आहे; असे म्हणण्याइतकेच हे खरे आहे.

कधी मुस्लिमांचा तर कधी अनुसूचित जातींचा अनुनय केल्याचा परिणाम म्हणून राष्ट्रीय पक्षांना ह्या गटांचे टोकाचे व कडवे हितकर्ते, अशी स्वत:ची प्रतिमा तयार केलेल्या नेत्यांवर (उत्तर प्रदेशात आधी मायावतींबरोबर व नंतर त्यांचे कट्टर शत्रू मुलायमसिंग, बिहारमध्ये लालू यादव, झारखंडमध्ये शिबू सोरेन, तामीळनाडूमध्ये आधी AIADMK व नंतर त्यांचे शत्रू द्रमुक) भार टाकून त्यांच्या पक्षांशी युती करणे लवकरच भाग पडले आहे. याचे परिणाम अपेक्षेनुसारच झाले. हे 'नेते' आणि त्यांचे 'पक्ष' बलवान झाले आहेत तर राष्ट्रीय पक्षांचा पाया क्रमाक्रमाने ढासळतो आहे.

त्यामुळे आता आपल्याकडे दोन कमकुवत असणारे व अजून कमकुवत होत जाणारे राष्ट्रीय पक्ष आणि अनेक प्रादेशिक व जातीय पक्ष उरले आहेत. दोन्ही राष्ट्रीय पक्षांना त्यांचा होणरा ऱ्हास थांबवायचा असेल, तर त्यासाठी एकच मार्ग आहे; तो म्हणजे एकमेकांना सहकार्य करणे. परंतु स्पर्धेचे राजकारण हा सध्याच्या संसदीय प्रणालीचा पायाच असल्यामुळे हा पर्याय प्रत्यक्षात आणणे शक्य नाही. परंतु आता दोन्ही पक्ष 'ते नाही ते आम्ही' अशी स्वत:ची व्याख्या करत असल्यामुळे ज्याच्याशी सहकार्य करायचे नाही, असा प्रत्येकी एकच पक्ष आहे, त्या पक्षाशी– म्हणजे एकमेकांशी जर त्यांनी सहकार्य केले, तर देशाची आत्ताची गरजही पुरी होईल व त्या पक्षांचा ऱ्हास होणेही थांबेल.

परंतु ही गोष्ट करणे त्यांना शक्य नाही आणि जसाजसा काळ जाईल, तसतशी त्याची शक्यता आणखीनच कमी होत जाईल. आज ज्या प्रकारचे राजकारण चालले आहे, त्यामुळे मतदारांचे विभाजन झाले आहे. विभाजन झालेले भाग एकमेकांच्या विरुद्ध उभे करण्यात आले आहेत. दुसऱ्याला भीती वाटेल असा बागुलबुवा प्रत्येकापुढे उभा करण्यात आला आहे. त्यामुळे प्रत्येक पक्ष त्यातील काही भागांनाच आपल्या पंखाखाली घेण्याचा प्रयत्न करत आहे आणि असे करताना 'तो दुसरा पक्ष त्या दुसऱ्या भागांचा आहे. भक्षकांचा आहे' असे सांगणे जास्त परिणामकारक ठरत आहे. मुसलमानांच्या मतांवर मदार ठेवली असल्यामुळे व 'भाजप हा एक जातीयवादी हिंदू पक्ष आहे' असा डांगोरा पिटत असल्यामुळे आता काँग्रेस भाजपशी सहकार्य

कसे करू शकेल? प्रत्येकाने मतदारांच्या आपापल्या तुकड्यांमध्ये इतका संशय व भीती निर्माण केली आहे आणि दुसऱ्या पक्षाच्या वाईटपणाचे असे चित्र रंगवले आहे की, आता त्याच्याशीच सहकार्य करणे म्हणजे दगा दिल्यासारखे होईल. आता तर इतकी हास्यास्पद स्थिती आली आहे की; पेन्शन, विमा, बँकिंग अशा क्षेत्रांमध्ये करावयाच्या सुधारणा व त्यांच्या अंमलबजावणीसाठी संसदेत मांडलेले प्रस्ताव हे तातडीने संमत होणे गरजेचे आहे, अशी जाणीव काँग्रेसच्या पुढाऱ्यांना झालेली असली तरी अशा पूर्णपणे 'निधर्मी' बाबींसाठीसुद्धा भाजपचे सहकार्य मागायला ते तयार नाहीत. ह्या सुधारणांची तातडीने अंमलबजावणी करणे आत्यंतिक गरजेचे आहे, याची त्यांना जाणीव आहे. तसे करण्यात एकट्या भाजपची मदत पुरेशी आहे, हेही त्यांना माहीत आहे; परंतु भाजप म्हणजे 'राक्षस' असे चित्र निर्माण केलेले असल्यामुळे त्याच 'राक्षसा'ची मदत कशी घ्यायची? आणि त्यातही मोठा विरोधाभास असा की, दोन्ही पक्षांच्या नेत्यांचे परस्पर वैयक्तिक संबंध केवळ मित्रत्वाचेच नव्हे तर घनिष्ट आहेत.

त्यामुळे राष्ट्रीय पक्षांना सहकार्य करण्यासाठी उरतात ते फक्त कट्टर जातीय व प्रादेशिक पक्ष; पण कम्युनिस्टांचा अपवाद सोडता हे बहुतेक पक्ष म्हणजे व्यक्ती व त्यांची कुटुंबे यांच्याभोवती तयार झालेले गट आहेत!

एक व्यक्ती आणि त्याच्या किंवा तिच्याभोवती जमलेली एक टोळी किंवा कोंडाळे, त्या व्यक्तीला देवाप्रमाणे मानणारे; त्याच्या परिवारातील किंवा कोंडाळ्यातील कोणाशीतरी संधान बांधलेले अनुयायी सुभेदार बनतात.

नेत्याच्या व त्याच्या/तिच्या पक्षाच्या मागे जाण्यास उद्युक्त करण्यात आलेल्या जनतेचा फार फायदा झाला नाही, तरी नेता व त्याच्याभोवतीच्या कोंडाळ्यातील लोक यांची भरभराट होते. उदाहरण हवे असेल, तर प्रमाणाबाहेर मालमत्ता असल्याबद्दल दाखल केल्या गेलेल्या ह्यांपैकी काही नेत्यांवरील खटल्यातील पुरावे पाहा :

अनुयायांनासुद्धा महत्त्व प्राप्त होते. त्यांचा नेता सत्तेवर असेपर्यंत त्यांना लोकांवर अधिकार गाजवता येतो आणि त्यांच्या भागात लूट करता येते– उदाहरणार्थ आवडलेले एखादे घर बळकावणे. ह्याला ती जात आपला 'अभिमान' परत मिळवत आहे, असे म्हटले जाते.

परंतु नेत्याचा, इतर गटांच्या नेत्यांवर नसतो तसाच, आपल्या अनुयायांवरसुद्धा विश्वास नसतो. अनुयायांवर नियंत्रण ठेवण्यासाठी तो त्यांच्याभोवती जाळे विणतो. ह्या जाळ्याच्या माध्यमातून तो सामान्य जनतेपासून वेगळा होतो. उदाहरणार्थ तो शासनयंत्रणेवर अधिकार गाजवू लागतो. ते सरकारचे नव्हे तर त्याचे नोकर बनतात. त्यांच्या नेमणुका व बदल्या, त्यांचा त्याला किती उपयोग होतो, यावर ठरतात, त्यांच्या कार्यक्षमतेवर नव्हे आणि हे सर्व तो मुद्दाम अगदी उघडपणे करतो. प्रत्येक

शासकीय अधिकारी, पोलीस ही 'व्यवस्था' मान्य करेल, असे तो बघतो.

अशी व्यवस्था लागल्यावर तो त्याला हवे ते मिळवू शकतो. जो कोणी त्याच्या मार्गात येईल त्याला तो 'सरळ करतो'. अनुयायांचा उपयोग करून तो कायद्याच्या कक्षेबाहेर जातो– 'केवळ मी दलित आहे म्हणून माझा छळ करण्यात येत आहे' हे याच भावनेतून म्हटले जाते.

अनुयायांच्या नावावर लूट केली जाते– कधीकधी तर अनुयायांनाही लुटले जाते: 'तुम्ही देवळात जाऊन देवापुढे पैसे कशाला ठेवता?' त्यांच्यापैकी एकीने तिच्या अनुयायांना विचारले, 'मीच तुमची जिवंत, हाडामांसाची देवी आहे. तुमच्या भेटी माझ्यापुढे ठेवा.'

संपत्तीवर नियंत्रण मिळाल्यावर नेता त्याच्या/तिच्या अनुयायांपासूनसुद्धा स्वतंत्र होतो. वाइटात बरे एवढेच की, पैशावरून कुटुंबात तंटे सुरू होतात आणि काही काळानंतर ते पक्षाचा उपयोग फक्त पैसे कमावण्यासाठी व कायद्यापासून संरक्षण मिळवण्यासाठी करू लागतात आणि त्यामुळे त्यांची व पक्षाची प्रतिष्ठा कमी होते. नेत्याच्या दृष्टीने जे सोयीचे व हिताचे असेल, त्याला तत्त्वज्ञान (idealogic) म्हटले जाते. हे नेते आणि त्यांचे हस्तक ह्या लुटीला कायदेशीर रूप देतात : ''तुम्ही लोकांनी आमच्या लोकांना शेकडो वर्षे नाडले.'' ते आणि त्यांचे बुद्धिजीवी समर्थक म्हणतात, ''आता तुम्ही तुमच्या औषधाची चव घेऊन बघा.'' अकार्यक्षमता ही त्यांची मोजपट्टी बनते. सध्याची प्रमाणे (standards) ही उच्चवर्णियांसाठी आहेत, शासनातून तळागाळातील लोकांना दूर ठेवण्याच्या उद्देशाने केलेल्या कारस्थानाचा तो भाग आहे. त्यांच्या ओंगळपणाला ते अस्सलपणाचे लेबल लावतात. 'जनता जागृत होत आहे'– ते आणि त्यांचे पुरोगामी बुद्धिजीवी हस्तक घोषणा करतात. दहशत बसवण्याला 'बोलाचाली झाली' म्हणतात, इतकेच काय तेच 'कारण' होते. ते तुमच्यावर हल्ला करवून आणू शकतात व करवतात व तो पुरावा होतो.

ह्यांपैकी काहीही अपघाताने घडलेले नाही. एखाद्या अपप्रवृत्त नेत्याचे हे काम आहे, असेही नाही.

असेच चालू राहिले तर वीस वर्षांनी आपली काय स्थिती असेल, याचा आपण विचार केला पाहिजे.

अनेकस्तरीय अकार्यक्षमता :

उच्च दर्जा म्हणजे उच्चभ्रूपणाचे लक्षण, असा अपप्रचार केला गेल्यामुळे, पात्रता व कार्यक्षमता यांचा पुरस्कार म्हणजे सधन लोकांनी गरिबांना वंचित ठेवण्यासाठी केलेले कारस्थान आहे, असा समज निर्माण केला गेला असल्यामुळे, एखाद्या व्यक्तीकडे एखाद्या पदाची जबाबदारी पार पाडण्यासाठी लागणारी क्षमता नसेल; तर

ते पद त्याला मिळू नये, असे नुसते सुचवणे म्हणजे रोष ओढवून घेणे झाले आहे. मंत्री किंवा शासकीय अधिकारी यांच्या त्या पदांवर झालेल्या नेमणुका ह्या त्या प्रकारच्या कामाचे विशेष प्रशिक्षण देण्यात आल्यामुळे होतात, असे नाही. खरे म्हणजे राज्याच्या शासनयंत्रणेत व विधिमंडळयंत्रणेत काम करण्याकरता पात्र ठरण्यासाठी कोणालाही कसलीही विशेष पार्श्वभूमी किंवा पूर्वतयारी असणे आवश्यक नाही, असेच मानले जाते आणि हे प्रत्येक क्षेत्रात प्रत्येक टप्प्यावर लागू आहे.

उमेदवाराची निवड करताना, ह्या माणसाला विधिमंडळात मांडल्या जाणाऱ्या प्रस्तावांच्या गुणदोषांची पारख करण्याची क्षमता आहे की नाही, एखाद्या बाबतीतील धोरण ठरवताना कोणते पर्याय इष्ट वा अनिष्ट आहेत, हे ठरवण्यासाठी लागणारे ज्ञान व परिपक्वता त्याच्याकडे आहे की नाही; अशा निकषांना पक्षश्रेष्ठींच्या लेखी सर्वांत कमी महत्त्व असते. त्याची निवडून येण्याची क्षमता व शक्यता, हा एकमेव निकष असतो. ही क्षमता तो कोणत्या जातीचा आहे, तो पुरेसा पैसा व बळ आणू शकेल की नाही, यांवरून ठरते. आज विधिमंडळांमध्ये काय घडते हे बघता, उमेदवाराच्या निवडणूक जिंकण्याच्या क्षमतेखालोखाल ज्या 'गुणां'ना पक्षश्रेष्ठी महत्त्व देतात, ते म्हणजे त्याला किती मोठ्याने आरडाओरडा करता येईल, संतापाने किती आदळआपट करता येईल, हे होत. विषयाचे ज्ञान, आपले म्हणणे मुद्देसूदपणे मांडण्याची क्षमता किंवा निष्ठा या गोष्टी दुय्यम ठरतात. अगदी 'बुजुर्ग' लोकांनासुद्धा –म्हणजे ज्यांनी अनेक वर्षे विधिमंडळात काढली आहेत अशांनासुद्धा– विधिमंडळाचा अनेक वर्षे सभासद असण्याव्यतिरिक्त दुसरा अनुभव क्वचित असतो. एखादी संस्था चालवण्याचा अनुभव असणारा सभासद क्वचितच सापडेल आणि तरीही, त्याला अचानक एखाद्या खात्याचा मंत्री बनवले जाते जी एक प्रचंड मोठी संघटना असते, जिथे खात्याच्या विषयाचे सखोल ज्ञान व शासकीय अनुभव आणि कौशल्य हे सारे असणे आवश्यक असते. ह्या परिस्थितीच्या परिणामांबद्दल अनेक वर्षांपासून बरेच काही लिहिले व बोलले गेले आहे. वीस वर्षांपूर्वी मद्रास विद्यापीठाच्या पदवीदान समारंभात विद्यार्थ्यांसमोर भाषण करताना नानी पालखीवाला म्हणाले होते :

"जेव्हा आपण अशा समारंभात इंजिनिअर, डॉक्टर, सर्जन, वकील आणि इतर व्यावसायिक ह्यांना पदव्या दिल्या जाताना बघतो, तेव्हा एक गंभीर विरोधाभास आपल्या लक्षात आल्याशिवाय राहत नाही. तो असा की पृथ्वीवरील सर्वांत मोठ्या लोकशाही देशासाठी कायदे करणे व त्याचा कारभार चालवणे हे काम असे आहे की, ते मिळवण्यासाठी तुमच्याकडे कोणत्याही पदवीची किंवा प्रशिक्षणाची आवश्यकता नसते. एखादा बॉयलर किंवा यंत्र चालवणे,

कारखान्यात कामगारांवर देखरेख करणे, एखादा पूल बांधणे, कोर्टात खटला मांडणे किंवा एखाद्यावर शस्त्रक्रिया करणे अशा कामांसाठी तुम्हांला अनेक वर्षांचे प्रशिक्षण लागते. पण पासष्ट कोटी नागरिकांचे जीवन व भवितव्य हाताळण्यासाठी तुमच्याकडे कोणतेही शिक्षण किंवा साधने असावी लागत नाहीत!''

आपल्या व्यवस्थेत अकार्यक्षमतेला खतपाणी घालण्याकडे जो कल आहे, त्यामुळे दोन प्रकारची माणसे तयार होतात. त्यांतील एक प्रकार आपल्याला विधिमंडळात व म्हणून सरकारमध्ये बघायला मिळतो आणि दुसरा, जो बघायला मिळत नाही तो. ह्या 'निवडपद्धती'मुळे मध्यमवर्ग व उद्योजक, जे नवा भारत घडवत आहेत, राजकीय क्षेत्रात येण्याचा विचारसुद्धा मनात आणत नाहीत.

आणि ह्याच पहिल्या वर्गातून राजकीय शासनकर्ते निवडले जातात. ज्या माणसाची दृष्टी व्यक्तिगत हेवेदावे व जातीपातीच्या राजकारणाने बुजबुजलेल्या स्थानिक नेत्याइतकी मर्यादित असते, त्याला देशाचे परराष्ट्र धोरण किंवा संरक्षणविषयक धोरण आणि त्यांना दिशा देण्यासाठी लागणारी जागतिक दृष्टी कोठून येणार? त्याला नवे तंत्रज्ञान, सतत बदलणारे संतुलन यांचे भान ठेवत देशाच्या आर्थिक सुधारणांना आकार कसा देता येईल? आणि व्यक्तीच्या पलीकडील अशी आणखी एक समस्या आहे. आज सरकारची जेवढी खाती आहेत, ती कार्यक्षमपणे हाताळण्याची क्षमता असणारे पुरेसे उमेदवारही कोणत्याच पक्षाकडे नाहीत. एवढेच नव्हे तर देशाचा कारभार कार्यक्षमतेने हाताळण्यासाठी लागतील इतके सक्षम उमेदवार कोणत्याही राजकीय पक्षांच्या युतीकडे किंवा आघाड्यांकडेही नाहीत.

शासनयंत्रणेचे प्रमुख असणाऱ्या पंतप्रधानांची नियुक्तीसुद्धा जवळ जवळ लॉटरी पद्धतीने होते. चरणसिंग, चंद्रशेखर, देवेगौडा, गुजराल आणि आता मनमोहनसिंग हे पंतप्रधान कसे झाले, ते आठवा. आणि पंतप्रधान जेव्हा मंत्रिमंडळामधील मंत्र्यांची निवड करतात, जे गुण बघतात; त्यात 'क्षमता' बऱ्याच खालच्या स्थानावर असते. राजद किंवा द्रमुक ह्या पक्षांमधील कोणाला मंत्रिपदासाठी निवडायचे, याचा निर्णय त्या पक्षाच्या प्रमुखावरच सोडावा लागतो. त्यामुळे स्वतःची निवड अपवाद वाटू नये म्हणून लालू प्रसाद यांनी त्यांच्या पक्षाची मंत्रिपदे देण्यासाठी फक्त अशाच लोकांची निवड केली ज्यांच्याविरुद्ध फौजदारी गुन्ह्यांचे खटले चालू आहेत.

आपण फक्त केंद्र सरकारविषयीच बोलण्याची आवश्यकता नाही. ह्याचा शासनव्यवस्थेवर कसा परिणाम होतो, याची कल्पना येण्यासाठी वरील पद्धत प्रत्येक पातळीवर वापरली जाते, हे लक्षात घेणे जरुरीचे आहे. उत्तर प्रदेशसारख्या दिल्लीला जवळ असणाऱ्या व मोठ्या राज्यात राष्ट्रीय सुरक्षेच्या बाबतीत वरील

गोष्टीचे काय परिणाम आधीच होत आहेत, ह्याची कल्पना करणेही कठीण आहे.

आणि जे शासनात होते, तेच इतर प्रत्येक संस्थेतही होते. स्वायत्त संस्थांमधील पदांसह अन्य सर्व पदे भरण्यासाठी उमेदवाराची निवड हे मंत्री व सनदी अधिकारीच करतात, तेच विद्यापीठांच्या कुलगुरूंची निवड करतात व अगदी तुमच्या भागातील पोलीस ठाण्यातील पोलीस अधिकाऱ्यांच्या बदल्याही तेच करतात. ते केवळ नेमणुका करत नाहीत तर कोणी कोणत्या पदावर राहायचे, हे तेच निश्चित करतात. सनदी अधिकारी सुरुवातीला जरी स्पर्धात्मक परीक्षेतून निवडले गेले, तरी नंतर त्यांची नेमणूक, त्यांची करिअर ही राजकीय शासनकर्त्यांच्या हातात असते. शासनकर्ते आणि त्यांच्या पक्षाच्या प्रत्येक आमदार/खासदाराच्या शब्दाप्रमाणे झाले पाहिजे, असा त्यांचा आग्रह असतो. याचा परिणाम अधिकाऱ्यांच्या करिअरवरच नाही तर संपूर्ण नोकरशाहीच्या मानसिकतेवर होतो.

कोणतीही संस्था घ्या. आज तिचे पदाधिकारी कोण आहेत, यावर सर्व काही अवलंबून असते. ही साधी गोष्ट ह्या संस्थांच्या स्वातंत्र्याची पातळी किती खालची आहे किंवा स्वातंत्र्याचा अभाव आहे– याची दर्शक आहे. ह्या संस्थांचे अस्तित्व केवळ त्यांच्या नावाचे फलक आणि त्यांच्या इमारती एवढ्यापुरतेच मर्यादित असते. शेवटी त्या संस्था म्हणजे राजकारण्यांच्या हातची खेळणी असतात. एखादी संस्था आज जर स्वतंत्रपणे कार्य करताना दिसली, तर तो अपघात समजावा. एखाद्या व्यक्तीची नेमणूक ती व्यक्ती आज्ञाधारक निघेल, असे गृहीत धरून एखाद्या संस्थेवर केली जाते; पण ती स्वतंत्र विचाराची निघते. परंतु अशा व्यक्तीच्या स्वतंत्र वागणुकीवरून त्या संस्थेचा मान राखावा, असा धडा शासनकर्ते घेत नाहीत. उलट त्या व्यक्तीची निवड ही घोडचूक होती व ते पद पुन्हा रिकामे होईल, तेव्हा ती चूक पुन्हा होणार नाही याची काळजी घेतली पाहिजे, अशी खूणगाठ ते बांधतात.

उच्चशिक्षणाचा खालावलेला दर्जा, न्यायालयाच्या निर्णयांचा लज्जास्पद दर्जा, सध्याच्या राज्यकर्त्यांच्या विरोधकांविरुद्ध पोलिसांकडे दाखल होणारे गुन्हे व मुख्यमंत्र्यांच्या पक्षाचे किंवा जातीचे कोणी गुंतलेले असल्यास त्याच्याविरुद्ध गुन्हा दाखल न करणे; ह्यांचे परिणाम आपल्याभोवती सर्वत्र अभिव्यक्त होताना दिसत आहेत.

प्रत्येक फेरीनंतर परिस्थिती आणखी खालावत आहे. 'आज आपली जी अधोगती झाली आहे, तिचे स्पष्टीकरण कसे देता येईल?' असे डॉ. पी.व्ही. इंदिरेसन यांनी मला एकदा विचारले. काय उत्तर द्यावे याचा मी विचार करत असतानाच ते म्हणाले, 'याचे कारण इंदिरेसन नियम'. 'इंदिरेसन नियम?' मी उद्गारलो. 'इंदिरेसन यांचा प्रशासकीय नियम तुम्हांला माहीत नाही, असे म्हणायचे आहे? दुय्यम दर्जाचे लोक तिय्यम दर्जाचे लोक निवडतात. असे तीस वर्षे करत राहा, म्हणजे आज जी परिस्थिती आहे ती येईल.' ते उद्गारले.

सिंगापूरसाठी कायदे करणाऱ्यांची, आणि त्याहून जास्त, कायदे राबवणाऱ्या शासकीय अधिकाऱ्यांची निवड करताना ली क्वान यू किती काळजी घ्यायचे, याच्याशी शंभर कोटी लोकांचे राज्यकर्ते निवडण्याच्या ह्या पद्धतीची तुलना करा. घारीची दृष्टी (हेलिकॉप्टर क्षमता) असणाऱ्या व्यक्तींचा ते किती पद्धतशीरपणे शोध घ्यायचे, ते बघा. चीन व भारत यांमधील हाच मोठा फरक आहे. दीर्घकाळापासून चीनचे निरीक्षण करणारे हार्वर्ड प्राध्यापक तरुण खन्ना म्हणतात: शासनयंत्रणेच्या सर्व पातळ्यांवर, विशेषत: राज्य व स्थानिक पातळ्यांवर चीनमधील मंत्री, नगराध्यक्ष, अधिकारी अशा पदाधिकाऱ्यांचा दर्जा भारतातील पदाधिकाऱ्यांच्या दर्जाच्या तुलनेत खूपच वरचा आहे.

अर्थात ह्या अधोगतीचे, किंवा दुसऱ्या प्रकारे सांगायचे म्हणजे अशा पुढाऱ्यांच्या आणि त्यांच्या पित्त्यांच्या उदयाचे परिणाम फक्त शासनव्यवस्थेपुरते मर्यादित नाहीत. आदर्श नाहीसे झाले; नैतिक मूल्ये रसातळाला गेली; 'आपल्याला कोणी हात लावू शकत नाही' ह्या विश्वासामुळे इतरांचे धैर्य वाढलेले– शेवटी न्यायदान करणारेसुद्धा त्यांनीच किंवा त्यांच्यासारख्याच कोणीतरी नेमलेले असतात. जे थोडे प्रामाणिक राहतात त्यांचेच नाव पद्धतशीरपणे खराब केल्यामुळे 'सगळेच साले चोर आहेत' अशी जनतेची भावना होते... अशा परिस्थितीत पुढाऱ्यांना लगाम घालण्यासाठी; होणारी अधोगती थांबवण्यासाठी समाजाच्या हाती कोणतेही साधन, कोणताही उपाय नसतो.

नेते व पक्ष सत्तेवर राहण्यासाठी गुन्हेगार व सशस्त्र टोळ्या ह्यांची मदत घेऊ शकतात.

आपल्या अंतर्गत हेरखात्याने पुरवलेल्या माहितीच्या आधारे एन. एन. वोहरा समितीने काय सांगितले, याचा उल्लेख करून घटना आढावा आयोगाने असे म्हटले आहे :

'गुन्हेगारांचा राजकारणात शिरकाव ही मोठ्या चिंतेची बाब आहे. सरकारने नेमलेल्या वोहरा समितीने कडक शब्दांत म्हटले होते की, गुन्हेगारी टोळ्या व राजकारणातील व्यक्ती ह्यांचा संबंध फार दाट आहे. सीबीआयने वोहरा समितीला दिलेल्या अहवालानुसार 'संपूर्ण भारतात गुन्हेगारी टोळ्यांना कायद्याची भीती अजिबात राहिलेली नाही.. अगदी लहान गावे व ग्रामीण भागातसुद्धा गुंडांचे राज्य आहे. भाडोत्री मारेकरी हे ह्या संघटनांचे भाग बनले आहेत. देशाच्या वेगवेगळ्या भागांत गुन्हेगारी टोळ्यांचे संबंध पोलीस, शासनयंत्रणा व राजकारणी लोक यांच्याशी असलेले स्पष्टपणे दिसतात.' इतर सूत्रांचा हवाला देऊन समिती म्हणते की, 'टोळ्यांचे हे जाळे समांतर सरकारच चालवत असून त्यामुळे

वास्तवातील सरकारची यंत्रणा निष्प्रभ झाली आहे.' तो अहवाल पुढे म्हणतो, 'बिहार, हरयाणा, उत्तर प्रदेश यांसारख्या राज्यांमध्ये गुन्हेगारी टोळ्यांना सर्व पक्षांतील नेत्यांचे पाठबळ व शासकीय अधिकाऱ्यांचे संरक्षण आहे. काही राजकीय नेते ह्या टोळ्यांचे किंवा सशस्त्र सेनांचे नेते बनतात आणि कालांतराने स्थानीय संस्था, राज्य विधिमंडळे व संसदेतही निवडून येतात.'

गुन्हेगार, राजकारणी व शासनयंत्रणा यांच्यातील संबंधांचा अभ्यास करण्यासाठी वोहरा समितीची स्थापना करण्यात आली होती. तिला नेमक्या व सविस्तर माहितीचे ढीगच्या ढीग सादर करण्यात आले. वोहरा हे प्रख्यात शासकीय अधिकारी त्यावेळी गृहसचिव होते. त्यांनी त्यांच्या अहवालात बारीकसारीक गोष्टींची नेमकी माहिती दिली होती. त्यांनी स्वत: हा अहवाल सप्टेंबर १९९३ मध्ये गृहमंत्र्यांना सादर केला व ते मे १९९४ मध्ये सेवानिवृत्त झाले. अहवाल गृहखात्याच्या कपाटांमध्ये कडीकुलपात ठेवला गेला. तो पूर्ण करून मंत्र्यांना सादर करण्यात आला आहे, हे कोणालाही ठाऊकसुद्धा नव्हते. त्यानंतर ते कुप्रसिद्ध 'तंदूर खून' प्रकरण घडले. एका राजकीय कार्यकर्त्याने आपल्या मैत्रिणीच्या देहाचे तुकडे करून ते तंदूरमध्ये जाळून टाकले. हे सर्व नवी दिल्लीत, संसदभवनापासून थोड्याच अंतरावर घडले. लवकरच संसदेचे पावसाळी अधिवेशन सुरू झाले. एका खासदाराने सरकारवर आरोप केला की, पोलीस खुन्याला संरक्षण देत आहेत, कारण पोलिसांचे गुन्हेगारांशी संबंध निर्माण झाले आहेत... 'या संबंधांमध्ये नवीन काय आहे?' त्या वेळचे गृहमंत्री राजेश पायलट यांनी प्रश्न केला होता व ते म्हणाले, 'अशा संबंधांविषयी एक संपूर्ण अहवाल तयार आहे...' सर्वजण आरडाओरडा करू लागले, 'कुठे आहे तो अहवाल?', 'दाबून का ठेवला आहे? तुम्ही गुन्हेगारांना पाठीशी घालीत आहात...' रातोरात त्याचा एक सारांश छापला गेला व तो संसदेपुढे ठेवण्यात आला. तो सारांश म्हणजे, अहवालाचा एक अर्थशून्य तुकडा होता– अहवालातील सर्व बारीकसारीक माहिती गाळून टाकण्यात आली होती. हा कर्करोग पसरतो आहे, यात आश्चर्य ते काय? त्याला खतपाणीही तोच देतो आहे. राजकीय पक्ष प्रथम गुन्हेगारांकडून व सशस्त्र टोळ्यांकडून निवडणुकीसारख्या निमित्ताने अधूनमधून मदत घेतात. नंतर उद्योगात भागीदार असल्याप्रमाणे ते त्यांना नियमितपणे कामगिरी देऊ लागतात. लवकरच एक वेळ अशी येते की, टोळी-प्रमुखाच्या डोक्यात विचार येतो की– अरे, मी ह्या मूर्खांना कशाला मदत करू? आपणच राजकारणात का शिरू नये? तो निवडणूक जिंकतो. जे पोलीस आत्तापर्यंत त्याचा पाठलाग करत होते, त्या पोलिसांना त्याचे अंगरक्षक बनावे लागते. बिहार व उत्तर प्रदेश येथील बहुतेक भाग आज तीन 'बाहुबली'च्या मर्जीप्रमाणे चालतो. गाझीपूरचा आमदार मुख्तार अन्सारी,

अलाहाबादचे खासदार अतिक अहमद व सिवनचे खासदार शहाबुद्दीन.

उत्तर प्रदेशचे व आसामाचे पोलीस महासंचालकपद भूषवलेले प्रकाश सिंग हे सीमा सुरक्षा दलाचे महासंचालक होते व ज्यांनी डाव्या पक्षांच्या हिंसेचा विशेष अभ्यास केला आहे, ते प्रकाश सिंग अन्सारीच्या प्रभावाविषयी म्हणतात,

"उत्तर प्रदेशाच्या पूर्व भागातील कमीत कमी आठ जिल्हे व त्यांना लागून असलेले बिहारमधील चार जिल्हे यांवर माफियाची पूर्ण पकड आहे. कायद्याचे राज्य फक्त कागदावरच आहे. जिल्हा प्रमुख व पोलीस अधीक्षक माफिया डॉनपुढे गुडघे टेकतात आणि महत्त्वाच्या बाबींवर त्यांच्याकडून हुकूम घेतात. गाझीपूर जिल्ह्यात बहुतेक पोलीस अधिकारी स्थानिक डॉन मुख्तार अन्सारीच्या कृपेने त्यांच्या पदांवर आले आहेत. जिल्हा प्रमुख व पोलीस अधीक्षक हे त्याच्या 'शिफारशीं'शी नेहमी सहमत असतात. उत्तर प्रदेशच्या पूर्वेकडील जिल्ह्यांमधील कामांची कंत्राटे कोणाला मिळावी, हे अन्सारी ठरवतात. शस्त्र परवान्यासाठी त्यांनी केलेली शिफारस मान्य करावीच लागते. ते जेव्हा प्रवास करतात, तेव्हा तो थाटामाटात करतात. सरकारने त्यांच्या दिमतीला ठेवलेले बारा पोलीस आणि वीस-तीस सशस्त्र गुंड असा त्यांचा ताफा सहा-सात 'क्वालिस' गाड्यांमधून निघतो. त्यांनी कोणत्याही प्रकारे कायद्याचा भंग केला, तरी कोणीही पोलीस अधिकारी त्याची दखल घेण्याचे धाडस करत नाही. नुकत्याच माऊ येथे झालेल्या दंग्याच्या संदर्भात त्यांच्यावर खटला दाखल करण्यात आला, पण त्यांना अटक करणे सोपे नाही, असे राज्य पोलीसदलाने हतबल होऊन सांगितले. त्यातील सत्य असे होते की, त्यांना अटक केली असती, तर कदाचित लखनौमधील नेते नाराज झाले असते. दबाव फार वाढल्यावर उपकार केल्याप्रमाणे डॉन कोर्टापुढे शरण आला. परंतु त्याच्या सत्तेला कोणत्याही प्रकारचा पायबंद घालण्यात आलेला नाही आणि त्याची मालमत्ता सुरक्षित आहे. तुरुंगाच्या बाहेर आला की त्याच्या कारवाया पुन्हा पूर्ववत चालू होतील.

शहाबुद्दीनचे बिहारमधील स्थान जवळ जवळ असेच आहे. त्याच्याविरुद्ध खून, अपहरणापासून ते बेहिशोबी परकीय चलन ठेवल्याच्या संशयावरून तीसपेक्षा जास्त खटले आहेत."

शहाबुद्दीनवरील वॉरंट पोलीस महिनामहिना बजावत नाहीत. तो पत्रकारांना मुलाखती देतो, टीव्हीवर येतो, त्याच्या दिल्लीच्या व इतर आलिशान घरांत लोळत असतो. तो किंवा त्याच्याऐवजी त्याचा प्रतिनिधी कायद्याच्या परीक्षेच्या पेपरला बसतो, तो संसद सभासद आहे, पण पोलीस म्हणतात की, तो त्यांना सापडत नाही

व त्यामुळे वॉरंट बजावता येत नाही!

वोहरा समितीचा अहवाल १९९३ मध्ये सादर झाला. त्यावर कृती काहीच झाली नाही. घटना आढावा आयोगाने २००२ मध्ये आपण १९९३ मध्ये काय म्हटले होते, याची आठवण करून दिली. परिणाम काहीही नाही. प्रकाश सिंग यांच्या लेखातून २००५ मध्ये वस्तुस्थिती पुन्हा मांडली गेली. काहीही झाले नाही. त्यामुळे २७ फेब्रुवारी २००७ च्या इंडियन एक्सप्रेसमध्ये अलका पांडेने म्हटले की, 'आंतरराष्ट्रीय अपहरण क्षेत्रातील म्होरक्या बबलू श्रीवास्तव याची गेल्या आठवड्यात एका खून खटल्यातून सुटका झाल्यानंतर आपण लखनौ (मध्य) मतदार संघातून विधानसभेची निवडणूक लढवणार असल्याचे त्याने सोमवारी जाहीर केले. हा मतदारसंघ माजी पंतप्रधान अटल बिहारी वाजपेयी यांच्या लोकसभा मतदारसंघांचा भाग आहे. तिने नमूद केले आहे की, ४०३ सभासद असलेल्या उत्तर प्रदेश विधानसभेत अंदाजे २०० सभासदांविरुद्ध गुन्ह्यांचे आरोप आहेत. त्यातील काही प्रमुख नावे: मुख्तार अन्सारी, अमरमणी त्रिपाठी, रघुराज प्रताप सिंग उर्फ 'राजाभय्या', हरिशंकर तिवारी, मोहम्मद अश्रफ व अखिलेश कुमार सिंग आणि हे सर्वजण मंत्रिमंडळात तरी आहेत किंवा मुलायम सिंग यादवांना पाठिंबा देणारे आहेत. ह्या प्रत्येक 'बाहुबली'च्या विरुद्ध, ते जेव्हा २००२ ची निवडणूक लढवत होते, तेव्हा गुन्ह्यांचे आरोप होते, पण ते सिद्ध झाले नाहीत आणि हे साधेसुधे आरोप नव्हते. अन्सारीचा एकदा दहशतवादी कारवायांमध्ये सहभाग असल्याचे आढळले होते. परंतु ज्या STF अधिकाऱ्याने (शैलेन्द्र सिंग) पुरावा शोधून काढला, त्याची बदली करण्यात आली. राजाभय्याला 'पोटा'खाली अटक झाली होती, पण त्याच्याविरुद्धचे सर्व साक्षीदार फिरले व त्याला सोडून द्यावे लागले.' त्या पुढे म्हणतात, 'उत्तर प्रदेश पोलिसांकडून मिळालेल्या आकडेवारीवरून असे दिसते की, गुन्हेगारी पार्श्वभूमी असलेल्या नेत्यांची संख्या १९८५ मध्ये ३५ होती ती २००२ पर्यंत २०८ झाली.' अर्थात सर्वांनाच चिंता वाटू लागली. गुन्हेगारी इतिहास असलेल्या व्यक्तींना निवडणूक लढविण्यापासून मज्जाव करणारे विधेयक लोकसभेत आणण्याचा विचार सुरू झाला. अलाहाबाद उच्च न्यायालयाच्या एका पीठाने जनहित याचिके अन्वये दाखल झालेल्या एका दाव्याच्या संबंधात नोटिसा काढल्या. 'अगदी मुलायम सिंग यादव सरकारनेसुद्धा राजकारणाचे गुन्हेगारीकरण झाल्याचे मान्य केले.' अलका म्हणते, 'डिसेंबर २००५ मध्ये जेव्हा उत्तर प्रदेश विधानसभेच्या एका सभासदाची हत्या झाली होती, तेव्हा विधानसभेच्या गुन्हेगारीकरणावर एक पूर्ण चर्चा विधानसभेत झाली. परिणाम? फेब्रुवारी २६, २००७ : आंतरराष्ट्रीय अपहरण क्षेत्रातील मुकुटमणी बबलू श्रीवास्तव यांची गेल्या आठवड्यात एका खून खटल्यातून निर्दोष मुक्तता झाल्यावर विधानसभा निवडणुकीसाठी लखनौ (मध्य) मतदारसंघातून आपली उमेदवारी

सोमवारी जाहीर केली...''[६]

पोलीस प्रकरणे, उच्च न्यायालयातील कारवाई, विधानसभेतील चर्चा, वर्तमानपत्रातील बातम्या, चौकशी समित्या. परिणाम शून्य.

भेटायला येणारी माणसे व सेलफोन यांचा वापर करून हे 'डॉन' त्यांचा कारभार तुरुंगातून करतात. पोलिसांना तपासणी करून फोन काढून घेता येत नाहीत, हे शक्य आहे का? तुरुंगात फोन निकामी करणारे जॅमर आपल्याला बसवता येत नाहीत, हे शक्य वाटते का? राजकारणी व पोलीस यांच्याशी ह्या डॉन लोकांचे संधान असते, त्यामुळे ह्या गोष्टी होत नाहीत.

हाजी मस्तान हा आधीच महाराष्ट्र विधानसभेचा सदस्य आहे. मुंबई बॉंबस्फोट प्रकरणातील अबू सालेम निर्दोष सुटून सन्मान्य नेता होण्याची वाट पाहत आहे...

अर्थात ही परिस्थिती फक्त व्यक्तींपुरतीच मर्यादित नाही. भारताच्या किनारपट्टीलगतच्या बऱ्याच भागांत तस्करांच्या टोळ्यांचे राज्य चालते. महाराष्ट्राच्या बऱ्याच भागावर साखरसम्राटांचा प्रभाव आहे तर जमीन माफियांचा प्रभाव शहरांमध्ये आहे... बिहार, झारखंड, आंध्र ह्या राज्यांमध्ये नक्षलवाद्यांना मागणी आहे... लवकरच त्यांच्याशी समझोता झाल्याशिवाय छत्तीसगड व महाराष्ट्राच्या काही भागांत राजकीय पक्षांना निवडणुका जिंकणे कठीण होईल. आसाममध्ये एका पक्षाकडून दुसऱ्याकडे काटा झुकवण्याचे काम उल्फा करते.

शंभर कोटी लोकांचा कारभार करण्यासाठी आमदार, खासदार व मंत्री ह्यांची निवड करण्याची ही पद्धत चांगली आहे ना?

निर्णयप्रक्रियेत व शासनप्रक्रियेत लोकांचा सहभाग असतो हे मिथक :

लोकशाहीमध्ये लोक निर्णय घेतात म्हणजे नक्की काय? कोणत्या अर्थाने? राजकीय पक्षांचे कार्यक्रम लोक ठरवतात का? हल्ली एकाएकी ज्याला धर्मग्रंथाएवढे महत्त्व आले आहे, तो 'किमान समान कार्यक्रम' लोक ठरवतात का? निवडणुकांना उभे करण्यासाठी उमेदवारांची निवड लोक करतात का? तसेच, आपण निवडून दिलेला उमेदवार नंतर कसा वागतो किंवा विविध प्रश्नांवर त्याची भूमिका काय असेल, हे लोक बघतात का? वास्तवात ह्यांपैकी प्रत्येक गोष्टीवरील निर्णय राजकीय पक्षांवर नियंत्रण असणारा काही मोजक्या व्यक्तींचा गट (coterie) घेतो. पक्षांच्या दैनंदिन कारभाराच्या बाबतीत तर हे विशेषकरून लागू आहे. उदाहरणार्थ एखाद्या दिवशी विधिमंडळात कोणते प्रश्न उपस्थित करायचे, हे दोन-तीन व्यक्ती ठरवतात, तेही बहुतेक त्या दिवशीचे सकाळचे वर्तमानपत्र बघून. अर्थात, बाहेरून बघणाऱ्याच्या दृष्टीने आमदार/खासदार हा लोकांचा प्रतिनिधीच असतो. आणि आपण तसे आहोत असे भासवण्याचा ते अटोकाट प्रयत्नही करतात आणि त्यांचा विश्वस्त या नात्याने

त्यांच्यावर अधिकारही गाजवतात. वास्तवात निर्णय घेण्यात पक्षातील दोन-तीन नियंत्रक सोडून इतर सामान्य प्रतिनिधींचा काहीही सहभाग नसतो, आणि बहुतेक वेळा आज विधिमंडळात काय घडणार आहे (घडवायचे आहे?), हे त्यांना सभागृहात गेल्यावरच कळते.

असे म्हणतात की, निर्णय घेणारा गटसुद्धा निर्णय घेताना लोकांना काय पटेल किंवा आवडेल; हा विचार करूनच निर्णय घेतो आणि त्या अर्थाने निर्णयप्रक्रियेवर लोकांचे नियंत्रण असते, असे म्हणता येईल; परंतु अशा प्रकारे लोकांचे नियंत्रण हे खरोखरीच अस्तित्वात असले, तरी ते निश्चितपणे मर्यादित असते. एक गोष्ट म्हणजे ज्या विविध प्रकारच्या विषयांवर सतत निर्णय घ्यावे लागतात, त्या विषयांवर जनतेचे काही मतच नसते. उदाहरणार्थ पेटंट कायद्यातील प्रस्तावित बदल, विमा क्षेत्रात थेट परदेशी गुंतवणूक करण्यास परवानगी द्यावी की नाही, वगैरे. आंदोलने, धरणे, वर्तमानपत्रांना दिलेली निवेदने या माध्यमांतून जनमत तयार किंवा निर्माण केले जाते आणि मग ज्यांनी ते मत तयार केले, ते आपल्या निर्णयाला जनमताचा आधार आहे, असे दाखवतात. दुसरे म्हणजे कोणत्या प्रश्नावर काय पवित्रा घ्यायचा, हा निर्णय घेताना इतरही अनेक बाबी विचारात घ्याव्या लागतात. उदाहरणार्थ ज्या प्रस्तावावर किंवा दुरुस्तीवर विधिमंडळात निर्णय घ्यायचा आहे, तो आपल्या मित्रपक्षाने किंवा गटाने मांडला आहे की विरुद्ध पक्षाने, आपल्याशी मित्रत्वाचे संबंध असणाऱ्या उद्योगपतीला अनुकूल आहे की त्याच्या प्रतिस्पर्धी भावाला, वगैरे. निर्णय घेणाऱ्या गटालासुद्धा एखाद्या उमेदवाराबद्दल किंवा प्रश्नाबद्दल लोकांचे काय मत आहे, याचीही बरेच वेळा कल्पना नसते. अनेकदा निवडणुकीचे निकाल अनपेक्षित असतात हेही याचे निर्देशक आहे.

संसदीय पद्धतीमुळे शासनव्यवस्थेत जनतेचा सहभाग निश्चितपणे होतो, हे आणखी एक मिथक आहे. लोकांची संख्याच एवढी असते की, त्यांचा सहभाग अशक्यप्राय असतो. प्रश्नही गुंतागुंतीचे असतात आणि अनेक प्रश्नांवर मत देण्याकरता लागणारी माहितीसुद्धा लोकांकडे नसते आणि लोकांना त्यात भाग घेण्याइतका रसही नसतो. सरकारच्या कोणत्याही खात्यात जे निर्णय रोज घ्यावे लागतात, त्यांतील कोणते निर्णय लोकांनी घ्यावे, असे तुम्हांला वाटते? आणि खरे म्हणजे निर्णय घेणारा गट जेवढे लोकांच्या मताला महत्त्व देईल, तेवढे त्याचे निर्णय फक्त नजिकच्या भविष्याचा विचार करूनच घेतले जातील. 'जनतेला नेहमी लागणाऱ्या औषधांच्या किंमतीवर नियंत्रण' आपली सरकारे ह्या प्रश्नाचा आधार किती वेळा घेतात? –त्यामुळे दोन उद्देश साध्य होतात– एक म्हणजे लोकांचे हित बघितले, असे होते व दुसरे म्हणजे आम्ही आंतरराष्ट्रीय कंपन्यांपुढे नमत नाही, हे सिद्ध होते. परिणाम? लोकांना लागणाऱ्या औषधांचे उत्पादन वाढत नाही.

थोडक्यात म्हणजे सध्याच्या पद्धतीचे समर्थन करण्यासाठी जे मुद्दे सांगितले जातात, ते काल्पनिक आहेत. आपल्या संस्थांची आज झालेली स्थिती हा त्याचा भरीव पुरावा आहे.

- ह्या पद्धतीमुळे जबाबदारपणा/उत्तरदायित्व (accountability) येते, हे खरे नाही.
- ही पद्धत प्रातिनिधिक नाही.
- ह्या पद्धतीत शासनव्यवस्थेत लोकांचा सहभाग नसतो.
- ह्या पद्धतीमुळे सरकारे स्थिर व बलवान बनत नाहीत व परिणामकारक तर निश्चितच नाहीत.
- ह्या पद्धतीमुळे विविध गट किंवा हितसंबंध एकत्र येत नाहीत.
- ह्या पद्धतीत सहमतीसाठी प्रयत्न होत नाहीत.
- ह्या पद्धतीतून जे निर्णय घेतले जातात, ते देशासाठी आवश्यक असणारे नसतात व जास्त टिकाऊही नसतात.
- निर्णय घेण्याची क्षमता असलेल्या, शासन व कायदे करणे यांची निदान आवड आहे, अशा लोकांच्या हातात सत्ता जात नाही.
- ज्यांच्या हाती सत्ता जाते, त्यांना जबाबदार धोरण ठेवण्यास ही पद्धत उद्युक्त करीत नाही.
- ज्या पायाच्या दगडांवर ही पद्धत आधारलेली असते; त्या दगडांचे, म्हणजे राजकीय पक्षांचे, जतन होत नाही.

तळटीप :

१. सी.व्ही. मधुकर, 'House this for debate?' The Indian Express, ३ जानेवारी, २००७

२. मताधिक्यावर आधारित पद्धत स्वीकारणाऱ्या अनेक देशांतही ही समस्या आहे. इंग्लंडमध्ये '१९५१ मध्ये मतदारसंख्येच्या ४०% लोकांच्या पाठिंब्यावर सरकार निवडून आले आणि श्री. ब्लेअर यांचा तिसरा दणदणीत विजय मतदान केलेल्यांपैकी २०% ते ३५% मतांवर, म्हणजे केवळ एक तृतीयांशपेक्षा किंचित जास्त मतांनी झाला. म्हणजेच मतदानास पात्र असलेल्या एकूण मतदारांमधील पाचांपैकी एकापेक्षा किंचित जास्त एवढ्याच मतदारांचा पाठिंबा सरकारला मिळाला.'– प्रा. जॉन स्पेन्सर यांच्या रॉयल सोसायटी ऑफ आर्ट्सच्या बैठकीत ५ ऑक्टोबर २००५ रोजी दिलेल्या 'ट्रबल अॅट द टॉप' ह्या भाषणातून.

३. घटना आढावा आयोगाचा अहवाल : न्या. वेंकटचलैया व इतर, नवी दिल्ली, २००२, ह्या विषयाशी संबंधित अशा दुसऱ्या एका समस्येचा आयोगाने विचार केला. ती म्हणजे मोठ्या संख्येने उभे राहणारे किंवा उभे केले जाणारे अपक्ष उमेदवार. २००४ मधील लोकसभेच्या निवडणूक निकालावरून याची थोडी कल्पना येते. लोकसभेच्या एकूण जागा ५४३ आहेत. उमेदवारांचे वर्गीकरण पुढीलप्रमाणे :

पक्ष	उमेदवारांची संख्या	अनामत जप्त झालेले उमेदवार	(२) मधील (३) चे प्रमाण (%)
	(१)	(२)	(३)
राष्ट्रीय पक्ष	१३५१	५४१	४०
राज्यपातळीवरील पक्ष	८०१	४४०	५४
नोंद न झालेले पक्ष	८९८	८६७	९६
अपक्ष	२३८५	२३७०	९९
एकूण	५४३५	४२१८	७७

गंभीर हेतू नसतानाही निवडणुकीला उभ्या राहणाऱ्या उमेदवारांना येणारा खर्च वाढावा यासाठी समितीने उपाय सुचविले आहेत.

४. 'Adversary Politics and Electoral Reform'. S.E. Finer, Anthony Wigram, London, 1975.

५. किरणोत्सर्गी पदार्थाच्या विघटनाचे मापन हे त्याच्या मूळ वस्तुमानाच्या अर्धे होईल या प्रकारे ठरवले जाते. उदाहरणार्थ खनिजापासून शुद्ध केलेले २ क्ष युरेनियमचे विघटन होऊन १ क्ष एवढ्या वस्तुमानाचे युरेनियम उरण्यास ऐंशी हजार वर्ष एवढा कालावधी लागतो. १ क्ष चा अर्धा क्ष होण्यास तेवढाच कालावधी लागतो. युरेनियम केवळ विघटनादरम्यानच धोकादायक नसून कायमच धोकादायक असते.

६. Constituent Assembly of India Debates, २५ नोव्हेंबर १९४९. ग्रंथ ६, भाग १०.

७. इंडियन एक्सप्रेस, २७ फेब्रुवारी २००७.

८. सी. व्ही. मधुकर, 'House this for debate?' The Indian Express, ३ जानेवारी २००७.

९. एन. ए. पालखीवाला, 'Constitutional changes and the Presidential System' पदवीदान समारंभातील भाषण. मद्रास विद्यापीठ, सप्टेंबर १९७९, 'We, The People' मधे. स्ट्रँड बुकस्टॉल, मुंबई, १९८४.

१०. 'The Hindustan Times' १७ नोव्हेबंर २००५.

११. एच. डब्ल्यू. आर. वेड, Contitutional Fundamentals, द हिमालयन लेक्चर्स, ३२ वी मालिका, स्टीव्हन्स, लंडन, १९८० आणि Adversary Politics and Electoral Reform, एस.ई. फायनर (संपादक), अँथनी वायग्रॅम, लंडन, १९७५.

४

अनेक शक्य प्रणालींपैकी केवळ एक

थोडक्यात, सध्याची निवडणूकपद्धती व तिच्यातून निर्माण होणारी संसदीय प्रणाली यांचे शासनव्यवस्थेच्या दृष्टीने सर्वांत घातक परिणाम असे :

- अतिशय थोडी मते पडूनसुद्धा उमेदवार निवडून येऊ शकतात.
- त्यामुळे नेत्यांना आणि उमेदवारांना समाजातील लहान आणि लहानात लहान गटांना प्रचाराचे लक्ष्य करण्यास जास्तीत जास्त उत्तेजन मिळते. आणि विशेषत: त्यामुळे जातीयवादाला खतपाणी मिळते.
- ह्यामुळे मतदारांचे विभाजन होते, जे आधीच झाले आहे. याचा परिणाम विधिमंडळांच्या विभाजनात होतो. त्यामुळे शासनाचे विभाजन होते. ह्या सर्वांचा परिणाम म्हणजे कामे करून घेण्याची पुरेशी क्षमता कोणामध्ये राहत नाही. मात्र कोणत्याही बाबतीत अडवणूक करण्याची ताकद प्रत्येकामध्ये येते.
- प्रत्येक उमेदवाराला प्रचंड पैशावर अवलंबून राहावे लागते.
- उमेदवारांना बळाचाही वापर करावा लागतो. संपूर्ण पक्षानेच हिंसक गटांची मदत घेण्याची प्रवृत्ती वाढत आहे.
- कायदे करण्याची किंवा धोरणांचे परीक्षण करण्याची क्षमता आहे किंवा निदान त्यात विशेष रस आहे, ह्या कारणामुळे उमेदवार विधिमंडळाचे सभासदत्व मिळवण्याचा प्रयत्न करतो असे नाही. ज्याच्यासाठी तो तसा प्रयत्न करतो, त्या कारणांपैकी एक म्हणजे हे सभासदत्व म्हणजे मंत्रिपद मिळवण्याची पायरी असते. विधिमंडळात प्रवेश झाला की कायद्यापासून संरक्षण मिळते. शिवाय अन्य अनेक फायद्यांचा वर्षाव होतोच. पगार, भत्ते, अधिवेशनाला हजर राहण्यासाठी, समित्यांच्या बैठकींना हजर राहण्यासाठी मानधन, घर, मोफत टेलिफोन, मोफत प्रवास, स्वस्त खान-पान सेवा... इथपासून तर आजीवन पेन्शन. ह्याशिवाय नुकत्याच उजेडात आलेल्या प्रकरणांप्रमाणे सरकारच्या बाजूने किंवा विरुद्ध मतदान करण्यासाठी मिळणारी 'बक्षिसी'! झामुमो लाच प्रकरण आठवा. खासदार मतदारसंघ विकास निधी योजनेतून (MPLADS) काढता येऊ शकणारी मलई, विधिमंडळात प्रश्न विचारण्यासाठी घेतले जाणारे 'शुल्क'...

- विधिमंडळ सदस्याचे जे खरे काम असते; ते करण्याऐवजी, यशस्वी उमेदवाराला मतदारसंघातील लोकांची वैयक्तिक कामे करण्यातच बराच वेळ घालवावा लागतो. त्यामुळे यशस्वी उमेदवाराचे काम सबंध देशासाठी कायदेविषयक व धोरणविषयक प्रस्तावांचा अभ्यास करून त्यांना आकार देणे, हे नसून आपले व आपल्या परिवाराचे प्रश्न सोडविणे हेच आहे; असे मतदारसुद्धा समजून चालतात.
- ह्या पद्धतीतून शासनव्यवस्थेशी निगडित गुंतागुंतीची अशी कामे हाताळता येण्याची क्षमता असणाऱ्या व्यक्ती मिळत नाहीत.
- राष्ट्रीय सुरक्षा किंवा आर्थिक विकास ह्यांसारख्या क्षेत्रांमधील निर्णय घेताना दूरच्या भविष्याचा विचार करावा लागतो, त्याऐवजी ह्या पद्धतीमुळे अधिकारावर असणाऱ्या व्यक्तींना नजिकच्या काळावरच नजर ठेवणे क्रमप्राप्त होते.
- अशा अनेक धोरणांचा परिणाम म्हणून समाजाच्या काही घटकांचे तात्पुरते नुकसान होणे अटळ असते. हे घटक एकत्र येऊन, सुसंघटित व आक्रमक होण्याची शक्यता असते. ह्या धोरणांचा दूरगामी फायदा अवश्य होतो आणि त्यांचा अवलंब केला नाही, तर देश संकटात येऊ शकतो. अशा धोरणांचा फायदा कालांतराने मिळतो, पण ज्यांना लाभ होणार असतो, ते समाजात विखुरलेले असतात.

रचना व वागणूक :

'कोणतीही घटना परिपूर्ण असू शकत नाही, आणि घटनेच्या मसुद्यात (draft) सुधारणा करण्यासाठी मसुदासमिती स्वतःच काही दुरुस्त्या सुचवीत आहे.'– घटना-समितीने मसुद्यावर विचार करावा, असा ठराव मांडताना डॉ. आंबेडकर म्हणाले, 'मसुदा लोकांच्या अवलोकनासाठी प्रसिद्ध करून आठ महिने झाले होते. त्याच्यावर कडाडून टीका केली गेली.' आंबेडकरांनी Government of India Act, 1935 च्या आधारे तिला सविस्तर उत्तर दिले– संघराज्याची खास वैशिष्ट्ये काय असणार आहेत, इतर देशांच्या घटनांमधील काही भागाचा अंतर्भाव आपल्या घटनेत करणे कसे गैर नाही, आपल्या प्राचीन परंपरांचे तिच्यात कुठेच प्रतिबिंब नाही, ही टीका कशी गैरलागू आहे, दुरुस्त्यांच्या संबंधीची कलमे, मूलभूत हक्क... सर्वांना त्यांनी समर्पक उत्तरे दिली. अशा प्रकारे सविस्तर उत्तर देऊन ते आपले भाषण आटोपते घेत होते. प्रांतांच्या विधिमंडळांमध्येही मसुद्यावर सविस्तर चर्चा झाल्या. मद्रास विधानसभेत आर्थिक बाबींशी संबंधित कलमांवर झालेली टीका व एका कलमाला घेण्यात आलेली हरकत सोडली तर कोणत्याही प्रांताच्या विधिमंडळाने मसुद्याला कोणतीही गंभीर हरकत घेतली नाही. 'ह्यावरून मसुदासमितीने अंतिम

स्वरूप दिलेली घटना सुरुवात करण्यासाठी चांगली आहे, असे म्हणण्याचे धाडस मी करीत आहे.' ते म्हणाले, 'माझ्या मते ती चालण्याजोगी आहे, ती लवचीक आहे व शांततेच्या किंवा युद्धाच्या काळात ती देशाला एकसंध ठेवू शकेल. जर नव्या घटनेच्या अमलाखाली परिस्थितीने अनिष्ट वळण घेतले, तर घटना वाईट आहे म्हणून नसेल तर मनुष्याच्या वाईटपणामुळे[१] असेल.' आता हे अगदी पूर्णपणे खरे आहे की, चारित्र्याला दुसरा पर्याय नाही. अशी कोणतीही गोष्ट नाही जी विकृत मनोवृत्तीचा माणूस विकृत करू शकत नाही; पण रचनांचा (structures) वर्तणुकींवर परिणाम होतो. कोर्टांमधील कामाची पद्धत इतकी दिरंगाई-प्रवण आहे, इतक्या पळवाटा असतात की शिक्षा होण्याची शक्यता अगदीच नाममात्र राहते, हे माहीत असल्याने गुन्हेगार आणखी गुन्हे करत राहण्याचे धाडस करतो.

आपण अगदी सुरुवातीला उल्लेख केलेला मुद्दा, जो सतत आपल्या नजरेसमोर असतो, तो आठवा. औद्योगिक क्षेत्रात गेल्या पंधरा वर्षांत नेत्यांची एक नवी प्रभावळ उदयाला आली आहे. नारायणमूर्ती आणि त्यांचे इन्फोसिस; अझिम प्रेमजी आणि विप्रो; एफ.सी. कोहली, रामदोराई आणि टी.सी.एस. सुनील मित्तल आणि एअरटेल... यांच्यापैकी एकाचेही नाव पंधरा वर्षांपूर्वी ऐकलेही नव्हते. देशातील वीस वर्षांपूर्वीच्या सर्वांत मोठ्या औद्योगिक घराण्यांची यादी काढली आणि तिची आजच्या सर्वांत मोठ्या औद्योगिक घराण्यांच्या यादीशी तुलना केली, तर दोन्ही याद्यांमध्ये असलेले असे बहुतेक एकच नाव आढळेल. ते म्हणजे टाटा; पण रतन टाटा यांच्या नेतृत्वाखालील आजचा टाटा समूह हा अगदी दहा वर्षांपूर्वीपेक्षाही पूर्णपणे वेगळाच आहे.

जसे औद्योगिक क्षेत्रात असे नेते येत आहेत, तसे सार्वजनिक क्षेत्रात का येत नाहीत? अगदी नेमका प्रश्न विचारायचा झाला, तर औद्योगिक क्षेत्रात नवे नेते उदयाला येत असून ते भारताला नव्या उंचीवर नेत आहेत; असे असताना सार्वजनिक जीवनात मात्र जे नेते इतरांना मागे टाकून पुढे जात आहेत, तेच शासनव्यवस्था रसातळाला नेत आहेत; असे का?

याचे उत्तर आर्थिक सुधारणांमुळे औद्योगिक क्षेत्रात जे बदल झाले, त्यात आहे. उद्योजकाला प्रगती करायची असेल, तर त्या खात्याच्या मंत्र्यांशी किंवा शासकीय अधिकाऱ्यांशी ओळख असणे, हाच १९८० पर्यंत राजमार्ग होता. त्यांची ओळख असणे, त्यांचा वापर करणे हाच प्रतिस्पर्ध्यावर मात करण्याचाही मार्ग होता. सरकारचा उपयोग करून इतरांना बाहेर ठेवणे, हा मार्ग होता. आता सुधारणांमुळे प्रतिस्पर्ध्यांना मागे टाकण्याचे मार्ग म्हणजे ग्राहकाला ओळखणे, नवे तंत्रज्ञान आणणे, उत्पादनतंत्रात सुधारणा करणे, हे आहेत. शिवाय टिकून राहायचे असेल, तर उत्कृष्टता असणे आवश्यक झाले. पुण्यातील एखादा ऑटो पार्ट बनवणारा

उद्योजक उत्कृष्ट दर्जा असल्याशिवाय देशातील तसेच परदेशातील प्रतिस्पर्ध्यांना टक्कर देणे सोडा, नुसता टिकूही शकणार नाही.

थोडक्यात म्हणजे निवडीची पद्धत आणि उत्कृष्ट असलेल्याचा शोध घेण्याचे निकष हे बदलल्यामुळेच आता औद्योगिक क्षेत्रात एवढे नवे व वेगवेगळ्या प्रकारचे नेते येत आहेत. राजकारणात ह्याच्या उलट घडले आहे. निवडीची प्रक्रिया जास्तच अयोग्य झाली आहे. याचे उदाहरण म्हणजे कर्तृत्वाच्याऐवजी जातीला महत्त्व.

मग निवड करणाऱ्यांविषयीसुद्धा एक मुद्दा आहेच. आज औद्योगिक क्षेत्रातील प्रगतीचा वेग वाढवणारे जे नेते आहेत, ते कोणत्याही UPSC ला किंवा DGTD ला सापडले नसते. प्रा. हायेक म्हणतात त्यानुसार जे अनेक घटक एकत्र येऊन 'मार्केट' बनते, त्याच्या अभ्यासातून त्यांना योग्य दिशा मिळाली. अनेक राजकीय पक्षांमध्ये निवड करणारे पक्षाधिकारी जात, पैसा किंवा गुन्हेगारांची उपलब्धता ह्या 'गुणांवर' पुढे आलेले आहेत. साहजिकच, तेही निवड करताना ह्याच 'गुणां'चा निकष लावतात.

थोडक्यात म्हणजे रचनेचा (structure) वर्तणुकीवर परिणाम होतो. त्यामुळे 'आजच्या पद्धतीत कोणते बदल केले म्हणजे अशा परिणामांची शक्यता कमीत कमी राहील' हा प्रश्न विचारणे महत्त्वाचे आहे.

लॉटरी का नको?

असे धरून चाला की निवडणुका आल्या आहेत, पण उमेदवारच नाहीत. ज्यांनी मतदान केले आहे त्या सर्वांची नावे संगणकामध्ये आहेत. संगणक त्यातून लॉटरी पद्धतीने ५४० नावे लोकसभेसाठी निवडतो. ह्या पद्धतीने एकदम नजरेत भरणारे फायदे असे असतील–

- कोणालाही एखाद्या गटाचा, जातीचा अनुनय करण्याची आवश्यकता उरणार नाही.
- त्याला किंवा त्याच्या पक्षाला पैसा खर्च करावा लागणार नाही.
- नक्षलवादी, ULFA यांसारख्या संघटनांची मदत घेण्याची व निवडणुकीनंतर त्या मदतीची परतफेड करण्याची गरज उरणार नाही.
- पक्षनेत्यांचा प्रभाव कमी होईल.
- जिंकणारा 'मतदारां'चे काहीही देणे लागणार नाही. पुढील वेळी पुन्हा निवडणूक व्हावी यासाठी त्यांच्या विशिष्ट मागण्या पुरे करणे आवश्यक राहणार नाही.
- एकूण लोकसंख्येत गुन्हेगारांचे प्रमाण हे आज निवडणूक लढवण्यासाठी ज्या संख्येने गुन्हेगार उभे केले जातात, त्यापेक्षा बरेच कमी असल्याने 'निवडून' येणाऱ्या उमेदवारांमधील गुन्हेगारी पार्श्वभूमीच्या लोकांची संख्या कमी होईल.

अर्थात ह्या पद्धतीचे दोषसुद्धा उघड आहेत. आधुनिक सरकारचा कारभार चालवण्याची क्षमता असलेले उमेदवार पुरेशा संख्येत नसतील. पण ह्या पद्धतीतील हा दोष एक सुधारणा करून काढून टाकता येईल. ती म्हणजे शासन चालविण्यासाठी आवश्यक अशी शैक्षणिक पात्रता व व्यावसायिक अनुभव ज्यांच्याकडे असेल, अशा लोकांचा अंतर्भाव लॉटरीत करायचा.

इथे फक्त दोन गोष्टींकडे लक्ष देणे गरजेचे आहे. एक, ज्या कारणांमुळे आपण कमजोर बनत आहोत, ती कारणे ही सध्याच्या पद्धतीचे अटळ परिणाम आहेत, परंतु शक्य असणारी अशी ही काही एकच पद्धती नाही. हे परिणाम दुसरी पद्धत स्वीकारून टाळता येतील. दुसरी गोष्ट अशी की, पद्धतीमध्ये कोणत्यातरी पायरीवर लॉटरीचा वापर करण्याची तरतूद ठेवली; तर भविष्यकाळात जे फायदे संभवतात, ते डोळ्यांपुढे ठेवले पाहिजेत.

आता दुसऱ्या एका प्रकारच्या लॉटरीचा विचार करा. लॉटरीचा वापर उमेदवार निवडण्यासाठी करण्याऐवजी उमेदवाराने कोणत्या मतदारसंघातून उभे राहावे, हे ठरवण्यासाठी करायचा. पक्ष आपल्या उमेदवारांची यादी निवडणूक आयोगाला पाठवतील. त्यांतील कोणत्या उमेदवाराने कोणत्या मतदारसंघातून निवडणूक लढवावी, तो मतदारसंघ लॉटरी काढून निवडायचा. आधीच्या लॉटरीचे काही फायदे ह्या पर्यायात मिळत नाहीत. आता पक्षाच्या नेत्यांचे महत्त्व अबाधित राहील. पक्षाला आजच्याप्रमाणेच सर्व शक्ती पणाला लावावी लागेल– पैसा, बळाचा वापर– पण काही फायदे राहतील. जसे पक्ष व मतदारसंघ यांचा संबंध जरा क्षीण झाला, तरी टिकून राहील, पण उमेदवार व त्याचा मतदारसंघ असा संबंध संपुष्टात येईल. आणि वरील लॉटरीत नसलेला एक फायदा ह्यात आहे. उमेदवाराला कोठूनही उभे राहावे लागणार असल्याने– उमेदवाराची निवड करताना पक्ष असा उमेदवार निवडण्याचा प्रयत्न करतील की, जो देशाच्या सर्व भागांत व समाजातील सर्व गटांना मान्य होईल. उमेदवाराला जो मतदारसंघ मिळेल, त्यात कोणत्या जातींचे कसे मिश्रण असेल; याची कल्पना आधी येणार नसल्यामुळे उमेदवार कोणत्या जातीचा आहे, ह्या गोष्टीचे महत्त्व कमी होईल.

आता तिसऱ्या एका पर्यायाचा विचार करा. आपण आधी बघितल्याप्रमाणे, मतदारसंख्येच्या केवळ १५-२०% मते पडूनही उमेदवार निवडून येऊ शकतो. यावरून मतदारसंघ जितका लहान, तितका मतदारांमधील लहानात लहान गटाला वश करून घेण्याचा प्रयत्न जास्त; असे दिसते. आता समजा पूर्ण भारत देश हा एकच मतदारसंघ आहे, असे मानू या– जसे शासनाचा प्रमुख म्हणून राष्ट्राध्यक्षाची निवड थेट मतदानाने करतात त्या 'अध्यक्षीय प्रणाली'त (Presidential System) असते तसे. अशी कोणतीच जात नाही की जी संपूर्ण देशात सर्वत्र बलवान आहे.

त्यामुळे उमेदवाराने आपण त्या जातीचे तारणहार आहोत, असे दाखवण्याचा प्रयत्न केला; तर तो मोठ्या मतांनी निवडून येईल असे होणार नाही. किंवा दुसरा, जास्त सोपा असा, मतदान करणाऱ्यांची संख्या ज्यामुळे वाढेल, असा पर्याय म्हणजे मतदान सक्तीचे करायचे. असे केले, तर मतदान करणाऱ्यांची संख्या आजच्यापेक्षा जवळ जवळ दुप्पट होईल; त्यामुळे समाजाच्या एका लहान गटाला आव्हान केले की निवडणूक जिंकता येते, असे न होता, पूर्ण समाजाला मान्य होईल अशी भूमिका उमेदवाराला घ्यावी लागेल.

अनेक प्रकारच्या प्रणाली :

आपली सध्याची प्रणाली ही शक्य असणाऱ्या प्रणालींपैकी एक आहे. शिवाय इतर प्रणालींपैकी काही आपल्या प्रणालीपेक्षा जास्त 'लोकतांत्रिक' आहेत, असे म्हणता येईल ते अशामुळे की; त्यामुळे विधिमंडळातील सभासदांचे व पक्षांचे मिश्रण हे आपल्या पद्धतीच्या तुलनेत मतदारांनी दर्शवलेल्या पसंतीच्या जास्त जवळचे असेल.

आपली सध्याची प्रणालीसुद्धा एकसंध व एकसारखी नाही. विधिमंडळ सदस्य प्रत्यक्ष मतदानाने, एका मतदाराला एक मत व ज्याला सर्वांत जास्त मते, तो निवडून आला; ह्या तत्त्वावर निवडले जातात. पण आपले राष्ट्रपती व उपराष्ट्रपती यांची निवड त्या प्रकारे होत नाही. त्यांच्या बाबतीत, प्रत्येक मतदाराच्या— संसद/ विधिमंडळ सदस्याच्या– मताचे मूल्य हे तो किती लोकसंख्येचा प्रतिनिधी आहे, तेवढे असते. आणि मतदारही केवळ 'हो' किंवा 'नाही' असे मत देत नाही. तो प्रत्येक उमेदवाराला आपली कितव्या क्रमाची पसंती आहे, याची नोंद करतो. हे वैशिष्ट्य राज्यसभेवर उमेदवार निवडण्याच्या पद्धतीतसुद्धा आहे: उदाहरणार्थ जेव्हा उत्तर प्रदेश विधिमंडळ राज्यसभेसाठी उमेदवार निवडते, तेव्हा उमेदवाराला विजय मिळवण्यासाठी पस्तीस मतांची आवश्यकता असते, असे समजू या. उत्तर प्रदेश विधिमंडळ सभासद त्यांच्या दुसऱ्या व तिसऱ्या पसंतीचे मत कोणाला आहे, तेही नोंदवतात; एखाद्या उमेदवाराची पस्तीस मते झाली की उरलेल्यांपैकी दुसऱ्या पसंतीची मते मोजून ती उरलेल्या मतदारांना वाटली जातात. ह्या पद्धतीत वाया जाणाऱ्या मतांची संख्या कमीत कमी राहते. तिच्यात मतदाराला आपली पसंती कोणत्या पक्षाला आहे, ते आणि त्या पक्षाच्या अनेक उमेदवारांपैकी कोणाला आहे, हे दर्शवता येते. दुसरे म्हणजे राज्यसभेच्या बाबतीत 'मतदारसंघाचा' म्हणजे प्रत्येक राज्याचा, आकार वेगळा असतो. जसे की ईशान्येकडील लहान राज्ये– राज्यसभेचा प्रत्येकी एकच सभासद निवडतात, तर उत्तर प्रदेश तीस सभासद निवडतो.

ह्या पद्धतीच्या जरा वेगळ्या अशा प्रकारात, प्रत्येक मतदार उमेदवाराच्या

नावाने नुसती फुली करीत नाही. कोणत्या उमेदवाराला आपली कितव्या क्रमांकाची पसंती आहे, ते त्याला दाखवावे लागते. उदाहरणार्थ पसंती क्र. १ 'क्ष'ला, पसंती क्र. २ 'य'ला, पसंती क्र. ३ 'झ'ला. यांपैकी ज्याला प्रथम पसंतीच्या एकूण मतांच्या पन्नास टक्क्यांपेक्षा जास्त मते पडली, तो 'निवडून आला' असे जाहीर केले जाते. किंवा ज्या उमेदवाराला प्रथम पसंतीची सर्वांत कमी मते पडली असतील, तो पराभूत मानला जातो व त्याची क्र. २ व ३ ची मते उरलेल्या दोन उमेदवारांमध्ये पसंती क्र. २ नुसार विभागली जातात. अशी उमेदवार बाद करण्याची व उरलेल्या उमेदवारांमध्ये मते वाटण्याची क्रिया एक उमेदवार स्पष्ट बहुमताने निवडून येईपर्यंत केली जाते. यात एक बदल शक्य आहे. मतदाराच्या प्रथम पसंतीच्या व द्वितीय पसंतीच्या मतांना एकच मूल्य मानणे योग्य नाही. प्रथम पसंतीच्या मताला ३ गुण, द्वितीय पसंतीच्या मताला २ गुण व तृतीय पसंतीच्या मताला १ गुण द्यावेत. मतदान झाल्यानंतर प्रत्येक उमेदवाराला एकूण किती गुण मिळाले, हे बघावे व ठरावीक किमान मतांपेक्षा जास्त मते, सर्वांत जास्त गुण ज्याला मिळाले, तो जिंकला असे समजावे.

आपल्या पद्धतीत आपले मतदारसंघ भौगोलिक तत्त्वावर विभागले आहेत आणि उभ्या असलेल्या अनेक उमेदवारांपैकी आपण एकालाच मत देतो. दुसऱ्या पद्धतीत मतदार हे एका उमेदवाराला नव्हे तर पक्षाने उभ्या केलेल्या उमेदवारांच्या यादीला मत देतात. मतदानात पक्षाला एकूण मतांच्या जितके टक्के मते मिळाली असतील, त्या पक्षाच्या यादीतील तितके टक्के उमेदवार निवडले जातात. जर्मनीत अर्धे उमेदवार भौगोलिक मतदारसंघातून निवडले जातात तर अर्धे यादी पद्धतीने. दुसऱ्या महायुद्धानंतर जेव्हा नवी घटना बनवली गेली, तेव्हा हे प्रमाण ६०:४० असे होते. प्रत्येक मतदार दोन मते देतो. एक मतदारसंघात उभ्या असलेल्या उमेदवाराला व एक त्याच्या पसंतीच्या पक्षाला. ह्याच्यात थोडा फरक करून आणखी एक पद्धत होऊ शकेल. पक्षाला त्याच्या यादीतील इतके उमेदवार पाठवता यावेत की जेणेकरून विधिमंडळाच्या एकंदर सभासद संख्येत पक्षाला मिळालेल्या मतांच्या प्रमाणाइतके त्या पक्षाचे सभासद होतील किंवा मतदारसंघांमधून निवडून आलेल्या त्या पक्षाच्या उमेदवारांना पडलेल्या मतांच्या प्रमाणाइतके होतील. अशा प्रकारे पक्षाच्या सभासदांची सभागृहातील संख्या पक्षाला मिळालेल्या मतांच्या प्रमाणाइतकी असेल, असे करता येईल. ज्या पक्षांना एका ठरावीक प्रमाणापेक्षाही कमी मते मिळाली, त्यांच्या जागांचे वाटप इतर पक्षांमध्ये करून किंवा सुरुवातीपासूनच काही जागा अशा वाटपासाठी रिकाम्या ठेवून हे साध्य करता येईल. भौगोलिक मतदारसंघ व 'यादी पद्धतीचे' मतदारसंघ आळीपाळीने बदलता येतील. किंवा प्रत्येक मतदाराला दोन मतांचा अधिकार दिला जावा. तो एक मत भौगोलिक

मतदारसंघ लढवणाऱ्या उमेदवाराला तर दुसरे मत यादीला देईल.

किमान मतसंख्येबद्दलचे नियमसुद्धा वेगवेगळे असतात. ज्या देशांना मतदारांच्या अगदी लहान गटांनाही प्रतिनिधित्व द्यायचे असते, ते किमान मर्यादा कमी ठेवतात. ह्या मर्यादेपेक्षा कमी मते मिळाली, तर पक्षाला आपला उमेदवार विधिमंडळात पाठवता येत नाही. ज्या देशांना ह्या प्रमाणशीर प्रतिनिधित्व पद्धतीमुळे विधिमंडळाचे फार लहान गटांमध्ये विभाजन होऊन अस्थिरता निर्माण होऊ नये असे वाटते, ते देश किमान मर्यादा वरच्या पातळीवर ठेवतात. किमान मर्यादेपेक्षा कमी मते मिळालेल्या पक्षांची मते पुन्हा वाटण्यासंबंधीसुद्धा वेगवेगळ्या देशांचे वेगवेगळे नियम आहेत. त्याशिवाय ठरवलेली किमान मते पक्षाला देशाच्या एका विभागात मिळावीत, की ठरवलेल्या अनेक विभागांमध्ये मिळावीत की संपूर्ण देशात मिळावीत याबद्दलसुद्धा देशनिहाय वेगवेगळे नियम आहेत. अशा नियमांचे मिश्रणसुद्धा असू शकते. जर्मनीमध्ये, एका पक्षाला संपूर्ण देशात किमान पाच टक्के मते मिळाली नाहीत किंवा वेगवेगळ्या विभागांतून पक्षाचे किमान तीन उमेदवार निवडून आले नाहीत, तर त्या पक्षाला 'बुंडेस्टाग'मध्ये सभासद पाठवता येत नाहीत. अस्थिर सरकारांसाठी प्रसिद्ध असलेल्या इटलीमध्ये एके काळी 'बहुमत बोनस' (Majority Premium) नावाची एक नामी तरतूद होती. ज्या पक्षाला किंवा निवडणूकपूर्व आघाडीला स्पष्ट बहुमत मिळेल, त्या पक्षाला/आघाडीला सभागृहातील एकूण जागांपैकी तीन चतुर्थांश जागा दिल्या जायच्या व इतर पक्षांना उरलेल्या एक चतुर्थांश जागा त्यांना मिळालेल्या मतांच्या प्रमाणात दिल्या जायच्या.

अशीही प्रणाली असू शकेल की, जिच्यात प्रत्येक मतदाराला दोन मते दिली जावीत– एक होकारात्मक मत व एक नकारात्मक मत. ज्या उमेदवाराला त्याला निवडून द्यायचे आहे, त्याला त्याने होकारात्मक मत द्यावे व जो उमेदवार सर्वांत कमी पसंतीचा आहे, त्याला नकारात्मक मत द्यावे. अशा पद्धतीमुळे पक्षामध्ये व उमेदवारांमध्ये जबाबदारपणा येतो, असे म्हणतात.

थोडक्यात म्हणजे, मतदार विधिमंडळावर उमेदवाराला निवडून कसे देतात, हा एकच मुद्दा घेतला, तरी आपली पद्धत ही इतर अनेक पद्धतींपैकी एक आहे. प्रत्येकीची काही चांगली वैशिष्ट्ये आहेत. सरकार किती एकसंध होते, पक्षश्रेष्ठींचा उमेदवारांवरील प्रभाव, पक्षाच्या प्रादेशिक शाखा व राष्ट्रीय नेते यांचा परस्परांवरील प्रभाव, निवडणुकीतून निघणाऱ्या अंतिम चित्रात मतदारांच्या पसंतीचे प्रतिबिंब, अशा विविध पैलूंवर प्रत्येक पद्धतीचे वेगवेगळे परिणाम होतात.

आताची प्रणाली हे केवळ एक साधन आहे.

अशी अनेक उदाहरणे देता येतील. लक्षात ठेवण्याजोगे पाच मुद्दे असे–

१. कोणतीही प्रणाली ही सध्याच्या संसदीय प्रणालीप्रमाणेच, एक साधन आहे.

देशाने काही उद्दिष्टे गाठावीत ह्या अपेक्षेने हे साधन आपल्यासारख्याच माणसांनी बनवले आहे.

२. आत्ताची प्रणाली ही प्रचलित अनेक प्रणालींपैकी केवळ एक प्रणाली आहे.

३. ती लोकशाहीची शक्य असलेली एकमेव प्रणाली नाही. अमेरिका, इंग्लंड, स्वित्झर्लंड, फ्रान्स, स्कँडिनेव्हिअन देश यांच्या प्रणाली आपल्या प्रणालीपेक्षा बऱ्याच वेगळ्या आहेत. त्याही लोकशाहीप्रवण आहेत.

४. आपली प्रणाली कागदावर कशी आहे किंवा ती बनविणाऱ्या नेत्यांच्या मनात तिची प्रत्यक्षात स्थापना केली, तेव्हा तिच्याबद्दल काय कल्पना होत्या, यापेक्षा आता वास्तवात तिचे स्वरूप कसे झाले आहे, ते बघितले पाहिजे.

५. नवी प्रणाली स्वीकारणे म्हणजे सध्याची प्रणाली बनवणाऱ्यांचा अनादर करणे असे नाही किंवा त्यांनी बनवलेल्या प्रणालीवर टीका करणे, असेही नाही. *त्या प्रणालीचे आपण काय केले आहे, तिला कोणते स्वरूप दिले आहे, ह्या वस्तुस्थितीचे हे विश्लेषण आहे.*

त्यानुसार प्रत्येक प्रणालीचा विचार करताना आपण पुढील निकष वापरणे आवश्यक आहे.

- त्या प्रणालीमुळे आपल्या देशाला ज्या प्रकारच्या कणखर शासन-व्यवस्थेची गरज आहे, तसे शासन निर्माण होत आहे का?

- विशेषत: आपल्या देशाला अतिशय मजबूत केंद्रसरकार असण्याची जी आवश्यकता आहे, तसे सरकार मिळणार आहे का?

- ज्यांच्याकडे देशाचा कारभार बघण्याची क्षमता व सचोटी आहे; आपण, आपले नातेवाईक, आपली जात यांच्या हितांपेक्षा देशाच्या हिताला जे प्राधान्य देतात; अशा योग्य प्रकारच्या व्यक्तींच्या हातांत सत्ता जात आहे का?

- सर्वांत उत्तम व बुद्धिवान लोकांमध्ये सार्वजनिक क्षेत्रात येण्याची व राहण्याची इच्छा निर्माण होत आहे का? की सार्वजनिक क्षेत्रात येणे म्हणजे पैसा कमवण्याचा खात्रीचा व झटपट मार्ग, असे मानणाऱ्या लोकांना ती आकर्षित करत आहे?

- धोरणांचा पाठपुरावा करण्यासाठी ते व सरकार आवश्यक तेवढ्या दीर्घ काळासाठी सत्तेवर राहू शकत आहेत का?

- ह्या प्रणालीमुळे त्यांना मनापासून व उत्कृष्ट काम करण्यास प्रोत्साहन मिळत आहे का?

- ह्या प्रणालीत ते जबाबदार (accountable) राहतील अशी व्यवस्था आहे का?

- नवीन व्यक्ती व गट यांना स्वीकारणे; केवळ त्यांची क्षमता, सचोटी, बुद्धिमत्ता,

लोकांच्या हितावर निष्ठा याच निकषांवर त्यांना सामावून घेण्याइतकी लवचीकता तिच्यात आहे का?

● सर्वांत महत्त्वाचे म्हणजे त्या प्रणालीत शासनाची वेगवेगळी अंगे सुधारत आहेत की त्यांची स्थिती अधिक बिकट होत आहे? म्हणजे ह्या अंगांना कीड लागली, तर तिचा नायनाट करणारी यंत्रणा परिणामकारकपणे कार्यरत आहे की तिलासुद्धा कीड लागली आहे?

● शेवटी, ज्या प्रणालीत कोणत्या प्रकारच्या वर्तणुकीला उत्तेजन दिले जाते:
  – 'कमावण्या'ऐवजी 'घेणे'.
  – कायद्याचे पालन करण्याऐवजी तो मोडणे.
  – दुसऱ्यांचे हक्क पायदळी तुडवणे किंवा त्यांचा मान राखणे.

त्या प्रणालीला येत्या काही वर्षांत कसे स्वरूप येईल, तिचे काय होईल, हे वरील प्रश्नांच्या उत्तरांवरून ठरणार आहे.

जर आपल्या सध्याच्या प्रणालीमुळे ही उद्दिष्टे साध्य होत नसतील, तर तिला पर्याय शोधणे हे आपले देशासाठीचे कर्तव्य आहे.

तळटीप :

१. Constituent Assembly Debates, Official Report, 4 November 1948, Lok Sabha Secretariat, New Delhi. Vol. VII.

५

पर्याय

आपल्याला जे दोन मूलभूत घटक आवश्यक आहेत, ते म्हणजे केंद्रात परिणामकारक, कणखर व सक्षम अशी शासन-व्यवस्था आणि जनसामान्यांमध्ये देशाविषयी आपुलकीची भावना, शासन-व्यवस्था संवेदनशील आहे अशी भावना. ही दोन उद्दिष्टे साध्य करायची असतील, तर एक म्हणजे शासन व विधिमंडळ यांच्यातील दुवा कमजोर करावा लागेल आणि स्थानिक शासन जास्त प्रभावी करावे लागेल.

ह्यांपैकी पहिले उद्दिष्ट साध्य करण्यासाठी घटनेतील दोन वैशिष्ट्यांमध्ये पुढीलप्रमाणे बदल करावा लागेल.

● शासनाच्या प्रमुखाची, म्हणजे राष्ट्राध्यक्षाची थेट निवड व्हावी.

● मंत्रिपदासाठी विधिमंडळातील किंवा बाहेरील कोणाही व्यक्तीची निवड करण्याची मोकळीक राष्ट्राध्यक्षाला असावी.

● राष्ट्राध्यक्षाची मुदत पाच वर्षे असावी. कोणाही व्यक्तीला जास्तीत जास्त दोन वेळा राष्ट्राध्यक्ष होता यावे.

राष्ट्राध्यक्षपदी निवड होण्यासाठी मतदारांच्या एकूण संख्येच्या पन्नास टक्क्यांपेक्षा जास्त मते आवश्यक असावीत. जितके उमेदवार राष्ट्राध्यक्षपदासाठी पात्र असतील व त्यांना निवडणूक लढविण्याची इच्छा असेल, त्या सर्वांना निवडणुकीला उभे राहता यावे. त्यांच्यापैकी ज्या व्यक्तीला एकूण मतदारसंख्येच्या ५०% पेक्षा जास्त मते मिळतील तो/ती राष्ट्राध्यक्ष व्हावी. जर एकाही उमेदवाराला तेवढी मते मिळाली नाहीत, तर पंधरा दिवसांच्या आत पुन्हा निवडणूक घेण्यात यावी (जसे फ्रान्समध्ये करतात) आणि ज्या दोघांना पहिल्या फेरीत सर्वांत जास्त मते मिळाली, ते दोघेच दुसऱ्या फेरीतील उमेदवार असावेत.[१] (आपल्या मतदारांपैकी अनेकांना अनेक उमेदवारांबद्दल पसंतीची मते योग्य प्रकारे नोंदवणे कठीण जाईल म्हणून, नाहीतर वेळ व खर्च वाचवण्याचा एक मार्ग म्हणजे दुसरी फेरी न घेता तिचा उद्देश पहिल्या फेरीतच साध्य करणे. पहिल्या फेरीतच मतदारांनी आपला पहिल्या पसंतीचा उमेदवार कोण, दुसऱ्या पसंतीचा उमेदवार कोण, असा सर्व उमेदवारांच्या पुढे

त्यांच्या पसंतीचा क्रम लिहायचा. पहिल्या मतमोजणीत ज्या उमेदवाराला ५०% पेक्षा जास्त मते मिळतील तो जिंकला. कोणालाच ५०% च्या वर मते मिळाली नाहीत, तर ज्याला पहिल्या पसंतीची सर्वांत कमी मते मिळाली असतील त्याला बाद करायचे. ज्यांनी त्याला प्रथम पसंती दिली होती, त्यांची दुसऱ्या पसंतीची मते त्यात्या उमेदवाराला द्यायची... एका उमेदवाराला ५०% पेक्षा जास्त मते मिळेपर्यंत असे करीत जायचे.)

महाभियोगाखेरीज राष्ट्राध्यक्षाला काढता येऊ नये. त्यासाठीसुद्धा स्पष्ट कारण असावे. दुसऱ्या शब्दांत सांगायचे झाल्यास सध्याची 'अविश्वास ठरावाचा उपयोग करण्याची तरतूद राष्ट्राध्यक्षाबाबत नसावी.'

विधिमंडळ सदस्य किंवा विधिमंडळाबाहेरील कोणत्याही व्यक्तीची मंत्री म्हणून निवड राष्ट्राध्यक्षांना करता यावी. जर विधिमंडळ सदस्याची मंत्रिपदी नेमणूक झाली, तर त्याने विधिमंडळाच्या सभासदत्वाचा राजीनामा द्यावा.

त्याला/तिला विधिमंडळाच्या अधिवेशनात व चर्चेत भाग घेण्याची परवानगी असावी. परंतु त्याला/तिला विधिमंडळाच्या कोणत्याही ठरावावर मत देण्याचा अधिकार असू नये.

'पण बाहेरच्या व्यक्तींना सभागृहाच्या कामकाजात कसा भाग घेऊ देणार? बाहेरच्या व्यक्तीला सभागृहाच्या लॉबीमध्येसुद्धा येऊ दिले जात नाही.' अशी प्रतिक्रिया म्हणजे ज्याला व्यवस्थापन तज्ज्ञ, तत्काल नकार देण्याची वृत्ती म्हणजे IRI (Instant Rejection Instinct) म्हणतात, त्याचे उदाहरण आहे– अशी प्रतिक्रिया की जी व्यक्त करून आपण स्वत:ला विचार करण्यापासून किंवा कृती करण्यापासून दूर नेतो. सध्या दोन्ही सभागृहांच्या सभासदांमधून मंत्री नेमले जातात. एका सभागृहाचे सभासद असलेले मंत्री तितक्याच हिरिरीने दुसऱ्या सभागृहातील चर्चेत भाग घेतात. ते प्रश्नांना उत्तरे देतात; पण ज्या सभागृहाचे ते सभासद नाहीत, त्या सभागृहात ते मतदानात भाग घेत नाहीत. सर्वांत ठळक उदाहरण घ्यावयाचे झाले, तर सध्याच्या पंतप्रधानानांचेच घेता येईल. ते राज्यसभेचे सभासद आहेत. त्या अर्थाने ते लोकसभेसाठी 'बाहेरचे' आहेत. ते लोकसभेच्या कामकाजात पूर्णपणे भाग घेत नाहीत का? पण तिथे ते मत देतात का?

न्यायसंस्था :

संसदेचा शासनव्यवस्थेवरील अधिकार कमी करावा. पण न्यायसंस्थेचा अधिकार कटाक्षाने जपणे आवश्यक आहे. श्रीमती इंदिरा गांधी व त्यांचे अनुयायी घटनेची ४२वी दुरुस्ती मंजूर करून घेताना काय म्हणाले होते, याची आठवण केली म्हणजे ह्याचे उद्दिष्ट लक्षात येईल. ह्याच कारणासाठी न्यायाधीशांच्या नियुक्तीची, त्यांची

बदली करण्याची, वेळप्रसंगी त्यांच्या वर्तणुकीची चौकशी करण्याची पद्धती सध्यापेक्षाही जास्त कठीण करायला हवी आणि त्यासाठी अनेक प्रस्तावही देण्यात आले आहेत. पण जसे त्या चर्चेवरूनसुद्धा दिसून येईल की, न्यायालयीन पुनरावलोकनाच्या (Judicial Review) तरतुदींचे नुसते रक्षण करणे पुरेसे नाही तर त्या तरतुदींनुसार न्यायाधीशांना दिलेले स्वातंत्र्य त्यांनी आचरणात आणले पाहिजे. ३९व्या व ४२व्या दुरुस्तीच्या माध्यमातून त्या स्वातंत्र्यावर घाला घालण्याचे प्रयत्न हाणून पाडण्यात आले. परंतु अनेकदा न्यायाधीशांनी आपणहून झुकून शासनाच्या दडपशाहीला मदत केली आहे. ह्या मुद्द्यांवर आपण ह्या पुस्तकात पुन्हा येणार आहोत.

निवडणुका व मतदान :

लहानलहान गटांचा प्रभाव कमी व्हावा यासाठी मतदान सक्तीचे असावे. इलेक्ट्रॉनिक मतदान यंत्र व सक्तीचे बहुउद्देशीय राष्ट्रीय ओळखपत्र (Multipurpose National Identity Card) ह्या दोन्हींवर बायोमेट्रिक ओळखचिन्हे असावीत.

ह्या लहान उपायांचासुद्धा उपयोग होईल. परंतु सर्वांत घृणास्पद गोष्ट म्हणजे मतदारयाद्यांमध्ये बांगलादेशी घुसखोरांची नावे भरणे. ह्या घुसखोरांची संख्या आता दोन कोटींवर पोहोचली आहे, असा अंदाज आहे. एकामागून एक आलेले राज्यपाल, हेरखाती व राष्ट्रीय सुरक्षितता ह्या विषयाचा अभ्यास करणारा प्रत्येक तज्ज्ञ– ह्या सर्वांनी म्हटले आहे की, ह्या घुसखोरांमुळे देशाच्या काही अतिशय संवेदनशील भागांतील समाजामधील लोकसंख्येचे मिश्रण पूर्णपणे बदलले आहे. एका राज्यपालांनी, ते पूर्वी इंटेलिजन्स ब्यूरोचे प्रमुख होते, अशी भीती जाहीरपणे व्यक्त केली आहे की; हे असेच चालू राहिले तर बिहार, पश्चिम बंगाल, ओरिसा व आसाम यांच्यातील भाग मिळून तिसरे इस्लामिक रिपब्लिक भारतातून निर्माण होण्याचा अतिशय वास्तव असा धोका आहे. आधीच आसामातील चाळीस टक्के मतदारसंघांतील व पश्चिम बंगालच्या एक पंचमांश मतदारसंघांमधील निवडणुकांच्या निकालांचे निर्णय घुसखोर ठरवतात. बांगला देशापासून दूर आणि राज्यकर्त्यांच्या अगदी घरातील– नवी दिल्लीतील एका मतदारसंघात त्यांचा प्रभाव जाणवतो.

ज्याचा वापर करून एकामागून एक काँग्रेस सरकारांनी बांगलादेशी घुसखोरांना शोधून काढणे व परत पाठवणे अशक्य केले, तो IMDT ॲक्ट रद्द करून सर्वोच्च न्यायालयाने राजकारण्यांना एक सणसणीत चपराक दिली. मनमोहनसिंग सरकारने अपेक्षित तेच केले. त्यांनी IMDT ॲक्टमध्ये सर्वांत घातक अशा ज्या तरतुदी होत्या, त्यांचा फॉरिनर्स ॲक्टमध्ये समावेश केला! हा बदलसुद्धा केवळ घटनेचा भंग करणाराच नाही तर राष्ट्रीय सुरक्षेला गंभीर धोका निर्माण करणारा असल्याचे नमूद करून न्यायालयाने तो रद्द केला.

ह्या बांगलादेशी घुसखोरांना शोधून काढून परत पाठवणे व त्यांची नावे मतदारयाद्यांमधून काढून टाकणे ह्याच्याइतकी महत्त्वाची निवडणूकप्रक्रियेतील सुधारणा दुसरी कोणतीही नसेल.

इलेक्ट्रॉनिक मतदान यंत्राचा वापर सुरू करूनसुद्धा मतदान केंद्रावरील अधिकारी अशिक्षित मतदाराला 'मदत करण्या'च्या नावाखाली त्याच्या आधीच 'योग्य ते' बटन दाबून मतदान करून निकालावर परिणाम करू शकतात, हे उघड गुपित आहे. अशा प्रकारची फसवणूक टाळता येण्याचे उपाय तंत्रज्ञानात उपलब्ध आहेत. मतदाराने त्याचे राष्ट्रीय ओळखपत्र दाखवल्यावरच त्याला मतदानकेंद्रात प्रवेश देणे, ओळखपत्रावर त्याच्या बोटाचा ठसा किंवा तसे एखादे जैविक (Biometric) चिन्ह असणे व त्या चिन्हाचा वापर केल्यावरच यंत्रावरचे बटण दाबता येणे, वगैरे.

शिवाय निवडणुकीच्या दिवशी मतदानकेंद्रात दिवसभरात जे काही घडेल, त्याचे चित्रीकरण करण्यासाठी कॅमेरा बसविणे सहज शक्य व्हावे. ती चित्रफीत ग्राह्य पुरावा म्हणून मानली जावी. मतदानाची वेळ संपल्याबरोबर मतदान यंत्राबरोबरच ती सील करून ठेवावी व जर एखाद्या उमेदवाराने मतदानात 'घोटाळा' झाल्याची तक्रार केली, तर पुरावा म्हणून ती चित्रफीत उपलब्ध असावी.

तिसरी गोष्ट म्हणजे निवडणुका सर्व ठिकाणी एकाच वेळी घेण्यात याव्यात. सध्या कोणती ना कोणती निवडणूक होत असते. त्वरित घेणे आवश्यक असलेले निर्णय पुढे ढकलण्यासाठी हे कारण दिले जाते. यावर उपाय म्हणून असा नियम करावा की, विधिमंडळाच्या नियुक्त काळात कोणत्याही कारणाने एखादी जागा रिकामी झाली, तर ती रिकामीच ठेवली जावी. पोटनिवडणूक घेतली जाऊ नये. एक तर गेल्या निवडणुकीत जो उमेदवार दुसऱ्या क्रमांकावर होता, त्याला ती जागा द्यावी किंवा पक्षाचे बल कमी होऊन सरकारच्या स्थैर्यावर परिणाम होईल, अशी भीती वाटत असल्यास ज्या पक्षाने ती जागा गेल्या निवडणुकीत जिंकली होती, त्या पक्षाला त्या जागेसाठी कोणाचीही नेमणूक करण्याची परवानगी द्यावी.

विधिमंडळे :

विधिमंडळांसाठी घेतल्या जाणाऱ्या निवडणुकांमध्ये तीन बदल आवश्यक आहेत:

- कोणत्याही जातीचा अथवा गटाचा प्रभाव कमी व्हावा यासाठी मतदारसंघांचे आकार वाढवण्यात यावेत.
- विजयी उमेदवार व मतदारसंघ यांच्यातील दुवा क्षीण केला जावा.
- उमेदवारांची पात्रता किंवा अपात्रता यासंबंधीचे नियम जास्त कठोर करावेत.

सर्व निवडणुका एकाच वेळी घेण्यात याव्यात; ह्याव्यतिरिक्त आवश्यक असणारे पहिले पाऊल श्री. एल. पी. सिंग यांनी 'निवडणुकीतील सुधारणा'[२] यात सुचवले आहे.

सुधारित 'यादी पद्धती'मागील विचार असा आहे : सध्याच्या 'एक मतदारसंघ-एक उमेदवार' ह्या पद्धतीमुळे निर्माण होणाऱ्या समस्या आपण आधी बघितल्या आहेत. उदाहरणार्थ, एका बाजूला आपले वैयक्तिक प्रश्न नियुक्त उमेदवाराने सोडवावेत अशी मतदारांची अपेक्षा असते तर दुसऱ्या बाजूने उमेदवाराला मतदार व त्यांचे नियंत्रक यांना इतर प्रश्नांकरता प्राधान्य द्यावे लागते. याच्या उलट, जर संपूर्ण भारत हा एकच मतदारसंघ असता, पक्षांनी आपल्या उमेदवारांची यादी द्यायची; मतदारांनी वैयक्तिक उमेदवारांना नव्हे तर पक्षाला मत द्यावयाचे; प्रत्येक पक्षाला एकूण मतांपैकी किती मते मिळाली, त्या प्रमाणात विधिमंडळात जागा दिल्या जाव्यात, अशा पद्धतीत मतदार व नियुक्त उमेदवार यांचा संबंध सध्याइतका घनिष्ट राहणार नाही व एक समस्या कमी होईल. परंतु भारत हा एक खंडप्राय देश आहे. एखाद्या व्यक्तीने केरळात फार चांगले काम केले असेल. पण तरीही तो आसामात कोणाला माहीत नाही, असे होऊ शकते.

आपला उद्देश साध्य होण्यासाठी एक उपाय आहे– एकमेकांना लागून असलेले, समजा दहा, मतदारसंघ एकत्र करायचे. प्रत्येक पक्षाने जितके मतदारसंघ एकत्रित केले असतील त्याच्या तिप्पट संख्येइतक्या उमेदवारांची यादी द्यावी. आपल्या उदाहरणाप्रमाणे प्रत्येक पक्षाने तीस उमेदवारांची यादी द्यायची, मतदारांनी पक्षाला मत द्यायचे किंवा 'वरीलपैकी कोणीही नाही' असे नकारात्मक मत द्यायचे. त्या दहा मतदारसंघांच्या गटातून प्रत्येक पक्षाने त्याला मिळालेल्या मतांच्या प्रमाणात उमेदवार 'नियुक्त' करायचे. मात्र ही निवड निवडणूक आयोगाने लॉटरी पद्धतीने करायची, असे समजा की 'क्ष' पक्षाला ३०% मते मिळाली, तर वरील दहा मतदारसंघांच्या गटातून जे दहा उमेदवार पाठवायचे त्यापैकी तीन 'क्ष' पक्षाचे असतील. ह्या दहा जागांसाठी 'क्ष'पक्षाने जी तीस उमेदवारांची यादी दिली असेल, त्यांपैकी तीन उमेदवारांची निवड निवडणूक आयोग लॉटरी पद्धतीने करेल. ते तिघेजण खासदार/आमदार होतील.

जर 'वरीलपैकी कोणीही नाही' ह्या निवडीला सर्वांत जास्त मते पडली, तर त्या मतदारसंघ गटात पुन्हा निवडणूक घेण्यात यावी आणि त्यात पूर्वीच्या यादीतील कोणीही उमेदवार नसावा.

दुसरी गोष्ट म्हणजे, श्री. बी. के. नेहरू यांनी राजाजी स्मारक व्याख्यानात सांगितल्याप्रमाणे विधिमंडळ सदस्यांना कोणतेही विशेष अधिकार किंवा सवलती नसाव्यात.[३] त्यांना वेतन मिळावे, दुसरे काहीही नाही. त्यांना शासनाने कोणतेही पद देऊ नये, कोणत्याही मंडळाचे सभासदत्व, एखाद्या महामंडळाचे अध्यक्षपद असे काहीही देऊ नये. असे केल्याने ज्यांना कायदे बनवणे, धोरण ठरवणे यांत खरोखरीच रस आहे, असे लोकच विधिमंडळात येण्याचा प्रयत्न करतील. आता जे एकामागून एक पद 'लाभाचे पद' (Office of Profit) नाही, असे जाहीर करण्याचे नाटक चालले आहे, ते नाटक बंद होईल.

अर्थात ह्याला नुसते 'नाटक' म्हणणेसुद्धा योग्य होणार नाही. कारण आधी संमत झालेला कायदा उलटा करण्याचा तो प्रयत्न आहे. मंत्रिमंडळातील मंत्र्यांची संख्या ही विधानसभेच्या सभासद संख्येच्या ठरावीक प्रमाणापेक्षा जास्त असू नये, असा कायदा संसदेने मंजूर केला. काही राज्यांमध्ये, ज्या सभासदांना मंत्रिपद देता आले नाही, त्यांना राज्य सरकारच्या महामंडळाचे अध्यक्षपद देऊन कॅबिनेट मंत्र्याचा दर्जा देण्यात आला!

तिसरी गोष्ट म्हणजे पात्रतेसाठी उमेदवारांकडे कोणत्या गोष्टी असाव्यात व कोणत्या नसाव्यात, यासंबंधीचे नियम आणखी कठोर करावेत.

शैक्षणिक पात्रतेच्या बाबतीत विधानसभेच्या व लोकसभेच्या सभासदत्वासाठी उमेदवार निदान पदवीधर तरी असावा. राज्यसभेच्या बाबतीत हे सभागृह केवळ राज्यांच्या प्रतिनिधींची सभा असण्याऐवजी ती तज्ज्ञांची सभा असावी, अशी अपेक्षा आहे. त्यामुळे केवळ पदवीधर असण्याशिवाय उमेदवाराने उद्योग, शेती वगैरे कोणत्यातरी विषयात आपले श्रेष्ठत्व सिद्ध केलेले असावे.

अपात्रतेचे नियमसुद्धा ज्या प्रकारे दिले आहेत, तो एक फार्सच आहे. ज्या नियमांनुसार गुन्हेगार लोकसुद्धा विधिमंडळांमध्ये प्रवेश मिळवू शकतात, ते नियम फार्सपेक्षाही भयंकर आहेत, असे म्हटले पाहिजे– त्याला देशाविरुद्ध केलेला गुन्हाच म्हणायला हवा. सर्वांत धोकादायक म्हणजे लोकप्रतिनिधित्व कायदा १९५१ (Representation of the People Act, 1951) याच्या कलम ८ चे उपकलम ३. पहिल्या उपकलमात अनेक गुन्ह्यांची यादी दिली असून त्यात अशी तरतूद आहे की, जर एखाद्या व्यक्तीवर त्यांपैकी कोणत्याही गुन्ह्याचा आरोप सिद्ध झाला असेल, तर त्या तारखेपासून सहा वर्षे व जर तुरुंगवासाची शिक्षा झाली असेल तर त्याची सुटका झाल्यानंतर सहा वर्षे ती व्यक्ती अपात्र राहील. (ह्या उपकलमांमध्ये एक उघड दिसणारी असंबद्धता होती, तिच्याकडे घटना आढावा आयोगाने लक्ष वेधले. उपकलम १ प्रमाणे ती व्यक्ती सहा वर्षे अपात्र असणार होती. एखाद्या व्यक्तीवर बलात्काराचा गुन्हा सिद्ध झाला, तर त्याला दहा वर्षे तुरुंगवासाची शिक्षा होते आणि त्याच्या तुरुंगवासाच्या शेवटच्या चार वर्षांमध्ये ती व्यक्ती मतदान करण्यासाठी अपात्र असते, मात्र ती व्यक्ती निवडणुकीला उभी राहू शकेल!) उपकलम ४ च्या ढिसाळ शब्दरचनेमुळे शिक्षेची जरब व प्रत्यक्ष परिणाम यांच्यावर पाणी पडले. ह्या उपकलमात म्हटले आहे की, (आधीच्या उपकलमांमध्ये) केलेल्या तरतुदी काहीही असल्या, तरी जर एखादी व्यक्ती आरोप सिद्ध झाला त्या तारखेला संसदेची किंवा राज्य विधिमंडळाची सभासद असेल, तर *त्या तारखेपासून तीन महिने व जर त्या व्यक्तीने त्या तीन महिन्यांच्या काळात अपील किंवा निर्णयाचा पुनर्विचार करावा असा अर्ज कोर्टात दाखल केला,* तर त्या अपिलाचा/अर्जाचा निकाल लागेपर्यंत अपात्रतेच्या निर्णयाची अंमलबजावणी होऊ नये.'

आता, कोणता मूर्ख तीन महिन्यात अपील करणार नाही? आणि अपील दाखल केल्यावर त्याचा प्रयत्न तारखा पुढे ढकलत राहून सुनावणी जितकी लांबवता येईल, तितकी लांबवण्याचा असेल, जेणेकरून त्याच्या आमदार/खासदार पदाची मुदत आपोआपच संपून जाईल असा राहणार.

त्यामुळे ह्यात जो पहिला बदल करणे आवश्यक आहे, तो हा की; कोणाही व्यक्तीवर न्यायालयाने आरोप निश्चित केले –मग ती व्यक्ती त्यावेळी विधिमंडळाची सभासद असो वा नसो– त्या व्यक्तीचे सभासदत्व रद्द व्हावे व तिची आरोपांतून मुक्तता होईपर्यंत निवडणूक लढवण्यास ती अपात्र असावी. ज्याच्यावर खोटे आरोप ठेवले गेले असतील, त्याचा प्रयत्न बरोबर उलट राहील– आपल्यावरील खटल्याचा लवकरात लवकर निकाल लागून आपले निरपराधित्व सिद्ध व्हावे, यासाठी तो प्रयत्नशील राहील.

'आमचे विरोधक आम्हांला खोट्या आरोपात गोवण्याचा प्रयत्न नेहमीच करत असतात.' असे राजकारण्यांचे म्हणणे असते. पण पोलिसांनी किंवा दुसऱ्या कोणी गुन्हा दाखल केला तेव्हापासून नव्हे तर *न्यायालय* आरोप निश्चित करेल, तेव्हापासूनच अपात्रता लागू व्हावी असे सुचविले आहे. ही भीती कमी व्हावी यासाठी आरोपाची निश्चिती उच्च न्यायालयाच्या न्यायाधीशाकडूनच व्हावी, अशी अट ठेवता येईल. तिसरे असे की, न्यायालय आपल्याला अनुकूल असे वागेल, अशा प्रकारच्या व्यक्तीची न्यायाधीशपदी नेमणूक केली; तर आपल्यानंतर सेवेत येणारेही तेच करून आपल्याला त्रास देऊ शकतील, हे लक्षात घेऊन उच्च चारित्र्य असणाऱ्या व्यक्तींचीच न्यायाधीशपदी नेमणूक करण्याची प्रवृत्ती आपोआप जोपासली जाईल.

दुसरा बदल जो करावा, तो असा की; ज्या गुन्ह्यांमुळे अपात्रता होऊ शकेल त्यांची यादी जास्त समावेशक करावी. सध्याच्या यादीमध्ये ज्या गुन्ह्यांसाठी पाच वर्षे किंवा त्याहून जास्त शिक्षा होऊ शकते, अशा गुन्ह्यांचा आणि खून, बलात्कार, तस्करी अशा घृणास्पद गुन्ह्यांचा समावेश आहे. कोलकाता उच्च न्यायालयाचे माजी मुख्य न्यायाधीश डी. एस. तेवाटिया म्हणतात की, ज्या माणसाचे नाव पोलिसांच्या 'बस्ता-बी'मध्ये असेल; किंवा ज्याला नैतिकदृष्ट्या हीन काम केल्याच्या आरोपाखाली दोषी ठरविण्यात आले आहे किंवा ज्याच्यावर त्या प्रकारचे आरोप निश्चित झाले आहेत; किंवा ज्याला बेपत्ता (Absconder) किंवा ज्याला दिवाळखोर (Bankrupt) म्हणून घोषित केले आहे किंवा सरकारी अथवा सार्वजनिक जागा सोडण्याबद्दल ज्याच्यावर कारवाई चालू आहे किंवा सरकार, स्थानिक संस्था, सरकारी उपक्रम किंवा बँका यांना जो थकबाकी देणे लागतो; अशा माणसाला त्याने जागा सोडेपर्यंत किंवा थकबाकी चुकती करेपर्यंत –अर्थात त्याच्या कायदेशीर अधिकारांची पायमल्ली न करता– अपात्र ठरवण्यात यावे.

वरील प्रकारच्या तरतुदींची अंमलबजावणी व्हावी ह्यासाठी घटना आढावा आयोगाने केलेली तेवढीच महत्त्वाची सूचना अशी की, गुन्हेगारीची पार्श्वभूमी असलेल्या व्यक्तीला जो पक्ष उमेदवारी देईल, त्या पक्षाची मान्यताच तत्काळ रद्द करावी.

वरील बदल करतानाच आणखी एक करायला हवे ते हे की; मंत्री, विधिमंडळ सदस्य, न्यायाधीश, शासकीय अधिकारी अशा सार्वजनिक क्षेत्रांतील व्यक्तींवरील खटल्यांचे कामकाज खंड न पडता रोजच्या रोज चालवावे व असे करण्यासाठी, आवश्यकता भासल्यास विशेष न्यायालये स्थापन करावीत. तसेच अशा खटल्यांमध्ये केवळ एक अपील –तेही सर्वोच्च न्यायालयात– करण्याची परवानगी असावी.

विधिमंडळाचे कामकाज :

यात अनेक बदल आवश्यक आहेत आणि ते किती आवश्यक आहेत, हे लक्षात येण्यासाठी तुम्हांला संसदेचे किंवा राज्य विधिमंडळाचे पूर्ण अधिवेशन बघण्याची गरज नाही. दूरदर्शनवर जे चित्रण दाखवतात, ते वरवर जरी बघितले; तरी तुम्हांला पुरेसा पुरावा मिळेल. कोणत्या प्रकारच्या बदलांची गरज आहे, ते लक्षात येण्यासाठी काही मोजकी उदाहरणे पुरेशी आहेत.

पहिली गोष्ट म्हणजे नियमांची काटेकोरपणे अंमलबजावणी. हा मुद्दा विधिमंडळांव्यतिरिक्त इतर संस्थांनाही लागू होतो. कोणत्याही कारणाने नियमाचे उल्लंघन झाले, तर त्यासाठी नियमांमध्ये असलेल्या तरतुदीनुसार जास्तीत जास्त दंड ताबडतोब झाला पाहिजे. एका नियमाची अंमलबजावणी करण्यात कसूर झाली की दुसऱ्या नियमाच्या बाबतीतही तसेच होणार. एका प्रसंगी नियम मोडण्यास कारणीभूत झालेली परिस्थिती समर्थनीय होती, असे म्हटले की दुसऱ्या प्रसंगातसुद्धा जरा नरमाई दाखवणे भाग पडते. आपल्या विधिमंडळांची जी अवस्था झाली आहे, त्याची प्राथमिक जबाबदारी साहजिकच सर्व सभासदांवर पडते, परंतु तिला सभापतीसुद्धा तेवढेच जबाबदार आहेत. नियमांची कठोरपणे अंमलबजावणी केली, तर सभासद आणखीनच आक्रमक होतील ह्या विचाराने आणि दोन्ही बाजूंच्या सभासदांना खूश ठेवण्यासाठी सभापती बहुतेक वेळा नरम धोरण स्वीकारतात. अनेकदा दूरदर्शनवर दिसणारी आक्रमकता ही पूर्वनियोजित असते. कोणत्या मुद्द्यांवर गोंधळ माजवून सभापतींपुढील हौदात कोणत्या गटाने घुसायचे, हे बहुतेक वेळा आधी चर्चा करून –आणि ही चर्चाही अगदी आनंदी वातावरणात करून– ठरवले जाते. खरे तर ह्या 'हौदा'चे नाव बदलून त्याला 'लोकशाहीची स्मशानभूमी' असे म्हणायला हवे. त्याआधीच्या चर्चेत सभागृहाचे कामकाज तहकूब होण्यासाठी किती वेळ आरडाओरडा करायचा, त्याचप्रमाणे तहकूबी अर्ध्या तासाकरिता की जेवणाच्या सुट्टीपर्यंत की पूर्ण दिवसासाठी करावी, हेही ठरते.

दुसरे म्हणजे, जर गोंधळ इतका वाढला की कामकाज चालवणेच अशक्य

झाले, तर कामकाज पूर्ण दिवसासाठी तहकूब न करता फक्त पंधरा मिनिटांसाठीच तहकूब करावे. पुन्हा गोंधळ सुरू झाला, तर पुन्हा पंधरा मिनिटांसाठी तहकूब करावे, असे दिवसभर करावे. अशी कोणतीही शाळा तुम्ही ऐकली आहे का, की जिथे विद्यार्थी दहा मिनिटे गोंधळ घालून दिवसभराची सुट्टी मिळवतात?

तिसरी गोष्ट म्हणजे कोरम (सभेचे कामकाज करण्यासाठी लागणारी किमान उपस्थिती). उपस्थिती संबंधीच्या नियमाची काटेकोरपणे अंमलबजावणी करण्याची आवश्यकता. ह्या नियमानुसार सभागृहात एकूण सभासदसंख्येच्या किमान एक दशांश इतके सभासद उपस्थित असणे आवश्यक आहे. परंतु अनेकदा उपस्थिती इतकी कमी असते की, त्यातून दोन प्रथा निर्माण झाल्या आहेत. सभागृहाचे कामकाज सुरू झाले की कोरमच्या संख्येइतके सभासद उपस्थित आहेत की नाहीत, याकडे उपस्थित सभासदांपैकी कोणी लक्ष वेधले नाही, तर सभापतींनी आपणहून बघायचे नाही, आणि कोणाही सभासदाने त्यांचे लक्ष वेधायचे नाही. खरे म्हणजे कोरमचा नियम आपोआप व कठोरपणे अमलात आणायला हवा. उपस्थितांची संख्या एक दशांशपेक्षा कमी झाली की ती तितकी भरेपर्यंत कामकाज आपोआप थांबले पाहिजे.

चौथी गोष्ट ही की 'शून्य प्रहर' (झिरो अवर) ह्यासारख्या कल्पना, ज्यात कोणीही सभासद सार्वजनिक महत्त्वाचा कोणताही मुद्दा उपस्थित करू शकतो. त्या कल्पना रद्द कराव्यात. मी जितकी वर्षे संसदेत उपस्थित होतो, त्या संपूर्ण काळात शून्य प्रहरात उपस्थित केलेल्यांपैकी अशी एकही समस्या नव्हती की जी सभागृहाचे त्या दिवसाचे नियोजित कामकाज संपल्यानंतर संध्याकाळपर्यंत थांबू शकली नसती. संध्याकाळपर्यंत जाऊ द्या, पण आत्ताच एक क्षणभरसुद्धा ही समस्या थांबू शकत नाही, अशा आग्रहामुळे सभागृहाचे कामकाज अनेकदा तहकूब करावे लागले आहे. अशा आग्रहामुळे ज्या समस्यांवर ताबडतोब चर्चा होते व त्यामुळे त्या समस्येवर तोडगा निघाला असे कधी झाले आहे का? तर नाही. ह्या हट्टाचा उपयोग समस्या सोडवण्यासाठी केला जात नाही. आपले महत्त्व सिद्ध करण्याचा तो, एक मार्ग बनला आहे. हे प्रकार बंद झालेच पाहिजेत. त्याचप्रमाणे सरकारलाही कोणत्याही प्रश्नावरील चर्चा अडवू देऊ नये. ज्या सभासदाला त्याच्या प्रश्नावर त्याच दिवशी चर्चा झाली पाहिजे, असे वाटत असेल त्याला नियोजित कामकाज संपल्यानंतर, संध्याकाळी त्यावर चर्चा घडवून आणायला परवानगी असावी आणि ह्या चर्चेच्या वेळी सर्व उपस्थित सभासदांनी थांबलेच पाहिजे, असा दंडक असावा.

पाचवा मुद्दा. सभागृहाचे कामकाज दूरदर्शनवर दाखवण्यामुळे जे फायदे झाले असते, पण हे चित्रीकरण करण्याची परवानगी फक्त सरकारी वाहिनीला दिल्यामुळे फायदे ते होत नाहीत. कारण बघणाऱ्यांना जे दिसते, ते सभागृहात काय चालले आहे ते नसते; तर त्याची सेन्सॉर केलेली आवृत्ती असते. जो सभासद बोलत असेल,

त्याच्यावरच कॅमेरा फोकस कायम ठेवला जातो आणि सभागृह किती रिकामे आहे, ते दाखवणे टाळले जाते. सरकारी वाहिन्यांबरोबर खासगी वाहिन्यांनासुद्धा कामकाजाचे प्रसारण करण्याची परवानगी द्यावी. एक गोष्ट सक्तीची करावी, ती ही की; कामकाज सुरू असताना उपस्थित सभासदांच्या संख्येचा आकडा एका कोपऱ्यात सतत दाखवत राहावे!

सहावा मुद्दा. सभासदांना संभाषण स्वातंत्र्य एका अर्थी असावे, पण दुसऱ्या अर्थी नसावे. सध्याच्या नियमांप्रमाणे एखाद्या सभासदाने त्याच्या पक्षाचा आदेश (Whip) मानला नाही, तर त्याने घटनेच्या शेड्यूल दहाचा भंग केला, असे होते. उदाहरणार्थ, समजा आरक्षण वाढवण्याच्या मुद्द्यांवर चर्चा चालू आहे व एका पक्षाने, आरक्षण वाढवण्यास विरोध केला, तर मते जातील ह्या भीतीने ठरावाला पाठिंबा देण्याचा निर्णय घेतला. परंतु त्या पक्षाच्या सभासदाने ठरावाच्या विरोधात भाषण केले व विरुद्ध मत दिले, तर तो पक्ष बदलण्याच्या (defection) आरोपास पात्र होऊन त्याचे सभागृहाचे सभासदत्व रद्द होऊ शकते. ह्या तरतुदीमुळे आपल्या विधिमंडळांमध्ये भाषणस्वातंत्र्य नसल्याप्रमाणेच आहे. दहाव्या शेड्यूलमध्ये योग्य ती दुरुस्ती करावी. सरकारने सत्तेवर राहावे की नाही, ह्या ठरावावर सभासदांनी पक्षाचा 'व्हिप' पाळणे बंधनकारक असावे व पक्षांनाही दुसऱ्या कोणत्याही मुद्द्यांवर 'व्हिप' काढण्यास बंदी असावी.

ह्या एका बाबतीत भाषण स्वांतत्र्याचा विकास करावा. परंतु दुसऱ्या एका बाबतीत त्याच्यावर बंधन घालावे. 'फिरोझ गांधी दुरुस्ती' ह्या नावाने ओळखल्या जाणाऱ्या दुरुस्तीनुसार सभासदाने सभागृहात केलेल्या कोणत्याही विधानाबद्दल कोणत्याही न्यायालयात त्याच्याविरुद्ध कारवाई करता येत नाही. दरम्यानच्या काळात जबाबदारीची कमीत कमी जाणीव असलेल्या व आपल्या हक्कांच्या बाबतीत अवास्तव कल्पना असणाऱ्या व्यक्ती विधिमंडळांच्या सभासद झाल्या आहेत. ह्या संरक्षणाचा प्रचंड गैरफायदा घेतला जातो. सभागृहाचे सभासद नसलेल्या व्यक्तींवर सर्व प्रकारचे आरोप केले जातात व वेगवेगळ्या घटनांवर व प्रश्नांवर धादांत खोटे बोलले जाते. खरे म्हणजे *अशा उच्च सभागृहाचे सभासद असल्यामुळे त्यांच्या बाबतीत नेहमीच्या बदनामीच्या कायद्यातील तरतुदींपेक्षासुद्धा जास्त कठोर निकष लागू केले जावेत.*

जबाबदारी/उत्तरदायित्व (Accountability) :

(विधिमंडळे या परिच्छेदात) ज्या दोन बदलांचा विचार केला– एक म्हणजे सभासदांवरील खटल्याचे काम रोज चालावे व दुसरा म्हणजे निकालावर फक्त एकच अपील करता यावे– ह्या बदलांमुळे जबाबदारीची जाणीव आपोआपच निर्माण

होईल. पण तरीही आणखी काही बदल आवश्यक आहेत.

ज्या कायद्यांचे उल्लंघन देशाच्या दृष्टीने विशेषकरून घातक आहे, असे काही कायदे निवडावेत. उदाहरणार्थ निवडणुका, राष्ट्रीय सुरक्षा, भ्रष्टाचार, सार्वजनिक मालमत्ता बळकावणे, अधिकाराचा गैरवापर करणे यांच्याशी संबंधित कायदे— ह्यांपैकी कोणत्याही कायद्याचे उल्लंघन सार्वजनिक क्षेत्रात काम करणाऱ्या व्यक्तीने केले, तर तिला इतरांना जरब बसेल अशी शिक्षा करावी. आरोपी जेवढा वरिष्ठ पदावर, तेवढी शिक्षा जास्त कडक असावी. एखाद्या तलाठ्याने लाच घेतली, तर तिचे दुष्परिणाम त्याच्या खेड्यापुरते किंवा फार तर सभोवारच्या दोन-चार खेड्यांपुरते सीमित राहतात, पण मंत्र्याने लाच घेतली तर त्याचे दुष्परिणाम देशभरात होऊ शकतात, कारण त्यामुळे खालच्या लोकांनाही तसेच करण्याचा जणू परवानाच मिळतो. म्हणून लाच घेतल्याबद्दल जेवढी शिक्षा तलाठ्याला होईल, त्याच्या अनेक पटींनी मोठी शिक्षा मंत्र्यांना व्हायला हवी.

दुसरे म्हणजे अशा गुन्ह्याच्या शिक्षांचे दोन भाग असावेत. ज्याच्यावर आरोप सिद्ध होईल, त्याला नुसत्या दंडाची शिक्षा न होता तुरुंगवासही अनिवार्य असावा— कारण अशा व्यक्तींवर नुसत्या दंडाचा काहीच परिणाम होत नाही आणि अशा अपराध्याला सार्वजनिक क्षेत्र कायमचे बंद व्हावे.

तिसरे असे की, ह्या क्षेत्रातील व्यक्तींवर आरोप सिद्ध होण्यासाठी लागणारा पुरावा हा भारतीय पुरावा कायद्यात (Indian Evidence Act) दिलेल्या निकषांपेक्षा जरा कमी दर्जाचा असला, तरी ग्राह्य धरावा. ज्याच्या बेडरूममध्ये अनेक कोटी रुपये नकद सापडले, अशा मंत्र्यांचीसुद्धा ठोस पुराव्याअभावी निर्दोष म्हणून सुटका व्हावी, ही कायद्याच्या व न्यायव्यवस्थेच्या दृष्टीने केवढी नामुष्कीची गोष्ट आहे!

चौथे म्हणजे, माजी मुख्य दक्षता आयुक्त एन. विठ्ठल यांनी म्हटल्याप्रमाणे बेनामी व्यवहार (बंदी) कायदा (Benami Transactions (Prohibition) Act) प्रत्यक्षात अवश्य आणावा. अजून हा कायदा अमलात आणलेला नाही, हे ह्या कायद्याच्या कचाट्यात सापडणाऱ्या व्यक्तींच्या अदृश्य शक्तीचे निर्देशक आहे. हा कायदा १९८८ मध्ये मंजूर झाला. ह्या कायद्याच्या कलम ५ प्रमाणे सर्व बेनामी मालमत्ता सरकारजमा झालीच पाहिजे व तेही कोणतीही नुकसान भरपाई किंवा किंमत न देता. हा कायदा पुढे म्हणतो की, अशी मालमत्ता कशा प्रकारे सरकारजमा करावी व त्यासाठी कोणती प्रक्रिया अनुसरावी, हे नमूद केले जाईल. कलम ८ मध्ये हे नियम व प्रक्रिया बनवण्याची जबाबदारी सरकारवर टाकण्यात आली आहे. त्यानंतर एकोणीस वर्षांत अनेक सरकारे होऊन गेली, पण हे काम अजून झालेले नाही.

हा कायदा अमलात आणावा, ह्या शिफारशीला जोरदार दुजोरा देताना घटना आढावा आयोगाने आणखी काही शिफारशी केल्या आहेत, त्याच्यावरही कार्यवाही

करणे गरजेचे आहे. दिल्ली विकास निगम विरुद्ध स्किपर कन्स्ट्रक्शन कं. प्रा. लि. ह्या खटल्याच्या संदर्भात सर्वोच्च न्यायालयाने केलेल्या ज्या सूचनांना आयोगाने दुजोरा दिला, त्या अशा : 'सार्वजनिक अधिकारपदावर (सरकारी क्षेत्रातील महामंडळांसह) असलेल्या व्यक्तींनी भ्रष्टाचार व बेकायदा कृत्ये करून मिळवलेली मालमत्ता जप्त करण्यासाठी कायदा होण्याची, समाजाच्या सध्याच्या स्थितीत, नितांत आवश्यकता आहे...' अशी मालमत्ता जप्त करण्यासाठी सर्वोच्च न्यायालयाने केलेल्या सूचनांच्या धर्तीवर कायदा करावा, असे आवाहन आयोगाने केले. ह्या आवाहनाचे निमित्त करून विनाकारण आणखी एखादा आयोग किंवा समिती नेमली जाऊ नये, यासाठी आयोगाने असेही सुचविले की; इतर काही कायद्यांच्याखाली (उदा. Smugglers and Foreign Exchange Manipulators (Forfeiture of Property Act (SAFEMA) 1976) मालमत्ता जप्त करण्याची कारवाई करण्यासाठी आधीच एक ट्रायब्युनल अस्तित्वात आहे, त्याच्याकडेच बेनामी व्यवहार कायदा १९८८ व भ्रष्टाचार प्रतिबंध कायदा १९८८ यांच्या अधिकारक्षेत्रातील प्रकरणांवर कारवाई करण्याचे काम सोपवावे.

राजकारणी व शासकीय अधिकारी ह्यांच्यावरील प्रमाणाबाहेर मालमत्ता असल्याचे अनेक खटले कसे अडकून पडले आहेत, हे बघितले की आयोगाची ह्या संबंधातील दुसरी एक शिफारस किती महत्त्वाची आहे, हे लक्षात येते. शासकीय नोकरांकडे मिळकतीच्या ज्ञात स्रोतांच्या तुलनेत जास्त मालमत्ता असल्याचे आढळून आल्यास ती जप्त करण्याची तरतूद करण्यासाठी भ्रष्टाचार प्रतिबंध कायदा, १९८८ मध्ये दुरुस्ती करावी, अशी शिफारस करताना आयोगाने ह्यासंबंधात आणखी दोन प्रस्ताव मांडले. एक म्हणजे आपले निरपराधित्व सिद्ध करण्याची जबाबदारी आरोपी अधिकाऱ्यावर असावी. 'प्रमाणाबाहेर मालमत्ता असण्याचा आरोप ज्याच्यावर सिद्ध झाला आहे, त्याने ती मालमत्ता भ्रष्टाचार करून किंवा बेकायदा व्यवहार करूनच प्राप्त केली, असे गृहीत धरावे.' असे आयोगाने सुचवले. दुसरे, आयोगाने असेही सुचवले की, अशी मालमत्ता जप्त करण्यासाठी, दाट शक्यता असण्याचा पुरावा पुरेसा मानावा. अपराध केल्यामुळे एखाद्या व्यक्तीचा फायदा झाला की नाही, हे ठरवण्यासाठी लागणारा पुरावा व जप्तीच्या हुकमात द्यावयाचे मालमत्तेचे मूल्य ह्यांचा दर्जा दिवाणी दाव्यांमध्ये असतो तेवढाच, म्हणजे 'दाट शक्यता असणे...' एवढाच असावा. ह्याचे एक उपयुक्त उदाहरण इंग्लंडच्या १९९४ च्या ड्रग ट्रॅफिकिंग ॲक्टच्या भाग २ (८) मध्ये आढळेल.

भ्रष्टाचाराच्या खटल्यांबाबतीतील अतिशय निराशाजनक अनुभवावरून आणखी दोन गरजा पुढे येतात. संपूर्ण देशात कुठेही भ्रष्टाचाराच्या प्रकरणाची चौकशी करण्याचा अधिकार असलेली एकच मध्यवर्ती यंत्रणा असावी. पन्नास हजार कोटी

रुपयांच्या तेलगी प्रकरणात कर्नाटकातील काही प्रमुख व्यक्ती गुंतलेल्या आहेत, असा संशय असताना कर्नाटक राज्य सरकारने केंद्रीय अन्वेषण ब्यूरोला (CBI ला) ह्या प्रकरणाची चौकशी करण्याची परवानगी नाकारल्यामुळे त्याची चौकशी थांबावी, ह्यासारखी न्यायव्यवस्थेची आणखी काय अवहेलना होऊ शकेल? ह्याच कारणासाठी जपानच्या धर्तीवर आपल्याकडेही 'पब्लिक प्रॉसिक्यूटर' ही स्वतंत्र संस्था असावी.

पण, अर्थात, संस्था खरोखरीच किती स्वतंत्रपणे काम करतात, हे संस्थेतील माणसांवर अवलंबून असते. त्यामुळे अशा संस्था स्थापन केल्या, तरी त्यांतील कर्मचारी कसे निवडले जातात, कोणाची निवड होते, सरकार व विधिमंडळ सदस्य त्यांना कायद्याने दिलेले स्वातंत्र्य प्रत्यक्षात किती वापरू देतात, ह्यांवर सर्व अवलंबून राहील.

फिरवणे आवश्यक आहेत, असे दोन न्यायालयीन निर्णय :

भ्रष्टाचाराची चौकशी करणारी संस्था व त्यांचा वापर करून ज्यांना त्रास देण्याचा प्रयत्न सरकारे करतील, असे निरपराध लोक ह्या दोघांच्या हिताचा एक उपाय म्हणजे अशा संस्थेचा गैरवापर करणाऱ्यांना जबरदस्त दंडाची शिक्षा ठेवावी. तसेच दंडाचा काही भाग तरी, म्हणजे संस्थेचा गैरवापर करणाऱ्याचे मोठे आर्थिक नुकसान होईल इतका, अपराध्याच्या वैयक्तिक मालमत्तेतून घेण्याची त्यात तरतूद ठेवावी. हे विशेषकरून मी नमूद करण्याचे कारण म्हणजे कॉमन कॉज विरुद्ध भारत सरकार ह्या प्रकरणात सर्वोच्च न्यायालयाने फिरवलेला स्वतःचाच निर्णय.[४] मूळ निर्णयात म्हटले होते की, सरकारी कर्मचाऱ्यांनी (Public Servants) केलेल्या गैरकृत्यांबद्दल त्यांना *व्यक्तिश:* जबाबदार धरले जाईल. त्यानुसार दोन माजी मंत्र्यांना पन्नास लाख व साठ लाख रुपयांचे दंड करण्यात आले होते.[५] परंतु काही काळानंतर कोर्टाने स्वतःचा वरील निर्णय बदलला व तसे करताना म्हटले की, मंत्र्यांच्या बेकायदा कृत्यामुळे अर्जदार 'कॉमन कॉज'चे स्वतःचे काही नुकसान झालेले नाही, त्यामुळे मंत्र्यांनी पेट्रोल पंपांचे व निवासी जागांचे जे वाटप केले होते, ते रद्द करावे अशी मागणी ते करू शकतात; पण मंत्र्यांना दंड केला जावा, अशी मागणी करू शकत नाहीत. आणि हा त्याच न्यायालयाचा निर्णय आहे ज्याने कॉमन कॉजसह अनेक संस्थांनी दाखल केलेल्या जनहित याचिकेवर (पब्लिक इंटरेस्ट लिटिगेशन) दूरगामी परिणाम असणारे निर्णय दिले होते.

अनेक प्रकरणांची आपणहून (Suo moto) दखल घेऊन त्यावर दूरगामी परिणाम असणारे निर्णय दिले, असे अभिमानाने सांगणाऱ्या न्यायालयाचाच हा निर्णय होता. शिवाय, ह्या नव्या निर्णयात कोर्टाने म्हटले आहे की, मंत्र्यांच्या वतीने सरकारलाच दंड भरावा लागणार त्यामुळे सरकारनेच सरकारला दंड भरल्याप्रमाणे होईल! कोर्टाने स्वतःचा पूर्वीचा निर्णय पुन्हा वैध ठरवावा आणि सार्वजनिक

क्षेत्रातील व्यक्तीने बेकायदा कृत्य करून त्यापासून स्वत:चा लाभ करून घेतला आहे; असे जर सिद्ध झाले, तर त्याची भरपाई/दंड त्याला स्वत:च्या पैशातून करावी लागेल, अशी तरतूद कायद्यात केली पाहिजे.

दुसरा एक न्यायालयीन निर्णय, जबाबदारपणाच्या दृष्टीने अहितकारक आहे आणि म्हणून बदलणे इष्ट होईल. सर्वोच्च न्यायालयाचा हा अनाकलनीय निर्णय झा. मु. मो. लाच प्रकरणातील आहे व त्यात कलम १०५ (२) चा जो अर्थ लावण्यात आला, त्यासंबंधीचा आहे. विधिमंडळ सदस्यांच्या स्वातंत्र्याचे रक्षण करण्यासंबंधी हे कलम आहे. त्या कलमात म्हटले आहे की, संसदेच्या कोणाही सभासदावर, त्याने संसदेत केलेल्या कोणत्याही वक्तव्यासाठी किंवा मतासाठी कोणत्याही न्यायालयात कसलीही कारवाई करता येणार नाही. अशा कायद्याच्या ढालीमुळे अयोग्य कृत्ये करणारे भारतात कसे भरभराटीला येतात, हे मागे उल्लेख केलेल्या निर्णयावरून लक्षात येईल.

श्री. नरसिंहराव यांच्या सरकारवर अविश्वासाचा ठराव आला होता. त्यांच्या बाजूने मत देण्यासाठी काही सभासदांना पैसे देण्यात आले. एका सभासदाव्यतिरिक्त इतरांनी त्याप्रमाणे मते दिली. एकाने पैसे घेतले, पण मतच दिले नाही.

पाच न्यायाधीशांच्या पीठापुढे खटल्याची सुनावणी झाली. हा खटला अटीतटीने लढवला गेला. पाचही सभासदांनी संसद सदस्य हे सार्वजनिक नोकर असल्याचा दावा केला. विशिष्ट प्रकारे मतदान करण्यासाठी किंवा बोलण्यासाठी लाच घेणे, ह्या मुद्द्याचा विचार करताना दोन न्यायाधीशांच्या मते कलम १०५ (२) मध्ये लाच देणे अथवा घेणे ह्या गुन्ह्यासाठी संरक्षण (immunity) दिलेले नाही. दोन न्यायाधीशांच्या मते ह्या कलमाखाली संसद सभासदांना संपूर्ण संरक्षण मिळते. एखाद्या खासदाराने ठरावीक प्रकारे मत देण्यासाठी किंवा बोलण्यासाठी लाच घेतली व तसे केले, तर त्याच्यावर गुन्हा दाखल करता येत नाही. कारण अशा बाबतीत लाच घेणे व सभागृहात ठरावीक प्रकारे मत देणे यांचा थेट संबंध आहे. जर सभासदाने लाच घेतली, पण ती घेताना कबूल केल्याप्रमाणे मत दिले नाही किंवा भाषण केले नाही, तर त्याने सभागृहात जे काही केले, त्याचा आणि त्या लाच घेण्याचा संबंध राहत नाही व त्यामुळे अशा परिस्थितीत त्याच्यावर कायदेशीर कारवाई करता येईल! पाचव्या न्यायाधीशाने ह्या मताला दुजोरा दिला.

याशिवाय ज्यांनी लाच घेतली, त्यांना आणखीन एका तांत्रिक बाबीचा फायदा मिळाला. खासदारांवर कायदेशीर कारवाई करण्यास संमती कोणी द्यावी, असे बचाव पक्षाने विचारले. ते कुठेच नमूद केलेले नाही. याबाबतीत दोन न्यायमूर्तींना अडचण दिसली नाही; खासदार राज्यसभेचा सभासद असेल, तर राज्यसभेच्या अध्यक्षांना व लोकसभेचा सभासद असेल, तर सभापतींना अशी संमती देण्याचा

किंवा नाकारण्याचा अधिकार आहे. दुसऱ्या दोन न्यायमूर्तींच्या मते संमती देण्याचा अधिकार कोणाचा, हे नमूद केलेले नसल्यामुळे कारवाई करता येणार नाही. एका न्यायमूर्तीने ह्या मुद्द्यांवर मत प्रदर्शन केले नाही.

तिसरी एक कुतूहलजनक गोष्टही होती. अमेरिकेच्या सर्वोच्च न्यायालयाने ब्रूस्टर प्रकरणात दिलेला निर्णय प्रसिद्ध आहे. त्यावेळी नऊ पैकी सहा न्यायमूर्तींच्या मते विधिमंडळात एखादी गोष्ट करण्यासाठी लाच घेणे, हा गुन्हा आहे. तीन न्यायाधीशांच्या मते हा गुन्हा म्हणता येणार नाही कारण तसे करण्यासाठी त्या संसद सदस्यांनी जे केले, तसे करण्यामागे त्यांचा हेतू काय होता; हे बघावे लागेल आणि तसे करणे अमेरिकेच्या घटनेला संमत नाही. झा. मु. मो. प्रकरणात दोन न्यायाधीशांनी ब्रूस्टर प्रकरणातील बहुमताच्या निर्णयाचा आधार घेतला : 'विधिमंडळातील प्रक्रियेतील प्रामाणिकपणाचे संरक्षण करण्यापलीकडे ह्या ढालीचा उपयोग करता येणार नाही.' अशा प्रकरणांची चौकशी करणे, खटला चालवणे व शिक्षा ठरवणे या कामांसाठी अमेरिकन संसद पुरेशी सक्षम नाही, असे अमेरिकन न्यायाधीशांनी व्यक्त केलेले मत योग्यच आहे, असे त्यांनी म्हटले. आणि त्यांनी एक मार्ग सुचवला. संसद सभासदांचे स्वातंत्र्य व संसदीय प्रक्रियेतील प्रामाणिकता ह्या दोन्ही गोष्टींचे रक्षण व्हावे यासाठी कलम १०५(२) मध्ये 'त्याने संसदेत केलेले कोणतेही वक्तव्य किंवा दिलेले मत' याचा अर्थ 'त्याने संसदेत केलेले कोणतेही वक्तव्य किंवा दिलेले मत यांच्यापासून निर्माण होणारी जबाबदारी' असा करावा. असे केल्याने सभासद संसदेत जे भाषण करेल, त्याबद्दल त्याच्यावर बदनामीचा आरोप करता येणार नाही; पण तो जेव्हा लाच घेईल, तेव्हा त्याच्यावर येणाऱ्या जबाबदारीचा त्याने केलेले भाषण किंवा दिलेले मत यांच्याशी संबंध राहणार नाही.

दोन न्यायाधीशांनी ब्रूस्टर निर्णयातील अल्पमताचा आधार घेतला : सभासदाने विशिष्ट प्रकारे मत देण्यासाठी किंवा बोलण्यासाठी लाच घेतली; अशा आरोपाची तपासणी करावयाची असेल, तर असे करण्यामागे सभासदाचा हेतू काय होता, हे न्यायालयाला तपासावे लागेल आणि ते करण्याचा अधिकार न्यायालयाला नाही. त्यांनी असेही म्हटले की, संबंधित सभासदांची वर्तणूक निंदनीय आहे आणि त्यांना शिक्षा व्हायलाच हवी, पण ती फक्त सभागृहच करू शकते.

घटना आढावा आयोगाने– विशेषत: न्या. बी. पी. जीवन रेड्डी यांच्या मार्गदर्शक लेखात– सर्वोच्च न्यायालयाच्या वरील निर्णयाचे विश्लेषण केले व असा निष्कर्ष काढला : 'स्वातंत्र्याच्या जाहीरनाम्याचे भ्रष्टाचाराच्या जाहीरनाम्यात रूपांतर करता येत नाही.' आयोगाने अशी शिफारस केली की, त्या कलमात दुरुस्ती करून हे स्पष्ट करावे की, सभासदांचे संरक्षण (immunity) ही जी संकल्पना आहे; तिच्यात सभागृहात विशिष्ट प्रकारे मत देणे किंवा बोलणे, यांसाठी लाच घेणे; अशा अवैध

गोष्टींचा समावेश नाही. आयोगाने पुढे सुचवले की, सभासदांवर कायदेशीर कारवाई करण्याची संमती देण्याचा किंवा नकारण्याचा निर्णय घेण्याच्या कामासाठी सभागृहाची एक विशेष समिती स्थापन करावी. अशा समितीचे संगठन, तिचा कार्यकाल वगैरे बाबींवरसुद्धा सूचना केल्या गेल्या आहेत.

आपल्या विधिमंडळांची स्थिती लक्षात घेता, वरील सूचना म्हणजे 'सभागृह हेच स्वत:च्या वर्तणुकीचे नियंत्रक आहे' ह्या दाव्याला अक्षरश: गुडघे टेकून मान्यता देण्यासारखे आहे. सभागृहाच्या समितीत सभागृहाचेच कनवाळू सभासद असणार. आणि राजकारण्यांचे जे झपाट्याने 'एकरूपीकरण' होत आहे, ते लक्षात घेता, अशा परिस्थितीत जी कठोरता लागते, ती असणार नाही. शिवाय समितीच्या सभासदांवर त्यांच्या पक्षनेत्यांचा प्रभाव राहणारच व त्यांच्या आदेशाप्रमाणे ते काय करणार– जसे न्या. रामस्वामी यांच्या महाभियोगाच्या (impeachment) ठरावाच्या वेळी घडले. उत्तम उपाय म्हणजे संबंधित कलमातच स्पष्टीकरण द्यावे व विधिमंडळ सदस्यांना लाच देणे व ती त्यांनी घेणे; हा शासकीय अधिकारी, मंत्री, न्यायाधीश ह्यांना लाच देण्यासारखाच गुन्हा असल्याची कलमे, भ्रष्टाचार प्रतिबंधक कायद्यात समाविष्ट करावीत व आरोपावरील अंतिम निर्णय न्यायालयावर सोपवावा.

अशा अत्यावश्यक गोष्टींची यादी वाढतच जाईल; पण मूलभूत मुद्दे दोन आहेत:

● शासनातील कर्मचाऱ्यांना निश्चितच जबाबदार धरण्यात यावे. ह्या तत्त्वाबद्दल दुमत असू नये. पण शासनाला, संसदेला किंवा विधिमंडळांना जबाबदार धरून सध्याच्या व्यवस्थेत हे साध्य झाले आहे, असे समजणे हे एक मिथक आहे. म्हणून निश्चितपणे उत्तरदायित्व आणण्यासाठी इतर उपायांचाही अवलंब करावा.

● नुसता कायदा करून संस्था, लोकायुक्त, लोकपाल यांची पदे निर्माण करून उत्तरदायित्व निर्माण होणार नाही, त्यासाठी ह्या पदांवर निष्पक्ष/स्वतंत्र व्यक्तींची नेमणूक करणे व अशा नेमलेल्या व्यक्तींनी त्यांना कायद्याने दिलेले स्वातंत्र्य प्रत्यक्षात वापरणे आवश्यक आहे.

आपल्या नजिकच्या भूतकाळातील काही घटनांकडे नजर टाकल्यास वरील उपायांची आवश्यकता पटावी. आता आपण तिकडेच वळू या.

तळटीप :

१. ह्या बाबतीत घटनाआढावा आयोगामध्ये काय घडले, ते वाचणे खरोखरीच क्लेशकारक आहे. अहवालाचे प्रमुख लेखक सुभाष कश्यप यांना त्यांची असहमती दर्शवणारी सूचना अहवालाला जोडणे आवश्यक वाटले. त्या सूचनेमध्ये त्यांनी असे

म्हटले आहे की, आयोगाने सक्तीचे मतदान व ५०% अधिक १ मते अशी शिफारस करण्याचे ठरवले होते आणि मग संपादकीय समितीने आयोगाच्या निर्णयाचा समावेश असलेल्या मसुद्याची शिफारस एकमताने केली होती; पण एकाएकी ते सौम्य करण्यात येऊन गाळण्यात आले. ह्या दोन्ही मुद्द्यांवर काय ठरले होते, ते आपल्या असहमतीच्या सूचनेमध्ये नमूद करणे कश्यप यांना आवश्यक वाटले. त्यांनी जे नमूद केले, ते असे...

...प्रकरण ४, निवडणूक प्रक्रिया व राजकीय पक्ष? ह्यासंबंधी पुढे नमूद केलेले मुसदा व संपादकीय समितीचे एकमताने घेतलेले निर्णय, जे आयोगाने पूर्वी घेतलेल्या निर्णयावर आधारित होते व ज्यात फक्त एका सभासदाने (अ) बद्दल शंका व्यक्त केली होती, ते मी पुन्हा मांडतो–

अ. दुसरा दृष्टिकोन, जो आपण विचारावा अशी आयोगाने शिफारस केली आहे, असे सुचवितो की, फक्त ५०% +१ ह्या तत्त्वावर जिंकलेले प्रतिनिधीच असावेत. जर, पहिल्या फेरीत कोणालाच ५०% पेक्षा जास्त मते मिळाली नाहीत, तर दुसऱ्याच दिवशी किंवा शक्य तेवढ्या लवकर सर्वांत जास्त मते मिळवणाऱ्या दोन उमेदवारांमध्ये निवडणूक घ्यावी व त्यात ज्याला ५०% पेक्षा जास्त मते पडतील तो जिंकावा. अनेक संस्थांकडून व व्यक्तींकडून आलेल्या निवेदनांमध्ये योग्य प्रतिनिधित्वाचे उद्दिष्ट साध्य करण्याच्या दृष्टीने ह्या पर्यायाचे समर्थन केले होते. निवडणुकीच्या दुसऱ्या फेरीची (run off election) व्यवस्था करणे कठीण नाही, याला मुख्य निवडणूक आयुक्तांनी दुजोरा दिला. खरे म्हणजे काही मतदारसंघांमध्ये निवडणुकीची दुसरी फेरी म्हणजे फेरनिवडणुकीप्रमाणेच असते. मतदारयाद्यांचे नूतनीकरण नसते, उमेदवारांची नावे नव्याने दाखल करावी लागत नाहीत, नव्या प्रचारमोहिमा नसतात, वगैरे. मतदानकेंद्र तेच असते, तेथील कर्मचारीसुद्धा तेच असतात, त्यामुळे फार जादा खर्च किंवा नवी सुरक्षा व्यवस्था, असे प्रश्न नसतात. ५०% +१ ह्या तत्त्वाचे फायदे अनेक आहेत. एक म्हणजे त्यामुळे प्रातिनिधिकतेचा प्रश्न सुटतो. दुसरे म्हणजे मतदारांना करण्यात येणारे आवाहन जास्त व्यापक करणे हे अनेक राजकीय पक्षांच्या हिताचे होते. राजकीय भाषणांची व घोषणांची भाषासुद्धा संकुचितऐवजी विशाल दृष्टिकोनाशी सुसंगत अशी बनते. विस्तृत मतदारसंघ डोळ्यांपुढे ठेवायचा असल्याने संकुचित व फुटीर प्रश्नांऐवजी शासनव्यवस्थेतील सुधारणेसारख्या उपयुक्त विषयांवर चर्चा होईल. इलेक्ट्रॉनिक मतदान यंत्रे असल्यामुळे देशभरात दोन दिवस निवडणूक घेता येईल. दुसरा दिवस दुसऱ्या फेरीसाठी ठेवता येईल. संगणकाच्या साहाय्याने पहिल्या दिवसाच्या अखेरीस ५०% पेक्षा जास्त मते मिळून कोणी विजयी झाला आहे का व दुसऱ्या फेरीची गरज आहे का, हे कळू शकेल. दुसरी फेरी आवश्यक असेल, तर तिच्या घोषणेत दोन उमेदवार कोणते, त्यांची नावे जाहीर करता येतील. अंतिम निकाल इतर निकालांबरोबर जाहीर करता येईल. ह्या कल्पनेची अंमलबजावणी योग्य प्रकारे केल्यास राजकीय पक्षांना व उमेदवारांना आपल्या पहिल्याच फेरीत ५०% पेक्षा जास्त गुण कसे पडतील, असा विचार करणे

भाग पडेल. ह्यामुळे निवडणूक गांभीर्याने न लढविणारे उमेदवार निवडणुकीच्या रिंगणात उतरणार नाहीत. निवडणुकीपूर्वीच पक्ष एकत्र येऊन आघाडी स्थापन करण्यास प्रोत्साहन मिळेल व ह्यातून सरकारांना परिपक्वता व स्थैर्य लाभेल. पहिल्या काही निवडणुकींमध्ये कदाचित दोन फेऱ्यांची गरज बरेचदा भासेल, पण हळूहळू असे प्रसंग कमी होतील.

ह्या प्रस्तावावर लोकांचा प्रतिसाद सकारात्मक होता. आयोगातसुद्धा त्याला मोठा पाठिंबा होता आणि हा एक प्रस्ताव असा होता की, त्यामुळे देशात ऐक्यभाव वाढवण्याची तसेच जातिभेदाचा व धर्मभेदाचा नि:पात करण्याची क्षमता होती.

(ब) काही विचारवंत व सुज्ञ नागरिकांनी सुचवले आहे की, मतदान करणे ही नागरिकांची अटळ जबाबदारी करण्यात यावी. अनेक देशांमध्ये ते सक्तीचे आहे. माजी राष्ट्राध्यक्ष श्री. एस. वेंकटरामन यांच्यासह अनेक मान्यवर नागरिकांनीसुद्धा मतदान सक्तीचे करण्यास पाठिंबा दिला आहे. प्रत्येक मतदाता मतदान करेल ह्याची खात्री करून घेण्याचे काम खेडे पातळीवर, ग्रामपंचायतीवर सोपवावे; असे त्यांनी सुचवले. मतदान सक्तीचे करण्याचा एक फायदा म्हणजे मतदान करून आपण उमेदवारावर उपकार करत नसून नागरिक म्हणून आपले कर्तव्य बजावत आहोत, याची त्याला जाणीव होते.

आयोगाची अशी शिफारस आहे की, मतदान करणे ही नागरिकाची मूलभूत जबाबदारी आहे, असे समजून ते सक्तीचे करण्यात यावे.

२. L.P. Sing, Electoral Reform'.: Uppal Publishing House. दिल्ली. १९८६.

३. बी. के. नेहरू. "Thoughts on Our Present Discontents" मध्ये 'Aproposal for constitutional Reform" यात. Allied, दिल्ली.

४. (1999) 6 SCC 667.

५. कॉमन कॉज विरुद्ध भारत सरकार (१९९६) 6 SCC 530. कॉमन कॉज प्रकरणातील तसेच पुढे चर्चा केलेला जे. एम. एम. लाच प्रकरणावरील निर्णयांची न्या. जीवन रेड्डी यांनी घटनेच्या कामाचे अवलोकन करणाऱ्या आयोगासाठी लिहिलेल्या दोन महत्त्वाच्या निबंधांमध्ये चर्चा आहे. (Report of the National Commission to Review The Working of The Constitution, New Delhi. 2002, Volume II. Consultation Papers on 'Immunity of Legislators' and 'Probity in Governance.' त्याच भागातील पी. एम. बक्षी यांनी लिहिलेला 'Liability of the State in Tort'. हा लेख पाहा.)

६. पी. व्ही. नरसिंहराव वि. भारत (CBI/SPE), (1998), 4 SCC 626.

७. मागीलप्रमाणे.

सार्वभौमत्व प्रसारक

६

'जागरूक व तत्पर' सम्राट

श्रीमती इंदिरा गांधींची १९७१ मध्ये मोठ्या बहुमताने लोकसभेवर निवड झाली होती. श्रीमती गांधी यांनी विजय मिळवण्यासाठी अनुचित मार्गांचा अवलंब केल्याचा आरोप करून पराभूत उमेदवार राज नारायण यांनी तसा अर्ज दाखल केला. खटल्याचे काम १९७१ पासून चालू होते. १२ जून १९७५ ला अलाहाबाद उच्च न्यायालयाचे न्यायमूर्ती जगमोहन लाल सिन्हा यांनी निकाल दिला व दोन कारणांवरून निवडणुकीत अनुचित मार्गाचा अवलंब केल्याच्या आरोपाखाली श्रीमती गांधींना दोषी ठरवले– एक, त्यांनी राज्य सरकारच्या कर्मचाऱ्यांचा वापर केला व दोन, त्यांचे निवडणूक साहाय्यक, त्यांचे विश्वासू मदतनीस यशपाल कपूर हे निवडणुकीच्या वेळी सरकारी कर्मचारी होते.

सर्वोच्च न्यायालयात अपील दखल केले गेले. न्या. कृष्णा अय्यर हे रजेच्या काळातील न्यायाधीश होते. त्यांनी २४ जून १९७५ ला काही अटींवर स्थगिती दिली. श्रीमती गांधींचे लोकसभेचे सभासदत्व व पंतप्रधानपद चालू राहील. लोकसभेच्या कामकाजात त्या भाग घेऊ शकतील, पण मत देऊ शकणार नाहीत. न्यायमूर्ती अतिशय काटेकोर होते. त्यांनी असे नमूद केले की, उच्च न्यायालयाचा निर्णय शेवटी कदाचित रद्दही होऊ शकेल, परंतु तसे होईपर्यंत तो अमलात राहील. 'अखेरीस, उच्च न्यायालयाचा निष्कर्ष, शेवटी तो कितीही क्षीण असल्याचे सिद्ध झाले तरी तो रद्द होईपर्यंत अमलात राहणारच' कायदा कठोर असेल, ज्या कारणांच्या आधारे त्यांना दोषी ठरवण्यात आले आहे, ती क्षुल्लक असतील, परंतु जोपर्यंत कायदा असा आहे आणि जोपर्यंत उच्च न्यायालयाचा निर्णय रद्द होत नाही, तोपर्यंत तो आपल्यावर बंधनकारक राहणार व 'कालमान्य कायद्याच्या वातावरणात बसलो असताना माझ्यासमोर येणाऱ्या दाव्यांचा ह्या न्यायालयाच्या उच्च तत्त्वांनुसार विचार करणे मला अपरिहार्य आहे.' आपल्या निर्णयाचा सद्य:स्थितीवर फारसा परिणाम होणार नाही. लोकसभेचे अधिवेशन सध्या सुरू नसल्याने श्रीमती गांधींना लोकसभेत मतदानात भाग घेता येणार नाही, ही अट केवळ तांत्रिक महत्त्वाची आहे.

आपल्या आदेशामुळे श्रीमती गांधींचे लोकसभेचे सभासदत्वाला तसेच त्यांच्या पंतप्रधानपदाच्या वैधतेला बाधा येत नाही, हे त्यांनी निदर्शनाला आणले. ह्या प्रकरणाच्या दूरगामी, व्यापक परिणामांची त्यांना पूर्ण जाणीव होती. न्यायालयातील कामकाज करताना एका गोष्टीची जाणीव ठेवली पाहिजे ती ही की, मानवी इतिहास हा समाजातील प्रवाहांनी, शक्तींनी घडतो, कायद्यातील बारकावे किंवा न्यायालयातील वादविवाद यांनी नाही. जीवन हे कायद्यापेक्षा मोठे आहे; ह्याची जाणीव न्यायाधीशांनी न्याय करताना आणि निर्णय देताना ठेवली पाहिजे. कायद्याचा अधिकार हा प्रवाही, प्रगतिशील व सामाजिक परिस्थितीतील बदलांची जाण असणारा असला पाहिजे. सुनावणीच्या दरम्यान जे पूर्वाधार (precedents) देण्यात आले होते, त्यांची न्यायमूर्तींनी 'जुन्या कागदपत्रांच्या ढिगाऱ्यातील काही निर्णय' अशा शब्दांत संभावना केली व ते म्हणाले, 'व्यापक अर्थाने न्याय हे जर उद्दिष्ट असेल –आणि ह्या न्यायालयाचे ते उद्दिष्ट आहे– तर न्यायालयाने ती जबाबदारी पेलली पाहिजे.' आणि मग त्यांनी एक महत्त्वाचा व्यवहार्य सल्ला दिला, 'कायदा कठोर असला, तरी न्यायालयाला त्याचाच आधार घ्यावा लागतो. पण त्यावरून *जागरूक विधिमंडळांनी सावध होऊन योग्य ती कृती त्वरित करणे आवश्यक असते.'*

हे घडले २४ जून १९७५ रोजी.

श्रीमती गांधींच्या अपिलाची सुनावणी ११ ऑगस्ट १९७५ ला ठेवण्यात आली.

'जागरूक' सरकारने संसदेचे अधिवेशन तातडीने बोलावले. सरकारचे संसदेतील तातडीचे काम करण्यासाठी हे अधिवेशन बोलावण्यात आल्याचे मंत्र्यांनी जाहीर केले. नेहमी ज्याचे स्तोम माजवले जाते, त्या कामकाज पद्धतीच्या नियमांना फाटा दिला गेला. प्रश्नांचा तास पुढे ढकलण्यास किंवा रद्द करण्यास सभासदांचा नेहमी तीव्र विरोध असतो, पण तोही रद्द केला गेला...

४ ऑगस्ट १९७५ ला लोकसभा सदस्यांच्या हातात 'निवडणूक कायदे (दुरुस्ती) विधेयक' (Election Law: (Amendment) Bill) एकाएकी देण्यात आले. विधेयकाबरोबर जोडलेल्या स्पष्टीकरणाच्या नोटमध्ये म्हटले होते : 'चालू अधिवेशन अल्प काळासाठी आहे व हे विधेयक ह्याच अधिवेशनात संमत होणे आवश्यक आहे, हे लक्षात घेता सभापतींच्या आदेशातील (Directions of the Speaker) आदेश १९(ब) चे पालन करता येणे शक्य नाही.'

'परंतु अशा विधेयकासाठी जी पूर्वसूचना देणे आवश्यक असते, तीसुद्धा न देण्याचे कारण दिलेले नाही.' श्री. मोहन धारिया यांनी निदर्शनाला आणले, 'पंतप्रधानांच्या अपिलाची सर्वोच्च न्यायालयात ११ ऑगस्टला सुनावणी आहे, म्हणून हे विधेयक आणण्यात येत आहे का? ही इतकी घाई का?' यावर संसदीय

कामकाज मंत्री म्हणाले की, मी आधी म्हणाल्याप्रमाणे हे अधिवेशन सरकारी कामकाज करून घेण्यासाठी बोलावण्यात आले आहे व सर्व मंत्री आर्थिक कार्यक्रमाच्या अंमलबजावणीत गुंतलेले असल्यामुळे, हे अधिवेशन त्रोटकच असणार आहे.

पण सरकारचे काम म्हणजे काम! त्या सार्वभौम सभागृहाच्या अध्यक्षपदी असणाऱ्या सभापतींनी विधेयक मांडायला परवानगी दिली...

'सर, विधेयक अगदी साधे आहे.' कायदा व न्यायमंत्री एच. आर. गोखले प्रस्तावना करीत म्हणाले, आणि हे वाक्य ते पुढील काही दिवसांत अनेकदा म्हणणार होते. त्यात एवढेच म्हटले होते की, उमेदवार निवडणुकीला उभा राहण्याची तारीख ही निवडणूक आयोगाने निवडणूक जाहीर केल्याची तारीख धरली जावी, आधीची नव्हे; अशी दुरुस्ती सध्याच्या कायद्यात करावी. न्या. सिन्हा यांनी श्रीमती गांधी यांना ज्या तारखेला उमेदवार म्हणून धरले होते, त्या तारखेला त्यांना उमेदवार म्हणून समजले जाऊ नये; ह्या उद्देशाने केलेला हा खटाटोप होता.

'दुसरे, विधेयकाच्या तरतुदीनुसार जर एखाद्या सरकारी नोकराने त्याचे अधिकृत काम करताना एखाद्या उमेदवाराला किंवा त्याच्या प्रतिनिधीला किंवा उमेदवाराची संमती असलेल्या कोणत्याही माणसाला काही सोयी पुरवल्या किंवा त्याच्यासाठी काही व्यवस्था केली, तर तसे केल्यामुळे उमेदवाराला निवडून येण्यास मदत झाली, असे समजण्यात येऊ नये.' पुन्हा, न्या. सिन्हा यांनी दिलेल्या एका कारणाची वासलात लावण्यासाठी हा तोडगा काढण्यात आला.

तिसरे, ज्या तारखेला एखाद्या सरकारी कर्मचाऱ्याची नेमणूक किंवा राजीनामा सरकारी गॅझेटमध्ये प्रसिद्ध केला असेल, तोच त्याच्या नेमणुकीच्या किंवा राजीनाम्याच्या तारखेचा निर्णायक पुरावा समजण्यात यावा. हा आणखी एका कारणावरील उतारा...

पण अलाहाबाद उच्च न्यायालयाने तर श्रीमती गांधींना आधीच दोषी ठरवले होते. हरकत नाही, संसद सार्वभौम आहे! तिला सांगितले गेले की, ही 'स्पष्टीकरणे' हा कायदा मंजूर होण्यापूर्वीच्या निवडणुकांनासुद्धा पुढील बाबतींत लागू होतील जर–

१. त्या निवडणुकीसंबंधीचा अर्ज हा कायदा लागू झाल्यानंतर केला असेल, किंवा

२. त्या निवडणुकीसंबंधीचा अर्ज हा कायदा लागू होण्याच्या आधी कोणत्याही उच्च न्यायालयापुढे विचाराधीन असेल, किंवा

३. हा कायदा लागू होण्याच्या आधी निवडणूक अर्जावर कोणत्याही उच्च न्यायालयाने निर्णय दिला आहे, पण त्यावर सर्वोच्च न्यायालयापुढे अपील दाखल केलेले नाही, किंवा

४. मूळ कायद्याच्या कलम ९८ किंवा ९९ खाली केलेल्या निवडणूक अर्जावर उच्च न्यायालयाने दिलेल्या निर्णयावरील अपील हा कायदा लागू होण्याच्या वेळी सर्वोच्च न्यायालयाच्या विचाराधीन असेल.

समजले? आणि तीन दिवसांत दुसऱ्या एका साधनाचा वापर करून हे बदल –जी केवळ स्पष्टीकरणे आहेत, असे कायदामंत्री म्हणत होते– सर्व न्यायालयांच्या अधिकारकक्षेच्या बाहेर काढण्यात आले. त्यांना 'स्विस तिजोरी'त– घटनेच्या ९ व्या सूचीमध्ये (9th Schedule) घालण्यात आले.

'सर, ह्या विधेयकातील तरतुदी अगदी साध्या आहेत,' गोखले पुन्हा एकदा म्हणाले, 'सहज समजण्यासारख्या व ज्या खूप आधीच करायला हव्या होत्या अशा आहेत. आणि आणखी एक बदल करण्यात येणार आहे. सध्याच्या कायद्याप्रमाणे निवडणुकीतील भ्रष्ट कृत्यांबद्दल न्यायालयाने उमेदवाराला दोषी ठरवले की त्या क्षणापासून तो आपोआप अपात्र होतो– न्या. कृष्णा अय्यर यांचे उद्गार आठवतात? म्हणून आता ह्यापुढे न्यायालयाने उमेदवाराला दोषी ठरवले की ते प्रकरण राष्ट्रपतींकडे पाठवण्यात येईल. मग उमेदवाराच्या हातून घडलेली 'चूक' त्याला अपात्र ठरवण्याइतकी गंभीर आहे का, हे ते ठरवतील. हे करताना ते निवडणूक आयोगाचा सल्ला घेतील. अर्थात, वरील बदल भूतकाळापासून लागू होणार असल्यामुळे व ज्यांच्यावर न्यायालयाचा निर्णय झालेला आहे, पण अपील केले असून त्यावर निर्णय व्हायचा आहे; अशा प्रकरणांनासुद्धा लागू होणार असल्यामुळे तो श्रीमती गांधी ह्यांच्या प्रकरणालासुद्धा लागू होईल, हे मंत्रिमहाशयांना सांगायची गरज पडली नाही. वस्तुस्थिती अशी आहे की, ह्या विधेयकाचा मसुदा सादर झाल्यावर आणखी काही त्रासदायक वाटणारी कलमे लक्षात आल्यामुळे आधी वितरित केलेल्या मसुद्यातसुद्धा दुरुस्त्या कराव्या लागल्या.'

कायदेमंत्र्यांनंतर मोहन धारिया बोलायला उठले, 'सर, आपण जेव्हा देशात कायद्याचे राज्य आहे, असे म्हणतो; तेव्हा तो कायदा काही व्यक्तींची सोय होण्यासाठी केला जावा, ही अतिशय दुर्दैवाची बाब आहे... अलाहाबाद उच्च न्यायालयाच्या निर्णयातील गुणदोषांबद्दल न बोलता माझ्या मनात अजिबात शंका नाही की, कायदेमंत्र्यांनी सभागृहापुढे ठेवलेल्या सुधारित स्वरूपातील ह्या विधेयकाचा उद्देश न्यायालयाने जे मुद्दे अर्जदाराच्या बाजूने व पंतप्रधानांच्या विरोधात असल्याचे ठरवले, त्या मुद्द्यांना बगल देणे, हा आहे. तसेच ह्या प्रकरणात केवळ गुणदोषांच्या आधारावर निर्णय करण्याचा सर्वोच्च न्यायालयाचा अधिकारही हिरावून घेतला जात आहे.' सरकार म्हणते की, त्यांचा २० कलमी कार्यक्रम आहे. ते पुढे म्हणाले, 'पण वास्तवात हा २०+१ कलमी कार्यक्रम आहे. जास्तीचे एक कलम म्हणजे अलाहाबाद न्यायालयाच्या निर्णयापासून पंतप्रधानांना वाचवणे.'

हे जरा 'अति' झाले. त्यावेळी आणीबाणी चालू होती. हजारो लोकांना आधीच तुरुंगात टाकले गेले होते. ती वेळ इमानदारी दाखवण्याची होती. सभापतींनी धारियांना का अडवले, ते कारण लक्षात घेण्यासारखे आहे. 'संसदेवर असा हेतूचा आरोप करू नका. *संसद ही एक सार्वभौम संस्था आहे.*' जे संसदेला गुलामगिरीत

ढकलण्याच्या प्रयत्नांना मदत करत होते, तेच बोलले!

धारिया म्हणाले, 'मी इतर कोणाइतकाच संसदेच्या सार्वभौमत्वाचे रक्षण करणारा आहे; पण संसद व संसदीय संस्थांवरील हा सर्वांत मोठा हल्ला शासनाने चढवला आहे.'

त्यांच्या भाषणात सतत व्यत्यय आणण्यात येत होता; पण त्या सार्वभौम सभागृहाला हे सांगण्यात ते यशस्वी झाले की, 'मी आपल्यापुढे याचना करतो की, देशात जी हुकूमशाही सुरू करण्यात आली आहे, तिची सोय बघणाऱ्या ठिकाणात ह्या सभागृहाचे रूपांतर करू नका.'

व्यत्यय व आरडाओरडा आणखी वाढला. 'मी घाबरणारा नाही. तुम्ही आरडाओरड करा. आणखी आरडाओरडा करा, पण अशा रीतीने तुम्ही मला घाबरवून टाकू शकणार नाही. मला सभागृहाला सांगायचे आहे की, हे विधेयक म्हणजे येणाऱ्या हुकूमशाहीला संसदेने शरण जाणे आहे आणि म्हणून मी ह्या विधेयकाला सर्व शक्तिनिशी विरोध करत आहे.' धारिया म्हणाले.

सभापतींनी कम्युनिस्ट नेते इंद्रजित गुप्ता यांना बोलण्यासाठी पुकारले. 'सभापती महोदय, एखाद्या विशिष्ट व्यक्तीला एखाद्या विशिष्ट वेळी ह्या दुरुस्त्यांचा फायदा होत आहे की नाही याचा व ह्या दुरुस्तीच्या गुणांचा (Merit) संबंध नाही.' त्यांनी विरोधाभासावर लक्ष केंद्रित करून शब्दांवर जोर देत बोलायला सुरुवात केली. धारियांनी त्यांच्या (कम्युनिस्ट) पक्षाचा त्याग केला, अशा आशयाचा शेरा पुढे मारला. ते सूत्र इतरांनी पकडले. 'ते उपजत दलबदलू आहेत.' कोणतरी ओरडले.

'ह्या दुरुस्त्यांचा फायदा फक्त पंतप्रधानांनाच मिळणार आहे असे नाही. त्यामुळे त्यात गैर काही नाही. त्यांचा लाभ इतर सर्वांनाच होईल.' अशा शब्दांत इंद्रजित गुप्तांनी समर्थन केले.

आणि मग त्याला विरोधी असा युक्तिवाद करताना, 'ही (दुरुस्ती) आत्ताच का करण्यात येत आहे, याचे कारण देशातील प्रत्येकाला ठाऊक आहे. त्यात गैर काय आहे?' असे विचारले गेले. त्यांनी चर्चेला लगेचच तत्त्वाच्या व विचारप्रणालीच्या उच्चपातळीवर नेले.

उच्च न्यायालयाच्या निर्णयातून काही मुद्दे प्रकाशात आले. त्यांच्यावर ह्या विधेयकात चर्चा करण्यात आली आहे. आणि ते योग्यच आहे. काही लोक म्हणतात की; शासन, विधिमंडळ व न्यायसंस्था हे समान दर्जाचे तीन स्तंभ आहेत. हे आम्हांला मान्य नाही. गुप्ता म्हणाले, *'संसद ही लोकांच्या सार्वभौम इच्छांचे प्रतिनिधित्व करते. आपण बघितले आहे की, पूर्वी संसदेने घेतलेले निर्णय, अगदी ह्याच सभागृहाचे निर्णयसुद्धा, कुठेतरी बसणाऱ्या कोणत्यातरी न्यायाधीशांनी उधळून लावले. आणि तीच ही न्यायसंस्था असल्यामुळे– न्यायसंस्थेबद्दल पूर्ण आदर*

बाळगून जनतेच्या सार्वभौम इच्छांचे प्रतिनिधित्व करणाऱ्या संसदेपेक्षा तिला वरचे स्थान दिले जाऊ नये.'

न्यायालयीन निर्णय कितीतरी वेळा परस्परविरोधी असतात. आणि ते काहीही असो, ह्या दुरुस्त्यांचा विषय 'इतका काही मूलभूत विषय नाही आणि मूळ कारण म्हणजे हे (विधेयक) सर्वांनाच लागू होणार आहे. आज ते श्रीमती इंदिरा गांधींना लागू होते की नाही, *याच्याशी मला काही देणेघेणे नाही*. ह्यापुढे ते सर्वांनाच लागू होणार आहे.'– संभ्रम निर्माण करणाऱ्यांचा नेहमीचा मुद्दा.

'मग त्याला भूतकाळापासून का लागू करणार?' मोहन धारियांनी प्रश्न केला.

'जी काही कारणे आता 'पेंडिंग' आहेत त्या सर्वांना हे लागू होईल.' गुप्ता म्हणाले, 'फक्त श्रीमती इंदिरा गांधींचेच प्रकरण नाही. इतरही प्रकरणे पेंडिंग असतील.'

धारिया : 'अशी किती प्रकरणे आहेत?'

गुप्ता : 'मला माहीत नाही.'

धारिया : 'किती प्रकरणे आहेत, ते त्यांनी आम्हांला सांगू द्या.'

'त्यांच्या' बाजूने : फक्त शांतता.

इंद्रजित गुप्तांनी एक-एक दुरुस्ती घेऊन तिचे फायदे सांगण्यास सुरुवात केली, आणि मग ते विचारप्रणालीच्या, 'बूझ्र्वा राष्ट्रा'च्या, मुद्द्यांकडे वळले. 'सर्वोच्च न्यायालयाचे अधिकार काढून घेण्याविषयी बोलायचे झाले, तर सर्वोच्च न्यायालयाचे अनेक अधिकार काढून घ्यावेत; अशा मताचा मी आहे. आणि मला वाटते त्या दृष्टीने आणखी काही करण्यात येईल. सर्वोच्च न्यायालयाला उच्च स्थानावर बसवण्याची माझी तयारी नाही. *संसद सार्वभौम आहे. नाहीतर लोकशाहीला 'रामराम' ठोका.'*

पण आपण स्वतंत्र मताचे आहोत, असेही दाखवावे लागते. तेव्हा, संयुक्त समितीने निवडणूक कायद्यासंदर्भात ज्या अनेक शिफारशी केल्या होत्या, त्या ह्या विधेयकात आणलेल्या दिसत नाहीत; अशी तक्रार त्यांनी केली.

त्यानंतर आणखी फक्त एक पुरोगामी सभासद बोलला.

त्यावर ही 'राष्ट्रीय चर्चा' संपली. गोखलेंना इंद्रजित गुप्तांनी चांगलाच आधार दिला होता. 'धारियांनी उपस्थित केलेले मुद्दे पूर्णपणे गैरलागू व विषयाशी संबंध नसलेले आहेत.' त्यांनी प्रस्तावना केली. त्यांनी त्या दुरुस्त्यांचा संबंध सार्वभौमत्वाशी जोडला. न्यायालयाचा निर्णय रद्द करण्यासाठी ह्या दुरुस्त्या केल्याने संसदेचे सार्वभौमत्व सिद्ध होईल– असा त्यांचा युक्तिवाद होता. *'न्यायालयीन निर्णयाने जेव्हा संसदेच्या वर्चस्वाला व सार्वभौमत्वाला आव्हान दिले, तेव्हा ह्या संसदेने आपले वर्चस्व सिद्ध केले. संसदेकडे पूर्वी नेहमीच असलेले, व जे भविष्यातही*

कायम राहील असे मी ठामपणे सांगतो ते, वर्चस्व व सार्वभौमत्व प्रस्थापित करण्यासाठी ह्या संसदेने पूर्वी किती प्रसंगांत पुढाकार घेतला, ह्याची मी आपल्याला आठवण करून देण्याची गरज नाही.'

आणि मग, सरकार ज्याची योजना आधीच आखत होते, त्याची कल्पना देणारे ते दुर्दैवी शब्द उमटले : *'भविष्यात संसदेच्या अंतिम शब्दाला आव्हान दिले जाईल अशी परिस्थिती उत्पन्न होऊ नये म्हणून आपल्याला कदाचित अगदी घटनेचेसुद्धा संपूर्ण पुनरावलोकन करावे लागेल, ह्या मताशी मी सहमत आहे.'* जनतेचे आणि म्हणून संसदेचे सार्वभौमत्व प्रस्थापित करण्यामागील युक्तिवाद आपल्याला कुठे घेऊन गेला, ते आपण लवकरच बघू.

विधेयक संमत झाले. मतांचा हिशेब ठेवण्याची गरजही भासली नाही– इतक्या प्रचंड मतांनी त्या सार्वभौम संसद सदस्यांनी न्यायालयाचा निर्णय हाणून पाडण्यासाठी आपल्या सार्वभौम हक्काचा उपयोग केला.

हे ५ ऑगस्ट १९७५ ला घडले. पण ही आणीबाणी होती. गाड्या वेळेवर वेगाने धावत होत्या. संसदेला मागे राहून कसे चालेल? त्यामुळे दुसऱ्याच दिवशी, ६ ऑगस्टला विधेयक राज्यसभेपुढे मांडले गेले.

तिथे कोणी धारिया नव्हते. 'विधेयक अगदी साधे आहे' गोखल्यांनी पुन्हा सुरू केले. 'विधेयकाच्या तरतुदी अगदी सोप्या आणि आधीच करावयाला हव्या होत्या अशा आहेत.' गोखल्यांव्यतिरिक्त फक्त दोनच सभासद बोलले. दोघांनीही दुरुस्त्यांची मुक्तकंठाने भलावण केली. अधिकृत नोंदीमध्ये त्यांच्या भाषणाच्या नोंदीने तेवीस स्तंभ भरले आहेत, त्यांपैकी एकवीस स्तंभ कम्युनिस्ट नेते भूपेश गुप्ता यांच्या भाषणाने घेतले. त्यांचे लोकसभेतील सहकारी इंद्रजित गुप्ता यांच्यापेक्षाही त्यांची 'बूझ्र्वा' मर्यादांपासून जास्त मुक्तता झाल्याचे दिसले.

'हे प्रकरण राजकीय संदर्भात आलेले आहे,' भूपेश गुप्ता म्हणाले, 'नाहीतर ह्या दुरुस्त्यांकडे कोणाचे इतके लक्ष गेले नसते... ज्या पार्श्वभूमीवर हे विधेयक आले आहे, तिची मला जाणीव आहे. पण मला त्याबद्दल काही खंत वाटत नाही.' ह्या प्रकारच्या युक्तिवादामुळे गोखल्यांना आणखी धीर आला असणार. 'दुसऱ्या सभागृहात माननीय सभासद श्री. मोहन धारिया म्हणाले की, हे विधेयक एका विशिष्ट प्रकरणासाठी आणलेले आहे आणि ते म्हणजे पंतप्रधानांवरील खटला. सर, ह्यामुळे ज्यांना अपराधी वाटत आहे, त्यांच्यापैकी मी नाही... देशाच्या किंवा संसदेच्या कारकिर्दीत, देशातील राजकारणात अशी वेळ येते की, अनुभवातून एक नवी दृष्टी मिळते आणि समोर असलेल्या आव्हानाचा सामना करून निर्णय घ्यावे लागतात.

'सर, अनेक गोष्टी अशा असतात की, त्या आधीच करायला हव्या होत्या. पण मग त्या परिस्थितीच्या रेट्यामुळे एखाद्या निर्णायक क्षणी करणे भाग पडते. त्यात

गैर काय आहे?' त्यांनी विचारले, 'देशातील एका न्यायालयातील कोण्या एका न्यायाधीशाने देशाच्या पंतप्रधानांना निवडणुकीत भ्रष्ट मार्गाचा अवलंब केला, अशा आरोपाखाली बावीस वर्षांपूर्वी संमत झालेल्या कायद्यानुसार दोषी ठरवून त्यांना सत्तेवरून दूर करावे व त्यांना निवडणूक लढण्यास बंदी घालावी, हा एक विनोद आहे.

'खरा प्रश्न हा आहे की, सार्वभौम कोण आहे? केवळ त्याने पंतप्रधानांच्या खटल्याचा निवाडा केला आणि त्याला काही तांत्रिक, वैधानिक असे कायद्याचे छोटेसे उल्लंघन केलेले आढळले म्हणून पंतप्रधानांनी सत्तेवर राहावे की नाही, हे त्याने, एका न्यायाधीशाने ठरवावे, ही गोष्ट आपण मान्य करायची? एका न्यायाधीशाच्या हातात असा अधिकार देण्याची आपली तयारी आहे? हा एकट्या पंतप्रधानांचा प्रश्न नाही. *संसदेचे, वैधानिक संस्थांचे सार्वभौमत्व... याच्या मुळाशी त्याचा संबंध आहे...*

'सर, पंतप्रधानांच्या खटल्याच्या संदर्भात काही प्रश्न निर्माण झाला, म्हणून आम्ही इतके अस्वस्थ झालो आहोत, असे कोणी म्हटले तर त्यात चुकीचे काय आहे?... पंतप्रधान हे पद, ही संस्था महत्त्वाची, निर्णायक आहेच...

'गोलकनाथ खटल्यामध्ये सर्वोच्च न्यायालयाच्या न्यायमूर्तींनी आपला निर्णय फिरवून कायद्यांच्या आणि घटनेच्या क्षेत्रात, आणि त्याहून महत्त्वाचे म्हणजे देशाच्या सामाजिक-आर्थिक जीवनात गोंधळ निर्माण केला, व प्रतिक्रियावादी शक्तींना मुक्तद्वार दिले आणि सुब्बाराव, मसानी ह्यांसारख्या लोकांना स्वातंत्र्याचे व लोहशाहीचे खंदे पुरस्कर्ते कसे बनवले, हे बघितले नाही?' सर्वोच्च न्यायालयाच्या पीठावर येऊन गेलेल्या एका श्रेष्ठ न्यायमूर्तींविषयी ते काय म्हणाले ते पाहा. गुप्ता आणि त्यांचे साथीदार हे बांधिलकी मानणाऱ्या न्यायसंस्थेच्या (Committed Judiciary) मोठ्या समर्थकांपैकी होते, हे लक्षात घ्या...'

'न्यायाधीश म्हणजे कोणी देवदूत नव्हेत.' ते म्हणाले, 'त्यांच्यावरही समाजाच्या मतांचा प्रभाव, दबाव असतोच. ते समाजाच्या प्रभावापासून पूर्णपणे मुक्त नसतात.' आणि मग ज्याच्यातून कोणी कसाही अर्थ काढावा, असे एक सूचक विधान : 'त्यांचे कुटुंबीय आणि आजूबाजूचे यांच्याविषयी मी वाईट शब्द उच्चारीत नाही.' करून मग ते मुद्यावर आले : 'म्हणून, सर, अलाहाबाद निर्णय हा पारदर्शक व निर्दोष आहे, त्याच्याविषयी कोणताही संशय घेऊ नये. त्याच्याविषयी काही प्रश्न निर्माण होऊ नयेत, असा आहे. असा उथळ दृष्टिकोन मी घेऊ शकत नाही. त्याच्याबद्दल जे कायद्याशी संलग्न प्रश्न आहेत, त्यांचा विचार सर्वोच्च न्यायालय करेलच.' खरे म्हणजे सर्वोच्च न्यायालय हा निर्णय रद्द करेल असा आपला अंदाज असल्याचेही, ते म्हणाले. युक्तिवाद बघा : न्यायाधीश देवदूत नसतात त्यामुळे

न्यायाधीशसुद्धा दबावाला बळी पडू शकतात त्यामुळे अलाहाबाद निर्णय संशयातीत आहे, असे म्हणता येणार नाही; त्यामुळे तो संशयास्पद आहे.

सर्वोच्च न्यायालय हा निर्णय रद्द करणार असा कॉम्रेडसाहेबांनी व्यक्त केलेला अंदाजसुद्धा लक्षात घ्या आणि पुढे ते काय म्हणाले, ते बघा.

न्यायाधीशांवर आणि त्यामुळे त्यांच्या निर्णयावर संशयाचे शिंतोडे उडवल्यावर ते कॉम्रेड मंडळींच्या आवडत्या अशा कारस्थान सिद्धान्तावर आले.

'विरोधी पक्षांनी इतका गदारोळ केला आहे की, अलाहाबाद निर्णय म्हणजे जणू काही परमेश्वरवाणी आहे, जी तत्काळ मान्य केलीच पाहिजे; नाहीतर आपल्यावर आकाश कोसळून पडेल.

'पण मी सांगतो, अलाहाबाद निर्णयाला राजकीय रंग आहे.

'सर, मी तुम्हांला सांगतो, आज जे सगळे आपल्या देशाविरुद्ध आरडाओरडा करत आहेत, त्यांना निर्णय कसा असणार, हे आधीच कळले होते...'

बीबीसीवर बातमी आली, 'हा बीबीसीचा निर्णय आहे. बीबीसीने सांगितले तसा अलाहाबादने निर्णय दिला.' असे पिल्लू सोडल्यावर लगेच ते म्हणाले, 'आता त्या दोघांचा संबंध असेल किंवा नसेलही शेवटी आपण राजकारणी आहोत, न्यायाधीश नाही.' कदाचित म्हणूनच त्यांच्यासारख्यांना 'कारस्थान' सिद्धान्त रचण्याचा अधिकार प्राप्त होतो.

'बीबीसीवरील प्रसारण व न्यायमूर्ती जगमोहनलाल सिन्हा यांचा निर्णय यांच्यात काय संबंध आहे, ते आपण शोधून काढले पाहिजे.'

सोव्हिएट युनिअनच्या बाजूचा असे समजले जाणाऱ्या एका सभासदाने ही बातमी 'इंटरनॅशनल हेरॉल्ड ट्रिब्यून'मध्येही आली आहे, असे म्हणत 'कारस्थाना'चे क्षेत्र आणखी वाढवले.

भूपेश गुप्ता आता अगदी 'फॉर्मात' आले होते. नेहमीचे शब्द अगदी सहज वाटत होते : 'बीबीसीने भांडवलशाहीच्या, शत्रुत्वाच्या, द्वेषाच्या आणि आपल्या देशाविषयी तिरस्कार असणाऱ्या भाषेत जे सांगितले; तेच अलाहाबाद निर्णयात कायद्याच्या भाषेत सांगितले आहे...

'हा निर्णय म्हणजे उजव्या पक्षांना हल्ल्यासाठी मिळालेले हत्यार आहे.'

अलाहाबाद उच्च न्यायालयाचा निर्णय काय असू शकेल, ह्याबद्दल बीबीसीला अंदाज बांधता आला, याचा अर्थ अलाहाबाद उच्च न्यायालय व बीबीसी यांनी कटकारस्थान केले; असा जर होत असेल, तर 'सर्वोच्च न्यायालय हा निर्णय रद्द करेल, असा माझा अंदाज आहे' असे म्हणणारे भूपेश गुप्ता आणि सर्वोच्च न्यायालय यांचेही एक कारस्थान आहे, असाही अर्थ नाही का होणार?

पण भूपेश गुप्ता फक्त संशयावरच थांबणार नव्हते. ते आता 'सार्वभौमत्वा'वर

आले. पंतप्रधान कोण असावे, हे कोण ठरवणार? केवळ एका न्यायाधीशाचा निर्णय? *'सर, ह्याच्यामुळे जनतेच्या इच्छांचे प्रतिनिधित्व करणाऱ्या देशाच्या ह्या सार्वभौम संसदेची जागा न्यायालय घेत आहे.'*

त्यानंतर ते राष्ट्रीय स्वयंसेवक संघ व आनंदमार्गी यांच्यावर घसरले. 'कधीकधी संकटामुळे माणसातील उत्तम गुण दिसून येतात, त्याप्रमाणेच समाजाने पूर्वी जे करायला हवे होते पण राहून गेले आहे, असे उपाय करण्यास संकटे भाग पाडतात, तेच आपण आता करणार आहोत.

'त्यामुळे आपल्याला अपराधी वाटण्याचे काही कारण नाही... लोक म्हणतात तुम्ही पंतप्रधानांना पाठिंबा देत आहात. होय, पण आमचा पाठिंबा व्यक्तीला नाही. राजकीय जीवनातील काही मूलभूत गोष्टींना आम्ही पाठिंबा देत आहोत. 'पंतप्रधान' ह्या संस्थेवर आनंदमार्गी, आर.एस.एस आणि त्यांचे उजवे राजकीय पित्ते करत होते, तसे हल्ले करून ती संस्था खिळखिळी केलेली आम्हांला चालणार नाही. हा लोकशाहीच्या रक्षणाचा प्रश्न आहे. हा इंदिरा गांधींच्या रक्षणाचा प्रश्न नाही. इंदिरा गांधी स्वत:चे रक्षण करायला समर्थ आहेत. शिवाय त्यांचे इतके समर्थक आहेतच...

'परंतु देशाचा एक नागरिक म्हणून, एक लोकशाहीवादी म्हणून, आपल्या देशातील कामगारांचा कैवारी म्हणून, प्रतिक्रियावादी व क्रांतिविरोधक शक्तींना चिरडून पुढे जाण्यावर विश्वास असणारा या नात्याने पंतप्रधान पद आणि त्याच्याशी संबंधित अशा काही प्रथांचे न्यायसंस्थेच्या अतिक्रमणापासून रक्षण करणे मला आवडेल...

'आज प्रश्न फक्त एका इंदिरा गांधींचा नाही, प्रश्न आहे तो संसदव्यवस्थेचा, ज्यामध्ये पंतप्रधान एक मध्यवर्ती भूमिका पार पाडतो.'

अशा प्रकारे एका व्यक्तीला वाचवण्यासाठी तयार करण्यात आलेला कायदा, हा संस्थेच्या रक्षणासाठी केलेला कायदा होतो. जो कायदा संसद लाचार असल्यामुळे संमत झाला, तो कायदा संसदेच्या सार्वभौमत्वाचे रक्षण करण्यासाठी अत्यावश्यक असा झाला.

अशा रीतीने एकदा तत्त्व प्रस्थापित केल्यानंतर गुप्तांनी ते निवडणूक कायद्याच्या पलीकडील गोष्टींनाही लागू केले. 'न्यायालयांच्या संबंधात आणखी बदल केले, तर फार बरे होईल. न्यायालयाने प्रत्येक गोष्टीचा न्यायनिवाडा कशाला करावा?' आपली घटना आहे आणि तिने मालमत्ता हा मूलभूत हक्क केला आहे... आणि मग संसदेतून कोणाला अपात्र ठरवावे, ही बाब एका न्यायाधीशावर, एका न्यायालयावर सोडण्यासारखी नाही. 'तिचा संबंध फक्त कायद्याशी नाही. आपल्या संस्था, संसदीय संस्था कशा काम करत आहेत, ह्याच्याशी तिचा संबंध आहे. ही बाब लोकशाहीच्या मुळाशी जाणारी आहे. संसदेचे सभासद कोणी राहावे किंवा कोणी राहू नये,

पंतप्रधानपदावर कोणी राहावे व कोणी राहू नये; हे न्यायाधीशाने का म्हणून ठरवावे? हे जनतेने विधिमंडळांमधील तिच्या प्रतिनिधींच्या माध्यमातून ठरवावे...'

सार्वभौमत्व, प्रश्न हा आहे की, सार्वभौम कोण आहे? 'सर, अशा प्रकारच्या परिस्थितीत न्यायालयाचा अधिकार चालणे अगदी अनावश्यक आहे. पंतप्रधानांच्या खटल्यामुळे सध्याच्या कायद्यातील एक चुकीची समजूत उजेडात आली आहे आणि ती दूर करण्यासाठी आपण कायद्यात दुरुस्ती करत आहोत. देशाचा पंतप्रधान कोण असावा, हे फक्त काही तांत्रिक गुन्ह्यांच्या मुद्द्यांवरून न्यायाधीशाने ठरवायचे?– देशाला तो हवा आहे की नाही, संसदेला तो हवा आहे की नाही, ह्याचा विचार न करता? तो एकमेव निर्णयकर्ता असावा?'

पण हे फक्त एक पाऊल झाले. सार्वभौमत्वाच्या आणखी मागण्या आहेत. 'इतर अनेक बाबतींतसुद्धा न्यायालयाचा अधिकार काढून घेतला पाहिजे.' बीबीसीप्रमाणे, काय घडणार आहे याची पूर्वसूचना देत गुप्ता म्हणाले, '*सर, सामाजिक व राजकीय धोरणांच्या बाबतीत, ज्यांचा देशाच्या भविष्याशी संबंध आहे अशा बाबी देशाने, आणि देशाच्या वतीने संसदेने आपल्या हातात घेतल्या पाहिजेत. ह्या गोष्टी आपण ह्या न्यायाधीशांच्या किंवा सर्व न्यायाधीशांच्यासुद्धा; समजुती, पूर्वग्रह, कल, त्यांचे शिक्षण आणि ज्ञान यांच्यावर सोडता कामा नयेत. तसे आपल्याला करता येणार नाही. ते आपल्या अधिकारकक्षेत असले पाहिजे आणि संसदेचे हे सार्वभौमत्व लोकशाहीच्या संकल्पनेप्रमाणेच आहे.*

'आपण कायदे करायचे आणि त्याचा अर्थ न्यायालयाने लावायचा असेही योग्य नाही. जर संसदेने मंजूर केलेला एखादा कायदा स्पष्ट नसेल, तर तो दुरुस्त करणे हे आमचे काम आहे– जसे आत्ता ह्याबाबतीत आपण करत आहोत. 'साधा अर्थ काय ते सांगणे हे आमचे काम आहे आणि एखादी गोष्ट स्पष्ट नसेल, तर तिचा अर्थ सांगणे हे संसदेचे काम आहे. न्यायालयाचे नाही. म्हणून सर, उच्च न्यायालये व सर्वोच्च न्यायालय यांच्या, कायद्याचा अन्वयार्थ लावण्याच्या, अधिकाराचे पुनरावलोकन केले पाहिजे. न्यायालयाने कोणत्या भागाचा अन्वयार्थ लावावा, हे आपल्याला कळले पाहिजे. कोणत्या भागाचा अन्वयार्थ लावण्याचा अधिकार न्यायालयाला द्यावयाचा नाही, ते आपण नमूद केले पाहिजे. त्या भागाचा अर्थ लावण्याचे काम आम्ही सार्वभौम संसदेमध्ये व विधिमंडळांमध्ये करू...'

आता 'कारस्थान' सिद्धान्ताविषयी : 'विरोधी पक्ष जो युक्तिवाद करतो, तो पाश्चिमात्य वृत्तपत्रे, पाश्चिमात्य टीव्ही, पाश्चिमात्य रेडिओ ह्यांवरून जे रोज प्रसृत होते, त्यावर आधारित असते. विशेषतः अमेरिका, पश्चिम जर्मनी, ब्रिटन व विशेषतः फ्रान्स यांच्या राज्य उलथून टाकणाऱ्या प्रतिक्रियावादी, जातीयवादी शक्ती आणि जे आपले कुटील राजकीय हेतू साध्य करण्यासाठी आनंदमार्गी, आर.एस.एस ह्यांच्याबरोबर

हातमिळवणी करण्यास तयार असतात... अंतर्गत प्रतिक्रियावादी शक्ती आणि बाहेरील साम्राज्यवादी व नव-वसाहतवादी शक्ती यांचे हे कारस्थान.'

थोड्याच वेळात कायदामंत्री गोखले उभे राहिले. 'अध्यक्ष महोदय, माझे सन्माननीय मित्र श्री. भूपेश गुप्ता यांनी वक्तृत्वाच्या दृष्टीनेच नव्हे तर आशयाच्या दृष्टीनेसुद्धा तार्किक, मुद्देसूद व तडफदार भाषण केले. त्याबद्दल मी त्यांचा अत्यंत ऋणी आहे...' त्यांचे माननीय मित्र जे-जे काही बोलले, त्या सर्वांशी ते सहमत होते... आणि मग, ज्याचे आधीच नियोजन चालले होते, त्याची थोडी पूर्वकल्पना देणारे शब्द आले : *'मला स्वत:ला असे वाटत आले आहे आणि आपल्यापैकी बहुतेकांना तसेच वाटते याबद्दल माझी खात्री आहे की, आपण राज्यघटनेच्या संपूर्ण चौकटीकडे पुन्हा एकदा बघितले पाहिजे आणि तेही शक्य तितक्या लवकर...'* सध्याच्या निवडणूक कायद्याबद्दल बोलायचे झाल्यास राष्ट्रपती, उपराष्ट्रपती, पंतप्रधान, सभापती ही मोठी पदे आहेत. माझ्या मते ह्या व्यक्ती जनतेच्या व मतदारसंघाच्या प्रचंड बहुमताने निवडल्या जात असताना त्यांची निवड न्यायालयाच्या निरीक्षणास पात्र असावी, हे अगदी हास्यास्पद आहे...'

विधेयक मंजूर करण्यात आले– त्याच्या बाजूने किती मते पडली, त्याची नोंद करण्याची गरज वाटली नाही.

हे झाले ६ ऑगस्ट १९७५ ला.

आणखी एक सार्वभौम कृत्य :

निवडणूक कायद्यात इतकी मोजमापे घेऊन केलेली दुरुस्ती पुरेशी होईल, याची खात्री न वाटून आणि श्रीमती गांधींच्या अपिलाची सुनावणी ११ ऑगस्टला आहे, हे लक्षात घेऊन, दुसऱ्या दिवशी, म्हणजे ७ ऑगस्टला, सरकारने ३९ व्या घटनादुरुस्तीचे विधेयक लोकसभेपुढे घाईघाईने आणले. ही सर्वसमावेशक दुरुस्ती केवळ दोन तासांत मंजूर केली गेली. दुसऱ्याच दिवशी ती दुरुस्ती, सार्वभौमत्वाचा दुसरा स्तंभ असलेल्या राज्यसभेच्या पुढे ठेवण्यात आली. त्याच्या पुढील दिवस शनिवार होता. हरकत नाही. राज्यांच्या विधानसभांची आपत्कालीन अधिवेशने बोलावली गेली. त्यांनी दुरुस्त्या मंजूर केल्या! १० ऑगस्ट १९७५ ला राष्ट्रपतींनी त्यावर शिक्कामोर्तब केले. अशा रीतीने सर्वोच्च न्यायालयातील सुनावणीच्या केवळ एक दिवस आधी, ज्या कायद्याच्या आधारे अपिलाची सुनावणी होणार होती, तो कायदाच बदलला गेला. इतकेच नाही तर राज्यघटनाच बदलून तो खटला सर्वोच्च न्यायालयाच्या अधिकारकक्षेच्या बाहेर ढकलला गेला!

निवडणूक कायद्यातील बारकावे बाजूला ठेवून, खरा प्रश्न असा आहे की, 'पंतप्रधानपदासंबंधातील कोणतेही निर्णय न्यायाधीशांच्या समजुतीवर सोडून कसे

चालेल?' निष्ठावंतांचे मत. कायद्यात दुरुस्त्या केल्यावरसुद्धा अलाहाबाद निर्णय वैध ठरवायचा काही मार्ग त्यांना सापडला तर? म्हणून मूळ घटनाच बदलून, पंतप्रधानांची निवडणूक पूर्णपणे न्यायालयाच्या कक्षेबाहेरच का काढू नये? म्हणून, ७ ऑगस्ट १९७५ रोजी लोकसभेचे अधिवेशन सुरू होण्याच्या अडीच तास आधी राज्यघटना (४० वी दुरुस्ती) विधेयक सभासदांच्या हातात अचानक पडले.

सभापतींनी नेहमीचे सूतोवाच केले. ठराव मांडला. 'भारताच्या राज्यघटनेत आणखी दुरुस्ती करण्याचे विधेयक मांडण्याची परवानगी असावी.' त्या वेळच्या तरुणतुर्कांपैकी एक, मोहन धारिया उठले, 'सर, संसदेचे सार्वभौमत्व आव्हानाच्या पलीकडे आहे; पण ह्या विधेयकाच्या विशेष गुणांविषयी बोलायचे झाले, तर ते मला आज सकाळी सव्वा-आठ वाजता मिळाले... नियम असा आहे की, घटना-दुरुस्तीची विधेयके, त्यांच्यावर ज्या दिवशी चर्चा व्हायची असेल, त्याच्या किमान दोन दिवस आधी सभासदांना मिळाली पाहिजेत. ह्या अधिवेशनासाठी नेहमीचे नियम लागू होणार नाहीत, याची मला जाणीव आहे पण निदान घटनादुरुस्तीच्या बाबतीत तरी नियम पाळावा... कायदामंत्री म्हणाले की, तातडीची गरज असल्यामुळे असे केले जात आहे. पण एवढी तातडी का आहे, हे त्यांनी स्पष्ट केलेले नाही. माझ्या माहितीनुसार,' धारिया गुपित उघडे करीत म्हणाले, 'हे विधेयक आजच्या आज संमत करायचे आहे. ते राज्यसभेने उद्या संमत करायचे आहे. अर्ध्यापेक्षा जास्त विधानसभांची मंजुरी मिळवण्यासाठी विधानसभांची अधिवेशने बोलावली आहेत. मला असेही समजले आहे की, १० तारखेला ही यंत्रणा –वैधानिक पद किंवा संस्था– निर्माण करण्यासाठी वटहुकूम काढण्यात येणार आहे. आणि ते झाले म्हणजे ११ ऑगस्टला सर्वोच्च न्यायालयापुढे असलेली सुनावणी आपोआप रद्द होईल.'

कायदामंत्री गोखले यांनी थोडक्यात भाषण आटोपले : 'तक्रार पूर्वसूचनेबद्दलची असल्याने मी काहीही बोलत नाही. कारण सर, आपण आपल्याला योग्य वाटले म्हणून अपवाद करण्याचे अधिकार वापरून नेहमीचे नियम ह्या बाबतीत गैरलागू केले आहेत आणि त्याबद्दल मी आपला ऋणी आहे.'

त्यानुसार सार्वभौम सभागृहाने विधेयक चर्चेला घेतले. कायदामंत्र्यांनी तरतुदींचा सारांश सांगितला. आज तीस वर्षे होऊन गेल्यावरसुद्धा त्यातील धाडस बघून अंगावर काटा येतो.

राष्ट्रपती, उपराष्ट्रपती, सभापती ही पदेसुद्धा त्यात गोवण्यात आली होती; पण खरे लक्ष्य श्रीमती गांधींवरील खटला हेच होते. जनमानसाचा व तत्त्वाचा हवाला देऊन ३९ व्या दुरुस्तीत पुढील तरतुदी होत्या–

- जी व्यक्ती निवडणुकीच्या वेळी पंतप्रधान असेल किंवा निवडणुकीनंतर तिची

पंतप्रधानपदी नेमणूक झाली असेल, त्या व्यक्तीच्या निवडणुकीला आव्हान देण्यासाठी पुढील अटींची पूर्तता असणे आवश्यक राहील–

– असे आव्हान संसदेने संमत केलेल्या कायद्यात दिलेल्या अधिकारापुढेच देता येईल.

– अशा कायद्यात दिलेल्या कारणांकरताच असे आव्हान देता येईल.

– कायद्यात दिलेल्या प्रक्रियेनुसारच कार्यवाही होणे आवश्यक आहे.

- अशा कायद्याची वैधता आणि त्याच्याखाली नेमण्यात येणाऱ्या अधिकारी/पीठ यांना कोणत्याही न्यायालयात आव्हान देता येणार नाही.
- एखाद्या व्यक्तीच्या निवडणुकीला आव्हान देणारा अर्ज न्यायालयात दाखल झाल्यानंतर त्या व्यक्तीची पंतप्रधानपदी नेमणूक झाली, तर तो आव्हान अर्ज आपोआप फेटाळला जाईल.
- (निर्लज्जपणचा कळस असणारे कलम ४)

– ह्या (३९व्या) दुरुस्ती विधेयकापूर्वी निवडणूक अर्जासंबंधी केलेला कुठलाही कायदा आता लागू होणार नाही.

– ह्या (३९व्या) दुरुस्ती विधेयकापूर्वी झालेली कोणतीही निवडणूक जरी त्या वेळच्या कायद्यानुसार अवैध ठरणार असली किंवा ठरवली गेली असेल आणि त्याप्रमाणे कोणत्याही न्यायालयाने तसा निर्णय दिलेला असला, तरी अवैध समजली जाणार नाही.

– वर उल्लेख केलेला न्यायालयाचा निर्णय रद्द ठरवला जाईल.

- वर उल्लेख केलेल्या न्यायालयाच्या निर्णयाविरुद्ध ह्या (३९ व्या) दुरुस्ती विधेयकाच्या पूर्वी सर्वोच्च न्यायालयापुढे केलेले अपील ह्या विधेयकाच्या कलम ४ मध्ये नमूद केल्याप्रमाणे निकालात काढले जाईल.

कायदामंत्री म्हणाले की, ह्याचबरोबर काही कायद्यांचा घटनेच्या ९व्या सूचीत समावेश केला जात आहे– एका झटक्यात अडतीस कायदे कोर्टाच्या अधिकारकक्षेच्या बाहेर काढले जाणार, हे त्यांनी सौम्यपणे सूचित केले. ह्यामध्ये निवडणूक कायद्यांमध्ये वेळोवेळी केल्या गेलेल्या दुरुस्त्या व कुख्यात 'मिसा' (MISA म्हणजे Maintenance of Internal Security Act) जो वापरून विरोधकांना तुरुंगात टाकण्यात आले होते, हेही होते.

पहिला वक्ता म्हणाला की, 'हे विधेयक फार घाईने मांडण्यात येते आहे. त्यासाठी त्याने दोन कारणे दिली. एक, पंतप्रधान वगैरेंच्या निवडणुका न्यायालयाच्या कक्षेबाहेर काढण्याचा विधेयकाचा प्रयत्न आहे. परंतु सर्वोच्च न्यायालयापुढे निर्णयासाठी असलेल्या खटल्याचा संबंध श्रीमती इंदिरा गांधींची पंतप्रधान म्हणून निवड होण्याशी नाही तर रायबरेलीहून एक सामान्य उमेदवार म्हणून झालेल्या निवडीविषयी आहे.

पंतप्रधान म्हणून निवडले जाणे हे नंतर घडते. बहुमत असणाऱ्या पक्षाचे निवडून आलेले सभासद आपला नेता निवडतात व त्याला पंतप्रधानपद स्वीकारण्यासाठी आमंत्रण दिले जाते. ह्या खटल्याचा त्या पायरीशी संबंध नाही. ह्या विधेयकात सुचवल्याप्रमाणे फक्त पंतप्रधानपदाची निवड न्यायालयाच्या कक्षेबाहेर जाईल व गोंधळात भर पडेल. दुसरे असे की, संपूर्ण घटनेचेच पुनरावलोकन करण्याची गरज आहे. अशा प्रकारे वेळोवेळी अनेक लहान दुरुस्त्या करण्याने चुकीचा समज निर्माण होईल.' तो म्हणाला, 'जेव्हा एक खटला उच्च किंवा सर्वोच्च न्यायालयापुढे आहे आणि एका न्यायालयाने एक निर्णय दिलेला आहे, अशा परिस्थितीत थोड्या-थोड्या दुरुस्त्या करणे योग्य दिसत नाही. त्यामुळे आपल्या राजकीय, सामाजिक व आर्थिक जीवनात कटुता निर्माण होईल. ज्या पार्श्वभूमीवर हे विधेयक मांडण्यात येत आहे ती बघता, ह्या दुरुस्त्या कराव्यात अशा मताचे जे आहेत त्यांनासुद्धा त्याचा बचाव करणे कठीण जाईल... संपूर्ण घटनेचे नूतनीकरण करण्याचा एक भाग म्हणून हे करायला हवे होते. गेल्या वर्ष-दीड वर्षांत आपल्या लोकशाही प्रणालीला, तिच्या मूलभूत रचनेला श्रीमंत, जमीनदार व परकीय साम्राज्यवादी ह्यांच्या पाठिंब्याने जो धोका निर्माण झाला आहे, तो लक्षात घेता हे काम पूर्वीच करायला हवे होते.'

त्यांना विधेयकाला पाठिंबा देण्याच्या निमित्ताने विरोध करायचा होता की पाठिंबा देतानाच आपण स्वतंत्र आहोत, असे दाखवायचे होते? हे स्पष्ट झाले नाही. सभापतींनी त्यांना भाषण संपवायला सांगितले. बोलणाऱ्यांच्या यादीत त्यांचे एकट्याचेच नाव आहे आणि ह्या चर्चेसाठी तुम्ही वेळेची मर्यादाही घातलेली नाही, मग त्यांना बोलू का देत नाही? अशी तक्रार काही सभासदांनी केली; पण वक्ते लवकरच स्वतःहूनच खाली बसले.

मग पुन्हा तोच धोशा सुरू झाला. आपल्या रचनेत पंतप्रधानपद महत्त्वाचे/ केंद्रबिंदूप्रमाणे/कळीचे आहे... बोलण्यासाठी एका सभासदाचे नाव पुकारले गेले. त्याला प्रतिसाद आला नाही. थोड्या वेळाने पुन्हा त्याचे नाव पुकारले गेले. 'सर, मी आश्चर्यचकित झालो आहे.' ह्या वेळेस उभा राहून तो म्हणाला, 'मी नाव दिलेच नव्हते. मी कुठल्याही दुरुस्तीची सूचनासुद्धा दिली नव्हती...'

साहजिकच घाईघाईत काहीतरी गोंधळ झाला होता. 'काहीतरी चूक झालेली दिसते आहे.'– सभापती म्हणाले. त्या सभासदाने कधीतरी आधी दुसऱ्याच विषयावर पाठवलेली चिठ्ठी ह्या चर्चेच्या कागदांमध्ये आली असावी.

सार्वभौम सभासदांचे पालुपद पुन्हा सुरू झाले. इंग्लंडच्या हाऊस ऑफ कॉमन्समध्येसुद्धा सभापतींची निवड बिनविरोध करतात. आपण आपल्या सभापतींनासुद्धा त्याच पातळीवर नेले, तर त्यात काहीच गैर नाही. 'पण पंतप्रधानांबद्दल बोलायला लागल्यावर आपल्यापैकी काही जणांना भास होऊ लागतात.' त्या सभासदाने आरोप केला, 'आपण म्हणतो की,

त्या देशाच्या पंतप्रधान आहेत, त्या देशाचे प्रतिनिधित्व करतात, त्या संपूर्ण संसदेच्या वतीने व सत्ताधारी पक्षाच्या वतीने बोलतात. पण भास झाल्यामुळे ह्याला विशिष्ट रंग दिला जातो, तुम्ही त्याच्याकडे रंगीत चष्म्यातून बघता. पंतप्रधानांची जागा वरची आहे, सुरक्षित व महत्त्वाची आहे; हे तुम्ही मान्य केले तर पंतप्रधानांनासुद्धा राष्ट्रपती, उपराष्ट्रपती, सभापती यांच्याबरोबरीचे समजण्यात काहीच चूक नाही...'

ते पुढे म्हणाले, 'गंभीर दृष्टिकोनातून बघितले, तर आपल्या देशात काय परिस्थिती आहे, ते आपल्याला माहीत आहे, उगाच काहीतरी बोलायचे म्हणून आपण बोलू नये. वस्तुस्थितीची आपण जाणीव ठेवू या आणि म्हणून मला वाटतं की सध्याच्या परिस्थितीत ह्या विधेयकाचा गंभीरपणे विचार करण्याची वेळ आली आहे.'

'वेळ फार महत्त्वाची आहे,' इतरांना इतक्या उघडपणे असे विधान करण्यास झाला नसता, तो धीर करून ते म्हणाले, '११, १२ तारखेनंतर काही घटना घडणार आहेत, हे आपल्याला चांगले माहीत आहे.' सर्वोच्च न्यायालयापुढे होणाऱ्या सुनावणीचा उल्लेख करून ते म्हणाले, 'ते आहेच...' तीनच दिवसांपूर्वी आपण लोकप्रतिनिधित्वाच्या कायद्यात (Representation of People Act) दुरुस्ती केली. त्यावरून अलाहाबाद निर्णय लागू होणार नाही, हे तेव्हाच स्पष्ट झाले. 'पण सर, मला माहीत आहे की, काही दुष्ट लोक आहेत, ते त्यालाही आवाहन देतील आणि देशात गोंधळ निर्माण करू शकतील. ते यशस्वी होणार नाहीत, पण गोंधळ निर्माण करू शकतील...' म्हणून हे विधेयक...

ते घाईघाईने तयार केले आहे. ज्या अधिकाऱ्यांची या संस्थेंतर्गत स्थापना करायची, असे त्यात म्हटले आहे, ते कोण याचा त्यात उल्लेख नाही... पण मी असे म्हणेन की, एका गोष्टीबाबत आपणा सर्वांचे एकमत आहे की *संसद ही सर्वोच्च संस्था आहे आणि आपण कायदा बनवणारे प्राधिकारी आहोत. ह्याबाबत कोणी प्रश्न निर्माण करू शकणार नाही.'* सार्वभौमत्वाच्या तत्त्वाचा पुरस्कार करत ते म्हणाले.

'पण संसदेचे प्रतिनिधित्व कोण करते?' सार्वभौमत्वाच्या तत्त्वांचे रहस्य उलगडत ते म्हणाले, *'पंतप्रधान, ज्यांच्याकडे बहुमत असते, जे बहुसंख्य लोकांचे आणि देशाचे प्रतिनिधित्व करतात ते.'*

आणि यावरून उघड असा निष्कर्ष : 'म्हणून आपण पंतप्रधानपद ही एक संस्था म्हणून घ्यायची, श्रीमती इंदिरा गांधी नव्हे. पंतप्रधान ही संस्था त्या चौथऱ्यावरून उचलायची आणि तिथे ठेवायची.'

पण ह्या संस्थेच्या भोवती अशी तटबंदी उभारणे, हे सार्वभौमत्वाच्या तत्त्वाची पूर्तता करण्यातील एक कलमच असू शकते. म्हणून ते सभासद आता राष्ट्र शासनाकडे वळले. 'काही दिवसांपूर्वी आपण शासनसंस्था, विधिमंडळ आणि

न्यायसंस्था यांच्याविषयी चर्चा करून त्यांची वैशिष्ट्ये बघितली. *आता प्रश्न असा आहे की, यात श्रेष्ठ कोण? हे ठरवण्याची वेळ आता आलेली आहे, कारण आता सत्तावीस वर्षांनंतरसुद्धा वाटेत केवळ अडथळे असल्यामुळे आपल्याला फार पुढे जाता आलेले नाही. हे अडथळे कायमचे काढून टाकले पाहिजेत. म्हणून ही आणीबाणी, म्हणून आम्ही ह्या आणीबाणीचे स्वागत करत आहोत...'*

सार्वभौमत्वाचे तत्त्व केवढा प्रकाश देते आणि कुठे घेऊन जाते पाहा!

'त्यामुळे घटनेत बऱ्याच दुरुस्त्या आवश्यक आहेत; पण ते एका दिवसात होऊ शकणार नाही.' ते म्हणाले.

'आणि असे काहीतरी आहेच, जे अव्यक्त राहिले आहे, ते एका दिवसात करणे आवश्यक आहे! ह्या गोष्टी आता अतिशय आवश्यक आहेत आणि त्या ताबडतोब पुढे आणल्या पाहिजेत... आपणा सर्वांना अलाहाबाद उच्च न्यायालयाच्या निर्णयाबद्दल माहिती आहे. ह्या निर्णयाच्या गुणदोषांची मला चर्चा करायची नाही.' असे म्हणत ते त्या निर्णयाच्या उद्दिष्टाकडे वळले, 'पण सर्वांचे असे मत आहे की, हा राजकीय निर्णय आहे. कायद्यावर आधारित असा हा निर्णय नाही. परवा आपण जेव्हा लोकप्रतिनिधित्वाचा कायदा मंजूर केला, तेव्हा अशी संकटे भविष्यात पुन्हा उत्पन्न होऊ नयेत यासाठी आपण काही गोष्टी दुरुस्त केल्या...'

'त्यामुळे ह्या दुरुस्तीला माझा पाठिंबा आहे, कोणत्याही भावनेच्या भरात नाही. केवळ पाठिंबा द्यायचा म्हणूनही नाही आणि टीका करण्याच्या उद्देशानेही नाही तर आत्ताची गरज आहे म्हणून! देशाची नाडी ओळखावी लागते, आणि मला माहीत आहे की, फूट पाडणाऱ्या शक्ती अजून कार्यरत आहेत. त्यामुळेच हे करण्याची आवश्यकता आहे आणि 'आम्हांला वेळ दिला नाही, आणखी दोन दिवस द्यायला हवे होते' अशी तक्रार आता सोडून दिली पाहिजे.'

'सभासदांना दोन दिवस दिले नाहीत, या तक्रारीविषयी काय म्हणायचे? मला आठवते की, अन्य एका विधेयकाच्या बाबतीत दोन महिन्यांचा वेळ दिला होता; पण आपल्यापैकी कोणीही त्याचा अभ्यास करून इथे आले नाही.' ते सभासद प्रामाणिकपणे म्हणाले, 'ते ह्या विधेयकाकडे रंगीत काचेतून बघत आहेत. आपण विधेयक वाचण्याचे सोडा, शीर्षकसुद्धा वाचत नाही. आणि आज मात्र ह्या विधेयकाचा अभ्यास करायला पुरेसा वेळ दिला नाही, म्हणून कुरकुर करीत आहोत. मी फक्त एवढेच सांगेन की, आपण पुढे जाऊ या नाही तर काळ आपल्यावर मात करेल आणि मग काहीच साध्य होणार नाही.'

नंतर बोलण्याची पाळी मोहन धारियांची होती. सार्वभौमत्ववाद्यांच्या गडबडीमुळे त्यांना फार बोलता आले नाही. घटनेला पुन्हा आकार देण्याची गरज आहे, याच्याशी ते सहमत होते; पण त्यासाठी वेगळ्या घटना समितीची आवश्यकता नाही. कारण

संसद जेव्हा एखाद्या घटनादुरुस्ती विधेयकावर चर्चा करते, तेव्हा ती घटना समितीच असते, असे ते म्हणाले. मूळची घटना समिती एवढी प्रातिनिधिक नव्हती आणि ती अप्रत्यक्ष रीतीने निवडली गेली होती. 'त्यामुळे हे सभागृह त्या घटना समितीपेक्षा जास्त सार्वभौम आहे, असे मला वाटते आणि तसा माझा विश्वास आहे.', 'संसद ह्या नात्याने आपण पूर्णपणे सार्वभौम संस्था आहोत आणि त्यामुळे वेगळ्या घटना समितीची गरज आहे, असे मला वाटत नाही... आणि म्हणून सरकारने घटनेच्या चौकटीत बदल करण्यासाठी एक सुसंबद्ध कार्यक्रम आणावा,' असे त्यांनी सुचविले. 'ह्या दुरुस्ती विधेयकाला विरोध करण्याचे कारण म्हणजे न्यायालयाचा निर्णय एका व्यक्तीच्या विरुद्ध गेल्यामुळे हे आणले गेले आहे,' हे धारियांनी पुन्हा सांगितले.

'घटनेत सर्वंकष बदल करण्यासाठी राष्ट्रीय चर्चा घडूवन आणण्यासाठी सरकारने पुढाकार घ्यावा,' असेही त्यांनी सुचवले. त्या परिस्थितीत त्यांचे भाषण धाडसाचेच होते.

कम्युनिस्ट पुढारी इंद्रजित गुप्ता यांनी अपेक्षेप्रमाणे विरोधाभासपूर्ण भाषण केले. विधेयक नुकतेच त्यांच्या हातात आले होते. त्याचे गुण-दोष, परिणाम वगैरेंचा अभ्यास करायला त्यांना वेळ मिळाला नव्हता. राष्ट्रपती, उपराष्ट्रपती, सभापती व पंतप्रधान ह्या चार वेगवेगळ्या संस्था आहेत; त्यामुळे त्यांच्या निवडणुकीला कोणी आव्हान दिले, तर त्याचा निर्णय करण्यासाठी एकच अधिकारपीठ नेमणे योग्य आहे का ह्या मुद्यावरून त्याला कोणी हरकत घेऊ शकणार नाही का? कारण पहिल्या तीन संस्था पक्षातीत आहेत, पण पंतप्रधान हा बहुमत असणाऱ्या पक्षाचा नेता असल्यामुळे पंतप्रधान होतो, असे त्यांचे म्हणणे होते.

त्यांची मुख्य तक्रार ही होती की, हे विधेयक अचानक आणून सभागृहाला आश्चर्यचकित केले गेले. आम्ही तुम्हांला आणीबाणीत पाठिंबा देत आहोत; पण ह्या विधेयकाच्या बाबतीत तुम्ही आम्हांला विश्वासात घेतले नाही. खऱ्या अर्थाने सहकार्य हवे असेल, तर आमच्यासारख्या पक्षांना तुम्ही गृहीत धरू नये... हा एक मैत्रीपूर्ण इशारा आहे, असे समजा. असे त्यांनी सुनावले.

त्यानंतर संसदेच्या कामकाजावरसुद्धा कशा रीतीने वरवंटा फिरवला जातो, यासारख्या 'सुरक्षित' विषयाला त्यांनी हात घातला. 'सुरुवातीला, सेन्सॉरच्या परमकृपेमुळे 'अमुक अमुक बोलले' म्हणून नावे तरी छापली जात होती. दुसऱ्या टप्प्यात नावे गाळली जाऊ लागली. तिसऱ्या टप्प्यात तर 'चर्चा झाली' हेसुद्धा गाळले गेले.' 'सार्वभौम' संसदेची ही अशी दशा!

नंतर ते त्याहून आक्षेप नसलेल्या किंवा खरे तर क्षुल्लक गोष्टीवर आले. 'लंडन इकॉनॉमिस्ट', 'टाइम' व 'न्यूजवीक' यांमध्ये छापली जाणारी विखारी वृत्ते आणि

अर्थात, ह्या सर्वांच्या मागे कोण आहे, हे त्यांना माहीत होते. 'मी अशी मागणी करतो की, ह्या सर्व सेन्सॉरशिप प्रकरणाचा कसून तपास करून, हे सर्व करण्यामागे जनसंघाचे कोणते हस्तक आहेत, हे बाहेर आणले पाहिजे.'

कम्युनिस्टांचा आणीबाणीचा पाठिंबा आहे, याची त्यांनी सभागृहाला आठवण करून दिली. त्यामुळेच ह्या अधिवेशनापुरते कामकाजाचे नियम बाजूला ठेवण्यास संमती दिली; पण संसदेला असे कायमचे नपुंसक करणे आम्हांला आवडणार नाही. मग ते मतलबाचे वाक्य त्यांनी उच्चारले : 'अर्थात आम्ही ह्या विधेयकाला विरोध करणार नाही आहोत.' आणि मग आवाहन-वजा-मैत्रीपूर्ण इशारा दिला! 'मला असे वाटते की, देशाच्या हिताच्या दृष्टीने सर्व लोकशाही शक्तींनी एकमेकांना सहकार्य करावे व एकीने राहावे. उजव्या व प्रतिक्रियावादी लोकांच्या विरुद्ध कोणत्याही उपायांसाठी आम्ही केव्हाही तुम्हांला सहकार्य द्यायला तयार आहोत. मात्र ADMK व इतर गटांप्रमाणे स्वत:ची स्वतंत्र ओळख, स्वत:ची धोरणे, स्वत:चा दृष्टिकोन असणाऱ्या स्वतंत्र पक्षासारखा व्यवहार आमच्याशी करा, आम्हांला तुमचे दुय्यम प्रतिनिधी समजू नका. तसे कराल, तर सहकार्य करणे फार कठीण होईल. ह्यापुढे हे अर्थपूर्ण पद्धतीने होईल, अशी मी आशा करतो.'

ज्यांची दोन्ही पक्ष उजवे व प्रतिक्रियावादी अशी एकमताने संभावना करतात, त्यांच्याविरुद्ध असलेल्या कोणत्याही पावलाचे समर्थन करायला जे सदैव तत्पर असतात, अशांना 'स्वतंत्र पक्ष' म्हणण्यात कशाला अडचण येणार आहे?

ते काहीही असले, तरी ह्या विधेयकाच्या 'दृष्टीने मुद्द्याची गोष्ट' म्हणजे 'अर्थात ह्या विधेयकाला आम्ही विरोध करणारच नाही' ही बाहेर आली होतीच.

पुढील वक्ते हे धर्मनिरपेक्षतेचे आणखी एक महान नेते –मुस्लीम लीगचे– होते. ते म्हणाले, 'पंतप्रधानांनी हे पाऊल उचलले नसते, तर 'उजवे प्रतिक्रियावादी, बंडखोर जातीयवादी आणि अति डावे ह्यांनी देशात अराजक माजवले असते.' त्यांनासुद्धा घटनेत बदल हवा होता. राष्ट्रीय स्वयंसेवक संघासारखे उजवे प्रतिक्रियावादी लोक आणि सशस्त्र जातीयवादी शक्ती यांच्यावर बंदी घालायला हवी, अशी आमची पूर्वीपासूनची मागणी आहे. त्याप्रमाणे आता केले गेले आहे. आता फक्त एकच काळजी घेण्याची आवश्यकता आहे, ती म्हणजे घटनेत दुरुस्ती करताना अल्पसंख्याकांच्या मूलभूत हक्कांना धक्का लगता नये.'

एक धारिया सोडले तर इतर सर्वांनी विधेयकाला पाठिंबा दिला होता, त्यामुळे कायदामंत्री हे माफक बोलणे व सौजन्य यांचा पुतळाच झाले. त्यांनी फक्त सध्याच्या कायद्याच्या परिणामांकडे लक्ष वेधले. एकीकडे पंतप्रधानांसारख्या अतिमहत्त्वाच्या पदांवरील व्यक्ती आपल्याकडे आहेत. त्यांच्या निवडणुकीला न्यायालयांमध्ये आव्हान दिले जाऊ शकते. अशा व्यक्ती लोकांच्या अतिशय प्रचंड अशा मतांच्या पाठिंब्याने

निवडून येतात आणि त्यांच्या निवडणुकीची वैधता ठरवण्याचा अधिकार न्यायालयाला असावा, ही अगदी विचित्र स्थिती आहे. उदाहरणार्थ ज्या पंतप्रधान केवळ आपल्या मतदारसंघातून प्रचंड मतांनी निवडून आल्या आहेत, एवढेच नाही तर ज्या देशात आणि परदेशातसुद्धा आपल्या देशाच्या निर्विवाद नेत्या म्हणून ओळखल्या जातात; त्या सरकारच्या प्रमुख आहेत म्हणून नव्हे तर देशाच्या नेत्या म्हणून– त्यांना न्यायालयीन चौकशीला तोंड द्यायला लागावे, आणि तेसुद्धा कोणत्यातरी फालतू कारणासाठी, हे अगदी हास्यास्पद आहे.

पुढील 'चढती भाजणी' लक्षात घ्या.

- जनता सार्वभौम आहे.
- म्हणून संसद सार्वभौम आहे.
- म्हणून संसद सदस्य सार्वभौम आहेत.
- म्हणून संसद सदस्यांपैकी ज्यांचे बहुमत आहे, तो गट सार्वभौम आहे.
- म्हणून त्या गटाचे नेते/नियंत्रक म्हणजेच पंतप्रधान, सार्वभौम आहेत.
- म्हणून त्यांना न्यायालयीन चौकशीला तोंड द्यावे लागणे, हे हास्यास्पद आहे.
- त्याच कारणाने, जो कोणी त्यांना विरोध करतो, तो सार्वभौम लोकांच्या प्रगतिपथावरील वाटचालीतला अडथळा असतो.
- लोकांची प्रगती चालू राहावी म्हणून हा अडथळा दूर करणे आवश्यक आहे.

ह्या दुरुस्तीनुसार कोणत्या प्रकारचे अधिकारपद/पीठ निर्माण करण्यात येणार आहे, ह्या प्रश्नाचा उल्लेख करून कायदामंत्री म्हणाले की, त्याबद्दल आत्ताच सांगता येणार नाही; पण ते 'न्यायालयासारखे नसेल'. आत्ताची अगदी असमर्थनीय परिस्थिती ही न्यायालयाने लावलेल्या अन्वयार्थामुळे झाली आहे– कोणत्या दिवसापासून पंतप्रधानांनी स्वत:ला निवडणुकीचा उमेदवार म्हणून घोषित केले. सरकारी नोकराची किती प्रमाणात मदत घेतली की ते 'भ्रष्ट कृत्य' (corrupt practice) होते वगैरे. ह्या गोष्टी लोकप्रतिनिधित्व कायद्यात स्पष्ट करण्यात आल्या आहेत. त्या सर्व सभासदांना लागू आहेत. ही दुरुस्ती फक्त ह्या चार उच्च पदांसाठी केली असून, त्यांनाच ती लागू आहे.

आणि मग तो जाहीरनामा आला. आपण देशाला घटनेच्या बंधनात राहू देऊ शकत नाही. घटना बनवली तेव्हाची परिस्थिती वेगळी होती. ब्रिटिशांचा साम्राज्यवाद... आणि म्हणून 'मी काल राज्यसभेत हेच म्हणालो आणि इथेही मला तेच सांगायचे आहे की, आता घटनेच्या संपूर्ण मूलभूत चौकटीकडे पुन्हा बघण्याची वेळ आली आहे...'

मते देण्याच्या वेळी धारिया सभागृहातून निघून गेले. दुरुस्ती विधेयक मंजूर झाले. बाजूने मते ३३५; विरुद्ध : ०[१]

दुसऱ्या दिवशी ते विधेयक सार्वभौमत्वाची दुसरी शाखा असणाऱ्या राज्यसभेत मांडले गेले.

जितकी सार्वभौम तितकीच लाचार :

कायदामंत्र्यांनी उपचार म्हणून 'उद्दिष्टे व कारणे' ह्या प्रस्तावनेत जे दिले होते, तेच पुन्हा वाचून दाखवले. भारतीय कम्युनिस्ट पक्षातर्फे CPIचे तर्कशास्त्र–पारंगत, दिग्गज नेते भूपेश गुप्ता यांनी चर्चेची सुरुवात केली. 'हे विधेयक लोकसभेकडून आमच्याकडे आजच आले. त्यावर आमची अंतर्गत चर्चा करायलाही आम्हांला वेळ मिळालेला नाही. आमची त्याला पाठिंबा देण्याची जरी तयारी असली, तरी त्याचा अभ्यास करायला, घटना बघायला, मांडणी योग्य प्रकारे केली आहे की नाही, हे बघायला आम्हांला वेळ द्यायला हवा आहे होता. पण वेळच दिला नाही, हे योग्य आहे का? मी मागेसुद्धा बोललो होतो. मला टीका करायची नाही; पण विधेयक मांडणाऱ्यांना घाई होती. त्यांच्या हेतूबद्दल व हे लवकरात लवकर संमत करून घेण्याच्या गरजेबद्दलही मला शंका नाही. त्यांची काळजी मी समजू शकतो; पण तरीही... नियमाप्रमाणे आम्हांला दोन दिवसांचा अवधी मिळायला हवा होता. तेवढा शक्य नसल्यास निदान चार-पाच तास तरी? ते वाचायला, समजून घ्यायला थोडा तरी वेळ द्यायचा...!' निष्ठावंताची तक्रार.

आणि हे गाऱ्हाणे मांडायचे कारण असे की, ते त्यांच्याच बाजूला होते आणि संसद व इतर संस्था यांच्याबद्दल दोघांनाही सारखीच आस्था होती. संसद व इतर संस्था यांच्याबद्दल त्यांनी व्यक्त केलेली आस्था आज तीस वर्षांनंतरसुद्धा किती हृदयस्पर्शी वाटते ते पाहा–

'मी हे म्हणायचे कारण असे की, चांगला हेतू असूनसुद्धा अजाणतेपणे संसदेला तिच्या हक्कांपासून वंचित ठेवले, असे होऊ नये. अर्थात, आपल्या देशातील लोकशाही संस्था खाली ओढणे, हेच धोरण व हेतू असलेले लोक आपल्याकडे आहेत आणि त्यांचा बंदोबस्त करायला हवा; याची आम्हांला जाणीव आहे. त्यांना ह्या लोकशाही संस्था नष्ट करायच्या आहेत, भ्रष्ट करायच्या आहेत. त्यांची बदनामी करायची आहे. पण जोपर्यंत त्यांना सोयीचे आहे, तोपर्यंत ते त्यांच्यावर प्रेमाचा वर्षाव करतील. आणि त्यांची गरज संपताच ते या संस्थांना बेदखल करतील. लेनिनच्या 'Collected Works' मध्ये कम्युनिस्टांना दिलेल्या डावपेचांचे अगदी सही-सही वर्णन आहे!

'सर, आम्ही त्या प्रकारचे लोक नाही' असा दावा करत, त्याचा विरोधाभास

वाटेल, असे पुढचे वक्तव्य त्यांनी केले.

'जरूर असेल, तेव्हा संस्था बदलल्या पाहिजेत. त्या साठलेल्या डबक्याप्रमाणे असता कामा नयेत. आधुनिक काळाची आव्हाने पेलता यावीत म्हणून त्यांना ध्येय व दिशा दिली पाहिजे. बदलत्या परिस्थितीशी सुसंबद्ध राहण्यासाठी त्यांचे वेळोवेळी नूतनीकरण केले पाहिजे. मी ह्याच्याशी सहमत आहे आणि म्हणून आपल्या घटनेचेही पुनरावलोकन करण्याची गरज आहे.'

त्यांचा दुरुस्तीला पूर्ण पाठिंबा होता. त्यासाठी त्यांनी त्याची भलामण केली. ह्या उच्च पदांवर असलेल्या व्यक्तींना, 'न्यायालयीन बंदुकीचा' धाक दाखवून कोणी पळवून नेणार नाही, असे बघितले पाहिजे. 'पळवून नेण्याचे विविध प्रकार असतात.' ते म्हणाले, 'पळवून नेणे, हे अनेक प्रकारांनी करता येते. इथे सर, तुम्ही एक बंदूक घ्यायची –म्हणजे रिव्हॉल्व्हर किंवा पिस्तुलाची आवश्यकता नाही– उच्च न्यायालयाचा निर्णय हीच तुमची बंदूक, ती दाखवा. पंतप्रधानांना पळवून न्या. अशा प्रकारच्या न्यायालयीन बंदुकीच्या जोरावर करण्यात येणाऱ्या अपहरणापासून त्यांचे संरक्षण आपल्याला करायचे आहे. अशा उच्च पदांवर असणाऱ्या सुप्रतिष्ठित अशा कोणाचेही अशा प्रकारे अपहरण होता कामा नये. म्हणून ह्या विधेयकाने आम्ही अशा अपहरणाचा धंदा थांबवत आहोत. त्यांचा आम्ही ह्या सभागृहात समाचार घेऊ...

'पंतप्रधानांच्या बाबतीत न्यायालयात जायची गरजच काय? लोकसभेच्या सभासदांनी बहुमताने त्यांच्यावर विश्वास व्यक्त केला म्हणून त्या पंतप्रधान झाल्या. त्यामुळे अशा गोष्टींचा निर्णय लोकसभेनेच करायला हवा. त्या व्यक्तीवर अजून आपला विश्वास आहे की नाही, हे लोकसभेने ठरवावे. आणि याचा अर्थ पंतप्रधानांना झुकते माप द्यायचे असा नाही.'

त्यांचा हा युक्तिवाद दुसऱ्याच दिवशी त्यांना अडचणीत आणणार होता.

'सर, ह्याचा अर्थ कायद्याच्या दृष्टीने पंतप्रधान इतरांप्रमाणे समान नाहीत असा नाही. समजा पंतप्रधान गाडी चालवत आहेत आणि त्यांनी वाहुतकीचा कायदा मोडला. त्यांना तेवढीच शिक्षा व्हावी, जेवढी मला होईल. समजा पंतप्रधानांनी एखादा गुन्हा केला, तर ते माझ्याइतकेच जबाबदार धरले जातील. पंतप्रधानांनी गुन्हा केला, तर त्या गुन्ह्याच्या न्यायालयीन प्रक्रियेपासून त्यांना संरक्षण असल्याचा दावा त्या करू शकणार नाहीत, असा कायदा असेल. पंतप्रधान व इतर यांच्यात कायदा फरक करीत नाही.'

आणि अशा उच्च पदस्थांना ह्या 'हायजॅकिंग'पासून संरक्षण देण्यात एवढे

विशेष काय आहे? आपल्यापैकी प्रत्येकाला त्याच्या स्थानाप्रमाणे वेगवेगळे हक्क आहेत; संसदेचा सभासद या नात्याने मी इथे काहीही बोललो, तरी त्याबद्दल माझ्यावर कुणी बदनामीचा खटला करू शकणार नाही; हे संरक्षण मला आहे. ज्या खटल्यामुळे व निर्णयामुळे सध्याची परिस्थिती निर्माण झाली आहे, तीच ह्या दुरुस्तीला कारणीभूत आहे. एका अधिकाऱ्याची मदत घेतली गेली, असे म्हणतात. त्याने राजिनामा दिला होता, हे न्यायालयाला सांगितले. पण विरोधक म्हणाले की, राजीनामा गॅझेटमध्ये प्रसिद्ध झाला नव्हता. 'त्याचा राजीनामा गॅझेटमध्ये येणे जरूर होते का किंवा आधी एखादी भयंकर, विध्वंसक गोष्ट घडली होती का; ज्यामुळे पंतप्रधानपद कोलमडावे आणि पंतप्रधानांना खाली ओढले जावे. संकट निर्माण करायचे व काही जणांनी त्याला पूर्ण क्रांती हे नाव द्यायचे, पण आम्ही त्याला पूर्ण प्रति-उत्क्रांती म्हणतो. सर, साहजिकच मग कायदा दुरुस्त करणे भाग आहे. तसे करावे लागेलच. अन्य उपाय नाही.' आणि या प्रकरणी त्रास किती दिला ते बघा : महिने आणि महिने खटला चालला. सर्व काही खणून काढले गेले. ज्यांचा निवडणूक खटल्याशी संबंध नव्हता, निवडणूक कशी जिंकता येते, याच्याशी संबंध नव्हता, त्या गोष्टी त्यात गोवल्या गेल्या. सर, पंतप्रधानपद सोडा, हे साध्या संसद सदस्याकरतासुद्धा योग्य नाही. त्यामुळे ह्या गोष्टी मी समजू शकतो. आणि ह्याचा संबंध इंदिरा गांधी असण्याचा नाही... उद्या दुसरा कोणीही पंतप्रधान असू शकेल. आपल्या संसद संस्थेची प्रतिमाच अशी आहे की, पंतप्रधानांचे पद हे अतिमहत्त्वाचे आहे. त्याला आंतरराष्ट्रीय प्रतिमा असते आणि त्यामुळे देशाच्या पंतप्रधानाला अशा सर्व गोष्टींना तोंड द्यावे लागणे योग्य नाही. विशेष करून, प्रगतिपथावर वाटचाल करणाऱ्या आपल्यासारख्या देशाच्या दृष्टीने तर हे अजिबात इष्ट नाही...

आणि प्रगतिपथावर आहोत, हे ह्या गोष्टीचे मर्म आहे. किंबहुना म्हणूनच एवढे अडथळे आणणे, धिक्कार करणे, हे चालले होते. असे म्हणून सभासद मुख्य विरोधाभासाकडे वळले 'तर, सर, हे असे आहे. आपल्या देशात जे चालले आहे, ते अमेरिकनांना आवडत नाही. पश्चिम जर्मनीला आवडत नाही. साम्राज्यवाद्यांना, ब्रिटिश साम्राज्यवाद्यांना आवडत नाही. ते त्याचा निषेध करत आहेत. ते, त्यांच्यापैकी काही लोक जयप्रकाश नारायण यांना पाठिंबा देणारी मोहीम चालवत आहेत.'

'ह्यावरून निष्कर्ष काय काढावा?' साम्राज्यवादविरोधी महाशयांनी प्रश्न केला व त्यांनीच त्याला उत्तर दिले—

'माझा असा निष्कर्ष आहे की, बहुतेक आपण त्यांच्यावर जोरदार घाव घातलेला आहे. सर, उजव्या शक्तीविरुद्ध केलेली ही कारवाई म्हणजे अमेरिकन नव-वसाहतवाद्यांवर केलेला प्रहार आहे... आपल्या देशातील उजवे प्रतिक्रियावादी,

आनंदमार्ग, राष्ट्रीय स्वयंसेवक संघ आणि इतरांवर केलेला आघात हा अमेरिकेच्या अस्थिरता निर्माण करण्याच्या कारस्थानावर तसेच उजव्या पक्षांनी देशावर कब्जा करून नव-साम्राज्यवादाची सरशी व्हावी यासाठी आखलेल्या डावावर आहे. त्यामुळे, सर, त्या दृष्टिकोनातूनसुद्धा आम्हांला आनंद होत आहे. ह्या कारवाईला अंतर्देशीय महत्त्व आहे म्हणून नाही तर जगातील पुरोगामी भाग आणि अर्थातच समाजवादी देश व त्यांची जनता यांचा ह्या कारवाईला पूर्ण पाठिंबा आहे. सर, ही पावले त्यानुसारच उचलली गेली आहेत. आणि आता माघार घेता कामा नये.

आपली लढाई सुरू आहे. लिस्बन किंवा पोर्तुगालच्या उत्तर भागात जशी रस्त्यांवर लढाई सुरू आहे, तशी आपली नसेल. तिथल्याप्रमाणे प्रतिक्रियावाद्यांच्या टोळ्या हातांत बंदुका घेऊन रस्त्यांवर आल्या नसतील. आल्या तर तो आपल्यासाठी अतिशय आत्मघातकी दिवस ठरेल; पण तात्त्विक दृष्टीने आपण संघर्षात ओढले गेलो आहोत. हे युद्ध आपल्याला अशा भूमिकेतून लढायचे आहे, की जेणेकरून आपल्याला त्यांच्यावर परिणामकारक हल्ला चढवून त्यांना पूर्णपणे शरण आणता येईल. ह्या पूर्ण क्रांतिवादी शूर सैनिकांना, लढवय्यांना आणि सेनापतींना पूर्णपणे शरण आणण्याची आपली इच्छा असली पाहिजे. त्यामुळे हे पाऊल घटनात्मकच नव्हे तर नैतिक व राजकीय दृष्टीनेसुद्धा समर्थनीय आहे. म्हणून, सर, हे आत्ताच केलेले बरे आहे.'

एकट्याने चर्चा नैतिक पातळीवर नेऊन ठेवण्याच्या या पराक्रमाला कायदामंत्र्यांनी विशेष कृतज्ञता व्यक्त करून प्रतिसाद कसा दिला, हे आपल्याला नंतर दिसेलच.

तमिळनाडूचे प्रतिनिधित्व करणाऱ्या पुढच्या वक्त्यांनी फार वेळ घेतला नाही. ते म्हणाले, 'ही दुरुस्ती इतर दुरुस्त्यांप्रमाणेच आहे. न्यायालयांनी लावलेला अर्थ व घटनेतील शब्दरचना हे घटनेच्या आशयाशी सुसंगत नसल्यामुळे त्यांची गरज भासली. भारतीय घटनेच्या चौकटीत पंतप्रधानपदाचे स्थान महत्त्वाचे आहे आणि झाले आहे काय?'

'त्या सन्माननीय पदाला वैफल्यग्रस्त राजकारण्यांनी बदनाम करण्याचा प्रयत्न रात्रंदिवस केला. उजव्या प्रतिक्रियावाद्यांची ही कुटिल चाल म्हणजे पंतप्रधान श्रीमती इंदिरा गांधींचे नाव बदनाम करण्याचा प्रयत्न आहे. नेहमीचे इंदिरा-द्वेष्टे काहीही करू शकतात. परंतु सर्व देश ज्यांच्या मागे आहे, अशा श्रीमती इंदिरा गांधी ह्या एकमेव नेत्या आहेत, याची देशाला आता पक्की जाणीव झाली आहे. भारतातील सर्व थरांतील लोक ज्यांना मानतात, अशा

त्या एकच दृश्य नेत्या आहेत. हा अधिकार, ही प्रतिष्ठा वैफल्यग्रस्त राजकारण्यांच्या मर्जीवर का सोडायची? ३९ व्या दुरुस्तीमुळे हे भयंकर संकट टळले आहे, असे मला वाटते.'

उत्तर प्रदेशातील एक सभासद म्हणाले की, ही दुरुस्ती करण्याचे कायदा मंत्रालयाच्या इतके दिवस कसे लक्षात आले नाही, याचेच मला आश्चर्य वाटते. आणि ह्याचा परिणाम काय झाला? काही दिवसांपूर्वी रस्त्यावरील एका माणसाने पंतप्रधानांच्या विरुद्ध अर्ज दाखल केला. आणि मग काय झाले? दोन क्षुल्लक मुद्दे त्यांच्या वाटेत आडवे आले. त्यात 'भ्रष्टाचार' हा शब्द वापरला गेला. मित्रांनो, काही बेजबाबदार लोकांनी केले, तसे ह्या मोठ्या देशातील पंतप्रधानांच्या सचोटी, प्रामाणिकपणा यांवर कोणी शिंतोडे कसे उडवू शकले? पंतप्रधान ८०,००० ते ९०,००० इतक्या मतांनी जिंकल्या आहेत.

'एक लाखापेक्षा जास्त मतांनी...' एका सभासदाने दुरुस्ती केली.

कायदामंत्री बोलायला उठले. खरे तर चर्चेला उत्तर देण्याचा त्यांचा बेतच नव्हता, कारण बहुतेक मुद्दे त्यांनी लोकप्रतिनिधित्वाच्या कायद्यातील दुरुस्तीसाठी केलेल्या चर्चेच्या वेळी मांडलेच होते. 'पण ह्या निमित्ताने मी माझे मित्र व सहकारी श्री. भूपेश गुप्ता जे म्हणाले की, ही दुरुस्ती केवळ घटनेच्या व कायद्याच्या दृष्टीनेच नाही तर नैतिकदृष्ट्यासुद्धा समर्थनीय आहे; मी त्याच्याशी पूर्णपणे सहमत आहे, हे सांगण्याची संधी घेतो.' आणि ते स्पष्टपणे समजून घेणे आवश्यक होते.

'ह्या दुरुस्तीमागचा मूलभूत विचार हा आहे की, ह्या चार उच्च पदांवरील व्यक्ती प्रचंड बहुमताने निवडून आलेल्या असतात, त्या सर्वसामान्य जनतेचे प्रतिनिधित्व करतात व लोकांनी निवडून दिल्यामुळे ह्या पदांवर येतात. असे असल्यावर त्यांना कोणतीही अन्य सत्ता, अधिकारी उदाहरणार्थ न्यायालये, सर्वोच्च न्यायालय, उच्च न्यायालये किंवा अन्य कोणी; ह्या पदांवरून दूर करू शकत नाहीत. लोकांची इच्छा, हाच शेवटचा शब्द असतो. न्यायालयीन अन्वयार्थ, मग तो कितीही उच्चपदस्थाने लावलेला असो, लोकमत डावलू शकत नाही, हे सर्वमान्य तत्त्व आहे, म्हणून मी म्हणतो की; ह्याला केवळ कायदा व घटनात्मक निकष यांवरच नाही तर नैतिकदृष्ट्यासुद्धा बळकट पाया आहे.'

मतदानाच्या वेळी : बाजूने : १६१; विरुद्ध : ०
जनतेचा विजय झाला!

पुन्हा सार्वभौमत्व :

आणीबाणीला आणि नंतर केलेल्या अनेक दुरुस्त्यांना दिलेल्या पाठिंब्यावर शिष्टतेचे आवरण घालताना भाकपचे भूपेश गुप्ता ८ तारखेला म्हणाले होते की, पंतप्रधानांच्या निवडणुकीला आव्हान देता येऊ नये, यासाठी विणलेल्या संरक्षक जाळ्याचा अर्थ, पंतप्रधान हे इतरांपेक्षा वरच्या पातळीवर आहेत असा नाही. त्यांनी एखादा गुन्हा केला –वाहतुकीच्या गुन्ह्याचे उदाहरण आठवा– तर त्यांना कायद्याला सामोरे जावेच लागेल. हा ८ तारखेला केलेला युक्तिवाद होता.

दुसऱ्या दिवशी, ९ ऑगस्ट १९७५ ला, म्हणजे सर्वोच्च न्यायालयापुढे त्यांच्या अपिलाची सुनावणी होण्याच्या दोनच दिवस आधी, साम्राज्यवादी/जातीयवादी/ प्रतिक्रियावादी शक्तींविरुद्धच्या लढाईने आणखी थोडी प्रगती केली.

पंतप्रधानांना फक्त त्यांच्या निवडणुकीशी संबंधित आव्हानांपासूनच संरक्षण का द्यावे? अखेरीस त्या जनतेच्या सर्वोच्च प्रतिनिधी आहेत. देशाच्या इच्छा आणि आकांक्षा, मान आणि प्रतिष्ठा, संसदेचे सार्वभौमत्व ह्यांचे त्या प्रतीक आहेत. त्यांना सर्व प्रकारच्या कारवाईपासून संरक्षण दिले पाहिजे.

आणि हेच राज्यसभेने, अर्थात आपल्या सार्वभौम सत्तेचा वापर करून घटना (४१वी दुरुस्ती) विधेयकात केले. हे विधेयक त्या वेळचे कायदामंत्री, एच. आर. गोखले यांनी ९ ऑगस्ट १९७५ ला मांडले. त्यावर बोलणाऱ्या सभासदांमध्ये विधेयकाला पूर्ण पाठिंबा व्यक्त करणाऱ्या भाषणांची जणू चढाओढ लागली. एकामागून एक सभासद, हे विधेयक आधीच कसे आणले नाही, याबद्दल आश्चर्य व्यक्त करू लागले. हे एक 'लहानसे विधेयक' आहे. गोखल्यांनी सभागृहाला सांगितले, 'आणि अगदी साधे आहे.' घटनेच्या कलम क्र. ३६१ मध्ये थोडे बदल सुचवले आहेत.

ह्या कलमात आता अशी तरतूद राहील :

'राष्ट्रपती, पंतप्रधान किंवा राज्यपाल या पदांवर जी व्यक्ती असेल किंवा पूर्वी होती तिच्याविरुद्ध ती राष्ट्रपती, पंतप्रधान किंवा राज्यपाल ह्या पदांवर असताना किंवा त्या पदांवर येण्यापूर्वी, केलेल्या कोणत्याही कृत्याबद्दल कोणत्याही न्यायालयात कार्यवाही होणार नाही. अशा कृत्याबद्दल अटक, तुरुंगवास यांच्यासकट इतर कोणतीही कारवाई होऊ शकणार नाही.'

शिवाय,

'राष्ट्रपती, पंतप्रधान किंवा राज्यपाल यांच्याविरुद्ध त्यांनी ह्या पदांवर येण्यापूर्वी किंवा नंतर, व्यक्तिशः केलेल्या कोणत्याही कृत्याबद्दल कोणताही

दिवाणी खटला दाखल करता येणार नाही किंवा चालवला जाणार नाही...'

किती 'लहानसे'! किती साधे!

आणि काय स्तुतिवर्षाव!

गोखल्यांनी सभागृहाला सांगितले की, आत्तापर्यंत असे, पण जरा कमी पातळीचे, संरक्षण फक्त राष्ट्रपती व राज्यपाल यांनाच उपलब्ध होते आणि पंतप्रधानपद एवढे महत्त्वाचे असूनसुद्धा त्याना हे संरक्षण उपलब्ध नव्हते; ही केवढी मोठी चूक होती! म्हणून हे विधेयक.

विधेयकावर बोलणारे पहिले सभासद म्हणाले की, घटनेमध्ये एक 'गंभीर त्रुटी' होती. पंतप्रधानपदावर असलेली व्यक्ती ही एका विशिष्ट राजकीय पक्षाचा नेता असते आणि तिचे त्या पक्षाचे सभासदत्व चालू राहते. हे मान्य करून ते पुढे म्हणाले, 'पण ज्या क्षणी ते ह्या उच्चपदावर येतात, त्या क्षणी ते सर्वसामान्य जनतेचे नेते होतात. पंतप्रधान सर्व जनतेच्या, मग ते कोणत्याही पक्षाचे असोत, विकासासाठी व कल्याणासाठी जबाबदार असतात.' अर्थात, त्या सभासदाच्या हे लक्षात आले नाही की, त्याच न्यायाने राज्यांचे मुख्यमंत्री आणि मंत्री यांचासुद्धा विधेयकात समावेश करायला हवा होता. ते अगदी रंगात आले होते, 'आणि म्हणून पंतप्रधानांचे हे उच्च स्थान आपल्या पूर्ण आदरास पात्र आहे आणि त्यावर असणाऱ्या व्यक्तीला मान देणे, तिच्याबद्दल आदर दाखवणे; हे प्रत्येक नागरिकाचे परम कर्तव्य आहे; पण दुर्दैवाने नजीकच्या भूतकाळात ही जाणीव असल्याचे दिसले नाही. पंतप्रधानपदाच्या प्रतिष्ठेला बाधा आणण्याच्या ह्या प्रवृत्तीला बंध घातला पाहिजे. त्यामुळे ह्या दुरुस्तीचे मी स्वागत करतो.'

'पण अशा दुरुस्त्या करत राहणे पुरेसे नाही,' ते म्हणाले, 'म्हणून संपूर्ण राज्यघटनेकडेच पुन्हा एकदा बघण्याची गरज आहे, असे जे कायदामंत्री म्हणाले, त्याबद्दल मला आनंद होत आहे.'

'आपण आणीबाणीत आहोत,' पुढील वक्ते म्हणाले, 'जे राष्ट्राच्या इतिहासात कधी-कधी आवश्यक असते. पण ह्या देशात असे काही लोक आहेत की, ज्यांची बुद्धी भ्रष्ट झाली आहे, बुरसटली आहे. ते म्हणतात की, घटना पवित्र आहे आणि तिला हात लावता कामा नये. पण अखेरीस घटना ही माणसानेच बनवली आहे व ती बनवताना ती लिहिणारांनी त्या वेळच्या परिस्थितीनुसार स्वातंत्र्याला जास्त महत्त्व दिले; पण त्या स्वातंत्र्यांचा इतका दुरुपयोग केला गेला की, स्वातंत्र्याचे रूपांतर बेबंदशाहीत व लोकशाहीचे रूपांतर झुंडशाहीत झाले आहे.

'जशी परिस्थिती बदलेल, तशी घटनाही बदलली पाहिजे. आपल्यापुढे प्रत्यक्ष देवाचेच उदाहरण नाही का? सर, बदल आवश्यक असतात. असे म्हणतात की,

नेहमी जुनी व्यवस्था बदलून तिच्या जागी नवी येते. आणि जगात भ्रष्टाचार माजला की परमेश्वरसुद्धा नवा अवतार घेऊन बदल घडवून आणतो. जर खुद्द परमेश्वर बदलत असेल, तर संसदेनेसुद्धा बदलले पाहिजे. कोणतीही व्यवस्था परिपूर्ण नसते. कोणतीही घटना परिपूर्ण नसते. कोणताही गुण परिपूर्ण नसतो. सर्व गोष्टी सापेक्ष असतात. घटना सापेक्ष आहे. शासन-व्यवस्था सापेक्ष आहे. संसदीय लोकशाही पद्धती हीसुद्धा परिस्थितीच्या विशिष्ट गरजांप्रमाणे सापेक्ष असते. त्यामुळे जेव्हा घटनेत बदल करणे आवश्यक असते, तेव्हा आपण बदल केला पाहिजे. आणि याचा अर्थ आपण करत असलेले बदल कायम राहिले पाहिजेत असे नाही. उद्या परिस्थिती बदलल्यावर कदाचित पुन्हा बदल करावे लागतील. तोच जीवनाचा नियम आहे. जसे हे प्रतिक्रियावादी घटना पवित्र आहे, जणू ती थेट ईश्वरानेच ह्या देशाला दिली, हे कारण पुढे करत आहेत. तसे आपण या जीवनाच्या नियमाविरुद्ध गेलो, *ही प्रवृत्ती प्रतिक्रियावादी प्रगतीच्या विरुद्ध, लोकांच्या विरुद्ध ठरेल.'*

पुढील वक्ता म्हणाला, 'पंतप्रधान हे अतिशय महत्त्वाच्या, कळीच्या जागी आहेत.' पुढच्या वक्त्याने जाहीर केले की, पंतप्रधान हा संपूर्ण चौकटीचा केंद्रबिंदू आहे. 'संघराज्य पद्धतीत पंतप्रधानांचे व्यक्तिमत्त्व, पंतप्रधानांची प्रतिमा ह्या गोष्टी म्हणजे सर्वांना एकत्र आणणारी शक्तीच असते आणि आज आपल्या देशाला कशाची गरज आहे तर एकीच्या भावनेचे बंध मजबूत करण्याची... म्हणून त्या प्रतिमेला काळिमा लागेल, असे आपण काहीही होऊ देता कामा नये...'

पण गेल्या काही वर्षांत काय चालू आहे? काँग्रेसविरोधी पक्ष एकत्र येऊन, काँग्रेसचा पराभव करून; लोकशाहीला सुरुंग लावण्याचे काम करत आहेत. पण ह्या पक्षांचे काम बघितल्यानंतर लोक पुन्हा काँग्रेसकडे वळू लागल्यावर ह्या लोकांच्या लक्षात आले की, काँग्रेसला केवळ विरोध करण्याने काही उपयोग होत नाही, तेव्हा त्यांनी काँग्रेसला वरून, पिरॅमिडच्या शिखराकडून उद्ध्वस्त करण्याचा प्रयत्न सुरू केला आहे... काँग्रेस-विरोधाऐवजी इंदिरा गांधीविरोध, असा बदल १९७१ नंतर झाला आहे... ते फक्त चारित्र्यहनन करत होते. नेतृत्वाचे नाव बदनाम करत होते व धमक्या देत होते, त्यामुळे हे विधेयक...'

वक्त्याचे बोलणे अजून संपले नव्हते. त्यांनी मग खऱ्या समस्येच्या – न्यायसंस्थेच्या– मुळावर बंदूक रोखली. 'न्यायसंस्थेला शासनाचे काम करायचे होते. सर, न्यायसंस्थेचे क्षेत्र व शासनाचे क्षेत्र यांना विभागणारी रेषा कुठे आहे, याची न्यायसंस्थेला जाणीव झाली पाहिजे.' न्यायाधीशांनी पूर्वाधाराचे (precedent) खूळ आता सोडून द्यावे. न्यायसंस्थेने लगामाचे काम करू नये. ह्याबाबतीत निर्धार कायम आहे. शिवाय सर, *ह्या देशावर राज्य कोणाचे असावे, हा प्रश्न आहेच.'*

'संसदेचे.' दुसऱ्या एका लोकप्रतिनिधीने, सार्वभौमत्वाच्या पुरस्कर्त्याने परस्पर

उत्तर दिले.

'मला वाटते ह्याचा आपण पूर्वी एकदा निकाल लावलेला आहे.' वक्ते पुढे म्हणाले, 'कदाचित आपल्या न्यायसंस्थेला हे पुन्हा सांगण्याची वेळ आली आहे. त्यांना ह्याची जाणीव करून दिली नाही, तर आपण आपल्या कर्तव्यात चुकल्यासारखे होईल. *निर्णायक शब्द हा जनतेची संस्था, प्रातिनिधिक संस्था असलेल्या संसदेचाच असणार, हे त्यांना सांगायला हवे.'*

'देर आयाद दुरुस्त आयाद' पुढच्या सभासदाने जाहीर केले. आपण पाच वर्षांचे असताना घातलेले कपडे आपल्याला मोठेपणी वापरता येत नाहीत. उन्हाळ्याचे कपडे आपण हिवाळ्यात वापरू शकत नाही. पठारावर वापरायचे कपडे आपण लडाख किंवा काश्मीरमध्ये वापरू शकणार नाही. आपण विसाव्या शतकात आहोत. आता बदलाची गती शेकडोपटीने वाढली आहे. आज, चंद्रावर जाण्याच्या काळात, आपल्या पूर्वजांनी हजारो वर्षांपूर्वी जे अन्न खाल्ले, ते आता चालणार नाही. विमाने अस्तित्वात आल्यावर आपण बैलगाडीने प्रवास करण्यात अर्थ नाही.

पंतप्रधानांची जागा ही राज्यपाल आणि त्यासारख्या इतर पदांपेक्षा खूपच महत्त्वाची आहे. पंतप्रधानांच्या व्यक्तिमत्त्वात संपूर्ण राष्ट्राची शक्ती समाविष्ट आहे. ते पूर्ण देशाच्या वतीने, राष्ट्राच्या वतीने बोलतात. ते देशाला मार्ग दाखवतात. ते देशाला पुढे नेतात. हीच व्यक्ती देशाचे रक्षण करते. देशाचे ऐक्य मजबूत करते. 'जेव्हा अशी व्यक्ती फालतू लोकांकडून फालतू कारणावरून अडचणीत आणली जाते, तेव्हा फक्त या व्यक्तीचीच नव्हे तर पूर्ण देशाची प्रतिष्ठा खाली खेचली जाते...' पण अशा फुटकळ दुरुस्त्या करणे पुरेसे नाही! ते म्हणाले, 'आपण संपूर्ण घटनेचेच पुनरावलोकन केले पाहिजे. अशा वेगवेगळ्या दुरुस्त्या आणल्या की आपल्या हेतूबद्दल शंका घेतली जाते, आणि सध्याच्या परिस्थितीतील काही गोष्टींमुळे आपण ह्या दुरुस्त्या करत आहोत, असा निष्कर्ष काढला जातो. म्हणून संपूर्ण घटनेचेच पुनरावलोकन करावे व त्यासाठी एक समिती नेमावी.'

जनतेचे सार्वभौमत्व ठसवण्यात आणि जनतेचे सर्वोच्च प्रतीक आणि मूर्तिमंत सार्वभौमत्व लाभलेल्या श्रीमती इंदिरा गांधींशी असलेल्या आपल्या इमानाचे प्रदर्शन करण्यात वक्ते एकापेक्षाही एक उंच अशा भराऱ्या मारत होते. पुढील वक्ता आधीच्या वक्त्याच्या दुप्पट वर गेला. आपण केवळ एक सामान्य माणूस आहोत आणि आपल्याला इंग्रजी येत नाही, असा वारंवार उल्लेख करत त्याने सामान्य माणसाच्या हक्काची अंमलबजावणी करत भरारी मारली: घटनाकारांनी घटना अगदी वेगळ्या परिस्थितीत लिहिली. घटनेच्या मागे लपून लोकांना दुखावणारी कृत्ये करणारी माणसे भविष्यात विरोधी पक्षामध्ये येतील, याची कल्पनाच त्यांना आली नाही. अशा कायद्यांखाली आणि अशा घटनेखाली अशा प्रांतीय पक्षांना मान्यता

दिली गेली. प्रथम लाठीच्या जोरावर गरिबांना धाक दाखवून मतदान करू न देता, त्यांनी सत्ता काबीज करण्याचा प्रयत्न केला. त्याला यश आले नाही, तेव्हा न्यायालयाकडून राजकर्त्यांवर ताशेरे मारवून घेतले, जेणेकरून राज्यकर्ते त्यांच्यासाठी आपल्या जागा रिकाम्या करतील. 'पक्ष उभारता न आल्यामुळे पक्षरहित लोकशाहीच्या गप्पा मारणारी अशी नतद्रष्ट माणसे विरोधी पक्षांमध्ये येतील, याची घटनाकारांना कल्पना नव्हती.' जेपींच्या त्या बाबतीतील प्रस्तावाचा उल्लेख करून ते म्हणाले–

'परकीय हस्तकांशी हातमिळवणी करून काम करण्याइतक्या खालच्या थराला न्यायसंस्था जाईल, अशी त्यांनी कल्पनासुद्धा केली नसेल.' ते म्हणाले, 'इंदिरा गांधींच्या आजोबांनी उत्तर प्रदेशात काम केले. आजींनी उत्तर प्रदेशात काम केले. त्यांच्या वडिलांनी उत्तर प्रदेशाचा विकास केला. त्यांच्या पूज्य पतीने रायबरेलीचा विकास केला. असे असताना त्याच मतदारसंघातून यशपाल कपूर यांच्या मदतीमुळे त्या निवडून आल्या? घटनाकारांना स्वप्नाततरी असे वाटले असेल का, की असे मूर्ख व नीच न्यायाधीशसुद्धा ह्या देशात होऊ शकतील!' हे वाक्य त्यांच्याच शब्दांत सांगायचे तर, 'क्या कॉन्स्टिट्यूशनल फ्रेमर्सको ये पता था कि ऐसे घटिया और कमीने जजभी इस देशमें हो सकते हैं?'

'त्यामुळे, आपण अर्थातच हे विधेयक संमत तर केलेच पाहिजे; पण आणखी दोन गोष्टी करणे जरुरीचे आहे–' सार्वभौम जनतेच्या सार्वभौम प्रतिनिधीने सार्वभौम संसदेला सांगितले: एक म्हणजे घटनेत दुरुस्ती करून प्रादेशिक पक्षांना बंदी घालणे, आणि दुसरे 'अशा प्रकारच्या कोणत्याही माणसाला आपण न्यायाधीश होऊ देता कामा नये. मी तर असे म्हणेन की, इंदिरा गांधी व यशपाल कपूर यांच्यापैकी जास्त महत्त्वाचे कोण, हे कळण्याइतकीसुद्धा ज्यांची बौद्धिक क्षमता नसेल, अशा न्यायाधीशांना शिक्षाच केली पाहिजे.'

अजून ह्या 'सामान्य माणसा'चे भाषण संपले नव्हते. 'खरे तर मी ह्या मताचा आहे की, हा न्यायाधीश एक तर CIAचा एजंट असेल किंवा वेडातरी असेल. त्याची जागा एक तर अमेरिकेत नाहीतर आग्र्याच्या वेड्यांच्या इस्पितळात आहे.'

'बरेलीलासुद्धा एक वेड्यांचे इस्पितळ आहे.' जनतेचा आणखी एक सार्वभौम प्रतिनिधी मध्येच म्हणाला.

'होय. बरेलीला वेड्यांचे इस्पितळ असल्यामुळे हेसुद्धा योग्य ठिकाण आहे...'

हे असे बोलायचा हक्क आणि अधिकार सभासदाला नाही, असे कोण म्हणू शकेल? शेवटी तो एक सामान्य माणूस आहे; आपल्याला इंग्रजी येत नाही याचा त्याला आनंद होतो. लोकांचा खरा प्रतिनिधी. देवत्व उर्फ सार्वभौमत्वाची एक ठिणगी!

पुढचे वक्ते बोलू लागले, 'जेव्हा घटना लिहिली, तेव्हा मानाच्या पदांना

संरक्षण देण्याची आवश्यकता होती. आता काम करणाऱ्यांच्या पदांना संरक्षण देण्याची गरज आहे. सर, घटना ही देशाच्या जीवनाचे प्रतीक असते. जीवन प्रवाही असते. वाहते पाणीच स्वच्छ राहते... त्यावेळी गांधीजींच्या हत्येमुळे राष्ट्रीय स्वयंसेवक संघ नाहीसा झाला. फाळणीमुळे मुस्लीम जातीयवाद अदृश्य झाला. पुन्हा पंचवीस वर्षांनी ही विषाची गाठ उद्भवणार आहे, ह्याची कल्पना घटनाकारांना कशी असणार? त्या वेळचे राजे-रजवाडे गेले. पण त्यांचे दागदागिने आणि छुपा पैसा यांच्या जोरावर ते समाजात अराजकता माजविण्याचे कारस्थान करत आहेत आणि नवश्रीमंत भांडवलदारांची त्यांना साथ आहे. अशा स्थितीत घटनेचा पूर्ण कायापालट करण्याचाच विचार आपण केला पाहिजे.'

आज भारताचे पंतप्रधान हे फक्त देशाचे पंतप्रधानच नाहीत, भारतीयत्व, भारताची एकता, भारताची प्रगती यांचे त्या प्रतीक आहेत. अशा परिस्थितीत त्यांच्याविरुद्ध कोणत्यातरी न्यायालयात खटला चालण्याने देशाची प्रतिष्ठा धुळीला मिळेल. ही दुरुस्ती आधीच आणायला हवी होती– असे ते म्हणाले.

ही केवळ भारतातील सर्वसामान्य जनतेच्या बाजूनेच बोलण्याची वेळ नव्हती– ते काम आधीच्या वक्त्यांनी केलेच होते. अशा गरिबांच्या वतीने बोलण्याची वेळ होती.

'आम्ही समाजवादी, काँग्रेसमध्ये परत आलो कारण आमच्या ज्या मागण्या होत्या –संस्थानिकांचे तनखे बंद करा, बँकांचे राष्ट्रीयीकरण करा, आयात-निर्यात व्यापाराचे राष्ट्रीयीकरण करा वगैरे– त्यांच्यावर कारवाई झाली. त्याची अंमलबजावणी झाली.' एक माजी समाजवादी महाशय आपण 'स्वगृही' का परत आलो, याची कारणमीमांसा करू लागले. ही आता त्या वेळची काँग्रेस नाही. सर, मी तुमच्यामार्फत कायदा मंत्र्यांना विनंती करीन की, ज्यांच्याकडे पाच किंवा दहा लाखांपेक्षा जास्त रुपये असतील अशा– श्रीमंत लोकांचे हक्क काढून घ्यावेत. ह्या गरिबांच्या देशात ह्या करोडपतींना अधिकार नसावेत. हे थैलीशहा त्यांच्याकडील करोडे रुपयांच्या संपत्तीने समाजात विष कालवायला निघाले आहेत.'

एकएक घटक कसे एकमेकांत विलीन होतात पाहा : जनता, गरीब, त्यांचा प्रतिनिधी, सामान्य माणूस, पुरोगामी... आणि असे एकएक करत ते कुठे घेऊन जातात ते पाहा.

'पंतप्रधान हा आपल्या घटनेचा आधारस्तंभ आहे.' पुढच्या वक्त्याने सुरू केले, 'ज्यांच्याभोवती लोकशाहीचे चाक फिरते, अशा पंतप्रधानांचे संरक्षण केले नाही, अशा हल्ल्यांपासून त्यांना संरक्षण मिळाले नाही, तर त्यांना त्यांच्या पदाच्या जबाबदाऱ्या पार पाडता येणार नाहीत. ह्याचा कोणाही एका व्यक्तीशी संबंध नसून, ही तत्त्वाची बाब आहे... आपण घटनेवर पुनर्विचार केला पाहिजे, विशेषत:

मालमत्तेसंबंधीच्या तरतुदींच्या... आपले उद्दिष्ट साध्य करण्यासाठी त्या बदलल्या पाहिजेत...'

'जनता' विशेषत: गरीब, वंचित, आणि तिचे खरे प्रतिनिधी हा विषय अधिक तापवत ते म्हणाले, 'सर, आणखी एक गोष्ट आहे. उच्च न्यायालय आणि सर्वोच्च न्यायालय ह्यांच्या न्यायाधीशांविषयी बोलले गेले. मला असे वाटते की, ज्या परिस्थितीत माणूस जन्मतो, वाढतो तिच्यातून तो बाहेर पडू शकत नाही. म्हणूनच ही न्यायालये सुखवस्तू आणि श्रीमंत लोकांनी भरलेली आहेत. गरीब, शोषित, भुकेल्या लोकांचे प्रतिनिधित्व ती करूच शकत नाहीत. त्यांच्या भावना ही न्यायालये समजूच शकत नाहीत. ते अशा वातावरणात वाढलेले असतात की, गरिबांचे म्हणणे समजून घेण्याची क्षमताच त्यांच्यात असू शकत नाही. म्हणून मी कायदामंत्र्यांना अशी विनंती करतो की, ज्यांच्या भावना गरिबांच्या भावनांशी जोडलेल्या आहेत, जे त्यांचे प्रतिनिधित्व करू शकतील, जे त्यांना नेहमी डोळ्यांसमोर ठेवतील; अशाच लोकांना न्यायाधीश म्हणून नेमा. जमीनदारी बरखास्त करणे, भाडेकरू कायदा या बाबींमध्ये ही मंडळी अडथळे आणत आहेत... म्हणून ज्यांना गरिबांच्या भावना कळतात आणि आपल्या सत्ताधारी पक्षाच्या विचारसरणीसारखीच विचारसरणी असणाऱ्यांना न्यायालयांमध्ये ठेवा. मगच ते आपल्या विचारांप्रमाणे निर्णय देतील...'

सर्व सभासदांची भाषणे झाल्यावर कायदेमंत्र्यांनी चर्चे'ला दिलेले उत्तर विधेयकाप्रमाणेच साधे व संक्षिप्त होते.

विधेयक त्याच दिवशी, एकाच बैठकीत मंजूर झाले.

विधेयकाच्या बाजूने : १५४ विरुद्ध : ०[२]

९ ऑगस्ट १९७५ रोजी हे घडले. संसदेने, तिचा सार्वभौम अधिकार वापरून निवडणूक कायदा बदलला व जे आत्तापर्यंत बेकायदा होते, ते कायदेशीर केले. घटनेत अशी दुरुस्ती केली गेली, की त्यामुळे श्रीमती इंदिरा गांधींची निवडणूक सर्वोच्च न्यायालयाच्या कक्षेबाहेर गेली. आता सार्वभौम संसदेच्या एका अंगाने त्यांची सर्व कृत्ये –मागची, सध्याची व भविष्यातील– फौजदारी व दिवाणी कायद्यांच्या पलीकडे गेली.

सार्वभौम संसदेने श्रीमती गांधींना सर्वोच्च न्यायालयाला तोंड देण्यास सिद्ध केले.

महिन्यांमागून महिने जसे जात राहिले, तसे 'शेवटची सुरी' फिरवण्याची गरज राहिली नाही. त्यामुळे चुकीची समजूत होईल की काय? शत्रू म्हणत होते की, श्रीमती गांधींवर निवडणुकीतील भ्रष्टाचाराचा आरोप सिद्ध झाला, म्हणून निवडणूक कायद्यात बदल करण्यात आला. तसेच, त्यांना काही गुन्हेगारी कृत्ये लपवायची आहेत म्हणून हे शेवटचे विधेयक आणले, असे ते म्हणतील की काय?

ते काहीही असले तरी आता गरज काय? लाखभर लोक तुरुंगात आहेत. देश शांत आहे. गाड्या वेळेवर धावताहेत...

तळटीप :

१. इंदिरा नेहरू गांधी वि. राजनारायण, (1975) 2 SCC 159.

२. ह्या भागाकरिता संदर्भ : 'Constitution (Fortieth Amendment) Bill: Parliamentary Debates, Lok Sabha, Official Report, Lok Sabha Secretariat, 7 August 1975.

३. The Constitution (Fortieth Amendment) Bill, 'Parliamentary Debates,' Rajya Sabha Official Report, ८ ऑगस्ट, १९७५.

४. त्यांचे दीर्घकालीन सहाय्यक, ज्यांचा न्या. सिन्हा यांच्या आरोपपत्रात उल्लेख होता

५. ह्या वृत्तान्तासाठी : 'Constitution (Forty first Amendment) Bill: 1975, Parliamentary Debates, Rajya Sabha, Official Report, Rajya Sabha Secretariat, 9 August 1975.

७

सार्वभौमत्व– पूर्ण भरात!

पण लोकांनी पुढे जात राहिले पाहिजे. सामाजिक, आर्थिक क्रांती घडवून आणलीच पाहिजे. न्यायालये हा एक अडथळा आहे. मूलभूत हक्क हा एक अडथळा आहे... घटनेचासुद्धा संपूर्ण कायापालट केला पाहिजे. आणि सार्वभौम असल्याने संसद ते कसेही करू शकेल.

'आपल्या घटनेचा नव्याने विचार– काही सूचना' (A Fresh look at our Constitution- Some suggestions) या नावाचा एक पेपर प्रसिद्ध झाला आहे. त्यातील प्रस्तावांमुळे न्यायसंस्था पूर्णपणे नपुंसक होईल. दावणीला बांधलेल्या काँग्रेस पक्षाने ठराव मंजूर केला: गरीब व उपेक्षित लोकांचे हाल कमी करायचे असतील, तर आपल्या घटनेचे संपूर्ण पुनरावलोकन करणे अत्यंत गरजेचे आहे. कुप्रसिद्ध स्वर्णसिंग समितीची स्थापना झाली आणि तिच्याकडून ज्या प्रकारच्या प्रस्तावांची अपेक्षा आहे असे समितीला वाटले, तसेच तिने दिले. श्रीमती गांधींच्या पद्धतीप्रमाणे एक समांतर गट त्याहूनही कठोर बदल सुचवण्याचे काम करत होता. लवकरच ४२ वी घटनादुरुस्ती सार्वभौम संसदेपुढे आली.

आपण विचार करत असलेल्या विषयाच्या दृष्टीने ह्या दुरुस्तीचे तीन पैलू महत्त्वाचे आहेत:

राज्यसंस्था व नागरिक यांच्यातील नाते उलट केले गेले. कलम ३१ (क) सर्वसमावेशक केले गेले :

> ज्या कायद्यामध्ये, तो निर्देशक तत्त्वांची (directive principles) – अगदी एकाही तत्त्वाची– अंमलबजावणी करण्यासाठी आहे, असे विधान – नुसते विधानसुद्धा– असेल, तर त्या कायद्यामुळे मूलभूत हक्कांचा –विशेषत: कलम १४[१] व १९[२] यांचा– भंग होतो ह्या कारणासाठी त्याला कोणत्याही न्यायालयात आव्हान देता येणार नाही. दुसरे, एका नव्या ३१ड[३] ह्या कलमाद्वारा असा नियम करण्यात आला की, ज्या कायद्यामध्ये

'देश-विरोधी कृत्ये' करणे किंवा 'देश-विरोधी मंडळे' स्थापणे यांना प्रतिबंध किंवा बंदी घालण्याची तरतूद असेल, तो कायदा कलम १४, १९ किंवा ३१ ह्यांच्याशी विसंगत आहे, या कारणावरून तो रद्द ठरवण्यात येऊ शकणार नाही.

तिसरे, कलम २६च्या जागी नवे कलम आणले गेले– ह्यापुढे, जर नुकसान किंवा अन्याय गंभीर/मोठ्या प्रकारचा असेल, तरच न्यायालये सरकारवर रिट (Writ)/नोटीस बजावू शकतील. न्यायसंस्थेचे हातच कलम केल्यासारखे झाले. ह्यापुढे घटनेत दुरुस्ती करण्याच्या संसदेच्या अधिकारावर कोणतीही मर्यादा असणार नाही. कलम ३६८ला एक नवे कलम जोडण्यात आले. ते असे: 'ह्या घटनेला (Part III च्या तरतुदींसह)⁴ ह्या कलमाखाली केलेल्या कोणत्याही दुरुस्तीला, ती ह्या कलमात नमूद केलेल्या पद्धतीनुसार करण्यात आलेली नाही, ह्या कारणाव्यतिरिक्त इतर कोणत्याही कारणावरून न्यायालयात आव्हान देता येणार नाही' ह्या कलमात नमूद केलेल्या पद्धतीनुसार दुरुस्ती करण्यात आली नसेल, तर तिला न्यायालयात आव्हान दिले जाऊ शकेल; ही छोटी सवलतसुद्धा लोकसभेतील चर्चेच्या आधारे गाळण्यात आली. त्यामुळे आता कोणत्याही दुरुस्तीला, कोणत्याही कारणावरून, कोणत्याही न्यायालयात आव्हान देता येणार नाही, असे झाले. दुसरे, स्वर्णसिंग समितीच्या प्रस्तावांवर आधारित एक नवे कलम १४४ अ घालण्यात आले. ह्या कलमान्वये: कोणत्याही कायद्याची सांविधानिक वैधता तपासण्यासाठी कमीत कमी सात न्यायाधीशांचे पीठ असावे आणि कोणताही कायदा घटनाबाह्य आहे, असे ठरवण्यासाठी त्यांपैकी कमीत कमी दोन-तृतीयांश न्यायाधीशांचे तसे मत असावे.⁵

श्रीमती इंदिरा गांधींच्या निवडणुकीभोवतीची तटबंदी आणखी भक्कम झाली. ज्या भ्रष्ट निवडणूक कृत्यांमुळे श्रीमती इंदिरा गांधींची निवडणूक न्यायालयाने रद्द केली होती, त्यांना कायदेशीर ठरवणाऱ्या निवडणूक कायद्यातील दुरुस्त्या ५ ऑगस्ट १९७५ ला सार्वभौम संसदेने कशा तत्परतेने मंजूर केल्या, ते आठवा. भ्रष्ट निवडणूक कृत्यांमुळे दोषी असलेल्या उमेदवाराला अपात्र ठरवायचे की नाही आणि असल्यास किती काळासाठी, हे ठरवण्याचा अधिकार न्यायालयांकडून काढून घेऊन राष्ट्रपतींना देण्यात आला. ह्या दुरुस्त्यांची शिफारस करताना एच. आर. गोखले दोनदा म्हणाले होते की, हा अधिकार निवडणूक आयोगाचा सल्ला घेऊन राष्ट्रपती वापरतील व 'निवडणूक आयोगाचा सल्ला राष्ट्रपतींवर बंधनकारक राहील.'⁶ १०३ व १९२ ही कलमे आता बदलण्यात आली: संसदेचा व राज्यविधानसभेचा

सभासद अपात्र झाला आहे का व असल्यास किती काळाकरता, असा प्रश्न निर्माण झाला; तर त्यावरील निर्णय राष्ट्रपती घेतील व त्यांचा निर्णय अंतिम असेल. हा निर्णय घेण्यापूर्वी ते निवडणूक आयोगाचा नुसता सल्ला घेतील. असा सल्ला त्यांच्यावर बंधनकारक असल्याचा कुठेही उल्लेख नव्हता. त्याचबरोबर कलम ७४ बदलले गेले; त्या बदलानुसार राष्ट्रपती सर्व बाबतींत पंतप्रधानांच्या नेतृत्वाखालील मंत्रिमंडळाचा सल्ला घेतील व असा सल्ला त्यांच्यावर बंधनकारक राहील. याचा अर्थ, संसदेच्या व राज्य विधिमंडळाच्या निवडणुकीला आव्हान दिले गेले असेल, अशा प्रत्येक सभासदाच्या बाबतीत पंतप्रधानांचा अधिकार चालणार. दुसराही एक 'बोलका' बदल असा: श्रीमती गांधींच्या निवडणूक खटल्याच्या सुनावणीच्या वेळी श्रीमती गांधींच्या बाजूने असे विधान केले की; सरकारी अधिकाऱ्यांनी त्यांच्यासाठी जे काम केले, त्यात विशेष काही नव्हते: 'पंतप्रधान प्रवासात असतील, तेव्हा त्यांच्या संरक्षणासाठी पाळावयाचे नियम' ह्या नियमपुस्तकातील नियमांप्रमाणे ते काम होते. हे नियमपुस्तक न्यायालयात हजर करावे, अशी मागणी राज नारायण यांनी केल्यावर श्रीमती गांधींच्या बाजूने विरोध केला गेला. ४२ व्या दुरुस्तीखाली कलम १६६ मध्ये एक नवे कलम घालण्यात आले. (४) सरकारचा कारभार चालवणे सोयीचे व्हावे यासाठी केलेल्या कलम (३) मध्ये नमूद केलेले नियम हजर करण्यास सांगण्याचा अधिकार कोणत्याही न्यायालयाला किंवा अधिकाऱ्याला नसावा.

अर्थात घटनेत इतरही अनेक बदल केले गेले. 'प्रस्तावने'त (in Preamble) बदल करून 'धर्मनिरपेक्षता' व 'समाजवाद' ह्यांचा मुलामा दिला गेला. दोन नवीन भाग व नऊ नवी कलमे जोडण्यात आली. ५० कलमांमध्ये दुरुस्त्या करण्यात आल्या. त्यांतही काही बाबतींत तर मूळ स्वरूप ओळखूही येऊ नये, अशा दुरुस्त्या होत्या. सार्वभौमत्वाच्या अंमलबजावणीचा एकूण परिणाम ग्रॅनव्हिल ऑस्टिन ह्यांच्या सखोल व पद्धतशीर अभ्यासात चांगल्या प्रकारे दिला आहे, तो असा :

नव्या घटनेत सत्तेच्या समीकरणात जो बदल केला गेला, त्यामुळे तिचे मूळ स्वरूप ओळखू येणार नाही इतके बदलले. सर्वोच्च न्यायालयाच्या अधिकारकक्षेतील बराच भाग काढून घेण्यात आला. उच्च न्यायालयांवर बंधने घातली गेली. घटनेचे रक्षण करण्याची किंवा तिचा नाश करण्याची अनिर्बंध सत्ता संसदेकडे आली. संसद सभासद, राष्ट्रपती, उपराष्ट्रपती यांच्या निवडणुकींचा निर्णय करण्याचा अधिकार संसदेला मिळाला. संसदेने केलेले कायदे मंत्रिमंडळाकडून जसे येतील, तशीच त्यांना मान्यता देणे राष्ट्रपतींना

बंधनकारक झाले. केंद्र व राज्य सरकारांना कामकाज चालवण्यासाठी असलेली 'कोरम'ची अट रद्द करण्यात आली. सभागृहात विधेयक मंजूर करून घेण्यासाठी फक्त एका सरकारसमर्थकाची उपस्थिती पुरशी आहे. संसद व राज्य विधानसभांचा कार्यकाल पाच वर्षांवरून सहा वर्षे केला गेला. दुरुस्तीच्या शेवटच्या कलमामुळे तर मंत्रिमंडळाला प्रचंड अधिकार मिळाले. त्यातील तरतुदीनुसार, घटनेत दुरुस्त्या केल्यानंतर ती राबविण्यात काही अडचणी आल्या, तर त्या अडचणी दूर करण्यासाठी, राष्ट्रपती एक अध्यादेश काढून दोन वर्षांच्या काळासाठी त्या तरतुदी बदलू शकतात.

आणि ह्या सगळ्याचे समर्थन केले गेले? जनता सार्वभौम आहे, त्यामुळे संसद सार्वभौम आहे, म्हणून लोकांनी ज्यांना पंतप्रधानपदी निवडले, त्या पंतप्रधानांचे न्यायाधीशांपासून रक्षण करणे आवश्यक आहे. न्यायाधीश गरीब लोकांना मदत करण्यात अडथळा आणतात.

४२ व्या घटनादुरुस्तीवर लोकसभेत आठ दिवस तर राज्यसभेत सहा दिवस चर्चा झाली. खरे तर तिच्यावर स्तुतिसुमने उधळली गेली, असे म्हणणे जास्त बरोबर होईल. ह्या चर्चांचा परिपाक म्हणून एक महत्त्वाचा बदल केला गेला. घटनेत दुरुस्ती करण्यासाठी योग्य प्रक्रिया अनुसरली नाही, तर त्या दुरुस्तीविषयी न्यायालयात जाता येत होते; तो मार्ग आता बंद झाला.

पण ह्या चर्चा फार मौल्यवान होत्या, त्या अशासाठी की; 'त्यामुळे जनता सार्वभौम आहे म्हणून संसद सार्वभौम...' हा युक्तिवाद कुठपर्यंत जाऊ शकतो, याची कल्पना येते.

ऑक्टोबर २५, १९७६ : लोकसभा

एच. आर. गोखले दुरुस्तीचा ठराव मांडण्यासाठी उठले. 'स्वातंत्र्य मिळवल्यावर देशात सामाजिक व आर्थिक क्रांती घडवून आणणे हे उद्दिष्ट आहे.' ते म्हणाले, 'आपल्या सामाजिक व आर्थिक क्रांतीच्या मार्गात घटनेतील काही तरतुदींचे अडथळे येत आहेत... 'न्यायालयातील इतिहासात' तर खूपच अडथळे आहेत. त्यात असे दिसते की, प्रत्येक वेळेस, उद्दिष्टांची अंमलबजावणी करायला म्हणून काही करायला गेलो, की अडथळे निर्माण होतात... संस्थानिकांचे तनखे बंद करणे, बँकांचे राष्ट्रीयीकरण... आणि अनेकदा तर न्यायसंस्थेने अशा कोलांट्या उड्या मारल्या की, खरा कायदा काय आहे, हेच कळेनासे झाले... हे अडथळे दूर करण्यासाठी ही दुरुस्ती आणण्यात येत आहे.'

लवकरच ते त्यांच्या मुख्य लक्ष्याकडे वळले– 'सर्वोच्च न्यायालयाच्या काही

निर्णयांत म्हटले होते की, संसद ही घटनेत दुरुस्त्या करू शकते; पण मूळ चौकटीला, वैशिष्ट्यांना धक्का न लावता. ही 'मूलभूत वैशिष्ट्ये' कोणती, हे आम्हांला माहीत नाही.' गोखले म्हणाले, 'मला वाटते *आता आणखी वेळ न दवडता 'मूलभूत वैशिष्ट्ये' (जी कोणती हे त्यांनाही माहीत नाही) असे काही नाही, हे एकदा शेवटचे; स्पष्ट शब्दांत सांगावे. संसदेच्या दृष्टीने, संसदेला घटनेच्या कोणत्याही कलमांमध्ये दुरुस्त्या करण्यात, कोणताही अडथळा असू शकत नाही.'* ते पुढे म्हणाले, 'सामाजिक व आर्थिक क्रांतीच्या व्यतिरिक्त ह्या घटनादुरुस्ती विधेयकाचे सर्वांत महत्त्वाचे वैशिष्ट्य हे आहे की, आपण सर्व शक्तिनिशी हे पुन्हा स्पष्ट करीत आहोत की, संसद सर्वोच्च आहे आणि *संसदेमध्ये घटनेत दुरुस्त्या करण्यावर कोणत्याही मर्यादा नाहीत.* संसदेचे सर्वोच्च स्थान व सार्वभौमत्व ठसवण्यासाठी ह्या विधेयकात काही प्रस्ताव आहेत; आणि मला असे वाटते की, ते ह्या विधेयकाचे सर्वांत महत्त्वाचे वैशिष्ट्य आहे. एका कलमामध्ये आपण असे म्हटले आहे की, *कोणत्याही न्यायालयाला, मग ते कितीही वरचे किंवा खालचे असो, घटना-दुरुस्तीच्या वैधतेवर, म्हणजे ती घटनेला धरून आहे की नाही, ह्या गोष्टीवर विचार करण्याचा अधिकार असणार नाही.'*

सार्वभौमत्वाच्या विश्वस्तांना उद्देशून ते म्हणाले, 'न्यायालयात भले कितीही नामवंत, विद्वान व प्रसिद्ध न्यायाधीश असोत, पण वस्तुस्थिती अशी आहे की, इथे ह्या सभागृहात बसलेले लोक, जे जनतेला जबाबदार आहेत, ज्यांना जनतेला जाब द्यावा लागतो त्यांनाच, एखादी दुरुस्ती करावी की नाही, एखादी दुरुस्ती घटनात्मक आहे की नाही, हे ठरवण्याचा अधिकार आहे. न्यायालयीन लोकांना नाही...'

हे सार्वभौमत्व निश्चित करण्यासाठी त्यांनी पहिले हत्यार उपसले : ह्याच्यापुढे, निर्देशक तत्त्वांपैकी (from Directive Principles) एक जरी तत्त्व अमलात आणण्यासाठी संसदेने कायदा केला, ज्या कायद्यामध्ये नुसते असे म्हटले असले की, 'हा कायदा निर्देशक तत्त्वांच्या अंमलबजावणीसाठी आहे' तर अशा कायद्याला, मूलभूत हक्कांना धक्का लागतो ह्या कारणावरून, आव्हान देता येणार नाही...'

ज्या कलमांद्वारे सर्वोच्च न्यायालयाच्या मूळच्या अधिकारकक्षेचे लचके तोडण्यात आले आणि ज्याद्वारे न्यायालयाचा घटना-दुरुस्त्यांवर निर्णय करण्याचा अधिकार काढून घेण्यात येत होता, त्यांच्याबद्दल ते सविस्तर बोलले; आणि मग आणीबाणीवर गोबेल्सच्या एकांगी पद्धतीने म्हणाले की, सर्वोच्च न्यायालयाच्या स्वातंत्र्यावर घाला घातला जात आहे, असे जे म्हणतात ते अगदी चूक आहे. कसे? कारण ह्या दुरुस्तीतील कोणत्याही तरतुदीमुळे सर्वोच्च न्यायालयाच्या स्थानाला, प्रतिष्ठेला किंवा स्वातंत्र्याला धक्का लागलेला नाही. केवळ अधिकार व अधिकारक्षेत्रांचे फेरवाटप केल्यामुळे न्यायसंस्थेचे स्वातंत्र्य, प्रतिष्ठा किंवा सन्मान हे काढून घेतले जात नाही.

विरोधाभास तज्ज्ञांनी मग चर्चेचा ताबा घेतला. भाकपचे भूपेश गुप्ता म्हणाले, 'गोखले यांनी उल्लेख केलेले सामाजिक व आर्थिक क्रांतीचे उद्दिष्ट आणि ते साध्य करण्यासाठी केलेल्या तरतुदी, ह्यांना आमची काहीही हरकत नाही. खरे म्हणजे, जास्त समानता असलेल्या समाजाकडे वाटचाल करण्यासाठी, लोकांचे हित डोळ्यांसमोर ठेवून सामाजिक-आर्थिक सुधारणा घडवून आणण्यासाठी, आणि अशा सुधारणा घडवून आणण्याच्या मार्गातील अडथळे दूर करण्यासाठी घटनेत ह्याच्याहून चांगली दुरुस्ती करणे आवश्यक आहे, असे आमचा पक्ष फार पूर्वीपासूनच सांगत आला आहे. काही प्रस्ताव ह्या उद्दिष्टांना धरून नाहीत, याबद्दल त्यांची सौम्य हरकत होती– उदाहरणार्थ विधिमंडळांच्या अधिवेशनांमध्ये कोरमची (उपस्थितांची किमान गणसंख्या असण्याची अट) तरतूद काढून टाकणे. आमच्या मते, श्रीमंत व शोषण करणारा वर्ग, खास हक्क असलेला वर्ग –खरे तर हे हक्क ह्या देशातील बहुसंख्य जनतेचे आहेत– त्यांची साहजिकच ते हक्क सोडण्याची इच्छा नसते. हा श्रीमंत वर्ग आणि काबाडकष्ट करणारे लोक, रोजंदारीवर काम करणारे लोक, गरीब लोक; ज्यांना त्यांचे हक्क आणि त्यांच्या हितांबद्दल घटनेमध्ये परिणामकारक हमीचा अंतर्भाव केलेला हवा आहे असा वर्ग, ह्यांच्या हितांमधील तडजोड घटनेत मोठ्या प्रमाणात प्रतिबिंबित होते.' ही दुरुस्ती म्हणजे ती तडजोड सुधारण्याच्या दिशेने टाकलेले पाऊल आहे.

गुप्तांचा नेमका पाठिंबा जास्त महत्त्वाचा होता : मी व माझ्या सहकाऱ्यांच्या मते ह्या *संसदेचा घटनेत दुरुस्त्या करण्याचा हक्क, हा सर्वोच्च व ज्याला आव्हान देता येणार नाही; असा आहे...* मंत्री महाशय म्हणाले त्याप्रमाणे संसदेचे निर्विवाद वर्चस्व प्रस्थापित करणारे हे विधेयक सरकारने मांडले, याचा मला आनंद होतो.

घटनेच्या प्रस्तावनेमध्ये समाजवादाच्या ध्येयाचा व त्याला खतपाणी घालणाऱ्या तरतुदींचा अंतर्भाव केला जात असल्याने गुप्ता साहजिकच खूश झाले, 'समाजवादी व्यवस्था व या कल्पनेचे आकर्षण आणि दुसरीकडे भांडवलशाहीची जगभरात होणारी बदनामी ह्या सर्व गोष्टींचा एकत्रित परिणाम म्हणजे आपल्या देशातील लोकांमध्ये समाजवादी व्यवस्थेबद्दल आकांक्षा निर्माण झाली आहे; ही व्यवस्था म्हणजे काय व ती कशी असावी, हे यथाकाल स्पष्ट केले पाहिजे...', 'ह्या दुरुस्तीत आपल्या देशातील बहुसंख्य लोकांच्या इच्छांचे प्रतिबिंब आहे...' पण, अर्थातच नुसत्या प्रस्तावनेत शब्दांचा अंतर्भाव करण्याव्यतिरिक्त प्रत्यक्षातही काहीतरी केले पाहिजे.'

त्यांच्यानंतर आणीबाणीचा व अशा बदलांचा उदोउदो करणाऱ्यांपैकी एक व तेव्हाचे संसदीय कारभार खात्याचे मंत्री, प्रियरंजनदास मुन्शी बोलले, 'राष्ट्रीय लढ्यातील आपल्या काही महान नेत्यांच्या आणि विशेषकरून आपले महान नेते

पंडित जवाहरलाल नेहरू यांच्या, आकांक्षांची व स्वप्नांची पूर्तता करणारे हे विधेयक मांडल्याबद्दल मी कायदामंत्र्यांचे अभिनंदन करतो व ह्या विधेयकाचे मी मनापासून स्वागत करतो. हे विधेयक केवळ आपल्या देशातील सामाजिक-आर्थिक बदलांशी संबंधित तरतुदींबद्दलच आहे?' ते गोबेल्सच्या आवेशात म्हणाले, 'सभागृहापुढे असलेल्या ह्या विधेयकात देशातील जनतेच्या आकांक्षा व विचार मांडले आहेत.' 'राज्यघटना हा देशातील जनतेचा दस्तऐवज आहे आणि म्हणून तो राष्ट्रीय दस्तऐवज आहे, केवळ कायद्याचा नव्हे.' 'त्या संदर्भात, आपल्याला हे बघायचे आहे की, *जनतेच्या इच्छा, जनतेच्या आकांक्षा हे जनतेने निवडून दिलेल्या प्रतिनिधींइतके चांगले दुसरे कोण व्यक्त करू शकेल?* निवडणुकीच्या वेळी सामाजिक व आर्थिक बदलांसंबंधी त्यांनी दिलेल्या आश्वासनांची शक्य तेवढी पूर्तता करण्याची जबाबदारी व अधिकार संसदेला आहे.'

'ह्याबाबतीत विरोधी पक्षांनी जी टिप्पणी केली, त्यात नवे काही नाही, आणि माझी समजूत चुकीची नसेल तर, ती सर्व बहुतेक देश-विरोधी आहे.' ह्या दुरुस्तीने एक घोडचूक दुरुस्त केली जात आहे : 'माझ्या मते १९५० साली ही घटना लागू झाल्यानंतर आपण लोकांना 'देश-विरोधी' म्हणजे काय, 'जनविरोधी' म्हणजे काय, हे स्पष्ट करून सांगितले नाही; ही आपली फार मोठी चूक झाली. हे आधीच केले असते, तर बरीच संकटे टाळता आली असती.' त्या काळातील प्रथेप्रमाणे त्यांनी सरकारला 'महाशक्ती', 'अणुशक्ती', 'साम्राज्यवादी शक्ती' व 'परकीय हस्तक' यांच्या कारस्थानांपासून सावध राहण्याचा इशारा दिला.

न्यायसंस्था अडथळे का आणत होती आणि तिला कशा प्रकारे हाताळावे, हे एक पुरोगामी ह्या नात्याने दासमुन्शी यांना माहीत होते. 'न्यायसंस्थेच्या भूमिकेत बदल करण्यास माझी हरकत नाही. संसद सर्वोच्च आहे, ह्या विचाराशी मी पूर्णपणे सहमत आहे. संसदेपेक्षा आपल्याला जास्त अधिकार असल्याचा न्यायसंस्थेचा दावा आहे, असे वाटत असेल तर वर्गसंघर्ष (class struggle) आहे, असे म्हणावे लागेल. जेव्हा संसद लोकांना अनुकूल असे धोरण ठेवते, त्याला 'समाजवाद' किंवा कोणतेही नाव द्या, तेव्हा सर्वोच्च न्यायालय संघर्षाचा पवित्रा घेते. तोच हा वर्गसंघर्ष. त्याचा अर्थ काही हितसंबंध असणाऱ्या लोकांच्या गटाला आम्हांला विरोध करायचा आहे. जोपर्यंत सर्वोच्च न्यायालयाचा केंद्रीय कायदा व राज्यांचा कायदा यांच्याबद्दलच्या दृष्टिकोनांत, न्यायालयाच्या उच्चभ्रू स्वरूपात व न्यायालयीन शहाणपणात बदल घडवून आणण्याची क्षमता नाही, तोपर्यंत असेच चालणार. सरकारने असे शहाणपणाचे, धाडसाचे पाऊल उचलण्याचे धैर्य व बुद्धी दाखवली आहे. ज्यांनी हे विधेयक आणले, त्यांना ह्यापुढे सर्वदा देशाचे सर्वांत महान देशभक्त म्हटले पाहिजे.'

दिवस चांगला गेला होता. विरोधी पक्ष तुरुंगात असल्यामुळे एकापाठोपाठ एक

सभासद दुरुस्तीचे समर्थन 'मनापासून' करीत होता. दुसऱ्या दिवशीच्या, म्हणजे २६ ऑक्टोबरच्या चर्चेचे वैशिष्ट्य म्हणजे ज्यांच्या शिफारशींमुळे ह्या दुरुस्ती विधेयकातील अनेक तरतुदींचा मार्ग सुकर झाला होता, त्या कुप्रसिद्ध समितीचे अध्यक्ष स्वर्णसिंग यांचे प्रदीर्घ भाषण.

त्यांचे बरेचसे भाषण, ह्या दुरुस्त्या करण्यास सरकारला कोणी प्रवृत्त केले, हे सिद्ध करण्यावर होते. ते म्हणाले, 'राज्य व्यवस्थेच्या तीन अंगांची कर्तव्ये स्पष्ट होती, *घटनेने न्यायसंस्थेला घालून दिलेली मर्यादा दुर्दैवाने न्यायसंस्थेने ओलांडली.* घटनेत दुरुस्ती करणाऱ्या कायद्यांची वैधता तपासण्याचा अधिकार त्यांना नव्हता. *घटना दुरुस्त्यांची घटनात्मक वैधता तपासण्याचा अधिकार त्यांनी आपणहून स्वत:कडे घेतला व आपले अधिकारक्षेत्र वाढवले.* त्यामुळे अधिकारक्षेत्रांमध्ये असमतोल निर्माण झाला. वेळोवेळी दृग्गोचर झालेले हे अतिरिक्त अधिकारक्षेत्र यथायोग्य करून घटनाकारांच्या कल्पनेतील मूळ चित्र पुन्हा प्रस्थापित करण्याचा प्रयत्न आपण करत आहोत. तिन्ही अंगांच्या कार्यक्षेत्रांच्या ज्या मर्यादा आखलेल्या होत्या, *त्या मर्यादा न्यायालयांनी ओलांडल्या.* त्यांनी तपासणी सुरू केली आणि आपण तसे करू शकतो, असे त्यांना वाटले. मला हे प्रामाणिकपणे मान्य करायचे आहे की, सुरुवातीच्या काळात संसदेला मूलभूत हक्क बदलण्याचासुद्धा अधिकार आहे, असा निष्कर्ष त्यांनी काढला होता आणि परिस्थितीत स्थैर्य येईल असे वाटत होते. नंतर आपले मत बदलून मूलभूत हक्कांना हातसुद्धा लावता येणार नाही, असे ते म्हणू लागले. 'मूलभूत रचना' (Basic Structure) ही जी कल्पना त्यांनी मांडली त्यामुळे प्रश्न उत्पन्न झाला.

सरकार हे जे काही करत आहे, ते न्यायाधीशांना मदत करण्यासाठी करत आहे. 'त्यांनी एका विचारसरणीचा अंगीकार केला आणि आपण आता त्यांना तिच्यातून बाहेर पडायला मदत करत आहोत; एवढेच.'

ते म्हणाले, 'मूलभूत रचना' हे शब्द घटनेत कुठेही नाहीत. त्यामुळे न्यायालयाने जेव्हा 'मूलभूत रचना' ही संकल्पना निर्माण केली, तेव्हाच त्यांनी घटनेत दुरुस्ती करण्याचा अधिकार स्वत:कडे घेऊन 'मूलभूत रचना' हे शब्द रूढ केले... न्यायाधीशांनीच मूलभूत रचनेची कल्पना आणली, पण त्याचे समर्थन करता येणार नाही. मी असे पूर्ण गंभीरपणे म्हणतो की, अधिकारकक्षा धारण करण्याचे हे लक्षण आहे. घटनेत तसा कोणताही आधार नसताना, असे शब्द वापरात आणणे हे संसदेच्या अधिकारकक्षेवर केलेले अशोभनीय आक्रमण आहे. आपण फक्त त्यांना सांगत आहोत : घटनेत दुरुस्त्या करण्याचे काम आम्हांला करू द्या, घटनेत नवे शब्द घालणे आमच्यावर सोडा, तुम्ही तुमचे कार्य फक्त घटनेचा अर्थ लावण्यापुरते मर्यादित ठेवा आणि अवास्तव संकल्पना आणू नका. आपण एक प्रकारे त्यांना त्यांचे अधिकारक्षेत्र

ठरवण्यात मदत करत आहोत. त्यामुळे त्यांचे तारू अज्ञात सागरात भरकटणार नाही आणि देशापुढे काही अकल्पित संकट उभे राहणार नाही.'

आणि मग ह्या सर्वांमागील सर्वमान्य तत्त्व त्यांनी मांडले. *'संसदेचे वर्चस्व हे एक गृहीत सत्य आहे. सर्व क्षेत्रांतील जनतेची इच्छा ही सर्वोपरी राहील, त्याबद्दल शंका असू नये. संसद ही एकच संस्था आहे की जिला घटना-दुरुस्तीचा अधिकार आहे, आणि एखादी दुरुस्ती केली, तर त्याचा अर्थ लोकांनी, त्यांनी निवडून दिलेल्या प्रतिनिधींच्या माध्यमातून आपला हक्क बजावला, असा होईल... आणि ते अंतिम असेल. घटनेतील दुरुस्त्यांना आव्हान देता येणार नाही, असे आम्ही जे म्हणतो त्याच्यामागे ही संकल्पना आहे.'*

'जरा बदल म्हणून न्यायालयाने हे समजून घ्यावे की, काही मूलभूत गोष्टींच्या बाबतीत बदल करण्यासाठी अगदी नाममात्र बहुमत चालणार नाही.' घटनेसंबंधी (न्यायपीठावरील एकूण न्यायाधीशांच्या संख्येच्या कमीत कमी) दोन तृतीयांश एवढ्या बहुमताची जी अट ठेवली आहे (जी त्यांच्याच समितीच्या अहवालातून घेण्यात आली आहे) तिचे समर्थन करण्यासाठी ते म्हणाले.

आणि मग एक इशारा दिला गेला : 'घटनेत सुरळीतपणे दुरुस्त्या होणे, हे देशाचे व जनतेच्या हक्कांचे सर्वांत मोठे संरक्षण आहे. गरीब जनतेला मदतीचा हात देणारे प्रचंड सामाजिक-आर्थिक बदल कोण थांबवू शकेल? ते झालेच पाहिजेत. *जर घटना किंवा कोणी व्यक्ती असे काही मध्ये आले, तर त्यांना बाजूला फेकले जाईल आणि बदल केले जातील.* म्हणून आपण ते बदल घडवून आणायला मदत केली आणि ते सुरळीतपणे व घटनात्मक पद्धतीने घडवून आणले, तर ते समाजाच्या हिताचे होईल. त्यामुळे असे बदल करताना आपल्याला जराही अपराधी भावना येण्याचे कारण नाही.'

सौम्यपणासाठी प्रसिद्ध असलेल्या स्वर्णसिंगांनीसुद्धा अशा भाषेत विचार व्यक्त केल्यावर इतरांना कसलीच मर्यादा राहिली नाही. कायदा व घटना या विषयांत हल्ली तज्ज्ञ समजले जाणारे सी. एम. स्टीफन म्हणाले, 'आपल्याला जखडून ठेवले जात आहे, प्रगतीपासून वंचित ठेवले जात आहे, असे देशाला वाटत आहे.' न्यायालयांनी घातलेली बंधने म्हणजे गळ्यात बांधलेला धोंडा आहे, असे संसदेला वाटत होते... तो ह्या घटना-दुरुस्तीमुळे निघाला. पण न्यायालयाने आणखीनच कडक बंधने घातली. २५ व्या दुरुस्तीने आपण जनतेचे प्रतिनिधी झालो. आपण म्हणालो, आम्ही सार्वभौम आहोत आम्ही सर्वोच्च आहोत, आणि कलम ३१ (क) मध्ये आपण म्हटले की, आपण कोणताही कायदा केला आणि संसदेने व विधिमंडळांनी तो निर्देशक तत्त्वांनुसार आहे असे जाहीर केले, तर तो निर्देशक तत्त्वानुसार नाही, ह्या कारणावरून रद्द करता येणार नाही. पण पुन्हा सर्वोच्च

न्यायालयाने केशवानंद भारती खटल्यामध्ये...

काळ बदलला आहे; आपण ही घटना बनवली, तेव्हा मालमत्तेचा हक्क पवित्र समजला जात असे, तेव्हा समाजवाद हा एक तिरस्कृत प्रकार होता, तेव्हा संस्थानिकांचे हक्क पवित्र समजले जायचे, मार्ग स्पष्ट नव्हता. आज मार्ग स्पष्ट आहे. दृष्टी आणि उद्दिष्ट स्पष्ट आहे, नेतृत्व स्पष्ट आहे आणि कुठे जायचे हे आपल्याला माहीत आहे. आपल्या हातांत बेड्या, पायांत शृंखला नसतील, असे संरक्षण आपल्याला घटनेकडून हवे आहे. लोकांच्या आकांक्षांचे प्रतिबिंब दाखवणारी घटना हवी. आणि आम्हांला कोणत्याही प्रकारे काम करण्याचे स्वातंत्र्य असेल... आता गमतीची गोष्ट ही आहे की, कायदा सर्व न्यायालयांना लागू आहे. पण सर्वोच्च न्यायालयाला नाही. त्यांना स्वातंत्र्य आहे. काय गंमत आहे पाहा, उद्या एखाद्या बाबतीत आपल्या बाजूने निकाल लागेल. परवा दुसऱ्या कोणा विक्षिप्त न्यायाधीशांचे पीठ बसेल आणि ते विरुद्ध निकाल देणार नाहीत याची खात्री काय? ही वरिष्ठ संस्था आपला निवाडा करणार? ह्या सततच्या, कधीही न संपणाऱ्या टांगत्या तलवारीखाली आपण काम करावे काय?

श्रीमती गांधींच्या स्वतःच्या भाषणासाठी आता पार्श्वभूमी तयार झाली होती. त्या प्रथम २७ ऑक्टोबरला बोलल्या. चर्चेत भाग न घेण्याच्या विरोधी पक्षांच्या निर्णयाबद्दल त्यांनी तीव्र नाराजी व्यक्त केली. (विरोधी पक्षांच्या देशभरातील नेत्यांना त्यांनीच तुरुंगात टाकले होते.) 'संसदेशी असहकार करणे म्हणजे जनतेशी असहकार करणे. ज्यांचे मतपरिवर्तन झालेले नाही, त्या विरोधी पक्षांना माझा सल्ला आहे की, त्यांनी नकारात्मक धोरण सोडून सुज्ञपणाचा व जबाबदारपणाचा मार्ग स्वीकारावा. अर्थात, हा नकारात्मक विरोध विरोधी पक्षाच्या काही माननीय सदस्यांनी सुचवल्याप्रमाणे आणीबाणीमुळे निर्माण झालेला नाही. तो आणीबाणीच्या फार आधीपासून आहे. आणि खरे तर तोच आणीबाणीला कारणीभूत आहे...'

'अनेक अडथळे आणि अनपेक्षित अडचणी –बाहेरून तसेच देशातून– येत असूनसुद्धा आम्ही आमचे कार्यक्रम राबवणे सुरू ठेवले आहे. विरोधी पक्षांपैकी काहींनी लोकशाहीचा जो दुरुपयोग केला, आमच्या न्याय्य कार्यात अडथळे आणले, त्यामुळे आम्हांला आणखी विचार करावा लागला व कृती करावी लागली...'

'बांधील–' न्यायसंस्थेची हाक देण्यात त्यांचा खरा पुढाकार होता. इतर न्यायाधीशांना डावलून आपल्या खास निवडलेल्या न्यायाधीशाला त्यांनी मुख्य न्यायाधीशाच्या खुर्चीवर बसवले. हेबियस कॉर्पस खटल्यांमध्ये सरकारला गैरसोयीचे निर्णय देणाऱ्या न्यायाधीशांच्या बदल्या त्यांनी करवल्या. निवडणूक आयोगाच्या व सर्वोच्च न्यायालयाच्या प्रमुखांना त्यांच्याच पक्षाकडून राजकीय पदे मिळणार होती; पण गोबेल्स म्हणजे गोबेल्स. न्यायमूर्ती सुब्बाराव यांनी राष्ट्रपतिपदासाठी प्रयत्न

करणे, हे न्यायसंस्थेतील काही लोकांच्या राजकीय पूर्वग्रहाचे नाहीतर राजकारणात येऊन हस्तक्षेप करण्याचे ठळक निर्देशक होते. हा एका व्यक्तीचा प्रश्न नव्हता तर मूलभूत झगड्याचा प्रश्न होता. स्वातंत्र्याच्या चळवळीचे प्रतिनिधित्व करणाऱ्या काँग्रेसने ज्याचा प्रसार केला होता, ज्याच्यासाठी धडपड केली होती. ज्या कार्यक्रमांच्या आणि कल्पनांच्या जोरावर एक नव्हे सर्व निवडणुका लढवल्या होत्या; त्याच्याविरुद्ध चाललेल्या चळवळीचे नेतृत्व करणाऱ्यांशी चाललेल्या झगडण्याचा हा प्रश्न होता.

त्या स्वर्णसिंगांच्या पुढे गेल्या, 'आपल्या घटनेचा गाभा काय, ह्याविषयी विविध विचार मांडले गेले. काही म्हणतात मूलभूत हक्क, काही जण म्हणतात निर्देशक तत्त्वांचे प्रकरण, तर काहींच्या मते न्यायालयीन पुनरावलोकन (Judicial Review). घटनेच्या श्रेष्ठतेची एक कल्पना पुढे करण्यात आली आहे, पण खरे श्रेष्ठत्व जनतेचे आहे. घटना हा एक अतिशय महत्त्वाचा दस्ताऐवज आहे, पण ते जनतेची सेवा करण्याचे एक साधन आहे. घटनेचे अस्तित्व जनतेसाठी आहे. लोकांनी निश्चितच तिचा मान राखला पाहिजे, पण तिच्यासाठी लोकांचा बळी जाता कामा नये...'

निवडणूक कायदे उलटे केले गेले– लोकांसाठी! पंतप्रधानांची निवडणूक न्यायालयांच्या कक्षेच्या बाहेर काढली गेली– लोकांसाठी! पंतप्रधानांनी काहीही केले आणि केलेली प्रत्येक गोष्ट– कितीही मोठा गुन्हा, अगदी खंडणी मागण्यासारखा असेल, तरीही त्यांना कायद्याच्या कक्षेच्या बाहेर ठेवण्यात आले, ते कोणासाठी– तर लोकांसाठीच! सर्वोच्च न्यायालयाच्या अधिकारकक्षेचे लचके तोडले गेले– लोकांसाठीच. सभागृहातील कोरमची अट रद्द केली जात होती ती कोणासाठी? फक्त लोकांसाठी...!

जीवनाचा एक नियम आहे : 'जर विधिमंडळे, शासनसंस्था व न्यायसंस्था यांनी जनतेच्या बदलत्या गरजा व आकांक्षा यांना प्रतिसाद दिला; तरच स्थैर्य, जबाबदारी व कायदा हे टिकू शकतात. हे विधेयक हेच साध्य करते. ते लोकांच्या आकांक्षांनुसार आहे आणि वर्तमानातील व भविष्यातील वास्तवाचे प्रतिबिंब त्यात आहे...'

आणि मग न्यायाधीशांनी ज्याकडे दुर्लक्ष केले, त्या मूलभूत 'शापाचा' पुन्हा उल्लेख झाला : 'संसदेला घटना बदलण्याचा, अनिर्बंध– कोणतीही अट नसलेला व कधीही संकोच करता येणार नाही असा हक्क आहे, हे आम्ही नेहमीच म्हणत आलो आहोत. मूलभूत रचनेचा बागुलबुवा आम्हांला मान्य नाही. सरदार स्वर्णसिंग म्हणाले की, काही न्यायाधीशांनी 'मूलभूत रचना' हा शब्दप्रयोग बाहेरून आणला आहे. तो बाहेरून आणला आहे, असे मी म्हणणार नाही; कारण बाहेर कोणाच्याही घटनेत तो अस्तित्वात नाही. हा त्यांचा शोध आहे... फक्त जनतेच्या न्यायालयात नाही तर इतिहासाच्या न्यायालयातसुद्धा : 'घटनेला न्यायालयीन परीक्षेपेक्षाही आणखी

मोठ्या परीक्षेला तोंड द्यावे लागते, ती म्हणजे इतिहासाची परीक्षा... ऐतिहासिक शक्तींच्या आव्हानाला तोंड देऊन टिकण्याची क्षमता तिच्यात असावी लागते. आपणा सर्वांपेक्षा मोठी अशी एक गोष्ट आहे; ती म्हणजे आपले राष्ट्र आणि त्याचे भवितव्य. तेच ह्या विधेयकाचे महत्त्व आहे.'

दुसरे दिवशी, २८ ऑक्टोबरला, मुद्दे स्पष्ट करण्यासाठी व न्यायसंस्थेवरील हल्ला आणखी तीव्र करण्यासाठी आणि विधेयक विचारासाठी घ्यावे अशी शिफारस करण्यासाठी गोखले उठले, 'गोलकनाथ, केशवानंद ह्या खटल्यांच्या माध्यमांतून *न्यायसंस्थेने विधिमंडळाचे अधिकारक्षेत्र व वर्चस्व यांच्यावर अतिक्रमण केले... त्यानुसार संसदेचे वर्चस्व प्रस्थापित करण्यासाठी शक्य ते सर्व करणे, हे आमचे कर्तव्य, प्राथमिक कर्तव्य आहे, असे आम्ही मानले.'*

आणि पंडितजींचा धावा करीत ते म्हणाले, 'जे अनेक वेळा उद्‌धृत झालेले आहे, तेच मी पुन्हा सांगतो.' गोखले म्हणाले, 'हे शब्द इतक्या दैवी महत्त्वाचे आहेत की त्यांची पुनरुक्ती होणे अटळ आहे. बदलांबद्दल बोलताना पंडित जवाहरलाल नेहरू घटना-समितीत काय म्हणाले होते, त्याची पुन्हा आठवण करणे उचित होईल–'

> 'आमच्या बाबतीत बोलायचे झाले तर, आम्ही जे कोणी काँग्रेसशी संबंधित आहोत ते त्या शपथेची नैसर्गिकरीत्या, पूर्णपणे, शंभर टक्के अंमलबजावणी करू व तसे करण्यात कोणतेही वैधानिक बारकावे किंवा बदल ह्यांना आमच्या मार्गात येऊ देणार नाही. आम्ही आमची शपथ आमच्या मर्यादेत पाळू. कोणताही न्यायाधीश, कोणतेही सर्वोच्च न्यायालय हे तिसरे सभागृह बनणार नाही आणि संपूर्ण देशाच्या इच्छांचे प्रतिनिधित्व करणाऱ्या संसदेच्या सार्वभौम इच्छेचे परीक्षण कोणतेही सर्वोच्च न्यायालय किंवा कोणतीही न्यायसंस्था करू शकणार नाहीत. कोणतेही न्यायालय, कोणतीही न्यायसंस्था हे तिसरे सभागृह म्हणून, चुका दुरुस्त करणारे सभागृह म्हणून, काम करू शकणार नाही. म्हणून न्यायसंस्थेने ह्या मर्यादेत काम करावे, हे महत्त्वाचे आहे.'

'आपण आता जेव्हा न्यायसंस्थेबद्दल बोलत आहोत, किंवा काहींच्या शब्दांत बोलायचे झाले, तर तिची बदनामी करत आहोत, तिचे महत्त्व कमी करीत आहोत; तेव्हा वरील इशारा दिलेला नाही. हे शब्द घटना जेव्हा लिहिली जात होती, जेव्हा तिच्यावर चर्चा होत होती, तेव्हाचे आहेत. तरीही, *आपल्या दुर्दैवाने व न्यायसंस्थेच्या दुर्दैवाने, भविष्यवाणीप्रमाणे असलेल्या ह्या इशाऱ्याचा काहीही परिणाम झालेला नाही आणि विवाद होऊ नये म्हणून ज्यांनी काळजी घ्यायची होती, त्याच न्यायाधीशांनी*

वेळोवेळी विवाद उकरून काढण्याचा प्रयत्न केला.'

विवादाला जबाबदार कोण? न्यायाधीश! विवाद कोणाच्या दृष्टीने दुर्दैवी? न्यायाधीशांच्या. 'म्हणून जे क्षेत्र कायद्याप्रमाणे त्यांचे नाही, त्यावर त्यांचे अतिक्रमण होऊ नये याची काळजी घेणे, हे आमचे कर्तव्य होते.'

आणि हे कर्तव्य पार पाडताना आपण अगदी शेवटच्या टोकाला जायला हवे. 'आम्हांला साहजिकच काळजी अशी वाटते की, पुन्हा असे होऊ देता कामा नये आणि भविष्यात पुन्हा अशी वेळ येऊ नये म्हणून ह्या दुरुस्तीत, असे काही राहून जाऊ नये यासाठी आटोकाट प्रयत्न केला पाहिजे. म्हणूनच कलम ३६८ मध्ये आपण असे नि:संदिग्धपणे म्हटले आहे की, सर्वोच्च न्यायालयाला घटना-दुरुस्तीची वैधता तपासण्याचा व निर्णय देण्याचा अधिकार नाही. हा इशारा केवळ तोंडीच नव्हे तर देशाच्या घटनेत तशा खास तरतुदीचा समावेश करून दिल्यावरसुद्धा जर अशा गोष्टी भविष्यात पुन्हा झाल्या, तशा होणार नाहीत अशी मला आशा आहे, तर तो न्यायसंस्थेच्या दृष्टीने काळा दिवस ठरेल. आतातरी ते हे समजून घेतील व अशा गोष्टी सोडून त्यांच्या इतर वैधानिक क्षेत्रांतील गोष्टींकडे लक्ष देतील, अशी मी आशा करतो.' इति कायदे व न्यायमंत्री!

आणि खरोखरीच ते त्यांना न्यायाधीशांबद्दल वाटणाऱ्या काळजीपोटी व मायेपोटी होते. 'काल सरदारसाहेबांनी अगदी योग्य प्रकारे दाखवून दिले की, त्यांच्या (म्हणजे न्यायालयाच्या) अधिकारांवर अतिक्रमण होईल, असे आपण काहीही करीत नाही आहोत.' गोखले म्हणाले, 'पण जे अधिकार त्यांचे नाहीत, अशा अधिकारांवर अतिक्रमण करण्याच्या मोहापासून आपण त्यांना परावृत्त करण्याचा प्रयत्न करत आहोत. आपण आपल्याला, लोकांना त्यांच्यापासून वाचवण्याचा प्रयत्न करीत नसून त्यांना– न्यायाधीशांना ह्या मोहापासून वाचवत आहोत, त्यांना स्वत:पासून वाचवत आहोत.'

'न्यायालयांची जागा कोणती व संसदेची जागा कोणती, हे योग्य प्रकारे समजावून सांगण्यासाठी हे बदल केले जात आहेत. 'सर्वोच्च सार्वभौमा'ने ते आधीच समजावून सांगितले नव्हते का? ह्याच संदर्भात पंतप्रधान काल म्हणाल्या– अर्थात त्यांनी अगदी हेच शब्द वापरले नव्हते– की सर्वोच्च न्यायालय हे सर्वोच्च नाही, त्याहूनही उच्च असे एक व्यासपीठ आहे, जे त्या न्यायालयापेक्षाही उच्च आहे आणि ते व्यासपीठ म्हणजे जिथे जनतेचे प्रतिनिधी बसतात ते, म्हणजेच ही संसद.'

ते म्हणाले, 'संसदेच्या वर्चस्वाबाबत पूर्वीची स्थिती पुन्हा यावी, पुन्हा प्रस्थापित व्हावी; यासाठीच आपण प्रयत्न करत आहोत, फार काही नाही; आणि त्यासाठी आवश्यक ते सर्व आपण करणार आहोत; प्रयत्नात कमतरता ठेवणार नाही.' आणि मग पुन्हा खुबीने एक धादांत असत्य सांगितले गेले, 'आम्हांला माहीत आहे... ज्या

गोष्टी न्यायालयीन निर्णयाच्या कक्षेत खरोखरच येतात, अशा बाबतींतील न्यायालयांचे अधिकार आणि अधिकारक्षेत्रे आम्ही हिरावून घेणार नाही. मी हे दाखवून देण्याचा प्रयत्न करत आहे की, सर्व मूलभूत व महत्त्वाच्या गोष्टी *ज्या खरोखरच त्यांच्या अधिकारक्षेत्रात आहेत असे म्हणता येईल,* अशा सर्व गोष्टींबाबत शासनाची कृती किंवा न्यायालयांची कृती किंवा अर्धन्यायालयांची कृती यांच्या बाबतीत न्याय करण्याचा हक्क अजूनही न्यायसंस्थेलाच आहे.'

सभागृहाचे कक्ष रिकामे केले गेले. प्रश्न कोणता? तर, 'घटनेत आणखी दुरुस्ती करण्याचे विधेयक विचारार्थ घेण्यात यावे' मत विभागणी : बाजूने :३४६, विरुद्ध : २.

दुरुस्तीच्या प्रत्येक कलमावरील चर्चेच्या दरम्यान त्याच्या पाठीराख्यांना पुन्हा एक संधी मिळाली.

प्रियरंजनदास मुन्शी म्हणाले, 'समाजवादाची कल्पना घटनेच्या प्रस्तावनेत (in Preamble) समाविष्ट करण्यात येत आहे. म्हणून समाजवाद ही फक्त काँग्रेस किंवा कम्युनिस्ट पक्षांची घोषणा राहिलेली नसून, ती कोणाही व्यक्तीची किंवा गटाची एकट्याची पुस्तकी संकल्पना राहिलेली नसून, ती काश्मीरपासून कन्याकुमारीपर्यंत संपूर्ण राष्ट्राची इच्छा व मागणी झाली आहे. त्यामुळे जर कोणी समाजवादाच्या संकल्पनेविरुद्ध कशाचाही प्रसार केला, प्रचार केला आणि या संकल्पनेविरुद्ध लोकांना चिथावण्यासाठी कशाचेही आयोजन करण्याचा प्रयत्न केला, *तर ते देशविरोधी कृत्य समजण्यात यावे.'* त्यांच्या मनात काय होते ते त्यांनी सांगितले, 'सध्या देशातील मोठी प्रसारमाध्यमे, वर्तमानपत्रे ही मक्तेदार उद्योगसमूहांच्या नियंत्रणाखाली आहेत. संपूर्ण देशातील व्यापार व उद्योग हा दक्षिण, पूर्व, उत्तर व पश्चिम येथील व्यापार संघटनांच्या (Chambers of Commerce) प्रभावाखाली आहे. रोटरी क्लब व लायन्स क्लब यांचा देशातील बुद्धिवंतांवर प्रचंड प्रभाव आहे. त्यांची घटना (character) डाव्या विचारसरणीची आहे की उजव्या, हे महत्त्वाचे नाही. महत्त्वाचे आहे ते हे– समजा, उद्या 'इंडियन एक्स्प्रेस' किंवा 'हिंदुस्थान टाइम्स' यांच्या व्यवस्थापनांनी, ही घटना-दुरुस्ती संमत झाल्यावर, आपल्या देशाने समाजवाद का स्वीकारू नये, हे देशातील लोकांना पटवून देण्याच्या हेतूने एखादी लेखमाला प्रसिद्ध केली; *तर ते देश-विरोधी कृत्य समजले जाईल;* कारण देशाने समाजवादाची संकल्पना आधीच स्वीकारली आहे...' तेव्हा मुन्शी माहिती व प्रसारण खात्याचे मंत्री होते. सर्वत्र कारस्थाने आहेत : उजव्या प्रतिक्रियावादी शक्ती,... नक्षलवादी... रेडियो पेकिंग... व्हॉइस ऑफ अमेरिका... गांधी पीस फाउंडेशन... इंडिया हार्मनी सोसायटी... पश्चिम जर्मनीतील इंडियन नॅशनल क्लब... कोलकाताची द इंटरनॅशनल कृष्णा कॉन्शसनेस सोसायटी, प्रजापिता ब्रह्माकुमारी विश्वविद्यालय... CIA च्या १९६९

सालच्या अहवालात म्हटले आहे की, ह्या सर्व संस्था ह्या CIA च्या उपशाखाच आहेत.

आणि ह्या सर्वाचे कारण : संसद सर्वोच्च आहे. '*संसदीय लोकशाही आणि देशाची संसद ही सार्वभौम आहे, आणि जनतेच्या इच्छेचे प्रतिनिधित्व संसदच करते, हे जगासमोर सिद्ध केल्याबद्दल* मी आपल्या सभागृहाचे, देशाचे आणि आपल्या नेत्या श्रीमती इंदिरा गांधी यांचे अभिनंदन करतो. १९६९ पासून आजपर्यंतच्या त्यांच्या नेतृत्वामुळेच पूर्ण देशाच्या राजकारणाला एक नवे बळ प्राप्त झाले आहे, आणि ह्या विधेयकाद्वारा घटना-दुरुस्ती करून फक्त सरकारलाच नव्हे तर संपूर्ण देशाला सामाजिक-राजकीय कायापालट करण्याच्या वाटेवर चालण्यासाठी एक नवा आत्मविश्वास मिळणार आहे.' घटना-समितीची (पुन्हा बनवण्याची) गरज नाही. '*घटनेची दुरुस्ती करण्यासारख्या महान प्रश्नांसाठी घटना-समितीची संकल्पना ही लोकमताच्या व संसदीय लोकशाहीच्या हिताच्या आणि संसद सार्वभौम आहे, ह्या संकल्पनेच्या विरुद्ध आहे. आपल्या नेत्या श्रीमती इंदिरा गांधी यांनी आपल्या धैर्याने हे दाखवून दिले आहे की, केवळ संसद सार्वभौम आहे एवढेच नव्हे तर ती लोकांच्या इच्छेची परिरक्षक* (custodian) *असून ह्याला पर्याय नाही... ह्या क्षणी, श्रीमती गांधींच्या नेतृत्वाखाली, ह्या संसदेच्या माध्यमातून व्यक्त झालेली लोकांची इच्छा हीच ह्या देशात सर्वोच्च आहे. आमच्या मार्गात कोणताही अडथळा येऊ शकणार नाही.* आणि म्हणून, कृपा करून ही घटना-समितीची कल्पना पुन्हा आणू नका. *लोकांची भावना; संसद सर्वतोपरी आहे ही कल्पना, संसदेच्या मार्गात काहीही येऊ शकत नाही, संसद हीच लोकांच्या इच्छेचे प्रतिनिधित्व करते, संसद ही देशाची व घटनेची परिरक्षक आहे; ह्या संकल्पनांचे पुनरुज्जीवन करू या.*'

गोखले पुन्हा उभे राहिले... 'सभागृह हे विधेयक मंजूर करेल तो सुवर्ण क्षण असेल... आणि सर्वांत महत्त्वाची गोष्ट ही, की संसदेच्या सर्वोच्च स्थानाबद्दल आता कोणतीही शंका नाही. आम्हांला न्यायाधीशांची निंदा करायची नाही किंवा त्यांच्या देशभक्तीविषयी शंका नाही. मला फक्त एवढेच म्हणायचे होते की, त्यांनी बदलत्या काळाला अनुसरून, काळाच्या गरजेनुसार राहायला हवे. *तसे झाले नाही, तर लोकांना आवरणे अवघड होईल आणि मग न्यायसंस्थेचेच नाव खराब होईल. तसे होऊ नये ह्यासाठीच माझे न्यायाधीशांना सांगणे आहे की, लोकांना काय हवे ते समजून घ्या. लोकांच्या इच्छांना मान द्या.* न्यायाधीशांच्या, *त्यांना दिलेल्या क्षेत्राच्या मर्यादेत* घटनेचा किंवा इतर कायद्यांचा अर्थ लावण्याच्या, हक्काला कोणीच कधी हरकत घेतली नव्हती, आम्ही ज्याला हरकत घेतली व अजून घेऊ ते म्हणजे तसे करताना त्यांनी स्वत:चे राजकीय तत्त्वज्ञान, जे काही बरेवाईट असेल तसे, त्यात आणण्याच्या मोहाला!

आणि म्हणून काही मित्रांनी –जे बहुतेक विरोधी पक्षातील आहेत– उपस्थित केलेली शंका मी दूर करू इच्छितो. ते जे म्हणत होते की, मी न्यायाधीशांवर टीका केली, विरोध केला, त्यांची बदनामी केली त्यात काहीही तथ्य नाही. मला स्पष्ट करायचे आहे की, त्यांची बदनामी करण्याची कल्पनासुद्धा मी करू शकत नाही.' गोखले म्हणाले: आपण आपले कर्तव्य करत होतो : 'मी जे बोललो, ते बोललो नसतो तर मी माझे कर्तव्य बजावण्यात चूक केली असे झाले असते. कारण जी पूर्ण देशाची भावना आहे आणि लोकांचे प्रतिनिधित्व करणाऱ्या ह्या संसदेची अनेक वर्षांपासून काय भावना आहे, तीच त्यांच्यापर्यंत पोहोचवण्याचे काम मी केले.'

सार्वभौमत्वावर भर :

प्रस्ताव आता राज्यसभेपुढे गेले. गोखले म्हणाले, 'हे विधेयक लोकसभेने मोठ्या उत्साहात मंजूर केले आहे आणि हे सभागृहसुद्धा तितक्याच उत्साहाने ते मंजूर करेल, असा मला विश्वास वाटतो.'

त्यांनी त्यातील प्रगती सांगितली : *'घटनेतील कोणतीही तरतूद बदलण्याच्या बाबतीत किंवा घटनेतील सर्व तरतुदी बदलण्याच्या बाबतीत संसद ही सर्वोच्च संस्था आहे, हे ह्या विधेयकात कोणतीही शंका राहू नये– अशा प्रकारे स्पष्ट केले आहे.* हे विधेयक प्रथम लोकसभेत जेव्हा मांडण्यात आले, तेव्हा त्यात अशी तरतूद होती की, घटनेत दुरुस्ती करताना तशी दुरुस्ती करण्यासाठी जी प्रक्रिया नमूद केली होती, ती पाळली नसेल तर त्या दुरुस्तीला न्यायालयात आव्हान देता येईल– पण आता, कलम ३६८ मधून ते शब्द वगळून त्याबाबतीत कोणताही संभ्रम ठेवण्यात आलेला नाही... इतकेच नव्हे तर घटनेत दुरुस्ती करण्याच्या संसदेच्या अधिकाराला कोणत्याही कारणासाठी कोणत्याही न्यायालयात आव्हान देता येणार नाही; अशा अर्थाचे एक नवे कलम जोडण्यात आले आहे. आता ज्या स्वरूपात हे कलम सभागृहापुढे ठेवण्यात आले आहे, त्यावरून हे अगदी स्पष्ट केले आहे की, घटना-दुरुस्तीला दिलेल्या कोणत्याही आव्हानाचा विचार करणे; हे न्यायालयाच्या अधिकारकक्षेच्या बाहेर असेल...'

सरकारने जी काही कृती केली आहे, ती करण्याची वेळ न्यायालयांनीच आणली आहे. न्यायाधीश आपापल्या राजकीय तत्त्वज्ञानानुसार निर्णय करीत होते. राजकीय बाबींवर निर्णय ठरत होता. त्यामुळे भाग ३ मध्ये (घटनेतील मूलभूत हक्कांसंबंधीच्या भागांमध्ये) दुरुस्तीच करता येणार नाही, हा व असे इतर काही अनाकलनीय व चमत्कारिक निर्णय दिले गेले. गोखले म्हणाले, 'आम्ही म्हणत होतो की, 'मूलभूत रचना' ही संकल्पना बाहेरून आणलेली आहे. योग्य व्यक्तीला श्रेय देत ते पुढे म्हणाले की, पंतप्रधानांनी दुसऱ्या सभागृहात सांगितल्याप्रमाणे ही

संकल्पना बाहेरून आणलेली नसून तिचा शोध लावला गेला आहे. न्यायाधीशांना असे वाटते की, आपण कोणतातरी अधिकार आपल्या हातात ठेवावा, जो खरा त्यांचा नव्हता, आणि जो भारतातील फक्त एकाच संस्थेचा– *सर्वोच्च संस्था असणाऱ्या संसदेचा* आहे, हे त्यांना पक्के माहीत होते.'

सरकारला हे करणे कसे भाग पडले, हे विस्ताराने सांगताना गोखले म्हणाले, 'न्यायालयात दाखल केल्या गेलेल्या सर्व दाव्यांमुळे (अशा प्रकरणांमध्ये) निर्णयाचा अधिकार सर्वोच्च किंवा भारतातील इतर कोणत्याही न्यायालयाकडे नाही तर फक्त संसदेला असू शकतो. संसदच सर्वोच्च आहे आणि तशी ती नेहमीच असते. आपणा सर्वांना हे माहीत आहे की, हे अगदी स्पष्ट शब्दांमध्ये सांगणारे विधेयक संसदेपुढे ठेवण्याशिवाय दुसरा मार्गच उरला नव्हता; पण न्यायालयीन निर्णयांमुळे आम्हांला हे पुन्हा सांगावे लागले. त्यामुळे हे विधेयक मंजूर करून आपण पुन्हा एकदा हेच सांगणार आहोत की, घटना-दुरुस्त्यांची वैधता ठरवणे हे न्यायालयांच्या अधिकारक्षेत्रात नसून ते फक्त संसदेच्या व संसदेच्याच अधिकारातले आहे.'

नंतर, सामाजिक-आर्थिक क्रांती... म्हणून मूलभूत हक्कांपेक्षा वरचढ ठरणारी निर्देशक तत्त्वे... संसदेने नुसते निवेदन जरी केले की अमुक एक कायदा हा निर्देशक तत्त्वांना– अगदी एका तत्त्वालासुद्धा बढावा देण्यासाठी आहे, तरी त्यामुळे तो कोणत्याही न्यायालयाच्या अधिकारकक्षेच्या बाहेर जातो... आणि समर्पक कारणामुळे हे मांडले गेले. दुर्दैवाने गेल्या दहा-बारा वर्षांतील अनुभव असा आहे की, *सर्वसामान्य जनतेच्या व देशाच्या दृष्टीने अतिशय महत्त्वाच्या अशा प्रत्येक खटल्यामध्ये व प्रत्येक बाबतीत न्यायसंस्थेने आपल्या मर्यादा ओलांडून तिच्या अधिकारकक्षेत नसलेल्या क्षेत्रांत प्रवेश केला आहे.* काही टीकाकार म्हणतात की, आम्ही न्यायालयाचे अधिकारक्षेत्र कमी केले : 'ही टीका न्यायाधीशांच्या मनात संशयाचे विष पेरण्याच्या हेतूने केली जाते. अशी टीका करणाऱ्यांचे हितसंबंध हे न्यायालयाचे काम सध्या आहे तसेच चालू रहावे, यात असतात...'

विधेयकांच्या तरतुदींवर सविस्तर चर्चा झाली आहे. 'ही चर्चा घडून येण्यात आणीबाणीमुळे काही अडथळा आला का?' गोखलेंनी विचारले.

एक मा. सभासद : होय!

गोखले : नाही!

श्री. ओमप्रकाश त्यागी (उत्तर प्रदेश) : सर्व परिषदांवर बंदी घातली गेली.

गोखले : कशावरही बंदी घातली गेली नव्हती.

श्री. त्यागी : इथे, दिल्लीत.

गोखले : मी काय बोलतो ते ऐका. खरी गोष्ट अशी आहे की घटना-दुरुस्तीवर चर्चा करण्याच्या नावाखाली इतर कारणांसाठी काही सभा घ्यायचा प्रयत्न होता; पण

मी विश्वासाने सांगू शकतो की, *ज्यात खरोखरीच घटना-दुरुस्त्यांवर चर्चा करायची होती;* अशा प्रत्येक सभेला परवानगी देण्यात आली, तेही आत्ताच नाही तर घटना-दुरुस्तीचा प्रश्न अगदी पहिल्यांदा निघाला तेव्हा.

सभागृहाने आनंद दाखवून स्तुतीचा वर्षाव केला.

कायदा व न्याय मंत्री म्हणाले : ह्या दुरुस्तीमुळे कायद्याच्या राज्याला उत्तेजन मिळाले आहे. त्यांचे पुढील निवेदन कायद्याच्या महाविद्यालयांमध्ये शिकवण्यास योग्य असे होते. 'देशात कधी अशी परिस्थिती येते की, पुढील प्रगती फक्त असे करण्यानेच शक्य होते. एक गोष्ट आमच्या मनात स्पष्ट होती की, आपण देशात जे काही करायचे, ते कायद्याचे राज्य आहे ह्या तत्त्वावरच करायचे. जर कायद्याचे राज्य असेल, तर कायद्याने परवानगी असेल अशाच गोष्टी आम्ही करू; पण जर त्या करण्यात कायदा आड येणार असेल, तर कायदा हा जनतेच्या इच्छा व आकांक्षा यांना अनुसरून आहे की नाही, हे बघणे हे संसदेचे परमकर्तव्य बनते. काहीतरी घटनाबाह्य केले गेले, कायद्याच्या विरुद्ध केले गेले; असे कोणालाही कधीही म्हणता येऊ नये म्हणून मूलभूत कायदासुद्धा दुरुस्त करण्यात येत आहे. टीकाकारांना काय वाटेल ते त्यांनी म्हणू दे व करू दे, पण ही वस्तुस्थिती आहे की, संपूर्ण देशात जनतेच्या सर्व थरांतील लोकांनी घटनेतील दुरुस्तीचे स्वागत केले आहे, आणि त्यावर सर्वसाधारण सहमतीसुद्धा आहे. खरे म्हणजे हे दहा वर्षांपूर्वीच का नाही केले, अशी लोकांची तक्रार आहे. जे केले जात आहे, ते अगदी आवश्यक आहे, पण 'न करण्यापेक्षा उशिरा केलेले वाईट नाही' असे काही जण म्हणत आहेत.'

न्यायालयांनी कोणत्या मार्गाने जायचे, ते आता स्पष्ट होते. जास्त काही सांगायची गरज नव्हती. ह्या दुरुस्त्या केल्यावरसुद्धा न्यायालयीन निर्णय करण्याची ज्यांची जबाबदारी आहे, ते लोकांच्या भावना काय आहेत, आपण कुठे जावे असे लोकांना वाटते, यांचे भान ठेवतील व तसे करण्यात येणारे अडथळे का काढावे लागतात, हे समजतील अशी मला आशा आहे. असे केले आणि लोकांनी आपले राजकीय तत्त्वज्ञान न्यायालयीन निर्णयांमध्ये आणले नाही; तर कोणतेही न्यायालय, गेल्या दहा-पंधरा वर्षांत जसे वागले तसे वागणार नाही.

हाच धागा घटनेसंबंधी कोणत्याही बाबींवरील तज्ज्ञ व कायद्याचे नित्य पालनकर्ते ए. आर. अंतुले यांनी पकडला, 'ह्या दुरुस्त्या, प्रगतीच्या व गरिबांच्या मार्गातील अडथळे दूर करण्यासाठी केल्या जात आहेत. माझ्या मते आणि अगदी प्रामाणिकपणे सांगायचे झाले, तर त्यात भीती वाटण्यासारखे काही नाही. खरे म्हणजे त्या दुरुस्त्या भारताच्या गरजेपेक्षा कमीच आहेत.' त्यांना कायदामंत्र्यांना विचारायचे होते, '*सर्वोच्च न्यायालयाच्या हातात घटनेचा अर्थ लावण्याचा अधिकार का असावा?*

त्यांना इतर कायद्यांच्या बाबतीतसुद्धा निर्णयाचा अधिकार का असावा? ते कोणालाच जबाबदार नसतात. कायद्याचा अर्थ लावणे व न्यायालयीन पुनरावलोकन करणे, हे त्यांच्या अधिकाराचे मूळ, ह्या महान देशाच्या नागरिकांच्या हिताच्या दृष्टीने केव्हातरी काढून घ्यावे लागणार आहे.'

महान बॅरिस्टर उद्गारले, 'आणि कायद्यांची न्यायालयीन तपासणी हा काही घटनेचा अविभाज्य घटक नसतो. फ्रान्स एक लोकशाही राष्ट्र आहे. त्यांच्याकडे तशी तरतूद नाही आणि त्याला चांगले कारण आहे. शासन, न्यायसंस्था व विधिमंडळ ह्या राज्यव्यवस्थेच्या तीन शाखा आहेत. शासन व विधिमंडळे यांना जनता बदलू शकते. पण तिसरी शाखा असलेल्या न्यायसंस्थेला जनता बदलू शकते का, असा विचार कोणाच्या मनात आला आहे का? भारतातील अगदी सर्व जनतेला जरी एखाद्या न्यायाधीशाला बदलावे असे वाटले, तरी त्यांना तसे बदलता येते का?'

एक मा. सभासद : तुम्हांला तेही हवे आहे की काय?

श्री. अंतुले : होय. मला तसे हवे आहे. जनतेच्या इच्छांना प्रतिसाद देणारी न्यायसंस्था मला हवी आहे.

सार्वभौमत्वाचे आणि प्रागतिक समाजवादाचे दुसरे खंदे पुरस्कर्ते हर्ष देव मालवीय म्हणाले, 'मूलभूत रचना हे कल्पनेचे पिल्लू आहे.' आपल्या पंतप्रधान स्पष्टपणे म्हणाल्या की, हे सगळे 'रचलेले' आहे. ते अस्तित्वात नाही. ते घटनेत कुठेही नाही. ते खासगी मालमत्तेचे व हितसंबंधांचे रक्षण करण्यासाठी आहे. माझ्या मते आणि आपल्या सर्वांच्या मते ह्या देशात जर काही मूलभूत असेल, तर ती म्हणजे देशाची जनता. मूलभूत आहेत लोकांचे हक्क. *कोणालाही, कोणत्याही शक्तीला, न्यायसंस्थेला; मग ती कितीही उच्च असो, कितीही वरच्या खुर्चीत बसलेली असो; तिला संसदेच्या माध्यमातून व्यक्त झालेल्या जनतेच्या मूळ इच्छेत हस्तक्षेप करण्याचा अधिकार नाही.*

काँग्रेसचे अध्यक्ष डी. के. बारुआ, ज्यांनी 'इंदिरा म्हणजेच इंडिया, इंडिया म्हणजेच इंदिरा' अशी घोषणा दिली होती, त्यांनी लांबलचक भाषण दिले. त्याचा नंतर श्रीमती इंदिरा गांधींनी उल्लेख केला. त्या राज्यसभेत म्हणाल्या, 'ते भाषण सर्वसमावेशक होते. त्यांनी प्रश्नाच्या सर्व पैलूंचा अत्यंत हुशारीने व विनोदाने परामर्श घेतला. आणि हे अपेक्षितच होते. कारण, ह्या दुरुस्त्यांना मूर्त रूप देण्यात त्यांचा फार मोठा सहभाग होता. त्यांचे वाचन दांडगे आहे त्यामुळे त्यांनी आपल्या ज्ञानात भर घातली आणि राजकारण व कायदा ह्या क्षेत्रांतील प्रसिद्ध लेखकांच्या विचारांची ओळख आपल्याला करून दिली. त्यांनी नुकतेच मला एक पुस्तक वाचायला दिले आहे. त्याचा मी माझ्या भाषणात उपयोग करणार आहे.' श्रीमती गांधींनी केलेल्या ह्या स्तुतीच्या वर्षावामुळे किती जणांच्या पोटात दुखायला लागले

असेल, त्याची कल्पना करा!

ते म्हणाले, 'सर, मला असे वाटते की घटनेची कन्या म्हणजे आणीबाणी. तिच्यामुळे ह्या सर्व गोष्टी निर्माण झाल्या आहेत. आणीबाणीमुळे लोकांना अन्न मिळाले, वस्त्र मिळाले, निवारा मिळाला, विकासाच्या अनेक संधी दिल्या. त्यामुळे झालेल्या लाभाचे जतन करायला हवे, तो वाया घालवता कामा नये. म्हणून, सर, मला वाटते की; आणीबाणी आवश्यक होती आणि अजूनही आवश्यक आहे...'

'सभागृहाने हे लक्षात घ्यावे की, त्यांपैकी सर्वांत महत्त्वाचा प्रश्न आहे सर्वोच्च न्यायालय आणि संसद यांचे नाते. सर, आपल्या घटनेचे एक वैशिष्ट्य आहे, एक मूलभूत वैशिष्ट्य आणि ते म्हणजे *संसदेच्या माध्यमातून व्यक्त केलेले जनतेचे सार्वभौमत्व. तेच आपल्या घटनेचे सार आहे. तिने संसदेच्या सार्वभौमत्वाचा पाया घातला. दुसऱ्या कोणालाही सार्वभौम केलेले नाही...* न्यायसंस्थेला स्वातंत्र्य जरूर आहे पण सार्वभौमत्वाचा अधिकार नाही...' जणू काही तसे करण्याचा प्रयत्न न्यायालये करत होती. आणि मग त्यांनी जणू छुपा इशारा दिला, 'म्हणून, सर, न्यायालयीन अधिकारक्षेत्र वाढवण्याचा कोणी प्रयत्न केला, तर ते घटनेला घातक ठरेल व सर्वोच्च न्यायालयालाही घातक ठरेल.'

ते म्हणाले, 'मूलभूत रचनेबद्दल मी काही बोलण्याची आवश्यकता नाही. ती काय आहे, हे कोणालाच माहीत नाही... तिला विचित्र कल्पना असेही म्हणता येणार नाही. 'त्यांनी' वापरलेला हा एक शब्दप्रयोग आहे आणि त्याला काहीही अर्थ नाही... तो आपल्याला गाडताही येणार नाही किंवा जाळताही येणार नाही कारण जे अस्तित्वातच नाही, ते तुम्ही पुरणार कसे किंवा जाळणार कसे?'...'यालाच श्रीमती गांधी विद्वत्ता, विनोद म्हणाल्या की काय?' त्यामुळे ते तसेच सोडून, पंडित जवाहरलाल नेहरूंनी घटनेचा पाया घालण्यासाठी उद्दिष्टांचा ठराव मांडताना त्यांच्या मनात जे होते, त्याची अंमलबजावणी करण्यासाठी आपण पुढे वाटचाल करू या...'

८ नोव्हेंबर : श्रीमती इंदिरा गांधींचे भाषण हे आजच्या दिवसाचे वैशिष्ट्य. त्या अगदी ताणरहित आहेत, विद्वत्ता, विनोद, भाषणात उद्धृत करण्यासाठी म्हणून वचने/उतारे, वगैरे सर्व तयार होते. त्या हात पुसत बोलू लागल्या, 'विरोधी पक्षाचे सभासद दूर राहत आहेत– देशाला तुरुंगात टाकले होते म्हणून नाही तर लोकसभेत विधेयकाला मिळालेला प्रचंड पाठिंबा बघून. सर, अशी अफवा पसरवण्यात येत आहे, तिला काय म्हणावे, असा मला प्रश्न पडतो– की आम्ही न्यायाधीशांच्या विरुद्ध आहोत. सर्वोच्च न्यायालयाच्या विरुद्ध आहोत. काँग्रेस अध्यक्षांनी विशेष तसदी घेऊन आमचा दृष्टिकोन चांगल्यापैकी स्पष्ट केला आहेच; पण ह्या सभागृहाला व बाहेरील जगाला मला असे ठामपणे सांगायचे आहे की, आमच्या मनात तशी

कोणतीही भावना नाही.

माझे काही सहकारी बोलले त्याचा चुकीचा अर्थ लावण्यात आला आहे. पण अखेर वस्तुस्थिती आहे ती आहेच. 'बहुतेक न्यायाधीश राजकीय क्षेत्रात उडी घेत नाहीत. पण एकाने घेतली...', 'देशाच्या आतून व बाहेरून देशाच्या विरुद्ध काम करणाऱ्या शक्ती...''इंडियन्स फॉर डेमॉक्रसी' ह्या नावाची एक संस्था परदेशात स्थापन करण्यात आली आहे. अमेरिकेतील एका अमेरिकन माणसाने 'An American in America' ह्या नावाने ह्या संस्थेबद्दल व लोकांबद्दल लिहिले आहे व सभागृहाला विश्वासात घेऊन त्यांनी काय लिहिले आहे, ते सांगते. ह्या सर्व भारतीयांना स्वतःच्या चांगल्या भवितव्यासाठी देशाला वाऱ्यावर सोडून येताना काहीही अपराधीपणा वाटला नाही आणि आता तेच तुमच्या देशाच्या प्रगती करण्याच्या प्रयत्नांवर टीका करत आहेत.' पत्र लिहिणारे 'फॉरिन हँड' नव्हते हे दिसून आले.

गोष्ट अगदी साधी सरळ आहे : जनता, देशाची आगेकूच, स्वातंत्र्यचळवळीचा पुढील भाग, लोकांचे व संसदेचे सार्वभौमत्व, न्यायालयांनी विणलेली जाळी काढून टाकणे... वगैरे वगैरे.

देशात व घटनेत पुन्हा चैतन्य आणणे, हा ह्या विधेयकाचा उद्देश. आपल्या आद्य घटनाकारांचा उद्देश काय होता, ह्याच्याकडे आम्ही लक्ष वेधत आहोत. मूळ घटनेत विधिमंडळ, शासन व न्यायसंस्था यांच्यात जो समन्वय होता, तो आम्ही पुन्हा प्रस्थपित करत आहोत. न्यायसंस्थेचे राजकीय व वैधानिक क्षेत्रांवर आक्रमण करण्याचे जे प्रयत्न नजीकच्या भूतकाळात केले, त्याची कोळिष्टके दूर करण्याचा आमचा प्रयत्न आहे. आम्ही जनतेचे सार्वभौमत्व पुन्हा दृढ करत आहोत आणि हे लक्षात आणून देत आहोत की, घटनेसहित सर्व काही हे लोकांसाठी आहे. वेगवान प्रगतीच्या मार्गात व्यर्थ उभे झालेले काही विवाद एकदाच कायमचे संपवण्याचा आमचा प्रयत्न आहे. संसदेचा घटनेत बदल करण्याचा अधिकार सार्वभौम आहे, हे आम्ही पुन्हा एकदा निःशंकपणे स्पष्ट करत आहोत.

ह्या दुरुस्तीत नवे किंवा टोकाचे असे काही नाही. जे काही नवीन म्हणून दिसते आहे, ते ज्या ऊर्मींनी स्वातंत्र्यापूर्वी व स्वातंत्र्यानंतर देशाला प्रेरणा दिली, ज्यांनी आपल्या आद्य घटनाकारांना मार्गदर्शन केले; त्यांचाच जास्त स्पष्ट असा अविष्कार आहे. पण मी म्हटले तसे, आम्ही संसदेच्या सार्वभौमत्वाचे पुरस्कर्ते आहोत. परंतु संसदेचे सार्वभौमत्व हे भारताच्या जनतेवर अवलंबून आहे. संसद ही भारतीय जनतेचेच अपत्य आहे. त्यामुळे आम्ही खरोखरी जे करण्याचा प्रयत्न करीत आहोत, ते म्हणजे भारताच्या

जनतेला बलवान करणे, जेणेकरून त्यांचा आवाज ऐकला जाईल, त्यांचे प्रश्न लवकर सोडवले जातील.

झेंडा उभारलाच होता. अनेकांनी उभे राहून त्याला सलामी दिली.

९ *नोव्हेंबर* : सभागृह लवकरच आनंदाने व स्तुतीने दुमदुमणार आहे. पुन्हा गोखले. 'मूलभूत हक्कांना जेरबंद केले, हा काय प्रकार आहे? असे म्हणणाऱ्या सभासदाच्या –प्रसिद्ध कायदेपंडित सी. के. दफ्तरी यांनी असे म्हटले होते– आम्ही निर्देशक तत्त्वांना तुरुंगातून मुक्त केले, हे कसे लक्षात नाही आले?... न्यायालयीन पुनरावलोकनाच्या प्रश्नी बोलायचे, तर याविषयी आपल्या देशातील व बाहेरील पारंपरिक कायदेपंडित अशा निष्कर्षाप्रत आले आहेत की, *घटनेमध्ये जर कोणते लोकशाहीविरोधी वैशिष्ट्य असेल, तर ते न्यायालयीन तपासणी हे होय.* ते लोकशाहीविरोधी आहे, असे म्हणण्याचे कारण असे की, लोकांनी निवडून दिलेले प्रतिनिधी जे ठरवतात किंवा करतात, ते तसे निवडून न आलेले लोक; म्हणजेच एका अर्थी जनतेचे प्रतिनिधी नसणारे लोक, रद्द करू शकतात...'

आनंदाच्या व स्तुतीच्या वर्षावात ४२ वी दुरुस्ती मंजूर झाली.

यातील पायऱ्या बघा :

- लोक/जनता सार्वभौम आहे.
- म्हणून संसद सार्वभौम आहे.
- म्हणून संसदसभासद सार्वभौम आहेत.
- म्हणून संसदसभासदांच्या बहुमताचा गट सार्वभौम आहे.
- म्हणून त्या गटाचे जो नियंत्रण करतो, तो सार्वभौम आहे.
- म्हणून जी व्यक्ती/संस्था/कायदा/घटना वरील सार्वभौमाच्या मार्गात येत असेल, ती जनताविरोधी आहे व ती गरिबांचे शोषण करत राहणार आहे.
- म्हणून त्याला 'संपवला' पाहिजे.

दुसरा एक मुद्दा तितकाच महत्त्वाचा आहे. हुजऱ्यांनी, दांडग्यांनी, मूर्खांनी आरोप प्रत्यारोप केले. संस्था भ्रष्ट केल्या. कायदेपंडित गोखले, तत्त्वज्ञ स्वर्णसिंग, व्यासंगी बरुआ, कायदे देणारे सी. एम. स्टीफन हे त्या काळचे पाठीराखे कोणाला आठवणार? पण त्यांच्या आरोळ्या, आरडाओरडा, त्यांचे विषारी शब्द, त्यांचे खोटे बोल हे टिकले. इजा झालीच...

आजपर्यंत :

अजूनही, राजकारणी जे करीत आहेत, त्यामुळे कायद्याचा व घटनेचा भंग होत आहे असा निर्णय न्यायालये देतात, तेव्हा वरीलप्रमाणेच आरोप-प्रत्यारोप वगैरे केले

जातात. नुकतेच सर्वोच्च न्यायालयाने घटनेच्या ९ व्या सूचीच्या गैरवापराबद्दल दोषी ठरवल्यावर, ज्यांनी देशाला जातीयतावादात बुडवले, तेच राजकारणी काय बोलू लागले, ते आठवा. 'न्यायालयाने त्यांना घालून दिलेली मर्यादा ओलांडू नये... संसद सर्वोच्च आहे...' DMK मुख्यमंत्री करुणानिधी यांना घटनेचे ताबडतोब पुनरावलोकन करण्याची गरज दिसली.

हे प्रकरण मी संपवत असतानाच तमिळनाडूमधून आणखी बातमी आली आहे. 'दी एशियन एज'मधील वृत्तान्त– 'डीएमकेने न्यायसंस्थेला सांगितले: मर्यादा ओलांडू नका.' मुख्यमंत्री करुणानिधींना अगदी जवळचे असे तमिळनाडू सरकारमधील एक वरिष्ठ मंत्री, डीएमकेचे खजिनदार, अर्काट एन. वीरस्वामी, करुणानिधींच्या उपस्थितीत, एका जाहीर सभेत बोलले : 'काही न्यायमूर्ती असे वागत आहेत की, जणू काही ते स्वर्गातूनच उडी मारून आले आहेत. प्रत्येकाची एक मर्यादा असते आणि त्याने त्या मर्यादेतच काम करावे लागते. निवडून आलेल्या मुख्यमंत्र्यांवर टीका करायला किंवा त्यांच्या सरकारला उगीचच दोष द्यायला कायद्यात परवानगी नाही. मला फक्त एवढीच काळजी वाटते की, न्यायालये चावडीवरील न्यायालयाप्रमाणे 'कांगारु कोर्ट' होऊ नयेत. जर न्यायालये अशीच वागत राहिली, तर लोकांचा त्यांच्यावर विश्वास उरणार नाही.'

'तमिळनाडूमधील काही न्यायालये अशी वागत आहेत की, जणू काही लोकशाही पद्धतीने निवडल्या गेलेल्या मुख्यमंत्र्यांपेक्षा त्यांना जास्त अधिकार आहेत. उच्च न्यायालयाच्या न्यायमूर्तींना मी मुख्यमंत्र्यांपेक्षा वरिष्ठ मानत नाही. मुख्यमंत्र्यांचे अधिकार आपल्याकडे घेण्याचा अधिकार उच्च न्यायालयाला कोणी दिला? न्यायालयांना मुख्यमंत्र्यांपेक्षा जास्त जबाबदारी दिली आहे का?...'

आणि करुणानिधींची प्रतिक्रिया काय? 'एशियन एज'च्या बातमीत म्हटले आहे, 'सध्या एक चर्चा सुरू आहे की, मांजराच्या गळ्यात घंटा कोणी बांधायची? आणि वीरस्वामीने ते करून दाखवले आहे. आता ही घंटा वाजल्यावर तरी इथे न्याय व प्रामाणिकपणा येऊ दे.'[७]

आणि आता आणखी एक हिमपात– अर्जुनसिंग यांच्या आरक्षणाच्या आदेशाला सर्वोच्च न्यायालयाने स्थगिती दिल्याबरोबर... जनता, गरीब लोक, संसद, सार्वभौमत्व... वगैरे वगैरे.

तळटीप :

१. समतेचा हक्क.
२. भाषण स्वातंत्र्य, एकत्र येणे, मंडळे किंवा संघटना स्थापन करण्याचे स्वातंत्र्य,

देशात कुठेही राहण्याचे व स्थिर होण्याचे स्वातंत्र्य, कोणताही व्यवसाय, पेशा, व्यापार किंवा उद्योग करण्याचे स्वातंत्र्य.

३. मालमत्तेचा हक्क.

४. मूलभूत हक्कांची हमी देणारा भाग.

५. कलम 228A ह्या नव्या कलमाखाली अशीच तरतूद करण्यात आली– राज्य सरकारने केलेल्या कायद्यांची घटनात्मक वैधता ठरवण्यासाठी कमीत कमी ५ न्यायाधीशांचे पीठ असावे व कायदा अवैधानिक ठरवण्यासाठी त्यांपैकी कमीत कमी दोन तृतीयांश जणांचे बहुमत असावे. वगैरे.

६. Lok Sabha Debates, 5 Aug 1975.

७. ग्रॅनव्हिल ऑस्टिन, Working a Democratic Constitution, The Indian Experience; ऑक्स्फर्ड, नवी दिल्ली, २००१.

८. The Asian Age, 5 Feb, 2007.

८

काही महत्त्वाचे धडे

'ते काय आहे, हे कोणालाच माहीत नाही...' मूलभूत रचनेच्या बाबतीत काँग्रेसचे अध्यक्ष डी. के. बारुआ म्हणाले. 'आपण त्याबद्दल काहीही बोलण्याची गरज नाही.' ते म्हणाले, 'कारण ती एखादी ढोबळ कल्पनासुद्धा नाही. ते शब्द 'त्यांनी' नुसते वापरले आहेत. त्यांना काहीही अर्थ नाही...' त्यांचे दफनही करता येत नाही व दहनही करता येत नाही.[१]

जे अस्तित्वातच नाही त्याचे दफन किंवा दहन तरी कसे करणार?

सरदार स्वर्णसिंग लोकसभेत म्हणाले : 'ते न्यायाधीशांनी बाहेरून आणले आहे.' श्रीमती गांधी म्हणाल्या होत्या : 'तो एक शोध आहे.' इतरांनी त्यांची री ओढली : त्याचा अर्थही कोणाला माहीत नाही. न्यायाधीशांना स्वत:लासुद्धा त्याचा अर्थ माहीत नाही... संसदेला घटनेत दुरुस्ती करता येईल, पण घटनेची 'मूलभूत रचना' नावाच्या काल्पनिक वस्तूला हात लावता येणार नाही; अशी अनाकलनीय संकल्पना मांडली, तर जिच्या आत राहून आपण काम केले पाहिजे, ती सीमा कोणती व कशी आहे, हे संसदेला कसे कळणार, असा युक्तिवाद त्यावेळी सरकारने केला होता व त्यानंतरही बरेचदा केला आहे. केशवानंद भारती प्रकरणात न्यायमूर्तींनी नोंद केली की, केंद्र व राज्य सरकारांच्या वतीने असे प्रतिपादन जोरात करण्यात आले की, घटनेत दुरुस्ती करण्याच्या संसदेच्या अधिकारावर कलम ३६८ खाली काही सूचित व मूळच्याच मर्यादा आहेत; असे आम्ही समजून चाललो, तर आपण कोणत्या दुरुस्त्या करू शकतो व कोणत्या करू शकत नाही, हे संसदेला आधी कसे कळणार?' केंद्र व राज्य सरकारचे वकील म्हणतात की, 'मूलभूत तत्त्वे' व 'मूलभूत वैशिष्ट्ये' ह्या संकल्पना अतिशय काल्पनिक आहेत आणि वेगवेगळे न्यायाधीश त्यांचा वेगवेगळा अर्थ लावू शकतील आणि त्यामुळे (संसदेच्या) दुरुस्तीच्या अधिकारावर कलम ३६८ नुसार सूचित व मूळच्याच मर्यादा आहेत, ह्या निर्णयाला पुष्टी दिली; तर संसदेचे काम अशक्य होऊन बसेल.'[२]

पण घटनेची योजना साधी सरळ आहे, हे न्यायाधीशांनी सविस्तरपणे दाखवून

दिले. आपण कोणत्या प्रकारची राजकीय व सामाजिक व्यवस्था निर्माण करावयाची आहे, हे घटनेच्या प्रस्तावनेत (in The Preamble) नमूद केले आहे. त्यानंतरच्या तरतुदी म्हणजे, हे उद्दिष्ट कसे साध्य करावे, यासाठी दिलेली साधने आहेत. व्यक्तीची प्रतिष्ठा व स्वातंत्र्य यांचे आणि घटनेने प्रस्थापित केलेल्या लोकतांत्रिक रचनेचे रक्षण करत आपण सामाजिक, आर्थिक बदल घडवून आणावा, हे तत्त्व आपली राज्यव्यवस्था ओळखण्याचे चिन्ह असावे.[३]

'ही संकल्पना विधिमंडळांसाठी मार्गदर्शक म्हणून इतकी अनाकलनीय आहे का? मग प्रस्तावनेत नमूद केलेल्या प्रत्येक उद्दिष्टाचे काय?' न्यायाधीशांनी विचारले. हेच त्या उद्दिष्टांच्या बाबतीतही म्हणता येणार नाही का? याचा अर्थ त्या संकल्पनांना व उद्दिष्टांना काहीच महत्त्व नाही का? की तेसुद्धा आपल्या विधिमंडळांना गोंधळात टाकतात? प्रस्तावनेची पुन्हा आठवण करा–

आम्ही भारतातील लोकांनी गंभीरपणे असा निश्चय केला आहे की, आम्ही भारताला एक सार्वभौम, समाजवादी, धर्मनिरपेक्ष, लोकतांत्रिक, प्रजासत्ताक राष्ट्र बनवू आणि भारताच्या सर्व नागरिकांना पुढे नमूद केलेल्या गोष्टी मिळवून देऊ :

सामाजिक, आर्थिक व राजकीय **न्याय** (Justice).

विचार, अभिव्यक्ती, विश्वास, श्रद्धा व पूजा यांचे **स्वातंत्र्य** (Liberty).

दर्जा व संधी यांच्या बाबतीतील **समता** (Equality).

व त्यांना वैयक्तिक प्रतिष्ठा व देशाची एकता व अखंडता यांबद्दल हमी देऊन **बंधुत्वाची भावना** (Fraternity) निर्माण करू...

समाजवादी? धर्मनिरपेक्ष? सामाजिक, आर्थिक, राजकीय न्याय? विचारस्वातंत्र्य, अभिव्यक्ती स्वातंत्र्य, श्रद्धा व पूजा यांचे स्वातंत्र्य? दर्जा व संधी यांबाबतीत समता? बंधुत्व? व्यक्तीची प्रतिष्ठा? ह्यांपैकी कोणते शब्द इतके नेमके आहेत की, त्यांच्याबद्दल आणखी विचार किंवा स्पष्टीकरण करण्याची गरज नाही? ह्यांपैकी प्रत्येक शब्दामध्ये कोणता अर्थ भरलेला आहे, याबद्दल वादविवाद झालेले नाहीत का? ह्यांपैकी प्रत्येक संकल्पनेत, तिच्या उद्दिष्टांमध्ये दडलेल्या अर्थाच्या विविध छटांचे दर्शन घडवणारे अनेक निबंध, कायद्याची पुस्तके व न्यायालयीन निर्णय नाहीत का? आणि ही उद्दिष्टे साध्य करण्यासाठी कोणते मार्ग, कोणती साधने वापरावीत किंवा वापरू नयेत यांबद्दल अशीच विविध मते नाहीत का? मग ते रद्द करायचे की काय? ह्या संकल्पना '२+२=४' इतक्या स्पष्ट नाहीत, त्यामुळे त्यांचे अस्तित्वच मानायचे नाही? सर्वोच्च न्यायालयाने म्हटले होते की, ज्याबद्दल निर्णय करणे कठीण आहे, ते अस्तित्वातच नाही, असे म्हणणे बरोबर नाही.'

नैसर्गिक हक्क? ते कोणत्या अर्थाने जास्त स्पष्ट आहेत? कोणत्या अर्थाने ते ठोसपणे मांडता येतात?

कलम १९ मध्ये दिलेल्या मूलभूत हक्कांवर *वाजवी* (reasonable) बंधने घालण्याचा अधिकार सरकारला दिलेला आहे, त्याचे काय? एखाद्या परिस्थितीत एखाद्या हक्काबद्दल 'वाजवी' म्हणजे काय, हे स्पष्ट आहे का? त्याच कलमात पुढे असे म्हटले आहे की, अशी 'वाजवी बंधने' घालताना ती *'नैतिकता'* किंवा *'सार्वजनिक सुव्यवस्था'* यांच्यासाठी किंवा *'जनतेच्या हितासाठी'*च असावीत ह्यामुळे अर्थाबद्दलची अनिश्चितता वाढली की कमी झाली?

विधिमंडळांनासुद्धा, त्यांचे कायदा करण्याचे अधिकार ते निश्चित कोणत्या मर्यादेपर्यंत दुसऱ्याला देऊ शकतात, हे माहीत आहे का? एखाद्या कायद्यातील तरतुदी हस्तांतरित (delegate) करण्याच्या मर्यादेच्या पलीकडे आहेत ह्या कारणावरून न्यायालयांनी अनेक कायदे अवैध ठरविलेले नाहीत का? याचा अर्थ विधिमंडळे खालच्या स्तरावरील संस्थांना किती अधिकार देऊ शकतात, ह्याला मर्यादाच नाही किंवा त्या मर्यादा डोळ्यांसमोर ठेवण्याची गरज नाही, असा आहे का? 'विविध विषयांवर विधिमंडळे जे कायदे करतात, ते घटनात्मकदृष्ट्या वैध आहेत की नाहीत, हे आधीच पडताळून पाहणे जेवढे कठीण आहे, तेवढे घटनेचे मूलभूत घटक किंवा मूलभूत वैशिष्ट्ये जाणून घेणे, हे निश्चितच जास्त कठीण नाही.' असे सर्वोच्च न्यायालयाने निदर्शनाला आणले. अशा कृत्रिम अडचणींच्या उद्देशालाच न्यायालयाने हात घातला: 'विधिमंडळांना कोणत्या अडचणी येऊ शकतील, यावर आधारित युक्तिवादाला काही अर्थ नाही; खरे म्हणजे *तो न्यायालयीन पुनरावलोकनाच्या विरोधातील युक्तिवादच आहे.'*४

ससंदेचा अधिकार अमर्याद असेल तर :

संसदेला घटनादुरुस्तीचे अमर्याद अधिकार असण्यातील धोके न्यायाधीशांनी दाखवून दिले. त्या वेळच्या ॲटर्नी जनरलने केंद्र व राज्य सरकारांच्या वतीने केलेल्या दाव्याच्या संदर्भात त्यांनी ते सविस्तर स्पष्ट केले. न्या. जे. एम. शेलार व ए. एन. ग्रोव्हर म्हणाले, 'ॲटर्नी जनरल महाशयांच्या म्हणण्यानुसार घटनेच्या प्रस्तावनेत (in Preamble) भारतातील जनतेने आपल्या देशात सार्वभौम लोकतांत्रिक प्रजासत्ताक*५* स्थापन करण्याचा निश्चय केला आहे; असे जे म्हटले आहे, ते *१९४७ मध्ये जो उद्देश होता, त्याचे वर्णन आहे. आणि आता कलम ३६८ नुसार घटनादुरुस्ती करण्याचा अधिकार असणाऱ्या संस्थेला (म्हणजे संसदेला) त्या सार्वभौम लोकतांत्रिक प्रजासत्ताकाचे कोणत्याही इतर प्रकारच्या राज्यव्यवस्थेत रूपांतर करता येऊ शकेल.',* 'त्या शब्दांची व्याप्ती किती आहे, हे जाणून घेण्यासाठी त्याचा जो अर्थ लावला गेला; त्याचा परिणाम काय होऊ शकतो, ते ह्याच विधानावरून दिसून येते. आणि म्हणून तो अधिकार बहाल करणाऱ्या

तरतुदीची मर्यादा विचारात घेताना कोणत्या अर्थातून कोणता परिणाम उद्भवेल, याच्याकडे न्यायालय दुर्लक्ष करू शकणार नाही.'६

न्यायालयाने ह्याची आठवण करून दिली की, घटना-समितीची चर्चा चालू असताना एच. व्ही. कामत यांनी अशी दुरुस्ती सुचवली होती की, जिच्यामुळे घटनेत दुरुस्ती करण्याचा अमर्याद अधिकार संसदेला मिळाला असता; परंतु ही दुरुस्ती विशेष करून अमान्य करण्यात आली.७ आणि त्याला कारणही सबळ होते.

घटनेत दुरुस्ती करण्याच्या अधिकाराला मर्यादा नाही; हे मान्य केले, तर कलम ३६८ मध्येसुद्धा दुरुस्ती करून घटना पूर्णपणे लवचीक किंवा पूर्णपणे अपरिवर्तनीय (rigid) व दुरुस्तीसुद्धा करता येणार नाही; अशी बदलता येईल, असे मुख्य न्यायमूर्ती एस. एम. सिक्री यांनी नमूद केले. असे असेल, तर संसदेत दोन तृतीयांश बहुमत असणारा व चार वर्षे सत्तेवर असणारा एखादा राजकीय पक्ष, घटना-दुरुस्ती करून दुसऱ्या कोणत्याही पक्षाला सत्तेवर येण्यास बंदी करून हुकूमशाही आणू शकेल. लोकांना गुलामगिरीत टाकू शकेल आणि हे केल्यावर यापुढे घटनेत दुरुस्ती करता येणार नाही, अशी शेवटची दुरुस्ती करू शकेल.८

तो पक्ष, कलम ३२ रद्द करून लोकांना त्यांच्या हक्कांच्या अंमलबजावणीसाठी न्यायालयात जाण्याची बंदी करून; डॉ. आंबेडकरांनी ज्याला घटनेचे हृदय, आत्मा असे म्हटले होते त्याचाही नाश करू शकेल.९

न्यायमूर्ती पुढे म्हणाले की, संसद अशा प्रकारे घटनेत दुरुस्ती करू शकेल की भाग ३ व ४ (Parts III व IV) रद्द होतील व त्यामुळे मूलभूत हक्क व निर्देशक तत्त्वे केवळ कागदावरच राहतील. राज्यांना दिलेले अधिकार काढून घेता येतील व त्यामुळे सध्या संघराज्य म्हणून असलेली रचनासुद्धा कोसळेल.१० न्यायदानाचे कार्यसुद्धा संसद स्वत:कडे घेऊ शकेल व त्यामुळे (राज्यव्यवस्थेच्या तीन अंगांचे) कार्यक्षेत्र व अधिकार याबाबतीत जे विभक्तीकरण घटनेत केलेले आहे, ते रद्द होईल.

अतिशयोक्ती वाटते का? पण न्यायाधीशांनी हा इशारा दिल्यापासून *दोनच वर्षांत* संसदेने ३९ व्या दुरुस्तीच्या माध्यमातून संसद ज्याच्या मुठीत असते, त्या पंतप्रधानांच्या निवडणुकीची वैधता ठरवण्याचा अधिकार स्वत:कडे घेऊन, वरील परिस्थिती प्रत्यक्षात येऊ शकते, हे दाखवून दिले.

संसद एखाद्या धर्माच्या आचरणावर बंदी घालू शकेल किंवा एखादा धर्म सक्तीचा करू शकेल.११

घटनेच्या कलम ८५ व १७२ यांत दुरुस्ती करून संसद स्वत:चा कार्यकाल पाच वर्षांवरून पन्नास वर्षे१२ करू शकेल, जे तिने लवकरच केले, पण दुर्दैवाने पन्नास ऐवजी सहा वर्षेच केले.

विरुद्ध पक्षांच्या सर्व उमेदवारांची निवडणूक रद्दबातल आहे व आमच्या पक्षाला

कोणत्याही उमेदवाराच्या किंवा नेत्याच्या निवडणुकीला कधीही आव्हान देता येणार नाही, असा कायदा सत्ताधारी पक्ष संसदेत संमत करून घेऊ शकेल.[१३]

सरकारकडून आधीच ज्याचा दावा करण्यात येत होता, त्याबद्दल ह्या निकालपत्रकात इशारा दिलेला होता. निरंकुश सत्ता हातात घेण्यासाठी सरकारने जो युक्तिवाद केला, त्याचा त्यात अंतर्भाव आहे. आता इतक्या काळानंतर न्यायाधीश किती द्रष्टे होते, याची कल्पना येईल आणि त्याहून महत्त्वाचे म्हणजे आपण किती दूरवरचा विचार करणे आवश्यक आहे, हे त्यावरून लक्षात येईल. ॲटर्नी जनरल व ॲडव्होकेट जनरल यांनी केलेल्या युक्तिवादाची नोंद घेताना व त्या युक्तिवादाचा काय परिणाम होऊ शकेल, हे विशद करताना न्या. के. एस. हेगडे व न्या. ए. के. मुखर्जी म्हणाले:

'केंद्र व राज्य सरकारांच्या म्हणण्यानुसार त्या (घटनेत बदल करण्याच्या) अधिकारात, इतर गोष्टींव्यतिरिक्त पुढील अधिकार अंतर्भूत आहेत.

१. ह्या देशाचे सार्वभौमत्व संपवून देशाला इतर कोणत्याही देशाची वसाहत बनविणे.
२. लोकशाही राज्यपद्धतीऐवजी राजसत्ता किंवा हुकूमशाही आणणे.
३. देशाची अखंडता नष्ट करून त्याचे तुकडे करणे.
४. धर्मनिरपेक्ष राज्यपद्धती संपवून धार्मिक सत्ता आणणे.
५. नागरिकांना व अल्पसंख्यांकांना असलेले सर्व अधिकार रद्द करणे.
६. देशात कल्याणकारी राज्य (Welfare State) स्थापन करण्याचे उद्दिष्ट रद्द करणे.
७. संसदेच्या दोन्ही सभागृहांचा कार्यकाल अमर्याद वाढवणे.
८. दुरुस्ती करण्याच्या अधिकारात दुरुस्ती करून त्यानंतर घटनेत दुरुस्ती करता येऊ नये, अशी तरतूद करणे.'

त्यांचे म्हणणे तर असे होते की, 'शेवटी अगदी *न्यायक्षेत्रातील सार्वभौमत्वसुद्धा, ज्यांना घटनेत दुरुस्ती करण्याचा अधिकार आहे, त्यांच्याच हातात आहे.'* – ३९व्या व ४२ व्या दुरुस्त्यांवरील चर्चांच्या दरम्यान सार्वभौम सांसदांचा नेमका असाच युक्तिवाद होता. 'केंद्र व राज्य सरकारांच्या वकिलांनी एका क्षणी अगदी नाखुशीनेच मान्य केले की, कलम ३६८ मध्ये दिलेल्या अधिकाराचा वापर घटनाच रद्द करण्यासाठी केला जाऊ शकणार नाही.' न्यायाधीश म्हणाले, 'पण नंतर आमच्यापैकी काही जणांच्या प्रश्नांच्या दबावामुळे त्यांनी आपले म्हणणे बदलले व ते म्हणाले की, घटना रद्द करणे (abrogation) हे आम्ही संपूर्ण घटना बरखास्त करणे, ह्या अर्थी म्हटले होते. त्यांना जेव्हा विचारले की, 'तुम्ही जे म्हणता की कलम ३६८ अन्वये मिळालेल्या अधिकाराचा उपयोग घटना बरखास्त करण्यासाठी करता येणार

नाही, तर त्याचा अर्थ काय?' तेव्हा ते म्हणाले की, 'घटनेत दुरुस्ती करताना *निदान एक तरी कलम शिल्लक ठेवावेच लागेल*, पण ते कलम सोडून प्रस्तावनेत इतर सर्व कलमे व घटनेचे भाग वगळता येतील आणि त्यांच्या जागी दुसऱ्या तरतुदी घालता येतील.' थोडक्यात त्यांचे म्हणणे असे होते की, 'जोपर्यंत 'भारताची राज्यघटना' हे शब्द ठेवले आहेत, तोपर्यंत इतर कोणतेही कलम किंवा त्याचा भाग वगळून त्याजागी दुसरे शब्द घालता येतील.'

त्यानंतर न्यायाधीशांपुढे एक व्यावहारिक युक्तिवाद केला गेला. अशा प्रकारच्या युक्तिवादांच्या मालिकेतून दुसराच एक धडा मिळतो. त्याला आपण लवकरच सामोरे जाऊ, त्यावेळी ह्या युक्तिवादाची दखल पुन्हा घ्यावी लागेल. 'त्यांनी (केंद्र व राज्य सरकारांचे प्रतिनिधित्व करणाऱ्या ॲटर्नी जनरल व ॲडव्होकेट जनरल यांनी) त्यांच्या दाव्याचा अर्थ जरा सौम्य करण्यासाठी म्हटले की, 'कायद्याने (संसदेच्या) दुरुस्ती करण्याच्या अधिकारावर कोणतीही मर्यादा नसली, तरी राजकीय अपरिहार्यतेमुळे संसद आपल्या दुरस्तीच्या अधिकाराचा वापर प्रत्यक्षात करू शकणार नाही, ते लोकांना रुचणार नाही.' ह्या विधानानंतर दोनच वर्षांत राजकीय परिस्थितीने संसदेला कोणत्या दिशेने जाणे भाग पाडले? ह्या युक्तिवादाला न्यायाधीशांनी दिलेल्या उत्तरावरून त्यांची दूरदृष्टी दिसून येते : 'राजकीय प्रतिक्रियेचा जोर अनिश्चित असतो. तो अनेक गोष्टींवर अवलंबून असतो. उदाहरणार्थ जनतेची राजकीय जागरूकता, तिची शैक्षणिक पातळी, देशातील वेगवेगळ्या राजकीय पक्षांचे/संस्थांचे बळ, प्रसारमाध्यमांचा वापर आणि आंदोलने दडपण्याची सरकारची क्षमता. म्हणून दुरुस्ती करण्याच्या अधिकाराची व्याप्ती ठरवताना, लोकांना नको असलेल्या दुरुस्तीला विरोध करण्याची त्यांची क्षमता, हा घटक लक्षात घेता येणार नाही. कायद्याच्या बाहेरच्या शक्ती एका वेगळ्याच पातळीवर काम करतात.'[१४]

सरकारच्या दाव्याला श्री. एन. ए. पालखीवाला यांनी जे उत्तर दिले, ते न्या.शेलात व न्या.ग्रोव्हर ह्यांनी त्यांच्या शब्दांत सांगितले; ते कायमचे स्मरणात ठेवण्यासारखे आहे. ते म्हणतात, 'श्री. पालखीवाला यांच्या मते अधिकाराच्या व्याप्तीची खरी चाचणी तो अधिकार किती वेळा वापरला जाईल, ही नसून त्या अधिकाराचा वापर कसा करता येणे शक्य आहे, ही आहे. अधिकाराच्या दुरुपयोगाचा इथे संबंध नाही; किती किंवा केवढा अधिकार आहे व त्याचा वापर, ह्या दोन गोष्टींची गल्लत करता कामा नये. खरा प्रश्न जेव्हा अधिकराच्या व्याप्तीचा असतो, तेव्हा तो अधिकार कधीच वापरला जाणार नाही किंवा तो केव्हाही वापरला जाऊ शकेल; ह्या दोन्ही गोष्टींचा संबंध नसतो. सर्वांत उत्तम काय आहे किंवा सर्वांत वाईट काय आहे, हे न्यायालय ठरवत नाही. जर एखादा अधिकार प्रदान करणाऱ्या शब्दांचा अर्थ, अधिकाराची व्याप्ती अमर्याद आहे... असा लावला जाऊ शकत असेल, तर

त्या अधिकाराखाली काय केले जाऊ शकते, एवढेच न्यायालय ठरवते.'१५

आणखी एका दाव्याचा फोलपणा सिद्ध :

पण उपोद्घातात (in The Preamble) स्पष्ट केल्याप्रमाणे ही घटना जनतेनेच स्वत:साठी केली आहे. त्यामुळे तिच्यात बदल करण्याचा किंवा तिच्या जागी पूर्णपणे दुसरी घटना आणण्याचा संपूर्ण अधिकार तिला आहे. जनता संसदेच्या माध्यमातून काम करते. त्यामुळे घटनेचा कोणताही भाग आणि प्रत्येक भाग, कितीही किंवा पूर्णपणे बदलण्याचा संपूर्ण अधिकार संसदेला आहे. अशी सरकारच्या युक्तिवादाची दिशा होती– आणि त्याचाच वापर ३९ वी व ४२ वी ह्या दुरुस्त्या मंजूर करण्यासाठी केला.

मुख्य न्यायमूर्ती सिक्री यांनी घटनेच्या प्रस्तावनेकडे आणि, ज्याचा एवढा गवगवा केला जात होता ते सार्वभौमत्व तिच्यात कुठे आहे, याच्याकडे बोट दाखवले. अमेरिकेच्या घटनेतील कलम ५ वरून जे निष्कर्ष काढले जात होते, ते खोडून काढून; हा दावा टिकण्यासारखा नाही, हे दाखवण्यासाठी त्यांनी दोन कारणे दिली.

जिथे घटना लिखित रूपात आहे आणि जिच्यात प्रस्तावनेद्वाराच लोकांना सार्वभौमत्व प्रदान करण्यात आले आहे, तिथे एक म्हणजे, कायदे करणारी सभा (संसद/विधिमंडळे) ही सार्वभौम असण्याचा प्रश्नच उद्भवत नाही, कारण त्या सभेला (संसदेला) तिला दिले तेवढेच अधिकार असतात. दुसरी गोष्ट अशी की, ती सभा (संसद) कितीही प्रातिनिधिक असली, तरी 'ती सभा' (संसद) म्हणजे 'सर्वसामान्य जनता' असे समीकरण होऊ शकत नाही. आणि जिथे घटनेत हक्कांचा जाहीरनामा (Bill of Rights) समाविष्ट असतो, तिथे तर हे विशेषेकरून लागू पडते, कारण अशा जाहीरनाम्यामुळे त्या सभेवर बंधने येतात. म्हणजेच 'ती सभा (संसद) म्हणजेच लोक' हे समीकरण रद्दबातल होते.१६

न्या. हेगडे व न्या. मुखर्जी म्हणाले, 'आपल्या घटनाकारांनी प्रचंड त्याग करून काही विशिष्ट उद्दिष्टे/ध्येये साध्य केली, तीच ध्येये/उद्दिष्टे नष्ट करू देण्याची तरतूद ते त्याच घटनेत करतील; ह्यावर विश्वास बसणे कठीण आहे. घटनेचा वापर घटनाच नष्ट करण्यासाठी करणे, हे कायद्याच्या दृष्टीने शक्य नाही.'

दुसरी, जरा वेगळी अशी घटना-पद्धती जर आपण स्वीकारली, तर तसे करण्याला 'मूलभूत रचने'च्या तटबंदीचा अडथळा येईल, तेव्हा ह्या प्रश्नाशी थेट संबंध असणाऱ्या अशा एका उताऱ्यात घटनेत कितपत बदल करता येणे शक्य आहे, याची कल्पना त्यांनी दिली आहे : 'कलम ३६८ मध्ये जे सांगितले आहे,

त्यानुसार बदल केलेली घटना ही घटनाच (म्हणजे मूळची घटनाच) राहिली पाहिजे. आपण जेव्हा घटना 'रद्द करणे' किंवा 'बरखास्त करणे' असे म्हणतो, तेव्हा आपण घटनेच्या स्वरूपाबद्दल (form) नाही तर तिच्या गाभ्याबद्दल (substance), तिच्यातील तरतुदींबद्दल बोलत असतो. जर घटनेच्या मूलभूत वैशिष्ट्यांपैकी एक किंवा दोन वैशिष्ट्ये काढून टाकली, तर तेवढ्या प्रमाणात घटना 'रद्द' किंवा 'बरखास्त' झाली. जर सर्व मूलभूत वैशिष्ट्ये काढून टाकली व त्यांच्या जागी त्यांच्याशी सुसंगत नसणाऱ्या अशा काही तरतुदींचा अंतर्भाव केला, तर ती कलम ३६८ मध्ये उल्लेख केलेली घटना राहणार नाही. घटनेच्या व्यक्तिमत्त्वात बदल होता कामा नये.

'जनता/लोक व संसद यांच्यातील फरक स्पष्ट करताना त्यांनी ह्यावर भर दिला की, कलम ३६८ संसदेला –'घटनेनुसार प्रस्थापित केलेली संस्था ह्या नात्याने– घटनेत दुरुस्ती करण्याचा अधिकार देते.', 'घटनेतील दुरस्त्यांशी लोकांचा प्रत्यक्ष संबंध आहे, हे त्यांनी दाखवून दिले. एक: जेव्हा घटनेत दुरुस्ती करण्याचा अधिकार लोकांना दिला जातो, तेव्हा तो अधिकार घटनेखाली प्रस्थापित झालेल्या संस्थेच्या (म्हणजे संसदेच्या) अधिकारापेक्षा मोठा असतो. दुसरी गोष्ट म्हणजे नजरेतून न सुटण्यासारखी एक वस्तुस्थिती अशी की, 'संसदेच्या दोन्ही सभागृहांच्या सभासदांपैकी दोन तृतीयांश सभासद हे देशातील लोकांच्या साध्या बहुमताचेसुद्धा प्रतिनिधित्व करत असतीलच असे नाही. आपली निवडणूक पद्धती अशी आहे की, अल्प मतदारसुद्धा संसदेच्या प्रत्येक सभागृहातील दोन तृतीयांश सभासद निवडू शकतात, हे आत्तापर्यंतच्या आपल्या अनुभवावरून दिसलेच आहे.' तिसरी गोष्ट, 'आपली घटना सहमतीच्या (consensus) तत्त्वाने बनवली गेली, बहुतमताच्या (by majority) तत्त्वावर नव्हे. तिच्यात अल्पमतातील लोकांना संरक्षण आहे. जर बहुमत असणाऱ्यांचे मत हे मार्गदर्शक परिमाण धरले, तर अल्पमतातील लोकांना दिलेल्या हमीला (guarantees) किंमत राहणार नाही. संसदेच्या दोन्ही सभागृहांचे दोन तृतीयांश सभासद हे देशातील सर्व लोकसंख्येच्या वतीने नेहमीच बोलू शकतात, हा केंद्र व राज्य सरकारांच्या बाजूने करण्यात येणारा युक्तिवाद मान्य होणार नाही.'[१७]

घटनेची मूलभूत रचना (Basic Struture) कमकुवत करणाऱ्या दुरुस्त्या जर केल्या आणि त्यांवर राष्ट्रपतींनी मंजुरीची सही केली, तर राष्ट्रपतींनी आपल्या पदाची सूत्रे स्वीकारताना घेतलेली शपथ मोडल्याप्रमाणे होईल, असे न्यायमूर्तींनी संबंधितांच्या निदर्शनाला आणले. कारण राष्ट्रपतींनी घटनेचे जतन, रक्षण व संरक्षण करण्याची शपथ घेतलेली असते. 'ह्या शपथेचा अर्थ त्यांनी फक्त संसदेच्या घटना-दुरुस्ती अधिकाराचे संरक्षण करावे, असा आहे की काय?' न्यायमूर्तींनी विचारले, 'संसदेचा दुरुस्ती करण्याचा अधिकार म्हणजे घटना, असे समजायचे का?'

आपल्या राजकीय पद्धतीमुळे जनता व संसद यांच्यामधील अंतर वाढत जाते. हे न्यायमूर्तींनी निदर्शनास आणले. निवडणुका आल्या की पक्ष नाना प्रकारची आश्वासने व संदेश घेऊन मतदारांकडे जातात. जरी एखाद्या पक्षाला दोन तृतीयांश बहुमत मिळाले, तरी घटनेचे रूप आपल्याला हवे तसे बदलण्याचा अधिकार मतदानाद्वारे लोकांना दिला आहे, असा दावा तो करू शकत नाही. दुसरे म्हणजे संसदीय लोकशाही पद्धत ही पक्ष-पद्धतीवर चालते. 'पक्ष-पद्धती व मंत्रिमंडळाने सरकार चालवण्याची पद्धत अशी असते की, दैनंदिन कारभारावर सर्वसामान्य जनतेचे फारच थोडे नियंत्रण असू शकते.' असे न्यायमूर्ती म्हणाले.

'एखाद्या पक्षाला किंवा पक्षांच्या आघाडीला एकंदर मतदारसंख्येच्या अर्ध्यापेक्षा कमी मते मिळूनसुद्धा त्याला/तिला संसदेत दोन तृतीयांश बहुमत मिळू शकते व त्यामुळे संसद म्हणजेच जनता असे समीकरण करता येत नाही, हे त्यांनी आधीच भर देऊन सांगितले होते. त्यांच्या म्हणण्यानुसार हे अंतर जास्त असते: सत्तेवर असणाऱ्या पक्षाला मतदारांचा विश्वास गमावल्यानंतरसुद्धा घटनेत महत्त्वाच्या दुरुस्त्या करणे शक्य आहे. लोकसभेचे सभासद पाच वर्षांच्या मुदतीकरता निवडले जातात. सत्ताधारी पक्ष व त्याच्या सभासदांना ह्या पूर्ण काळात मतदारांच्या विश्वासाचा पाठिंबा असेलच असे नाही. त्यामुळे संसद जेव्हा-जेव्हा घटनेत दुरुस्ती करेल, तेव्हा-तेव्हा ती लोकांच्या इच्छेनुसारच असणार, असे गृहीत धरणे योग्य होणार नाही.'

'जेव्हा घटनेत दुरुस्ती केली जाते, तेव्हा ते घटनेने लोकांच्या वाढत्या गरजांना प्रतिसाद द्यावा म्हणून असते, असे आपण गृहीत धरावे; असे म्हणण्यात आणखी एक चुकीची समजूत आहे.' हे त्यांनी लक्षात आणून दिले. संसदेला तिचा अधिकार लोकांकडून मिळतो असे म्हणतात, पण दुरुस्तीचा अधिकार वापरून ती आपला कार्यकाल वाढवून मतदारांकडे जाणे लांबणीवर टाकू शकते. '...तत्त्वत: संसदेला स्वत:चे आयुष्य अनंतकालपर्यंत वाढवणे शक्य आहे आणि घटना अशा प्रकारे दुरुस्त करायची की त्यानंतर तिच्यात कायद्याच्या मार्गाने किंवा व्यावहारिकदृष्ट्या दुरुस्त्या करताच येऊ नयेत. ज्या अधिकारात, तो लोकांच्याच विरुद्ध वापरता येण्याची क्षमता असते, तो अधिकार लोकांच्या वतीने किंवा लोकांच्या हितासाठी वापरला आहे, असे म्हणता येत नाही.'[१८] (A power which is capable of being used against the people themselves cannot be considered as a power exercised on behalf of the people or in their interest) ही भीती किती द्रष्टी व सार्थ होती, हे दिसून येण्यासाठी दोन वर्षेसुद्धा जावी लागणार नव्हती. श्रीमती इंदिरा गांधींच्या मुठीत असलेल्या संसदेने आपला कार्यकाल वाढवला आणि मग त्या वाढीव काळात ४२ वी दुरुस्ती मंजूर केली.

एक महत्त्वाची मर्यादा :

वरील प्रकारच्या तर्काच्या आधारे सर्वोच्च न्यायालयाने अनेकदा असे म्हटले आहे की,

- संसदेला घटनेतील तरतुदी बदलण्याचा अधिकार आहे.
- पण मूलभूत रचना कमजोर होता कामा नये.
- मूलभूत रचनेचे जे घटक आहेत, त्यांतील एक घटक हा आहे की, कलम ३६८नुसार घटनेत दुरुस्ती करण्याचा जो अधिकार दिला आहे, तो मर्यादित अधिकार आहे.

शेवटच्या विधानाचा एक अपरिहार्य उपनियम (corollary) आहे. केशवानंद खटल्यामध्ये जे तत्त्व सांगितले होते, त्याला बगल देण्यासाठी ४२ व्या दुरुस्तीमध्ये जी तरतूद समाविष्ट करण्यात आली होती, तिच्या संदर्भात सर्वोच्च न्यायालयाने तो स्पष्ट केला. त्यानंतरच्या काही खटल्यांमध्ये सर्वोच्च न्यायालयाने असे नमूद केले की, कलम ३६८ मध्ये संसदेला घटनेत दुरुस्ती करण्याचा अधिकार दिला आहे तो, तो अधिकार अमर्याद करण्यासाठी वापरता येणार नाही. न्या. चंद्रचूड यांनी मिनर्व्हा मिल्स खटल्यामध्ये हा मुद्दा अगदी नेमकेपणाने स्पष्ट केला आहे. 'घटनेने संसदेला घटनेत दुरुस्ती करण्याचा मर्यादित अधिकार दिला असल्यामुळे, तोच अधिकार वापरून संसद आपल्या मर्यादित अधिकाराची व्याप्ती वाढवून तो अधिकार अमर्यादित करू शकत नाही. खरे म्हणजे, दुरुस्ती करण्याचा मर्यादित अधिकार, हे आपल्या घटनेचे एक मूलभूत वैशिष्ट्य आहे, आणि म्हणून त्या अधिकारावरील मर्यादा नष्ट करता येणार नाहीत. दुसऱ्या शब्दांत सांगायचे झाले, तर कलम ३६८ चा वापर करून, घटना रद्दबातल किंवा बरखास्त करण्याचा किंवा तिची मूलभूत व आवश्यक वैशिष्ट्ये नष्ट करण्याचा अधिकार स्वत:कडे घेण्यासाठी संसद आपला मर्यादित अधिकार वाढवू शकत नाही. ज्याला मर्यादित अधिकार मिळालेल आहे तो, तोच अधिकार वापरून मर्यादित अधिकाराचे रूपांतर अमर्याद अधिकारात करू शकत नाही.' त्यांच्या निर्णयातील काही परिच्छेद केशवानंदच्या काही पैलूंबाबत शंका निर्माण करण्यासाठी वापरले जाऊन त्याचे पुनरावलोकन व्हावे, असे म्हणत असतानाच न्या. पी. एन. भगवती यांनीसुद्धा यावर भर दिला की, दुरुस्ती करण्याचा मर्यादित अधिकार हे आपल्या घटनेचे एक मूलभूत वैशिष्ट्य आहे आणि आपल्या म्हणण्याच्या पुष्ट्यर्थ त्यांनी आणखी एक कारण दिले. ते म्हणाले, 'संसदेला दुरुस्ती करण्याचा अमर्याद अधिकार घटनेत दुरुस्ती करून दिला, तर तो अधिकार घटनात्मक राहणार नाही तर घटनेच्याही वरचढ होईल; कारण त्या अधिकाराने संपूर्ण घटनाच तिच्या मूलभूत रचनेसह बदलता येईल, इतकेच नव्हे तर तिचे व्यक्तिमत्त्व बदलून तिचा अंतही करता येईल. यावरून असे दिसून येईल की,

दुरुस्तीचा मर्यादित अधिकार हासुद्धा घटनेचे एक मूलभूत वैशिष्ट्य आहे व तिच्या मूलभूत रचनेचाच भाग आहे. कारण जर दुरुस्तीच्या मर्यादित अधिकाराचा विस्तार करून तो अधिकार अमर्यादित केला, तर संपूर्ण घटनेचे व्यक्तिमत्त्वच (character) बदलेल. यावरून एक अटळ असा उपनियम (corollary) उत्पन्न होतो; तो असा की, घटनेतील कोणतीही दुरुस्ती ही संसदेच्या दुरुस्तीच्या अधिकाराला, 'मूलभूत रचनेला दुरुस्ती करता येत नाही' ह्या बंधनातून मुक्त करून त्याचा विस्तार करत असेल, तर ती मूलभूत रचेनचा भंग करणारी म्हणून संसदेच्या दुरुस्ती अधिकाराच्या बाहेर समजली जाईल.'[१९]

मग ह्या प्रकारच्या पुस्तकातील प्रस्तावांचे मूल्यमापन करण्यासाठी घटनेच्या कोणत्या मूलभूत वैशिष्ट्यांची कसोटी वापरावी?

मूलभूत वैशिष्ट्ये :

घटनेतील प्रमुख तरतुदी कशा विकसित केल्या गेल्या, याबद्दल सविस्तर माहिती देऊन व सरकारच्या वतीने केल्या गेलेल्या युक्तिवादाची सविस्तर चर्चा करून मुख्य न्यायमूर्ती सिक्री म्हणाले,

> 'ॲटर्नी जनरल म्हणाले की, घटनेतील प्रत्येक तरतूद आवश्यकच आहे. नाहीतर तिचा समावेश घटनेत झालाच नसता, हे खरे आहे. पण ह्याचा अर्थ सर्व तरतुदी समान पातळीवर आहेत, असे नाही. खरी स्थिती अशी आहे की, घटनेचा पाया व मूलभूत रचना हे तसेच ठेवून घटनेतील प्रत्येक तरतुदीमध्ये दुरुस्ती करता येते. मूलभूत रचनेची पुढील वैशिष्ट्ये आहेत, असे म्हणता येईल :
>
> १. घटनेची सर्वोच्चता.
> २. प्रजासत्ताक व लोकशाही पद्धतीने सरकारची रचना.
> ३. घटनेचे धर्मनिरपेक्ष रूप.
> ४. विधिमंडळे, शासन व न्यायसंस्था यांचे अधिकारक्षेत्र वेगळे असणे.
> ५. घटनेचे संघराज्य स्वरूप.
>
> ही वरील इमारत (रचना) ज्या मूळ पायावर बांधली आहे, तो म्हणजे व्यक्तीची प्रतिष्ठा व स्वातंत्र्य. ते सर्वोच्च महत्त्वाचे आहे. ते कोणत्याही प्रकारच्या दुरुस्तीने नष्ट करता येणार नाही.
>
> वरील पाया व मूलभूत वैशिष्ट्ये ही उपोद्घाततच नव्हे तर घटनेच्या संपूर्ण रचनेत सहजपणे दिसून येतात.

न्या. शेलात व न्या. ग्रोव्हर यांनी वर्णन केलेली वैशिष्ट्ये जवळजवळ तीच

आहेत. घटना कशी तयार झाली, ह्याची ऐतिहासिक पार्श्वभूमी; तिची प्रस्तावना व जिच्या माध्यमातून घटनेतील तरतुदी (कलम ३६८ सह), प्रस्तावनेत नमूद केलेली उदात्त उद्दिष्टे साध्य करतात, ती घटनेची रचना यांचा त्यांनी निर्देश केला. सर्व वैशिष्ट्यांची यादी बनवता येणार नाही फक्त उदाहरण देणेच शक्य आहे, असे म्हणून न्या. शेलात व न्या. ग्रोव्हर यांनी मूलभूत घटकांची (basic elements) अशी यादी केली :

१. घटनेची सर्वोच्चता.
२. प्रजासत्ताक व लोकशाही राज्यव्यवस्था व देशाचे सार्वभौमत्व.
३. घटनेचे धर्मनिरपेक्ष व संघराज्य स्वरूप.
४. विधिमंडळे, शासन व न्यायसंस्था यांच्या अधिकारांची विभागणी.
५. व्यक्तीची प्रतिष्ठा जपणारे विविध बाबतींतील स्वातंत्र्य. भाग ३ मध्ये (in Part III) सांगितलेले मूलभूत हक्क व भाग ४ मध्ये असलेली कल्याणकारी राज्य (Welfare State) उभे करण्याची आज्ञा/अधिकार (mandate).
६. देशाची एकता व अखंडता.[२०]

न्या. हेगडे व मुखर्जी यांनी प्रस्तावना व तिच्यात दिलेली उद्दिष्टे यांवर भर दिला. प्रस्तावनेचा उल्लेख करून, तिच्या आधीच्या उद्दिष्टांच्या ठरावाचा व घटनेच्या भाग ३ व ४ यांमधील तरतुदींचा उल्लेख करत ते म्हणाले की, वैशिष्ट्ये अशी आहेत: भारत हा एक सार्वभौम देश असावा, आपली राज्यव्यवस्था लोकशाही असावी, आपण एक व एकसंध देश म्हणून राहावे, नागरिक म्हणून आपल्याला दिलेली स्वातंत्र्ये अबाधित राहावीत आणि राष्ट्रीय धोरणातील निर्देशक तत्त्वांमध्ये नमूद केल्याप्रमाणे स्वातंत्र्याचा लाभ सर्वांना मिळेल, असा राज्यव्यवस्थेचा प्रयत्न असावा.[२१]

न्या. ए. एन. रे यांनी मूलभूत रचना म्हणजे कोणत्या गोष्टी, याची यादी दिली नाही. परंतु श्री. एन. ए. पालखीवाला यांनी युक्तिवाद करताना बारा गोष्टींची यादी दिली होती, तीच पुढे उद्धृत आहे–

श्री. पालखीवाला यांनी बारा आवश्यक वैशिष्ट्ये सांगितली, ती अशी :

१. घटनेची सर्वोच्चता.
२. भारताचे सार्वभौमत्व.
३. राष्ट्राची अखंडता.
४. लोकशाही जीवनपद्धती.

५. प्रजासत्ताक राज्यपद्धती.

६. घटनेच्या भाग ३ मध्ये वर्णन केलेल्या मूलभूत मानवी हक्कांची हमी.

७. धर्मनिरपेक्ष राज्यव्यवस्था.

८. मुक्त व स्वतंत्र न्यायसंस्था.

९. केंद्र व राज्य सरकार अशी रचना.

१०. विधिमंडळे, शासन व न्यायसंस्था यांच्यातील समतोल.

११. संसदीय राज्यपद्धती– अध्यक्षीय पद्धती नव्हे.

१२. कलम ३६८ मध्ये दुरुस्ती केली जाऊ शकेल, पण अशी दुरुस्ती करता येणार नाही की ज्यामुळे,

(अ) संसदेला घटनेची मूलभूत वैशिष्ट्ये बदलता येतील किंवा नष्ट करता येतील;

(ब) घटनेत व्यावहारिकदृष्ट्या अथवा भाषिक दुरुस्ती करता येणार नाही.

(क) घटनेत संसदेतील साध्या बहुमताने दुरुस्ती करता येईल.

(ड) राज्य विधिमंडळांना प्रत्यक्षरीत्या किंवा अप्रत्यक्षरीत्या घटना दुरुस्तीचा अधिकार देता येईल, आणि

(इ) सध्या ज्या काही ढोबळ बाबतींत राज्य विधिमंडळांना अनुसमर्थन करण्याचा (ratification) अधिकार आहे, तो काढून घेता येईल.[२२]

ह्या यादीत आपल्याला 'संसदीय राज्यपद्धती, अध्यक्षीय पद्धती नव्हे' असा उल्लेख आढळतो.

न्या. पी. जगमोहन रेड्डी यांनी जास्त नेमकेपणाने हा प्रश्न हाताळला. कलम ३६८मध्ये दिलेल्या दुरुस्तीच्या अधिकाराला कोणतीही मर्यादा नाही व मूलभूत वैशिष्ट्ये किंवा घटक कोणते आहेत, हेसुद्धा खात्रीने सांगता येत नाहीत. हे सरकारच्या वकिलांचे म्हणणे फेटाळून लावताना न्या. रेड्डी म्हणाले, 'मूलभूत रचनेचे घटक, प्रस्तावनेत दिलेले आहेत आणि त्यांचे रूपांतर घटनेच्या वेगवेगळ्या तरतुदींमध्ये झाले आहे. आपल्या घटनेची इमारत अनेक टेकूंवर आधारली आहे व उभी आहे. त्यातला कोणताही टेकू काढला तर ती कोसळेल. हे टेकू म्हणजे, १. सार्वभौम लोकशाही प्रजासत्ताक. २. सामाजिक, आर्थिक व राजकीय न्याय. ३. विचार, अभिव्यक्ती, विश्वास, धर्म, श्रद्धा, पूजा यांचे स्वातंत्र्य आणि ४. दर्जा व संधी यांची समानता. त्यांनी पुढे ह्यावर भर दिला की, 'यातील प्रत्येक गोष्ट महत्त्वाची आहे आणि त्या सर्वांचा एकत्रित परिणाम म्हणून भारतातील लोकांना

घटनेत हमी दिलेली जीवनपद्धती अनुसरता येते. ह्यांपैकी एक जरी घटक काढून घेतला, तरी ती इमारत टिकणार नाही; ती घटना पूर्वीसारखी किंवा आत्ता आहे तशी राहणार नाही आणि तिच्या जागी काहीतरी वेगळेच घातले, तर ती तिची ओळख गमावून बसेल. जनतेची सार्वभौम इच्छाच हे करू शकते.' त्यांनी याची परिणामकारक उदाहरणे दिली: 'असे लोकशाही प्रजासत्ताक राज्य असू शकते की ज्यात लोकांना एका पक्षाला किंवा फक्त एका उमेदवाराला होकार किंवा नकार दर्शविणारे मत देण्याचा अधिकार असेल, पण त्या पक्षाच्या किंवा उमेदवाराच्या विरोधी पक्षाला किंवा उमेदवाराला निवडण्याचा पर्याय नसेल. आपल्या लोकांना ज्याची हमी दिली आहे, ते प्रजासत्ताक अशा प्रकारचे नव्हे आणि ज्याने घटना मानण्याची, तिचे रक्षण करण्याची, ती टिकवण्याची व ती राबवण्याची शपथ घेतलेली आहे, त्याला ह्याचा विचारसुद्धा सहन होणार नाही. आपल्या घटनेत जे लोकशाही प्रजासत्ताक अनुभूत आहे, ते प्रातिनिधिक पद्धतीवर आधारित आहे. ज्यात परस्परांच्या विरुद्ध दृष्टिकोन असणारे लोक उमेदवार असतात व ते आपल्याला मत देण्याचे आवाहन लोकांना करू शकतात. जर अशी पद्धती हा लोकशाही प्रजासत्ताकाचा पाया असेल आणि वर दिलेल्यांपैकी घटक (२) ते (४), एकेकटे किंवा एकत्र नसतील, तर ते टिकेल असा विचारही करता येणार नाही. सामाजिक, आर्थिक व राजकीय न्यायाशिवाय लोकशाहीला काय अर्थ राहील? किंवा जिथे नागरिकांना विचार, श्रद्धा, पूजा यांचे स्वातंत्र्य नसेल आणि दर्जा व संधी समान नसतील तर त्या लोकशाहीचे मोल काय?'

ते म्हणाले की, आवश्यक वैशिष्ट्ये किंवा आपल्या घटनेच्या रचनेचे मूळ घटक कोणते, ह्याची फार खोल चर्चा करण्याची आवश्यकता नाही कारण; ज्यात ह्या घटकांची पायमल्ली झाली होती किंवा ते अस्तित्वातच नव्हते, अशा एखाद्या ठोस घटनेवरील चर्चेत ते स्पष्ट होतीलच. पण याचा अर्थ 'संरक्षक भिंत' असणे चुकीचे आहे असा नाही, न्या. रेड्डी म्हणाले, 'मूलभूत रचनेसह ह्या आवश्यक घटकांची परिपूर्ण यादी दिलेली नाही, याचा अर्थ असे घटकच अस्तित्वात नाहीत असे नाही. आता कोणताही कायदा घटनेनुसार वैध आहे किंवा नाही, यासाठी सर्व घटकांची साखळी आधीच बनवलेली असते का?' आणि मग आपल्या प्रस्तावांशी संबंधित असणारे विधान त्यांनी केले, 'सार्वभौम लोकशाही प्रजासत्ताक राज्य हे संसदीय लोकशाही राज्यव्यवस्थेचे तीन अवयव मिळून मूलभूत रचना होते, असे मला निश्चितपणे वाटते...' मूलभूत हक्क आणि निर्देशक तत्त्वे सोडून देता येतात का आणि तसे केल्यास घटना तशीच राहील का, याचा ऊहापोह ह्या उताऱ्यात पुढे केला आहे.[२३]

न्या. एच. आर. खन्ना यांनी कोणतीही अशी यादी दिली नाही. पण त्यांच्या

भाषणातून त्यांनी लोकशाही पद्धतीचे सरकार, राज्याचे धर्मनिरपेक्ष रूप, न्यायालयाकडे जाण्याची सुविधा आणि कायद्याचे पुनरावलोकन करण्याची कायद्याकडे असलेली क्षमता, कायद्यांची वैधता, घटनादुरुस्त्या व शासकीय कृत्ये यांचा निर्णय करण्याचा न्यायसंस्थेचा अधिकार यावर भर दिला.

आता ज्या दोन खटल्यांमध्ये संसदीय लोकशाहीचा उल्लेख आहे, त्या बघू या: न्या.रे यांनी उल्लेख केलेली श्री. पालखीवाला यांची यादी आणि न्या. रेड्डींची यादी. वर सुचविलेले प्रस्ताव त्यांच्याशी विसंगत आहेत का, हे बघू या.

त्यानंतरच्या वर्षांमध्ये वेगवेगळ्या प्रकरणांमध्ये त्यांच्या तपशिलांनुसार न्यायालयीन निर्णयांचा केंद्रबिंदू बदलत गेला. काही निर्णयांमधील भाषा केशवानंद निर्णयाच्या भाषेपेक्षा थोडी वेगळी होती, पण फक्त भाषाच. अर्थात काही पैलूंवरील मते थोडी वेगळी होती. कोणत्या मूलभूत हक्कांवर मर्यादा आणता येईल? किती प्रमाणात? फक्त घटना-दुरुस्तीच्या कायद्यांनाच मूलभूत हक्कांची कसोटी लावावी की अन्य सर्वसामान्य कायदे मूलभूत रचनेचे उल्लंघन करीत नाहीत, हेही बघितले जाते? प्रस्तावनेत नमूद केलेली उद्दिष्टे ही मूलभूत रचनेचा भाग आहेत की ज्यामुळे उद्दिष्टे निश्चित होतात, त्या घटनेतील तरतुदीसुद्धा मूलभूत रचनेचा भाग आहेत? अन्य एका विषयाच्या संदर्भात न्या. चंद्रचूड म्हणाले त्याप्रमाणे वरील प्रश्नांच्या संबंधात वाद होत राहिले आहेत आणि ह्या प्रश्नांवर न्यायाधीश कोणती भूमिका घेतात, यावरून अनेक खटल्यांवरील निर्णय ठरले आहेत.

ह्या प्रश्नाचा केव्हातरी निर्णय करायलाच लागेल ह्याचे एक कारण :
मूलभूत रचनेच्या संकल्पनेमध्ये अनेक बदल होत गेले आहेत. इतके की काही वेळा त्याचा अर्थ उलट होण्यापासून थोडक्यात बचावला आहे, तरीपण त्याची बांधणी विस्कळित झालेली नाही.

● प्रस्तावनेत नमूद केलेले आदर्श व उद्दिष्टे, त्याचप्रमाणे घटनेच्या विविध अंगांमध्ये मुरलेले घटक –राज्यव्यवस्थेच्या तीन शाखांच्या अधिकारांमधील फारकत... न्यायालयीन पुनरावलोकन, न्यायसंस्थेचे स्वातंत्र्य, वगैरे– म्हणजेच मूलभूत रचना.

● ह्या विशिष्ट तरतुदी म्हणजे, ते आदर्श व ती उद्दिष्टे साध्य करण्याची साधने आहेत.

आधी वर्णन केलेल्या प्रकारचे बदल हे बांधणीशी सुसंबद्ध आहेत. घटनेची मूलभूत रचना म्हणजे ते साध्य करण्यासाठी खरोखरीच आवश्यक असे ते आदर्श आहेत.

पण पृष्ठभागावर एक बुडबुडा आहे. बहुतेक वेळा लोकशाही व्यवस्था ही

मूलभूत वैशिष्ट्यांपैकी एक समजली जाते. आणि आपण अंगीकारलेली पद्धती ही लोकशाहीच्या अनेक प्रकारांपैकी एक प्रकार आहे. शक्य असलेला साधनांचा एक संच आहे, ह्या वस्तुस्थितीची दखल कधी-कधी स्पष्टपणे घेतली जाते.[२४]

परंतु कधी-कधी ज्याला मूलभूत रचना म्हटले जाते, ती 'संसदीय लोकशाही' असते. ह्या शब्दप्रयोगाचा तीन संदर्भांमध्ये वापर होऊ लागला आहे.

- हा विशिष्ट पर्याय घटनाकारांनीच निवडला, असे ठामपणे सांगण्यासाठी– समशेरसिंग विरुद्ध पंजाब राज्य ह्या खटल्याच्या संदर्भात न्या. व्ही. आर. कृष्णा अय्यर यांचे पुढील शब्द आठवा, 'यमुनेच्या पाण्यात पोटोमॅकचा नव्हे तर थेम्सचा रंग आहे...'[२५]
- बहुतेक वेळा 'लोकशाही'चा अर्थवाचक शब्द म्हणून.
- विशिष्ट संस्था किंवा कामाचे/जबाबदारीचे स्वरूप किंवा अधिकार यांपैकी ज्याचा संबंध असेल ते.

अशा प्रकारे पुढील विशिष्ट निष्कर्ष काढताना न्यायालयाने जाता-जाता हे स्पष्ट केले की, 'संसदीय लोकशाही' हे मूलभूत वैशिष्ट्य आहे.

- राज्यपालांचे अधिकार निश्चितपणे मर्यादित आहेत.[२६]
- बहुपक्ष पद्धती महत्त्वाची आहे, त्यामुळे मुक्त व निष्पक्ष निवडणुका महत्त्वाच्या आहेत, त्यामुळे मताची गुप्तता महत्त्वाची आहे, म्हणून क्रॉस व्होटिंगवर नियंत्रण हवे. पक्षादेश झुगारून होणाऱ्या मतदानाचे दुष्टचक्र रोखले पाहिजे.[२७]
- मुक्त व निष्पक्ष निवडणुका महत्त्वाच्या आहेत, म्हणून कायदा व सुव्यवस्था आणि निवडणूकसंबंधीच्या तक्रारींचा तपास व निर्णय करण्याची यंत्रणा असणे आवश्यक आहे.[२८]
- विधिमंडळ सदस्य त्यांची संसदीय जबाबदारी पार पाडताना विधिमंडळामध्ये काय बोलतात किंवा करतात याची तपासणी न्यायालयाला करता येऊ नये.[२९]
- संसद भवनावर हल्ला म्हणजे भारताविरुद्ध युद्ध.[३०]
- मुक्त व निष्पक्ष निवडणुका महत्त्वाच्या असल्याने निवडणुकीतील उमेदवारांची पार्श्वभूमी माहीत करून घेण्याचा हक्क मतदारांना आहे.[३१]
- मंत्री म्हणून नेमणूक झालेली व्यक्ती सहा महिन्यांच्या आत विधिमंडळावर निवडून आली नाही, तर त्यानंतर ती मंत्रिपदावर राहू शकणार नाही.[३२]
- न्यायसंस्थेत खालच्या पातळीवर आरक्षणाच्या बाबतीत निर्णय घेताना विधिमंडळाशी चर्चा करणे आवश्यक होते.[३३]
- पक्षत्याग करण्यावर नियंत्रण ठेवले पाहिजे, ह्याबाबतीत सभापतींचे अधिकार असे आहेत...

ह्या विशिष्ट निष्कर्षांवर भर देताना, संसदीय लोकशाही हे मूलभूत वैशिष्ट्य

असल्याचा शेरा न्यायालयाने मारला आहे.

आता, अशा न्यायालयीन निर्णयांमध्ये 'संसदीय लोकशाही'चा उल्लेख ओघाने आला आहे, असे म्हणणे शक्य आहे– अशा अर्थाने की हे निर्णय देण्यामागील कारणे सांगताना आपली 'संसदीय लोकशाही आहे' ह्याचाही एक कारण म्हणून न्यायालयाने उल्लेख केला. परंतु काही वेळा का होईना, न्यायालयाने संसदीय लोकशाही हे एक वैशिष्ट्य आहे, असा उल्लेख केला असल्यामुळे पुढील मुद्द्यांवरसुद्धा निर्णय व्हायला हवा–

- लोकशाही हे मूलभूत वैशिष्ट्य आहे.
- घटनेने सांगितलेली पद्धती ही लोकशाहीच्या अनेक प्रकारांपैकी एक प्रकार आहे.
- हा विशिष्ट प्रकार अडचणीत आला आहे.
- घटनेच्या मूलभूत रचनेचे रक्षण करण्याचा एक मार्ग म्हणजे प्रस्तुत पुस्तकात सुचवलेले बदल करण्यासाठी कायदे करणे.

ज्या प्रकारचे बदल सुचवले आहेत, त्यांच्याकडे नुसती नजर टाकली, तरी असे लक्षात येईल की; न्यायालयाने सांगितलेल्या मूलभूत रचनेशी ते अजिबात विसंगत नाहीत. बहुतेक बदल घटनेने सांगितलेल्या संसदीय लोकशाहीच्या कल्पनेशी सुसंगत आहेत. उदाहरणार्थ दोन फेऱ्यांत निवडणूक घ्यावी, त्यामुळे जो उमेदवार निवडला जाईल, तो पन्नास टक्क्यांहून जास्त मतदारांनी निवडलेला असेल; मतदानाची सक्ती; मोठ्या, अनेक जागा असलेले मतदार संघ; इलेक्ट्रॉनिक मतदान यंत्रांसाठी जैविक तंत्रज्ञानयुक्त सॉफ्टवेअर; सर्व पातळ्यांवरील निवडणुका एकाच वेळी घेणे; उमेदवारांची पात्रता व अपात्रता यांबाबत जास्त स्पष्ट नियम; गुन्हेगारी पार्श्वभूमी असलेल्या व्यक्तींना उमेदवारी देणाऱ्या पक्षांची मान्यता आपोआप रद्द करणे; विधिमंडळाचे अधिवेशन चालवण्यासंबंधीच्या नियमांची कठोर अंमलबजावणी; सार्वजनिक क्षेत्रातील व्यक्तींचा ज्या खटल्यांमध्ये संबंध असेल त्याची रोज सुनावणी; ह्यांपैकी एकही सूचना आज आपल्याला ठाऊक असलेल्या संसदीय पद्धतीशी विसंगत अशी नाही. उलट ह्या सर्व सूचनांमुळे ती बळकटच होईल.

फक्त तीन प्रस्तावांवर जरा विचार करावा लागेल. १. शासनप्रमुखाची थेट निवड. २. त्याला/तिला संसदेचे सभासद नसलेल्या व्यक्तींचीसुद्धा मंत्रिपदी निवड करण्याची मुभा व ३. न्यायसंस्थेला सध्या आहेत त्यापेक्षा जास्त अधिकार, ज्यामुळे शासन व न्यायसंस्था हे दोन्ही जबाबदार राहतील. ह्या सूचना सध्याच्या व्यवस्थेला लागू होणाऱ्या नाहीत आणि आपण उल्लेख केलेल्या न्यायालयीन निर्णयांमध्ये ज्या प्रकारे संसदीय लोकशाहीचे वर्णन आहे ते बघता, वरील सूचना मूलभूत रचनेचा भंग करतात की मूलभूत रचना तारण्याचा त्या एक मार्गच आहेत, ह्याचा निवाडा

न्यायालयाला विचारपूर्वक करावा लागेल.

पण रचनेपेक्षाही जास्त मूलभूत अशा गोष्टी आहेत, ज्यांच्याकडे आपल्याला लक्ष द्यायला हवे. रक्षणकर्त्यांचा दृष्टिकोनच जर योग्य नसेल, तर कोणत्याही रचनेचा, कोणत्याही संरक्षक भिंतीचा उपयोग होणार नाही. आणि आपण ज्या न्यायालयीन निर्णयांचा विचार केला आहे, त्यांतून महत्त्वाचे धडे मिळणार आहेत.[३४]

तळटीप :

१. हे सर्वश्रुत आहे की, सर्वोच्च न्यायालयाने सुरुवातीला असे मत व्यक्त केले होते की; घटनेत दुरुस्ती करण्याच्या संसदेच्या अधिकारावर कोणतेही बंधन नाही. न्यायालयाने म्हटले की, कलम १३(२) असे म्हणते की, ह्या भागाने (म्हणजे मूलभूत हक्कांशी संबंधित भाग III) दिलेले हक्क हिरावून घेतले जातील किंवा कमी केले जातील असा कोणताही कायदा सरकारने करू नये. आणि तसा ह्या कलमाचा भंग करणारा कायदा केला, तर त्या कायद्यातील ज्या भागांमुळे कलमाचा भंग होतो, तो भाग अवैध समजला जाईल. पण न्यायालय पुढे म्हणाले की, ह्या कलमातील कायदा ह्या शब्दात घटनेत दुरुस्ती करण्याचा अधिकार अंतर्भूत नाही. (संकरी प्रसाद विरुद्ध भारत संघराज्य AIR 1951 SC 458) ह्या मताचा पुनरुच्चार व एका दृष्टीने, उदारीकरण करत न्यायालयाने असे नमूद केले की, घटनेतील दुरुस्ती मूलभूत हक्कसुद्धा हिरावून घेणारी आणि तरीही कलम १३(२) चे उल्लंघन न करणारी अशी असू शकेल (सज्जनसिंग विरुद्ध राजस्थान राज्य AIR 1965 SC 845). हे १९६५ मध्ये झाले. १९६७ मध्ये सर्वोच्च न्यायालयाने असा निर्णय दिला की कलम १३(२) मधील 'कायदा' ह्या शब्दात घटनेला केलेल्या दुरुस्त्या अंतर्भूत आहेत आणि म्हणून भाग ३ मध्ये हमी दिलेले मूलभूत हक्क कोणत्याही दुरुस्तीने हिरावून घेतले किंवा कमी केले जाणार नाहीत. (I.C. गोलकनाथ विरुद्ध पंजाब राज्य AIR 1967 SC 1643) दुरुस्तीच्या अधिकाराची व्याप्ती– हा बराच काळ विवादाचा विषय राहिला. जसे राजकारणी लोक वाढती आश्वासने देऊ लागले आणि त्यांची पूर्तता करण्यात कमी पडू लागले, तसे ते न्यायसंस्थेला आपल्या मार्गात येत असल्याबद्दल दोष देऊ लागले. डाव्या विचारसरणीची भडक भाषणबाजी व इतरांना दोषारोप देणे, हे अगदी शिगेला पोहोचले. शेवटी आपल्या घटनेच्या इतिहासातील एका महत्त्वाच्या (Pivotal) खटल्याच्या निमित्ताने हा वाद अगदी निकरावर आला. (केशवानंद भारती विरुद्ध केरळ राज्य, 1973 4SCC 225) ह्या खटल्यामधील निर्णय हा 'मूलभूत रचना' ह्या संकल्पनेचा पाया ठरला. आणि म्हणून, ह्या प्रकरणातील चर्चा ह्या निर्णयाभोवती फिरणारी आहे.

२. केशवानंद भारती विरुद्ध केरळ राज्य. (1973) 4 SCC 225 at 485.

३. पाहा केशवानंद भारती विरुद्ध केरळ राज्य 1973 (4)SCC 225, at 365. पुन्हा

अनेक वेळा पुनरुच्चारित उदाहरणार्थ मिनर्व्हा मिल्स विरुद्ध भारत संघराज्य (1980) 3 SCC 625 at 673.

४. केशवानंद भारती विरुद्ध केरळ राज्य (1973), 4 SCC 225, at 485.

५. तो दुसरा व तितकाच मोघम शब्द 'समाजवादी' हा नंतर आणीबाणीत जोडला गेला.

६. केशवानंद भारती विरुद्ध केरळ राज्य (1973), 4 SCC 225 at 427.

७. केशवानंद भारती वि. केरळ राज्य (1973), 4 SCC.

८. केशवानंद भारती वि. केरळ राज्य (1973), 4 SCC 225.

९. उद्दिष्टांच्या ठरावामध्ये हक्कांची यादी दिली आहे, ह्या गोष्टीला फार महत्त्व देत नसत. ते म्हणायचे जगातील कोणत्याही सुधारलेल्या भागातील आधुनिक मानवाच्या बौद्धिक जडण-घडणीचाच ते एक भाग झाले आहेत. ते म्हणायचे की ठरावात उपायांची यादी दिलेली नाही, ही खरी समस्या आहे. 'हक्कांवर गदा येईल, त्या वेळेस न्याय मिळवण्यासाठी उपायांची तरतदू नसेल, तर त्या हक्कांना काही अर्थ नाही हे आपणा सर्वांना माहीत आहे.' म्हणूनच आता जे कलम ३२ आहे त्याची शिफारस करताना ते घटना-समितीला उद्देशून म्हणाले की, 'हे कलम असे आहे की, ज्याच्याशिवाय घटनेला काहीही अर्थ राहणार नाही...' सर्वांत महत्त्वाचे असे एक कलम कोणते, असे जर कोणी विचारले, तर 'ह्या कलमाशिवाय दुसरे कुठलेही मी सांगू शकणार नाही. हे कलम घटनेचा आत्मा आहे, प्राण आहे आणि त्याचे महत्त्व सभागृहाला समजले आहे, याचा मला आनंद होतो... हक्काला अस्तित्व देणारा तो उपाय आहे. जर उपाय नसेल, तर हक्कही असू शकणार नाही.' आंबेडकरांचे नाव घेत ज्यांनी आणीबाणीच्या काळात ह्या व इतर उपायांना पायदळी तुडवले त्यांनी आंबेडकरांनी हे लिहिलेले वाचायला हवे होते.

Constituent Assembly Debates, Vol. VII. शिवाय केशवानंद भारती विरुद्ध केरळ राज्य (1973), 4 SCC 225, at 639-40 .

१०. श्रीमती गांधींच्या निवडणुकीचा दावा ज्या घटनापीठासमोर झाला– या पीठावर सर्वांत वरिष्ठ पाच न्यायाधीश होते आणि त्यात विशेष निवड केलेले मुख्य न्या. ए. एन. रे हेही होते– त्या पीठाने ३९ वी दुरुस्ती एकमताने रद्द ठरवली त्याला न्यायालयांचा अधिकार संसदेने स्वत:कडे घेणे हे प्रमुख कारण होते.

११. केशवानंद भारती वि. केरळ राज्य (1973), 4 SCC 225 at 415.

१२. केशवानंद भारती विरुद्ध केरळ राज्य at 430.

१३. वरीलप्रमाणे, 766.

१४. इंदिरा नेहरू गांधी विरुद्ध राजनारायण (1975), Supp SCC 1, at 36.

१५. केशवानंद भारती विरुद्ध केरळ राज्य (1973), 4 SCC 225, at 479-80.

१६. केशवानंद भारती विरुद्ध केरळ राज्य (1973), 4 SCC 225, at 427.

१७. केशवानंद भारती विरुद्ध केरळ राज्य (1973) 4 SCC 225, at 432.

१८. केशवानंद भारती विरुद्ध केरळ राज्य (1973), 4 SCC 225, at 480-81.

१९. केशवानंद भारती विरुद्ध केरळ राज्य (1973), 4 SCC 225, at 485-86.

२०. मिनर्व्हा मिल्स लि. विरुद्ध भारत (1980), 3 SCC 625, at 643.

२१. वरीलप्रमाणे, at 454.

२२. वरीलप्रमाणे, at 479.

२३. वरीलप्रमाणे, at 545.

२४. केशवानंद भारती विरुद्ध केरळ राज्य (1973), 4 SCC 225, at 638.

२५. म्हणून, उदाहरणार्थ : 'लोकशाही हे घटनेचे एक मूलभूत वैशिष्ट्य आहे.'

२६. (1974), 2 SCC 831.

२७. रामेश्वर प्रसाद (VI) विरुद्ध भारत (2006), 7 SCC 1.

२८. कुलदीप नायर विरुद्ध भारत (2006), 7 SCC1.

२९. किहोटो होलोहन विरुद्ध झचिलू (1992), 1SCC 306.

३०. पी. व्ही. नरसिंहराव विरुद्ध राष्ट्र (1998), 4 SCC 626.

३१. राज्य (NCT, दिल्ली) विरुद्ध नवजोत संधू (2005), 11 SCC 600.

३२. पिपल्स युनियन फॉर सिव्हिल लिबर्टीज वि. भारत (2003), 4 SCC 399.

३३. एस आर. चौधरी वि. पंजाब राज्य (2001), 7 SCC 126.

३४. बिहार राज्य वि. बालमुकुंद साह (2000), 4 SCC 640.

३५. श्री. पालखीवाला यांची न्या. रे यांनी उल्लेख केलली मूलभूत वैशिष्ट्यांची यादी, जिच्यात संसदीय पद्धतीचे सरकार होते, तिच्याबद्दल एक थोडक्यात टिपण असे: पालखीवालांचा घटनेतील बदलांना जो विरोध होता, तो संसदीय पद्धतीऐवजी अध्यक्षीय पद्धत आणण्याला नव्हता तर गरिबांच्या हिताचे रक्षण करण्याच्या नावाखाली हुकूमशाहीपद्धत गुपचूप आणली जात होती, याला होता. उदाहरणार्थ न्यायालयांना शासनाचीच शाखा बनवले जाणार होते. मूलभूत हक्कांना कायमची मूठमाती देण्यात येणार होती. बदलांचा अध्यक्षीय पद्धतीशी काहीही संबंध नव्हता तर हुकूमशाही प्रस्थापित करण्याशी होता. नंतर काही वर्षांनी आपल्यासाठी योग्य अशी घटनात्मक व्यवस्था कोणती असू शकेल, ह्या विषयावर श्री. पालखीवाला यांनी पुन्हा आपले विचार व्यक्त केले. देशात अध्यक्षीय पद्धत आणण्याचे फायदे त्यांनी सांगितले, त्यावेळी ते म्हणाले की, अध्यक्षीय पद्धतीचेसुद्धा अनेक प्रकार आहेत व ज्यात आपले स्वातंत्र्य व लोकशाही जीवनप्रणाली हे दोन्हीही अबाधित राहतील, असा प्रकार आपण निवडला पाहिजे.

('We, the People, Strand Book stall', मुंबई १९४८, विशेषत: प्रकरण ९,१०,१३.)

३६. केशवानंद भारती वि. केरळ राज्य (1973), 657.

संकल्पना

९

उदारमतवाद्यांसाठी उदारमतवाद्यांचे धडे

सर्वोच्च न्यायालयाने देशाचे व नागरिकांचे राजकारण्यांपासून रक्षण करण्यासाठी केशवानंद भारती खटल्यावरील निर्णयाच्या रूपात एक भिंत उभी केली. आणीबाणीच्या काळात व नंतरसुद्धा प्रचंड दबाव असतानाही सर्वोच्च न्यायालयाने मूलभूत रचनेच्या प्रश्नावर पुनर्विचार करण्यास अगदी ठामपणे नकार देऊन ह्या भिंतीचे रक्षण केले. पण ती कशीबशीच वाचली. काही ध्येयांचे आकर्षण असलेल्या काही न्यायाधीशांचा उत्साह, त्यांपैकी काहींचे साधे व सज्जन स्वभाव, न्यायसंस्थेच्या बाहेरील काही व्यक्तींनी अधिकारावर असलेल्यांना खूश करून उच्च पदे मिळवली होती, अशा गोष्टींमुळे ती भिंत अनेक वेळा अगदी ढासळण्याच्याच बेतात होती. कायद्यातील हातचलाखीमुळे अनेक वेळा न्यायसंस्था अभावितपणे राजकारण्यांच्या डावांना कशी बळी पडते,[१] याची काही उदाहरणे मी आधी दिली आहेत. आपले काही स्वभावविशेष असे आहेत की, त्यांच्यामुळे आपण सावध राहिले पाहिजे हे दाखविण्यास काही उदाहरणे पुरेशी होतील.

धोक्याचे पहिले ठिकाण :

यातील पहिले म्हणजे न्यायाधीश स्वत:च मूलभूत रचनेच्या संकल्पनेला सातत्याने चिकटून राहिलेले नाहीत हे होय. असे घडायचा सर्वांत ढळढळीत प्रसंग अर्थातच आणीबाणीच्या काळात व न्यायालयाने ही संकल्पना प्रथम मांडल्यानंतर दोनच वर्षांच्या आत घडला. स्वातंत्र्य, मूलभूत हक्क आणि तशा इतर उदात्त गोष्टी आपल्या घटनेचे अत्यावश्यक घटक आहेत असे जाहीर केल्यावर, शासनाने जेव्हा त्यांचीच मुस्कटदाबी केली, तेव्हा त्याचेही समर्थन करण्यात सर्वोच्च न्यायालयाला फार अडचण वाटली नाही. ते मूलभूत रचनेचेच घटक आहेत, असे न्यायालयाने जाहीर केले; पण तशीच आणीबाणीची तरतूदसुद्धा आहे. त्यामुळे जेव्हा ह्या तरतुदीत असे म्हटले आहे की, आणीबाणीच्या काळात आपले स्वातंत्र्य व हक्क मिळवण्यासाठी नागरिकांना न्यायालयात जाण्याचा अधिकार नाही, तेव्हा तेसुद्धा

मूलभूत रचनेतूनच आलेले असते. एका न्यायाधीशाने ADM 'जबलपूर'मध्ये हे म्हणणे कसे मांडले, ते पाहा–

> 'निदान ज्याला 'कायद्याचे राज्य' म्हणतात, त्याचे रक्षण करणे हाही मूलभूत रचनेचाच घटक आहे, असा आणीबाणीच्या तरतुदीचा व कायद्याचा अर्थ लावावा, असे आम्हांला सांगण्यात आले.
>
> मला असे वाटते की, 'मूलभूत रचने'ची संकल्पना वापरून घटनेतील तरतुदींशी विसंगत असा एखादा काल्पनिक भाग घटनेत घालता येणार नाही. घटनेचा पाया वरील इमारतीपासून कापून दूर करता येणार नाही. मला असे वाटते की, आणीबाणीसंबंधीच्या तरतुदी मूलभूत रचनेचाच भाग आहेत असे मानण्यात यावे. नाहीतरी कायद्यानुसार शासन चालावे, हाच त्यांचा उद्देश आहे.'[२]

दुसरे एक न्यायमूर्ती तर ह्या संकल्पनेचा उपयोग करण्यात जास्तच सावध होते. मूलभूत रचनेची कसोटी फक्त घटनेच्या दुरुस्त्यांसाठी वापरावयाची आहे. इतर साधारण कायद्यांसाठी नाही, आणि जनतेवर घातलेली ही बंधने, ही तर साधारण कायद्याचाही भाग नाहीत, ती शासकीय कृती आहे, इतके हे साधे व सरळ आहे. मूलभूत रचनेचा प्रश्न येतोच कुठे? विधिमंडळाने मंजूर केलेले कायदे शासनाने पाळलेच पाहिजेत, हे सामान्य परिस्थितीतील तत्त्व आणीबाणीच्या काळात कसे लागू होईल? आणीबाणीची तरतूद हीसुद्धा मूलभूत रचनेचाच भाग आहे आणि काहीही असले, तरी शासनाला आणीबाणी जाहीर करण्याचा अधिकार देणाऱ्या तरतुदींत, विधिमंडळाने मंजूर केलेले कायदे न पाळण्याचे स्वातंत्र्य शासनाला आहे, असे म्हटलेले नाही. त्यात फक्त एवढेच म्हटले आहे की, जर आणीबाणीच्या काळात शासन किंवा विधिमंडळ हे कायद्याच्या किंवा घटनेच्या तरतुदींच्या विरुद्ध वागले, तर नागरिकांना, न्याय मिळवण्यासाठी न्यायालयाकडे जाता येणार नाही.[३]

पण मग कायदा व सुव्यवस्थेचे काय? तेसुद्धा घटनेचे एक मूलभूत वैशिष्ट्य आहे, असे तुम्हीच अनेक वेळा सांगितलेले नाही का? की सरकारने तेही वाऱ्यावर सोडले तरी चालेल? पण न्यायालयावर काहीही परिणाम झाला नाही:

> त्याच युक्तिवादाचा एक पैलू प्रतिवादीच्या वतीने जोरात मांडण्यात आला. त्यांनी असे म्हटले की कलम ३५९ (१) मुळे भाग ३ अन्वये (Part III) (ज्यात मूलभूत हक्क दिलेले आहेत तो भाग) येणारी बंधने दूर होतील, पण 'कायद्याचे राज्य' ह्या संकल्पनेमुळे किंवा अधिकारांच्या फारकतीत समतोल राहण्यासाठी दिलेल्या उपायांमुळे शासनाच्या अधिकारावर जी

मर्यादा येते, ती दूर करता येणार नाही.

सर्वसामान्य काळात कायद्याचे राज्य चालले पाहिजे, हा घटनेतील नियम आहे. पण एका गैरसमजुतीचे निराकरण करायला हवे. कायद्याचे पालन करण्याचे बंधन हे सर्वसामान्य परिस्थितीत लागू असले, तरी कलम ३५८ अन्वये फक्त अशीच प्रकरणे येऊ शकतात की ज्यात आपली कृती कायद्यानुसार आहे, असे शासन भासवते. कायद्याचे पाठबळ नसताना शासन काही कृती करते, हे त्यात लक्षात घेतले जात नाही. दुसऱ्या शब्दांत सांगायचे, *तर कलम ३५८ हे कलम १९ चे उल्लंघन करणारे कायदेसुद्धा करण्याचा अधिकार संसदेला देते. तसेच जरी त्या कायद्यांमुळे कलम १९ने दिलेल्या मूलभूत हक्कांची पायमल्ली होत असली, तरी शासनाला त्या कायद्यांखाली कृती करण्याला परवानगी देते.*

'कायद्याच्या राज्या'चा युक्तिवाद हा 'मूलभूत वैशिष्ट्यां'च्या युक्तिवादाइतकाच गहन आहे. देशाच्या सुरक्षिततेच्या दृष्टीने करण्यात आलेल्या कलम १८ मधील आणीबाणीच्या तरतुदी ह्या घटनेतील इतर कोणत्याही तरतुदींइतक्याच महत्त्वाच्या आहेत. जर कलम ३५९(१)ची खरी रचना व त्याचा खरा परिणाम हा मी नमूद केल्याप्रमाणे असेल, तर तो 'कायद्याच्या राज्या'शी विसंगत असणे अशक्य आहे. आणीबाणीच्या काळात कायद्याचे राज्य म्हणजे काय, हे घटनेच्या प्रकरण १८ मधील तरतुदींमध्ये सापडते. घटनेतील आणीबाणीच्या तरतुदींना दाबून ठेवेल इतका सर्वव्यापी कायदा असू शकणार नाही.[४]

आणीबाणी जाहीर केल्यामुळे गंभीर घटनात्मक परिणाम होतात, असे न्यायाधीशांनी जाहीर केले. मूलभूत हक्कांवर मर्यादा आणणारे कायदे विधिमंडळे करू शकतात. कोणताही हक्क मिळवण्यासाठी न्यायालयात जाण्याचा अधिकार तात्पुरता स्थगित होऊ शकतो. राज्यांना आदेश देण्याचा शासनाचा अधिकार तर ओळखू येणार नाही इतका वाढतो. राज्यांच्या अधिकारकक्षेत असलेले कायदे करण्याचा अधिकार संसदेला मिळतो. थोडक्यात म्हणजे 'अशा परिस्थितीत घटनेचे लोकशाही रूप खूप मवाळ होते' म्हणून, न्यायमूर्ती म्हणतात–

'आणीबाणीच्या काळात, घटनेतील संघराज्य व्यवस्थेइतक्याच मूलभूत तत्त्वालासुद्धा जर मुरड घालता येते, तर एखाद्या बाबतीत शासनाने विधिमंडळाच्या अधिकाराचे उल्लंघन केले म्हणून आपल्या मूलभूत हक्कांचे रक्षण करण्यासाठी नागरिकांना न्यायालयाकडे जाण्यास बंदी केली आणि तशी तरतूद राष्ट्रपतींच्या आदेशात असेल, *तर ते वरवर कितीही घृणास्पद वाटले, तरी फारसे गैर वाटू नये.*'[५]

म्हणजे एखादी गोष्ट *'इतकी घृणास्पद नाही'* असे वाटले की काम झाले.

ज्या क्षणी लोकांनी आणीबाणीचा पराभव केला व ती आणणाऱ्यांना सत्तेवरून खाली खेचले, त्या क्षणांपासून मूलभूत रचनेचे तत्त्व उलट दिशेने काम करू लागले. अगदी त्याच न्यायाधीशांचा रोखही बदलला. उदाहरणार्थ, संघराज्य व्यवस्था ही घटनेच्या मूलभूत वैशिष्ट्यांपैकी एक अशी समजली जाते. आणि ह्या कायद्याला इतका मान दिला जातो की, अत्यंत हिंसक गुन्हे, मोठी भ्रष्टाचाराची प्रकरणे यांची केंद्रीय अन्वेषण ब्युरोने (सीबीआयने) चौकशी करायची असेल, तर ती राज्य सरकारची परवानगी असल्याशिवाय करता येत नाही. तसे करण्याचा जरा जरी प्रयत्न केला, तरी न्यायालये त्याला लगेच खीळ घालत. परंतु इंदिरा गांधींच्या पराभवानंतर जेव्हा अनेक राज्यांमधील काँग्रेसची सरकारे बडतर्फ करण्यात आली, तेव्हा सर्वोच्च न्यायालयाने त्यावर शिक्कामोर्तब करण्यासाठी चांगली कारणे शोधून काढली आणि संघराज्य व्यवस्था आड आली नाही. लोकशाही हे मूलभूत वैशिष्ट्य आहे, असे तेव्हा न्यायालय म्हणाले. लोकांनी त्यांची विधिमंडळे निवडावीत हे लोकशाहीचे मूळ तत्त्व (essence) आहे. नुकत्याच घडलेल्या घटनांवरून असे स्पष्ट होते की, ह्या विधिमंडळांनी लोकांचा विश्वास गमावला आहे. त्यामुळे ह्या विधानसभा विसर्जित करण्यात आल्या हे योग्यच होते– असे कारण देण्यात आले. एका नमुनेदार उताऱ्यात न्यायालयाने म्हटले आहे–

> मतदारांना त्यांच्या राज्याचे विधिमंडळ निवडण्याची व त्यामार्फत आपले सरकार कसे हवे, ते ठरवण्याची संधी वेळोवेळी मिळावी, हे आपली घटना व कायदे यांचे एक उद्दिष्ट आहे. अशी संधी देणे हे प्रत्येक लोकशाही घटनेचे उद्दिष्ट असते. *त्यामुळे हे उद्दिष्ट साध्य होईल अशा प्रकारचे धोरण मूलभूत रचनेचा किंवा घटनेमागील तत्त्वांचा भंग करत नाही.* त्यांना अशी संधी आत्ता मिळावी की नंतर हा राजकीय सोय व शासकीय धोरण यांचा प्रश्न आहे. ठरावीक काळ गेल्याशिवाय विधिमंडळे विसर्जित करण्याविरुद्ध कोणतीही तरतूद नसल्यामुळे हा कायद्याचा प्रश्न होऊ शकतो का? जर घटनेत अशी बंदी असती की ज्यामुळे केंद्र सरकारच्या प्रस्तावित कृतीमुळे तिचे उल्लंघन झाले असते, तर आम्हांला हस्तक्षेप करणे भाग पडले असते. पण काही विशिष्ट परिस्थितीमुळे विधिमंडळांचे विसर्जन आवश्यक आहे, असा कोणाचा दृष्टिकोन असला तरीही विधिमंडळांचे विसर्जन करता येणार नाही अशी तरतूद घटनेत नसेल, तर आम्ही तसे करू शकतो का?[६]

त्याचप्रमाणे ज्यांच्यात राज्य सरकारचे विशिष्ट नेते गुंतलेले होते अशा तेलगीसारख्या प्रकरणांची प्राथमिक चौकशी करायलासुद्धा, राज्य सरकारची परवानगी नाही म्हणून

न्यायालयांनी प्रतिबंध केला; जिथे निठारी हत्यांसारख्या घृणास्पद गुन्ह्यांची चौकशी करण्यासाठीसुद्धा सीबीआयला राज्य सरकारने आमंत्रण देण्याची वाट बघावी लागते, जिथे नक्षलवाद्यांचा व आतंकवाद्यांचा आंतरराज्यीय पाठलाग करण्याच्या आड, संघराज्य हे घटनेचे मूलभूत वैशिष्ट्य आहे हे तत्त्व येते, तिथे लोकांनी आणीबाणी फेकून दिल्याबरोबर केंद्र सरकारने कर्नाटकाचे त्या वेळचे मुख्यमंत्री देवराज अर्स यांच्याविरुद्धच्या आरोपांची चौकशी करण्यासाठी जेव्हा चौकशी आयोग नेमला, तेव्हा न्यायालयांनी 'संघराज्य– हे घटनेचे मूलभूत वैशिष्ट्य आहे' ह्या तत्त्वाचा बाऊ केला नाही. 'जेव्हा मूलभूत रचनेचे विवरण केले गेले किंवा ती वापरली गेली, तेव्हा *घटनेच्या प्रत्यक्ष स्थितीप्रमाणे तिचा अर्थ लावला गेला, वेगवेगळ्या लोकांच्या मनात घटनेची जी कल्पना असेल, तिच्या काल्पनिक अर्थाप्रमाणे नव्हे,* हे स्पष्ट आहे.' अशी सुरुवात करून कोर्ट पुढे म्हणाले :

'तथाकथित संघराज्य कल्पना हे संसदेच्या अधिकारावरील एक बंधन आहे, हे न्यायालयांना मान्य होईल अशा तरतुदीच्या रूपात पुढे आले पाहिजे. मला इथे नमूद करावेसे वाटते की, केशवानंद भारती प्रकरणात ज्यांनी निर्णय दिला, त्या न्यायमूर्तींपैकी बहुतेक जणांनी 'संघराज्य' हे घटनेच्या मूलभूत वैशिष्ट्यांपैकी एक आहे, असे मानलेले नाही. आणि त्यांच्यापैकी कोणीही संघराज्याबद्दल चर्चा केलेली नाही. आपले प्रजासत्ताक राष्ट्र हे संघराज्य आहे, हे दाखवण्यासाठी घटनेच्या कलम एककडे बोट दाखवणे पुरेसे नाही. ते खरे आहे ह्याविषयी शंका नाही. परंतु 'संघराज्य' हा शब्द घटनेच्या तरतुदींमधून दिसणाऱ्या आपल्या वैशिष्ट्यांच्या संदर्भात वापरला गेला होता. आपल्याला, अशाच इतर तरतुदींवरून हे 'संघराज्य' म्हणजे काय, कोणत्या प्रकारचे व किती प्रमाणात हे संघराज्याचे नाते असावे, अशी कल्पना होती; हे अजून शोधून काढायचे आहे. घटनेमध्ये 'संघराज्य' (Federation) हा शब्द वापरलेलाच नाही आहे.'[७]

बदलती तत्त्वे शोधून काढण्याचे हे चातुर्य बघितल्यावर, मूलभूत रचनेच्या भिंतीने आपले रक्षण करावे यासाठी आधी त्या भिंतीचे आपण वकील व न्यायाधीश ह्यांच्यापासून रक्षण करणे आवश्यक आहे, असे वाटू लागते!

धोक्याच्या आणखी जागा :

ज्याच्यापासून सावध राहायला हवे, असा दुसरा धोका म्हणजे न्यायाधीशांनी त्यांच्या आवडीचे मुद्दे पुढे ढकलण्यासाठी एक सोयीचे साधन म्हणून मूलभूत रचनेचे तत्त्व कधीकधी वापरले आहे. (वरील) न्यायमूर्ती म्हणतात : 'प्रस्तावनेत

समाजवाद हे आपले ध्येय आहे, असे म्हटले आहे. आर्थिक व सामाजिक समता हे समाजवादाचे ध्येय असते. आणि त्यासाठी नियोजनबद्ध अर्थव्यवस्थेची आवश्यकता असते. सार्वजनिक क्षेत्रातील उद्योगधंदे कार्यक्षम प्रकारे चालणे व खासगी क्षेत्रांतील उद्योगधंद्यांची अनियोजित व बेबंद वाढ रोखणे यांसाठी आवश्यक आहे...' आणि म्हणून कोळसा खाणींचे राष्ट्रीयीकरण करण्यात आले. आपल्या परंपरेतील विविध प्रवाहांतून हे हाती लागले आहे. बौद्ध धर्म, जैन धर्म, वेदान्तावर व भक्तीवर आधारित हिंदू धर्म, शीख, मुस्लीम, ख्रिश्चन हे धर्म ह्या सर्वांपासून आपला जो वारसा निर्माण झाला आहे, त्याचा हा सर्व परिपाक आहे.[८] अनेक वेळा, इतरांच्या बाबतीत जे होते त्याचप्रमाणे न्यायाधीशसुद्धा, घटनेमुळे किंवा मूलभूत रचनेमुळे निर्माण झालेल्या मर्यादांमध्ये राहण्याऐवजी, आपापल्या बांधिलकीमध्ये वाहवत जातात.

तिसरा एक धोका म्हणजे, घटनेची एक मूलभूत रचना आहे, ह्या विचाराशी जुळवून घ्यावे लागलेल्या न्यायाधीशांमध्येसुद्धा दोन वेगळे प्रवाह आहेत. न्यायाधीशांच्या एका गटाचे असे मत आहे की, 'मूलभूत रचना' ही घटनेच्या वर आकाशात ढगाप्रमाणे तरंगणारी किंवा जी दिसण्यासाठी खणावे लागेल अशी जमिनीत गाडलेली वस्तू असू शकत नाही. तिचा घटनेतील विशिष्ट कलमांशी किंवा तरतुदींशी संबंध जोडता आला पाहिजे.[९]

दुसऱ्या गटाचे असे मत आहे की, विशिष्ट तरतुदींच्या वर कमानीसारखी अशी रचना खरोखरीच आहे आणि तिचे घटक घटनेच्या वेगवेगळ्या तरतुदींना व वेगवेगळ्या अंगांना एका सूत्रात बांधून घटनेला एकसंध करतात.[१०] ज्या शासनाला किंवा विधिमंडळाला मूलभूत रचनेच्या बंधनापासून मुक्तता हवी असेल, त्याला पहिल्या गटाचे विचार आयतेच मदतीला घेता येतात.

चौथा धोका तर आणखी मोठा आहे– कारण एकामागून एक असे न्यायाधीश होऊन गेले आहेत की, ज्यांचा पुरोगामी म्हणून गौरव व्हायचा पण घटनेची एक मूलभूत रचना आहे आणि तिचा भंग करता येत नाही, ह्या कल्पनेला ते तुच्छ मानायचे. ए.एन.रे, के.के.मॅन्थ्यू, चिन्नप्पा रेड्डी आणि त्यांचे अनेक अनुयायी यांनी न्यायालयाच्या केशवानंद भारती, मिनर्व्हा मिल्स अशा अनेक प्रकरणांतील निर्णयांना कमी लेखले आहे. असे करताना त्यांनी जे कल्पनाविलास दाखवणारे शब्द वापरले– उदाहरणार्थ 'मोघम', 'ठिसूळ', 'व्याख्या न करता येण्याजोगा', 'अनिश्चित गोष्टींचा खेळ'– ते इतरांना ह्या तत्त्वाला पायदळी तुडवण्यात आयते कामी आले. काही वेळा तर, आणीबाणी फेकली गेल्यावर जे स्वातंत्र्याचे गोडवे गाऊ लागले व ज्यांना घटनेतील कलमांमध्ये स्वातंत्र्याच्या वेगवेगळ्या पैलूंचा साक्षात्कार होऊ लागला, त्यांनीसुद्धा त्यांच्या निर्णयांमध्ये अशी काही विधाने केली आहेत, की जी इतरांना उपयोगी पडावीत.

अनेक प्रसंग डोळ्यांसमोर येतात. आपण केशवानंद भारतीपासूनच सुरू करू या. न्या. चंद्रचूड यांनी त्यांच्या निर्णयाच्या आधी जी विधाने केली, ती लवकरच त्यांच्याच तोंडावर फेकली जाणार होती. ते म्हणाले, 'त्यांना वेगळे निर्णयपत्र लिहिणे टाळायचे होते; पण दुसरा पर्यायच उरला नाही. ह्या खटल्याच्या सुनावणीसाठी आम्ही सर्व तेरा न्यायाधीश बसत होतो.' सहकाऱ्यांशी विचारांची देवाणघेवाण मोकळेपणाने केल्यावर त्यांच्या दृष्टिकोनाशी सहमत होता येईल, अशी त्यांना आशा होती; पण बाह्य परिस्थितीने मात केली. युक्तिवाद करण्यासाठी वकिलांनी इतका वेळ घेतला होता की, आपापसात चर्चा करण्यासाठी पीठावरील न्यायमूर्तींना पुरेसा वेळच उरला नाही. 'आणि ह्या प्रकरणातील प्रश्नांइतकाच वेळेचा मुद्दाही गंभीर बनला.' मुख्य न्यायमूर्ती निवृत्त होणार होते त्यामुळे एकमेकांचे दृष्टिकोन जाणून घ्यायला किंवा निर्णयाचा कच्चा मसुदा सर्वांकडे फिरवायलाही वेळ उरला नाही...[११] ही फारच चिंतेची बाब होती कारण न्यायालयीन प्रथा पाळल्या गेल्या नाहीत, हे त्यावरून स्पष्ट होत होते. ज्यांना ह्या निर्णयात दोष काढायचे होते, त्यांना आयते कारण मिळाले.

काही वर्षे गेली. आता न्या. चंद्रचूड मुख्य न्यायाधीश झाले होते. मिनर्व्हा मिल खटल्यावर ते पीठाध्यक्ष होते. ते व न्या. भगवती ह्यांच्यामधील त्रासदायक तणाव हा वकिलांच्या व इतरांच्या चर्चेचा विषय झाला होता. निर्णय देताना न्या. भगवतींनी तोच (चंद्रचूडांचाच) परिच्छेद –त्यात स्वतःचा मसाला घालून– न्या. चंद्रचूडांना उद्देशून लिहिला. युक्तिवादांमध्ये तीन आठवडे गेले होते हे न्या. भगवतींनी निदर्शनाला आणले. ते २२ ऑक्टोबर १९७९ ला सुरू होऊन १६ नोव्हेंबर १९७९ ला संपले. इतक्या महत्त्वाच्या विषयावरील युक्तिवाद संपल्यावर त्याच्यावर मा. मुख्य न्यायमूर्तींनी निर्णयाचा मसुदा फिरविण्यापूर्वी किंवा नंतर विचारांची मोकळेपणे देवाणघेवाण होईल अशी मला आशा होती. तसे झाले असते, तर ते सहकाऱ्यांच्या मताशी सहमत झाले असते किंवा त्यांना आपले मत पटवून देता आले असते, 'पण' न्या. भगवती म्हणाले, 'केशवानंद भारती विरुद्ध केरळ राज्य ह्या खटल्यामध्ये मा. मुख्य न्यायमूर्ती ज्या अडचणीत सापडले होते, त्याच अडचणीत आज मी आहे.' आणि आपण वर बघितलेल्या उताऱ्याचा त्यांनी उल्लेख केला. केशवानंद खटल्यांप्रमाणेच ह्या खटल्यामध्येसुद्धा वकिलांनी त्यांच्या बाजू मांडण्यासाठी इतका वेळ घेतला की, त्यांचे युक्तिवाद संपल्यावर निर्णयाचे मसुदे एकमेकांना देण्यासाठी न्यायाधीशांना वेळच उरला नाही. 'इथेसुद्धा अशाच परिस्थितीमुळे –बाह्य कारणांमुळे नव्हे– मला वेगळे निकालपत्र द्यावे लागत आहे...' कसे का होईना, कदाचित ह्या न्यायालयावरील कामाच्या भयंकर ओझ्यामुळे असेल, न्यायालयीन चर्चा झाली नाही किंवा ज्याच्यावर चर्चा होऊ शकेल अशा निकालाचा मसुदासुद्धा फिरवण्यात (सर्क्युलेट करण्यात) आला नाही. वकिलांचे

युक्तिवाद १६ नोव्हेंबर १९७९ इतके आधी संपूनसुद्धा हे घडले.

अनेक महिने होऊन गेले. काहीच खबर नव्हती. '७ मे १९८० रोजी उन्हाळ्याच्या सुट्टीसाठी न्यायालय बंद होण्याच्या फक्त दोन दिवस आधी मुख्य न्यायमूर्तींनी मला कळवले की, त्यांनी व हा खटला ऐकणाऱ्या माझ्याव्यतिरिक्त इतर तीन न्यायमूर्तींनी, घटनेतील संबंधित दुरुस्ती घटनेच्या मूलभूत वैशिष्ट्यांचा भंग करते म्हणून अवैध व रद्दबातल असल्याचा निर्णय देण्याचे ठरवले असून निर्णयाची कारणे नंतर देण्यात येतील. मला ही पद्धत योग्य वाटली नाही, कारण एकमेकांचे दृष्टिकोन जाणून घेण्यासाठी न्यायाधीशांची बैठक किंवा चर्चा झालेली नव्हती किंवा निर्णयाचा मुसदासुद्धा सर्वांमध्ये फिरवला नव्हता, त्यामुळे मुख्य न्यायमूर्ती व इतर तीन न्यायमूर्तींना कोणत्या कारणांमुळे घटना-दुरुस्ती अवैध आहे, असे वाटले ते मला समजू शकले नव्हते.' तशी बैठक झाली असती किंवा निर्णयाचा मसुदा सर्वांना पाठवला असता, तर पूर्ण व मोकळ्या चर्चेनंतर किंवा मसुद्यात दिलेल्या कारणांवरून मुख्य व इतर तीन न्यायमूर्ती ह्यांच्या निष्कर्षात मी सहभागी झालो असतो किंवा त्यांचे मत बदलून त्यांना माझ्याशी सहमत केले असते.

आणि मुख्य न्यायमूर्तींकडून ज्या प्रकारे कोर्टाचे काम करवून घेण्यात येत होते त्याबद्दल त्यांनी पुढे जाऊन असमाधान व्यक्त केले. न्या. भगवती म्हणाले, 'न्यायालयीन सामुदायिकतेचा (Judicial Collectivism) हा गाभा आहे.' आणि त्यांच्या मते मुख्य न्यायमूर्ती व त्यांचे सहकारी ह्यांनी त्याचा भंग केला होता. 'माझ्या मते न्यायालयीन पीठाचा निर्णय हा त्या पीठावरील सर्व न्यायाधीशांच्या सामुदायिक विचारमंथनातून निर्माण व्हावा आणि माझ्या नम्र मताप्रमाणे, जर पीठावरील एक किंवा अनेक न्यायाधीश, त्यांच्या सहकाऱ्यांकडे दुर्लक्ष करून, त्यांच्याबरोबर कारणांची चर्चा न करता व आपल्या निर्णयाचा मसुदासुद्धा सहकाऱ्यांना न देता, थोडक्यात म्हणजे त्या सहकाऱ्यांना सामुदायिक निर्णय घेण्याच्या प्रक्रियेत सहभागी होण्याची संधी न देता निर्णय घेतात; तेव्हा ते सामुदायिक निर्णय घेण्याशी सुसंगत होत नाही.'– दुसऱ्या शब्दांत सांगायचे म्हणजे मुख्य न्यायमूर्ती व पीठवरील इतर सदस्य ह्यांनी त्यांच्याकडे दुर्लक्ष करून एका सहकाऱ्याचा उपमर्द केला, असे ते म्हणाले. 'ह्यामुळे न्यायालयीन प्रक्रियेत गोंधळ निर्माण होईल व ज्या न्यायालयाला आदर्श समजले जाते व ज्याने संपूर्ण देशातील न्यायव्यवस्थेला आदर्श घालून द्यावा अशी अपेक्षा असते, त्या ह्या देशातील सर्वोच्च न्यायालयाने चुकीचा पायंडा पाडला, असे होईल.' अयोग्य व्यवस्थापन, चुकीचा पायंडा पाडणे व अनिष्ट आदर्श ठेवणे– यांपेक्षा जास्त थेट आरोप कोणता असू शकेल?

त्यांच्या सहकाऱ्यांनी घटना-दुरुस्ती अवैध असल्याचा निर्णय दिला, पण त्याची कारणे नंतर देण्यात येतील असे सांगितल्यामुळे परिस्थिती अधिकच चिघळली.

काही अपवादात्मक परिस्थितीत निर्णय आधी दिला जातो व कारणे नंतर दिली जातात हे खरे आहे; पण त्याला तशीच खास कारणे असतात, हे न्यायमूर्तींनी स्पष्ट केले– जेव्हा नागरिकाच्या स्वातंत्र्याचा प्रश्न असतो किंवा मृत्युदंडाच्या शिक्षेची अंमलबजावणी होणार असते किंवा जिथे सविस्तर निकालपत्र तयार करायला लागणाऱ्या वेळामुळे जिंकणाऱ्या पक्षाचे नुकसान होण्याचा संभव असतो, अशा तातडीच्या व अपरिहार्य परिस्थितीतच कायद्याने घालून दिलेल्या प्रक्रियेत अपवाद केला जातो; पण इथे, ह्या खटल्याच्या बाबतीत, काय परिस्थिती होती? 'वकिलांचे युक्तिवाद संपल्यावर पाच महिने होऊन गेले होते; आणि निर्णय ताबडतोब द्यावा व कारणे नंतर द्यावी अशी कोणतीही तातडी नव्हती... सविस्तर व कारणांसहित निकालपत्र देण्यासाठी आणखी दोन महिने लागले असते, तर त्यामुळे कोणत्याच पक्षाचे कोणतेच नुकसान होणार नव्हते. उन्हाळ्याची रजा संपल्यावर जेव्हा न्यायालये उघडतील, तेव्हाच कारणांसहित निर्णय दिला असता, तर काही बिघडले नसते.' ह्या कारणांमुळे आपण आपला अंतिम निर्णय कारणांबरोबर एकाच वेळी देऊ असे त्यांनी नोंदविले. 'पण दुर्दैवाने माझ्या मतांबद्दल ह्यामुळे बरेच गैरसमज निर्माण झाले.' आणि म्हणून ते आपल्या कृतीचे स्पष्टीकरण करीत होते.

'हा निर्णय योग्य प्रकारे घेतला गेलेला नाही, असे न्यायमूर्ती स्वत:च म्हणत असल्यामुळे त्याचे पुनरावलोकन झाले पाहिजे.' असे लाळघोटे बोलू लागले.

तुलसीराम पटेल खटल्यामध्येसुद्धा हाच घटनाक्रम घडून आला. इथे एका महत्त्वाच्या न्यायालयीन निर्णयाला, जो दहा वर्षे वैध होता, तसेच घटनेचे व इतर कायद्यांचे काही महत्त्वाचे मुद्दे यांना आव्हान दिले गेले होते. इथे न्यायपीठाचे बहुमत एका निर्णयाला आले होते. त्यानुसार आधीचा निर्णय रद्द होणार होता. न्या. ठक्कर यांचे मत वेगळे होते; पण त्यांनी फक्त ते मांडले नाही. न्यायाधीशांची बैठक घेतली नव्हती, असे त्यांनी नमूद केले. ते म्हणाले, 'विरोधी मत असणाऱ्या सहकाऱ्यांचा मान राखून खऱ्या लोकशाहीतील सहिष्णुतेच्या तत्त्वाला धरून...' विचारांचे आदानप्रदान करण्यासाठी बैठक घेतली गेलीच नाही– दुसऱ्या शब्दांत म्हणजे त्यांचे सहकारी लोकशाही पद्धतीने वागले नव्हते व त्यांनी त्यांच्याबद्दल सहिष्णुता व आदर हेही दाखविले नव्हते. बैठक घेतली असती, तर न्यायाला बाधा आली नसती; एका बाजूला दुसऱ्या बाजूचे मन वळविण्याची संधी मिळाली असती. 'न्या. मादन –ज्यांनी बहुमताचा निर्णय लिहिला– यांचेसुद्धा तेच दु:ख होते.' न्या. ठक्कर यांनी टोला मारला व पुढे न्या. मादन यांनी त्यांच्या निर्णयाच्या मसुद्याला जे पत्र जोडले होते, त्यातील एका वाक्याचा उल्लेख केला. चर्चा तर नाहीच झाली, पण अंतिम निर्णय देण्याच्या वेळेपूर्वी फक्त तीन तास आधी दोनशे सदतीस पानांचा तो मसुदा त्यांना मिळाला होता– कारण मुख्य न्यायमूर्ती त्या दिवशी निवृत्त होणार होते आणि तो

निर्णय जर जाहीर केला नसता, तर त्यांनी तो खटला ऐकण्यासाठी खर्च केलेले कित्येक तास वाया गेले असते... म्हणून त्यांचे विरुद्ध मत.[१२]

खोडीच काढायची म्हटली तर कोणीही शाळकरी मुलांपेक्षा कमी पडले नसते...!

थोडक्यात म्हणजे आपल्याकडे (मूलभूत वैशिष्ट्ये) ही एक तटबंदी आहे; पण न्यायालयांचे कामकाज सुधारण्यासाठी कटिबद्ध असलेले न्यायमूर्ती आणि पुरोगामी उद्दिष्टे असलेले न्यायमूर्ती यांच्यापासून तिचेही रक्षण करण्याची गरज आहे.

पुरोगामी :

बरेच वेळा पुरोगामी न्यायाधीशांची त्यांच्या स्वत:च्या मतांशी असलेली बांधीलकी, हे राज्यकर्त्यांच्या हातातील हत्यार बनते. पूर्वाधारांबद्दल अतिशय जागरूक असणारे एक न्यायमूर्ती एकदा पुरोगामी समजला जाणारा एक निर्णय देताना म्हणाले, 'कोणताही अतिरेक किंवा वाईट हेतू दिसला, तर त्यासाठी न्यायालयीन पुनरावलोकन करणे ह्या न्यायालयाच्या अधिकाराला व्हिक्टोरिअन काळातील संकुचित पूर्वाधारांचा अडथळा येणार नाही...' ते 'तटबंदी'बद्दल सार्वभौमत्ववाद्यांइतकेच नाराज होते.

> घटना-दुरुस्तीच्या बाबतीत असते, त्याप्रमाणे इतर बाबतींत मूलभूत रचनेचा भंग होण्याचा प्रश्न उद्‌भवत नाही. एकीकडे इतर साधे कायदे समाजाच्या हितास बाधा आणत असताना केशवानंद भारती ह्या खटल्याचे गोडवे गात बसून कसे चालेल? मूलभूत वैशिष्ट्यांचे उल्लंघन होण्याप्रमाणे समानतेचा भंग होण्याच्या प्रत्येक प्रकरणामुळे आकाश कोसळणार नाही. जेव्हा संपूर्ण समाजात समानता आणण्याची व्यापक प्रक्रिया चालू असते, तेव्हा बारीकसारीक अपवाद होणे अटळ आहे. सर्वोच्च न्यायालयाच्या सर्व न्यायमूर्तींनी सहा महिने एकत्र बसून आर्थिक विषमता दूर करण्यासाठी स्वत: एखादा कायदा केला, तरी त्यातूनसुद्धा बारीकसारीक बाबतींतील विषमता राहून जाईलच. समाजशास्त्रज्ञ म्हणतात त्याप्रमाणे प्रत्येक उदात्त ध्येयासाठी काहींना हौतात्म्य पत्करावे लागते. तेव्हा मूलभूत वैशिष्ट्यांचा भंग हा केवळ कलम १४ चा भंग नाही तर समान न्याय ह्या तत्त्वाशी धक्कादायक व अक्षम्य अशी प्रतारणा आहे. एखादे विधेयक लोकशाहीच्या पायाला इतके धक्का देणारे असेल, तर त्याला अवश्य मूठमाती द्यावी. परंतु असमानतेच्या प्रत्येक बारीकसारीक बाबतींत केशवानंद निर्णयाचे भूत उभे करणे म्हणजे न्यायसंस्थेमुळे संसदेला काम करणे अशक्य केल्यासारखे होईल. तसेच विधिमंडळांमधील जे लोक नवी समाजव्यवस्था आणण्याचा प्रयत्न करत आहेत किंवा दारिद्र्य निर्मूलनाची लढाई लढत आहेत, त्यांचे

प्रयत्न क्षीण करण्यासाठी मूलभूत रचनेचा बागुलबुवा उभा करणे किंवा मूलभूत रचनेचे शस्त्र परजणे योग्य होणार नाही. अधिक मूलभूत काय आहे? सर्व मानवी हक्कांचा नाश करणारे वर्षानुवर्षांचे दारिद्र्य आहे की ती स्थिती चालू ठेवण्यासाठी आकर्षक रीतीने सादर केलेली आदर्श प्रमाणबद्धता व समता? घटनेचा उपयोग घटनेच्याच पराभवासाठी करणे न्यायसंस्थेला मान्य होणार नाही...![१३]

ज्यांना 'तटबंदी' उडवून लावायची आहे, त्यांच्यासाठी मागील युक्तिवाद किती सोयीचा आहे! केशवानंद भारती खटल्यातील निर्णय म्हणजे भूत! त्या निर्णयाचे पालन व्हावे म्हणून असलेली काळजी म्हणजे बागुलबुवा 'ट्रोजन हॉर्स.' ज्याचे हक्क पायदळी तुडवले जात आहेत, तो 'उदात्त ध्येयां'साठी झालेला 'हुतात्मा!' मागे दिलेल्या समानतेच्या तत्त्वाशी बांधिलकी स्वीकारलेल्या न्यायसंस्थेला फक्त हेच पाहावे लागेल की, धक्कादायक आणि अक्षम्य अशी प्रतारणा होत नाही. जे या व्यवस्थेतील अन्यायाला उजेडात आणतात, ते कायद्यांतर्गत प्रमाणबद्धता व समता या तत्त्वांना चंगळवादी रूप देऊन समाजातील स्थितिस्थापकत्व तसेच ठेवण्याचा प्रयत्न करतात.

साधा कायदा व घटना-दुरुस्त्या, संसदीय अधिकार व घटनात्मक अधिकार असे सूक्ष्म फरक करणारेसुद्धा अशीच मदत करत आहेत. घटनेच्या मूलभूत रचनेचा भंग करतात, ह्या कारणावरून सामान्य कायदे अवैध ठरवायचे नसतात, असे सर्वोच्च न्यायालयाने अनेक खटल्यांमध्ये म्हटले आहे. हा निकष फक्त घटना-दुरुस्तीशी संबंधित बाबींनाच लावायचा असतो. कलम १३(२) प्रमाणे 'ह्या भागाअन्वये (Part III ज्यात मूलभूत हक्क दिलेले आहेत) दिलेले हक्क काढून घेतले जातील किंवा कमी केले जातील, असा कोणताही कायदा सरकार करणार नाही आणि ह्या कलमाचा भंग करणारा कोणताही कायदा केला, तर त्यातील भंग करणारा भाग रद्द ठरवण्यात येईल.' ह्या कलमात घातलेल्या बंदीचे काय? न्यायालयाने एक सोयीस्कर फरक केला आहे. 'जरी साधारणपणे 'कायदा' ह्या शब्दात घटनेसंबंधीचा कायदासुद्धा अंतर्भूत असला तरी' सर्वोच्च न्यायालय म्हणते, 'साधारण कायदा हा विधिमंडळांनी कायदे करणे, ह्या अधिकाराचा वापर करून केला जातो आणि घटनेसंबंधीचा कायदा हा घटना बनविण्याचा अधिकार वापरून केला जातो, ह्यांच्यात स्पष्ट फरक आहे...' श्री. सिरवाई यांनी नंतर निदर्शनाला आणले की, कल्पक व पुरोगामी संसद सदस्य ह्या फरकाचा असा वापर करू शकतील की, जेव्हा त्यांना घटनेत अशी दुरुस्ती करायची असेल की जिच्यापुढे मूलभूत रचनेला धक्का लागेल व म्हणून ती अवैध ठरविली जाईल, अशी घटना-दुरुस्ती करताना ते साधारण कायद्याच्या स्वरूपात ती

मंजूर करवून घेतील व ती घटनेच्या ९ व्या सूचीत घालून मूलभूत रचनेत गैरसोयीचा असलेला भाग काढून टाकण्याचे उद्दिष्ट साध्य करू शकतील.[१४]

आणि ह्या सर्वांवर कळस अशी आणखी एक कमजोरी पुढे आली. न्यायाधीशांनी सर्वसाधरण तत्त्वांची वाखाणणी केली; पण त्यांच्यासमोर असलेल्या केसला ती लागू केली नाहीत. घाव घालण्याची इच्छा तर आहे पण इजा होईल म्हणून भीती वाटते अशी स्थिती. शेवटी न्यायालये सबुरीनेच वागतील, हे राजकारण्यांनी ओळखले आहे. काही प्रसंगांमध्ये न्यायाधीश फारच मदत करणारे निघाले– एरवी राजकारण्यांच्या लक्षात आले नसते असे फरक त्यांनी त्यांच्या लक्षात येतील असे केले. एकच उदाहरण पुरे होईल. एकामागून एक कायदे ९ व्या सूचीमध्ये ढकलले जात आहेत, हे बघून न्यायालयाच्या लक्षात आणून दिले गेले की, याचा परिणाम मूलभूत हक्क कमी होण्यात तर झालाच पण त्यामुळे न्यायालयीन पुनरावलोकन हे घटनेचे एक महत्त्वाचे व मूलभूत वैशिष्ट्य लयाला जात आहे.

साधारण कायदे व घटनादुरुस्ती यांच्यातील फरक काळजीपूर्वक बघितले तरी असे लक्षात येते की, घटनेत दुरुस्ती करण्यात येऊन कलम ३१ अ व ३१ ब ही कलमे नव्याने घालण्यात आली होती. ह्यामुळे अनेक कायदे न्यायालयांच्या कक्षेबाहेर गेले होते. मूलभूत हक्कांना धक्का लावण्याबद्दल किंवा ते हक्क काढून घेतल्याच्या कारणावरून त्यांची तपासणी न्यायालयाला करता येणार नव्हती. सर्वोच्च न्यायालय म्हणाले की, 'अशा खटल्यांमध्ये मूलभूत हक्कांचे रक्षण करण्यासाठी न्यायालयाचे आदेश देण्याचे किंवा अपील ऐकण्याचे अधिकार कमी झाले होते असे नाही. ते पूर्वीप्रमाणेच आहेत. फक्त काही प्रकारचे खटले भाग ३च्या अधिकारक्षेत्रामधून गाळण्यात आले आहेत आणि त्यांत न्यायालये हस्तक्षेप करू शकणार नाहीत; पण याचे कारण त्यांचे अधिकार कोणत्याही प्रकारे किंवा कोणत्याही प्रमाणात कमी झाले होते, हे नसून अशा खटल्यांमध्ये हस्तक्षेप करण्याची वेळच येणार नाही, हे आहे.'[१५] अशा प्रकारचा युक्तिवाद सरकारने अनेक वेळा केला, आणि ते साहजिकच आहे– कारण सर्वोच्च न्यायालयाने स्वत:च तो अनेक वेळा केला होता. सज्जनसिंग प्रकरणात आपल्याला वाचायला मिळते की, 'वरील प्रकारच्या खटल्यांमध्ये न्यायालयांना आपला अधिकार वापरता आला नाही, ह्यावरून न्यायालयांचे अधिकार कोणत्याही प्रकारे किंवा कितीही प्रमाणात कमी झाले होते असा नाही. याचा अर्थ एवढाच होता की, ज्यांच्या बाबतीत (न्यायालयीन पुनरावलोकन) न्यायालयाला अधिकार वापरता आला असता, असे काही खटले (न्यायालयीन अखत्यारीत) राहिले नाहीत.'[१६]

असे बारकावे शासनाच्या कसे पथ्यावर पडतात, ते आपण आधी बघितलेल्या उदाहरणांवरून दिसतेच. मागील परिच्छेदातील युक्तिवादाची ४२ व्या दुरुस्तीमध्ये

न्यायसंस्थेला पायदळी तुडवण्यासाठी दिलेल्या समर्थनाशी तुलना करा. गोखले म्हणाले होते, 'न्यायसंस्थेवर कुठे व काय परिणाम झाला आहे? ह्या दुरुस्तीमधील कोणत्याही तरतुदीमुळे न्यायसंस्थेचे पद, प्रतिष्ठा, सन्मान व स्वातंत्र्य यांच्यावर परिणाम झालेला नाही... एक तरतूद करून अधिकारकक्षा व अधिकार लागू होणाऱ्या गोष्टींची फेरविभागणी केल्याने न्यायसंस्थेचे स्वातंत्र्य, सन्मान, प्रतिष्ठा यांना काहीही बाधा येत नाही.' आम्हांला जाणीव आहे... *ज्या गोष्टी खरोखरच न्यायालयीन निर्णय क्षेत्रात येतात*, त्यांच्या बाबतींतील न्यायालयांचे अधिकार आणि त्यांची अधिकारकक्षा काढून घेतलेली नाही. सर्व मूलभूत व महत्त्वाच्या गोष्टी आणि *कायद्यानुसार त्यांच्या क्षेत्रातील आहेत* अशा सर्व गोष्टींच्या बाबतीत शासनाच्या, न्यायालयांच्या किंवा अर्ध-न्यायालयांच्या निर्णयांचा निवाडा करण्याचा अधिकार न्यायसंस्थेकडे आहे.'[१७] असे मग ते म्हणाले.

अशी अनेक उदाहरणे देता येतील. परंतु आपल्या आत्ताच्या विषयाच्या दृष्टीने दोन दृष्टिकोन (attitudes) जास्त परिणामरूप आहेत. त्यांनी देशाला ज्या संकटात टाकले, ते आपण मनात कायमचे कोरून ठेवले पाहिजे. आपण बघितलेले न्यायालयीन निर्णयच ह्याची साक्ष देतील.

धोकादायक विश्वास :

वरवर बघितले तर 'केशवानंद'मधील प्रश्न मालमत्तेबद्दल होता. त्यावेळी मालमत्तेचा हक्क हासुद्धा घटनेच्या भाग ३ मध्ये हमी दिलेल्या मूलभूत हक्कांपैकी एक होता. त्यातील महत्त्वाचे धागे काढून युक्तिवाद असा होता की–

- मालमत्तेचा हक्क हा एक मूलभूत हक्क आहे.
- मूलभूत हक्कांना पायदळी तुडवता येत नाही.
- म्हणून मालमत्तेच्या हक्काला पायदळी तुडवता येणार नाही.

एका प्रकारे, न्या. खन्ना ह्या युक्तिवादाला प्रतिसाद देत होते. सर्वोच्च न्यायालयाच्या न्यायमूर्तीचे पद विभूषवणाऱ्या सर्वांत विद्वान न्यायमूर्तींपैकी ते एक होते. आणीबाणीच्या काळात हेबिअस कॉर्पस खटल्यामध्ये सामान्य नागरिक व स्वातंत्र्य यांच्या बाजूने उभे राहण्याचे अद्वितीय धैर्य त्यांनी दाखविले, याबद्दल देश त्यांचा कायम ऋणी राहील. त्याच कारणासाठी त्यांच्या 'केशवानंद खटल्या'मधील निर्णयातून एक महत्त्वाचा धडा मिळतो. एक सज्जन व उदारमतांचा माणूस कसा चुकीच्या ठिकाणी विश्वास ठेवू शकतो, हे त्यातून दिसून येते.

न्या. खन्नांचा मूळ दृष्टिकोन असा होता की, एखाद्या व्यक्तीचा मालमत्तेवरील हक्क सामाजिक न्याय व आर्थिक प्रगती ह्यांच्या मार्गात अडथळा बनता कामा नये. आणि त्यांचा निर्णय काळजीपूर्वकरीत्या मांडला होता: घटनेतील मूलभूत हक्कांसंबंधीच्या

कलमांसह प्रत्येक कलमात दुरुस्ती करण्याचा अधिकार संसदेला आहे, पण तसे करताना घटनेच्या मूळ रचनेचा नाश होता कामा नये.[१८] एका अर्थाने त्यांच्या निर्णयामुळे 'तटबंदी' मजबूत होण्यास मदत झाली. पण त्यांच्या विधानांमुळे सार्वभौमत्ववाल्यांना धोकादायक मोकळीक मिळाली आणि म्हणूनच त्यातील धडा महत्त्वाचा आहे.

न्यायमूर्तींचे म्हणणे होते की, 'मूलभूत हक्कांमध्ये बदल करता येऊ नये अशी घटनाकारांची कल्पना असती, तर त्यांनी कलम ३६८ मध्ये तसे स्पष्टपणे नमूद केले असते.[१९] अशी बंधने ध्वनित (implied) आहेत, ही समजूत टिकणारी नाही. ते जरी भारताने सही केलेल्या आंतरराष्ट्रीय करारांमध्ये समाविष्ट असले, तरी नैसर्गिक हक्कांचासुद्धा अडथळा येऊ शकणार नाही.'[२०] ह्या विधानांमुळे न्या. खन्नांच्या निर्णयाच्या गाभ्याला (संसद घटनेतील, प्रत्येक तरतुदींसकट, प्रत्येक तरतूदीत संसद दुरुस्ती करू शकते; पण तसे करताना घटनेची मूळ रचना बदलता कामा नये.) धक्का पोहोचत नाही. परंतु सार्वभौमत्वाच्या पुरस्कर्त्यांनी न्या. खन्नांच्या निर्णयाचा असा अर्थ लावायला सुरुवात केली की, आपण काय म्हटले होते, ते त्यांना अखेरीस स्पष्ट करावे लागले. जे त्यांनी इंदिरा गांधी विरुद्ध राज नारायण खटल्यामध्ये केले. इतर न्यायमूर्तींनी आपले विचार नंतरच्या निर्णयांमध्ये स्पष्ट केले– उदाहरणार्थ न्या. चंद्रचूड यांनी वामन राव विरुद्ध भारत यात केले.[२१]

पण न्या. खन्ना या सहृदय माणसाने शासन व विधिमंडळे यांच्यावर जो विश्वास टाकला त्यावरून एक महत्त्वाचा धडा मिळतो. १९७३ मध्ये, म्हणजे देशाला आणीबाणीत ढकलण्याच्या दोन वर्षे आधी, न्या. खन्नांनी घटनेत दुरुस्त्या करण्यासाठी किती बहुमत लागते, त्याच्याकडे लक्ष वेधले होते– 'प्रत्येक सभागृहात उपस्थित व मत देणाऱ्या सभासद संख्येच्या दोन तृतीयांश मते व राज्य विधानसभांपैकी अर्ध्याहून जास्त राज्यांच्या विधानसभांची संमती हवी.' त्यांनी पुढे म्हटले की, 'एखाद्याकडे कायदेशीर मार्गाने अधिकार दिला असेल तर तो/ती त्या अधिकाराचा दुरुपयोग करण्याची शक्यता आहे, ह्या कारणास्तव तो अधिकार नाकारता येत नाही. ह्याशिवाय मला असे दिसते की, कलम ३६८ अन्वये दिलेला दुरुस्तीचा अधिकार, हा कोणा व्यक्तीला दिलेला नसून तो लोकांचे प्रतिनिधित्व करणाऱ्या संसदेतील प्रतिनिधींच्या बहुमताला दिलेला आहे...' पण ते बहुमत एका व्यक्तीच्या मुठीत असू शकते, हे लवकरच सिद्ध होणार होते. 'दुरुस्ती घडवून आणण्यासाठी लोकप्रतिनिधींच्या विहित बहुमताची आवश्यकता आहे, ही एकच गोष्ट त्या अधिकाराचा दुरुपयोग होणार नाही, याची हमी देणारी आहे.' ते पुढे म्हणाले, 'अधिकाराचा दुरुपयोग ह्यावरील सर्वांत परिणामकारक प्रतिबंधक इलाज म्हणजे लोकमत होय; ते जर घटनेत दिलेली प्रक्रिया पाळत असतील, तर घटनेने लोकप्रतिनिधींना

दिलेल्या अधिकारावर बंधन घालणे, हा उपाय ठरू शकत नाही. संसदेतील लोकप्रतिनिधींवर अविश्वास दाखवणे आणि त्यातील बहुसंख्य हे लोकांच्या स्वातंत्र्याबद्दल प्रतिकूल असतील आणि ते लोकांच्या हिताच्या विरुद्ध वागतील, असे गृहीत धरणे हा योग्य मार्ग नव्हे.'

'समजा भावनेच्या भरात असे वातावरण निर्माण झाले की, लोकांच्या व त्यांच्या प्रतिनिधींच्या मते स्वातंत्र्य, मुक्तता ह्यांचे महत्त्व राहिले नाही आणि घटनेत दुरुस्ती करून मूलभूत हक्क काढून टाकायचे असे त्यांनी ठरवले, तर कलम ३६८ चा मर्यादित अर्थ लावण्याचा काहीही उपयोग होणार नाही.' न्या. खन्ना म्हणाले, 'अशा परिस्थितीत लोकांचा मूलभूत हक्क असणे हा अधिकार लुप्त होईल.' पण लोकांना कोणी विचारतच नाही आणि त्यांच्या नावावर कोणी उपटसुंभच हे करू लागले, तर काय करायचे? ही शक्यता न्यायमूर्तींच्या मनात आली नाही. त्याऐवजी, विश्वासाच्या ओघात ते पुढे म्हणतात, 'आणि नाहीतरी अशा परिस्थितीत मूलभूत हक्क हे लोकांना राजकीय गुलामगिरी, सामाजिक मागासलेपणा व बौद्धिक लाचारी यांच्यापासून वाचवू शकणार नाहीत...'[२२]

आपल्या निर्णयाचा सारांश सांगायची जेव्हा वेळ आली, तेव्हा न्या. खन्ना यांनी आपली बुद्धी विश्वासाच्या हवाली केली: 'दुरुस्ती करण्याच्या अधिकाराचा गैरवापर होईल, ही शक्यता त्याचे अस्तित्वच नाकारण्याचे कारण होऊ शकत नाही... अधिकाराचा गैरवापर टाळण्याचा सर्वोत्तम उपाय म्हणजे लोकमत व संसद सदस्यांची सद्बुद्धी. तसेच जर घटनेच्या तिसऱ्या भागात (Part III) दुरुस्ती करणे हा हक्क आहे, हे मानले तर त्याचा परिणाम म्हणून सर्व मूलभूत हक्क आपोआप व निश्चितपणे रद्द होतील, असे मानणे योग्य नाही.'[२३] 'आपोआप व निश्चितपणे... नाही' याचा अर्थ तसे होणार नाही, असा आहे का?

न्या. खन्ना म्हणाले की, शासनाच्या हातात खूप मोठे अधिकार दिलेले आहेत. उदाहरणार्थ युद्ध जाहीर करण्याचा अधिकार. त्या अधिकाराचा वापर केला, तर नागरिकांचे व विशेषत: सैनिकांचे जीव जाण्याचा धोका असतो. अधिकारांचा गैरवापर करणार नाहीत अशा विश्वासाने आपण हे अधिकार शासनाला व विधिमंडळांना देतो, मग ह्यातून कितीतरी कमी धोकादायक असा, घटनेत दुरुस्ती करण्याचा अधिकार, त्याचा ते गैरवापर करणार नाहीत, असा विश्वास ठेवून तो अधिकार त्यांना का देऊ नये? हे उघड आहे की, एखाद्या देशाने दुसऱ्या देशाविरुद्ध युद्ध सुरू केले की त्या देशाचा पूर्ण इतिहास बदलू शकतो... ह्या बाबतीतला निर्णय चुकीचा ठरला, तर त्याचे परिणाम नागरिकांचे अनन्वित हाल, देशाची मानहानी, हजारो लोकांचे मृत्यू; असा होऊन देशाची अर्थव्यवस्था अनेक दशके पांगळी होऊ शकते. जर असे भयंकर व दूरगामी परिणाम असणाऱ्या गोष्टींवर निर्णय घेण्याचा अधिकार आपण

शासन व विधिमंडळे ह्यांना, ते त्याचा गैरवापर करणार नाहीत तर देशाच्या हिताचा विचार करूनच वापर करतील, ह्या विश्वासावर देतो, तर त्यांच्यावरच अविश्वास दाखवणे व मूलभूत हक्कांमध्ये दुरुस्त्या करण्याचा अधिकार, त्याचा गैरवापर होण्याच्या शक्यतेमुळे संसदेला न देणे हे योग्य नव्हे.[२४] हे उदाहरण व निष्कर्ष किती अतिशयोक्त वाटतात, हे लवकरच दिसणार होते.

आणि मग मागे जे झाले त्यावरून काढलेला निष्कर्ष. गेली सतरा वर्षे– सर्वोच्च न्यायालयाच्या गोलकनाथ खटल्यावरील निर्णयापर्यंत– संसदेला घटनेत दुरुस्ती करण्याचा अमर्याद अधिकार आहे, असा समज असलेली स्थिती होती. न्या. खन्ना म्हणाले तरीही तेव्हा त्या अधिकाराचा गैरवापर झाला नाही. मग भविष्यातसुद्धा त्याचा गैरवापर केला जाणार नाही, असा विश्वास आपण का बाळगू नये? 'जर संसदेला भाग ३ मध्ये (in Part III) दुरुस्ती करून मूलभूत हक्क कमी करण्याचा किंवा ते अगदी पूर्णपणे काढून घेण्याचा अधिकार ठेवला, तर प्रत्यक्षात तसे घडेल असे गृहीत धरणे बरोबर नाही, असे मला वाटते.'– पुन्हा तोच तर्क: संसद आपोआप किंवा जाणीवपूर्वक मूलभूत हक्क रद्द करेल असे आपण गृहीत धरू शकत नाही त्यामुळे ती तसे करणार नाही, असे आपण गृहीत धरू. 'ह्या संदर्भात मला नमूद करावेसे वाटते की, 'सतरा वर्षे (१९५० ते १९६७) म्हणजे गोलकनाथ खटल्यावरील निर्णय होईपर्यंत– संसदेला घटनेच्या भाग ३ मध्ये (in Part III) दुरुस्ती करून मूलभूत हक्क रद्द करण्याचा किंवा ते कमी करण्याचा अधिकार आहे, असे मानले जात होते. तसा अधिकार हातात असतानासुद्धा व्यक्तिगत स्वातंत्र्य, भाषण स्वातंत्र्य अशा जतन केलेल्या मूल्यांशी संबंधित मूलभूत हक्क रद्द करण्याचा किंवा ते कमी करण्याचा प्रयत्न केला गेला नाही. जर हे भूतकाळात घडले नाही, तर भविष्यात केव्हातरी संसदेतील बहुसंख्य सदस्यांना ह्या जतन केलेल्या मूल्यांबद्दल एकदम तिटकारा वाटू लागेल व ती घटनेतून काढून टाकण्यासाठी ते आतुर होतील, असे का म्हणून गृहीत धरावे?'[२५] १९७३ मध्ये हे किती पटण्यासारखे वाटले असेल! आणि १९७५ मध्ये ते किती विश्वासार्ह वाटले!

संसद कोणत्या गोष्टी करू शकेल, याची जी यादी त्या सज्जन न्यायमूर्तींना त्यांच्या सहकाऱ्यांनी दिली होती, त्या गोष्टी संसद कधीही करेल असे त्या न्यायमूर्तींना स्वप्नातदेखील वाटले नसेल. 'आम्हांला असे सांगण्यात आले की, संसदेला घटनेत दुरुस्ती करण्याचे अमर्याद अधिकार दिले, तर ती स्वत:चा कार्यकाल वाढवेल... तसे ती करू शकेल, पण तसे ती खरोखरीच करेल याची कल्पनाही करता येत नाही... त्यांनी आपल्या मनातील भीती दूर सारली. जरी समजा भाग ३ ला हात लावला नाही, तरी कलम ८५ व १७२ यांमध्ये दुरुस्त्या करून संपूर्ण संसदीय पद्धतीचेच वाटोळे करता येईल. कारण ही कलमे भाग ३ अंतर्गत

येत नाहीत व त्यांच्यानुसार लोकसभा व राज्यांच्या विधानसभा यांचा कार्यकाल, त्यापूर्वी विसर्जित केल्या नाहीत, तर पाच वर्षे आहे तो, ह्या कलमांमध्ये दुरुस्ती करून सध्याची लोकसभा व सध्याच्या विधानसभा ह्यांच्या बाबतीत पन्नास वर्षे करता येतील... घटनेत दुरुस्ती करण्याच्या अधिकाराचा हा धडधडीत दुरुपयोग होईल आणि आपल्या देशातील लोकांची इच्छा इतक्या खालच्या थराला पोहोचेल आणि राजकीय व घटनात्मक नैतिकतेचा दर्जा इतका खाली जाईल की, अशी दुरुस्ती कधी मंजूर होईल; *ह्यावर विश्वास ठेवण्यास मी तयार नाही.* अशी दुरुस्ती हे न्यायालय फेटाळून लावेल की नाही, यावर ह्या केसच्या संदर्भात मी कोणतेही मत व्यक्त करत नाही. अशी दुरुस्ती म्हणजे क्रांतीला खुले आमंत्रण व क्रांतीची नांदी ठरेल.'२६

होय, घटनेत अशा तरतुदी आहेत की ज्या वापरून शासन आणीबाणी जाहीर करू शकते. पण सत्ताधारी पक्ष त्यांचा वापर करेल, हे पटणारे नाही. न्यायमूर्ती म्हणाले, 'कोणत्याही कलमात दुरुस्ती न करता कलम ३५८ व ३५९ यांमधील आणीबाणीसंबंधीच्या तरतुदी अशा प्रकारे वापरता येतील की, सत्ताधारी पक्ष जनतेचा पाठिंबा गेल्यावरसुद्धा आपला कार्यकाल गेल्या निवडणुकीपासून पाच वर्षांच्या पलीकडे वाढवून लोकशाहीची थट्टा करू शकतो.' विविध पक्षांनी व्यक्त केलेल्या धोक्यांचा सारांश काढताना न्या. खन्ना म्हणाले, 'आणीबाणी लागू करण्यात व ती चालू ठेवण्यात सरकार व संसद महत्त्वाची भूमिका बजावतात. त्यामुळे तत्त्वत: आणीबाणीच्या तरतुदींचा उपयोग निवडणूक टाळण्यासाठी आणि लोकांचा पाठिंबा संपलेला असला, तरी कलम ८३(२) चा उपयोग करून लोकसभेचा कार्यकाल वाढवून त्यायोगे पक्ष सत्तेवर राहण्यासाठी केला जाऊ शकतो.' आणि पुढे न डगमगता ते म्हणाले, 'अधिकाराच्या अशा उघडउघड दुरुपयोगावर राजकीय जबाबदारीची जाणीव, जनमताचा रेटा आणि जनतेच्या उठावाची धास्ती हे परिणामकारक लगाम आहेत. असे झाले, तर न्यायालयसुद्धा हस्तक्षेप करेल का; ह्या प्रश्नाकडे आपण सध्या वळायला नको. *माझ्या मते कोणताही पक्ष आणीबाणीच्या तरतुदींमधून मिळणाऱ्या अधिकाराचा इतका दुरुपयोग करायला धजणार नाही. कलम ८३ (२)* अन्वये दिलेला अधिकार, त्याचा दुरुपयोग केला जाणार नाही असे गृहीत धरूनच दिला आहे.'२७ फक्त काही महिन्यांतच हे 'अकल्पित' प्रत्यक्षात आलेले लोकांना पाहायला मिळणार होते.

म्हणून,

- इतर लोकही आपल्यासारखेच आहेत, असे वाटणे हा सज्जन व उदारमतवादी लोकांचा मोठा दोष असतो.
- सज्जन लोकांनीसुद्धा थोडे संशयी असावे.
- गरीब आणि वंचित ह्यांच्या नावाने जेव्हा कोणी सत्ता काबीज करतो, तेव्हा तर

त्यांनी विशेष करून संशय घ्यावा.

- सत्तेवरील दाव्याची तपासणी करताना न्या. सिक्री यांनी म्हटल्याप्रमाणे– त्या सत्तेचा उपयोग केला जाईल की नाही, ह्या शक्यतेपेक्षा तिची व्याप्ती किती आहे, हे बघितले पाहिजे.

- सत्तेवर लगाम ठेवण्याच्या उपायांचा समावेश करण्याची व ते बळकट करण्याची वेळ त्या सत्तेचा दुरुपयोग केला जाण्यापूर्वी असते. एकदा दुरुपयोग सुरू झाला की काहीही करता येणे शक्य नसते.

डोळे बंद करणे :

श्रीमती इंदिरा गांधींना भ्रष्ट निवडणूक आचारासाठी दोन कारणांनी दोषी ठरवले होते. सर्वोच्च न्यायालयात त्यावर सुनावणी होण्याच्या थोडे आधी निवडणूक कायदे उलटे केले गेले: ती दोन कारणे भ्रष्ट आचारात मोडणारी नव्हती व तसे पुढेही कधी समजले जाणार नाही, असे सार्वभौम संसदेने फर्मान काढले. घटनेत दुरुस्ती करण्यात आली: कोणत्याही न्यायालयाला सर्वोच्च न्यायालयासह– राष्ट्रपती, उपराष्ट्रपती, सभापती व पंतप्रधान या पदांवर असलेल्या व्यक्तींविरुद्ध निवडणूकविषयक खटले चालवण्याचा अधिकार नाही.

आपण बघितलेच आहे की, ज्या पाच न्यायाधीशांच्या पीठाने त्या दाव्याची सुनावणी केली त्यांनी ३९ वी दुरुस्ती अवैध असल्याचा निर्णय एकमताने दिला. न्यायालयीन अधिकार संसद स्वत:कडे घेऊ शकत नाही... नवी कलमे समतेच्या तत्त्वाविरुद्ध आहेत... लोकशाही हे मूलभूत वैशिष्ट्य आहे. मुक्त व न्याय्य निवडणुका लोकशाहीच्या केंद्रस्थानी असतात...

पण त्याच निर्णयात त्याच न्यायमूर्तींनी उदारमतवादी लोकांचा एक कमकुवतपणासुद्धा प्रदर्शित केला: कोणी हल्ला केला असता वेळकाढूपणा करायचा –हल्लेखोराला फार प्रतिकार न करता डोळे बंद करायचे– ह्या आशेने की तसे केल्याने संकट आपोआप निघून जाईल. वेळ काढायचा– ह्या आशेने की आपोआप काहीतरी मार्ग निघेल.

आज ह्यावर कोणाचा विश्वास बसेल का की, सर्वोच्च न्यायालयाच्या एका न्यायमूर्तींनी घटनेतील बदलांना मान्यता दिली व श्रीमती गांधींची निवडणूक वैध ठरवली कारण: घटना-दुरुस्ती लोकसभेत मंजूर झाली, तेव्हा लोकसभेचे काही सभासद तुरुंगात होते त्यामुळे ती वैध नाही, हा दावा मान्य करता येण्यासारखा नाही. त्यांच्या अटकेच्या आदेशाची कायद्यानुसार योग्यता, ह्या दाव्याबरोबर तपासता येणार नाही. आणि व्यावहारिक दृष्टीने बघितले, तर तुरुंगात असणाऱ्या लोकसभेतील एकवीस सभासदांच्या व राज्यसभेतील दहा सभासदांच्या उपस्थितीमुळे दुरुस्तीचा

ठराव मंजूर होण्यावर काही फरक पडला नसता.[२८] – आणि तरीसुद्धा एकाने ह्यावर विश्वास ठेवला.

आज ह्यावर कोणाचा विश्वास बसेल का की, केशवानंद खटल्याचा निर्णय म्हणजे कायदा होता, तरी सर्वोच्च न्यायालयाच्या एका न्यायमूर्तींनी घटनेतील बदलांना मान्यता दिली व श्रीमती गांधींची निवडणूक वैध ठरवली. कारण, मूलभूत रचना किंवा मूलभूत वैशिष्ट्ये हा *अज्ञेय गोष्टींचा खेळ आहे*. मूलभूत रचना किंवा मूलभूत वैशिष्ट्ये *यांची व्याख्या करता येणे कठीण आहे*...[२९] आणि तरीसुद्धा आपण ह्यावर विश्वास ठेवला.

आज ह्यावर कोणाचा विश्वास बसेल का की, केशवानंद खटल्यावरील निर्णय म्हणजे कायदा होता, तरी सर्वोच्च न्यायालयाच्या एका न्यायमूर्तींनी घटनेतील बदलांना मान्यता दिली व श्रीमती गांधींची निवडणूक वैध ठरवली. कारण, निवडणूक कायद्यात जे बदल केले गेले, त्यांची वैधता घटनेच्या भाग ३ ची किंवा दुसऱ्या कोणत्याही तरतुदींची कसोटी लावून बघता येईल; *पण न्यायालयाने 'शून्यातून' निर्माण करावयाच्या आदर्श अशा मुक्त व न्याय्य निवडणुकीच्या कल्पनांच्या कसोटीवर ह्या कायद्याला कसे आव्हान देता येईल, ते समजणे कठीण आहे*. मूलभूत रचना ही संकल्पना, घटनेतील त्यासंबंधीच्या तरतुदी सोडल्या तर एक अतिशय मोघम व अस्पष्ट असे सर्वव्यापी तत्त्व आहे, अशी असून साधारण कायद्याच्या वैधतेसाठी कसोटी म्हणून वापरता येण्याजोगे नाही. आणि एका प्रसिद्ध पुरोगाम्याने त्यावर विश्वास ठेवला.

आज ह्यावर कोणाचा विश्वास बसेल का की, सर्वोच्च न्यायालयाच्या एका न्यायमूर्तींनी घटनेतील बदलांना मान्यता दिली व श्रीमती गांधींची निवडणूक वैध ठरवली कारण: '१९७५ च्या कायदा क्र. ४०च्या तरतुदी, ज्यांच्याशी आपला संबंध आहे *त्यांचा खुल्या व न्याय्य निवडणुकांच्या प्रक्रियेवर व त्यामुळे घटनेच्या मूळ रचनेवर परिणाम होतो*, असे दाखवून देता आलेले नाही.' आणि तरीसुद्धा आपण ह्यावर विश्वास ठेवला.

आज ह्यावर कोणाचा विश्वास बसेल का की, सर्वोच्च न्यायालयाच्या एका न्यायमूर्तींनी घटनेतील बदलांना मान्यता दिली व श्रीमती गांधींची निवडणूक वैध ठरवली, कारण: मूळ रचनेची कसोटी फक्त घटनेच्या दुरुस्त्यांनाच लागू होते. इतर कायद्यांना नाही. 'संसद व राज्यांची विधिमंडळे यांनी घालून दिलेले व घटनेतील तरतुदींची कसोटी लावून पडताळलेले निवडणुकींचे नियम हे कायदाच आहेत. त्या कायद्याला आदर्श लोकशाहीतील मुक्त व न्याय्य निवडणुकांच्या कसोटीसारखी इतर कोणतीही कसोटी लावता येणार नाही... *राजकीय, आर्थिक व सामाजिक न्याय; विचार, श्रद्धा व अभिव्यक्ती ह्यांचे स्वातंत्र्य; दर्जा व संधी ह्यांची समता किंवा*

यांच्यापासून उत्पन्न होणाऱ्या काही अव्यक्त मोघम गोष्टी; यांसारख्या लोकशाहीच्या अस्पष्ट संकल्पनांशी विसंगत आहेत ह्या कारणासाठी कोणताही सर्वसाधारण कायदा अवैध ठरवता येणार नाही... सर्वसाधारण कायद्याची वैधता ठरवण्यासाठी आदर्श लोकशाहीच्या आवश्यक घटकांची कसोटी लावता येणार नाही. त्यासाठी फक्त घटनेत प्रत्यक्ष समाविष्ट केलेल्या लोकशाहीच्या तत्त्वांचीच कसोटी वापरता येईल. न्यायाची कसोटीसुद्धा त्यांना लावता येणार नाही?', 'विचार, अभिव्यक्ती, विश्वास, श्रद्धा व पूजा यांचे स्वातंत्र्य ह्या निरपेक्ष (absolute) संकल्पना नाहीत. त्या भावनात्मक संज्ञा आहेत. वेगवेगळ्या व्यक्ती त्यांचा वेगवेगळा अर्थ काढू शकतात. दर्जा व संधी ह्यांची समता *ह्या संकल्पनासुद्धा भावनेने भारलेल्या आहेत.* निखळ तात्त्विक स्वरूपात त्या प्रत्यक्षात येऊ शकत नाहीत. घटनेतील कार्यकारी तरतुदींमुळेच ह्या संकल्पनांना मूर्त स्वरूप येते आणि ह्याच तरतुदींच्या आधारे सर्वसाधारण कायद्यांची वैधता तपासावी.' आणि तरीसुद्धा एका पुरोगामी न्यायाधीशाने ह्यावर विश्वास ठेवला.

मुख्य न्यायमूर्ती किती समजूतदार! आपण कोणाच्या बाजूला आहोत, याबद्दल त्यांनी शंका ठेवली नव्हती. '१९७४ च्या व १९७५ च्या दुरुस्ती कायद्यान्वये १९५१ च्या कायद्यात केलेल्या दुरुस्त्या ह्या सर्वोच्च न्यायालयाने व्यक्त केलेल्या काही मतांना कायद्याचे रूप देण्यासाठी आहेत. निवडणुकीसंबंधी कायदे करणे संसदेच्या अधिकारात आहे. निवडणुकीसाठी केलेला खर्च म्हणजे कोणते खर्च, हे ठरवणे व त्याची यादी निश्चित करणे, हे संसद करू शकते. निवडणूक खर्चाची मर्यादाही संसद ठरवू शकते. कोणते खर्च निवडणूक खर्चाचा भाग आहेत व कोणते नाहीत, हे संसद ठरवू शकते. नेमणुका, राजीनामे, नोकरीतून काढून टाकणे याबाबतींत निर्णायक पुरावा कोणता, हे संसद ठरवू शकते. लाभाचे पद (Office of Profit) म्हणजे कोणते पद, ते संसद ठरवू शकते. भ्रष्ट आचारात (Corrupt Practices) कोणती कृत्ये मोडतात व कोणती नाहीत, हे सांगण्याचा अधिकार संसदेला आहे. अपात्र ठरवण्यासाठी कोणती कारणे असावीत, हे संसद ठरवू शकते. 'उमेदवार' म्हणजे कोण, हे ठरवण्याचा अधिकार संसदेला आहे. निवडणुकीला उभे राहिलेल्या उमेदवारांना कोणती चिन्हे द्यावीत, हे सांगण्याचा अधिकार संसदेला आहे. ह्या सर्व गोष्टी कायदेविषयक धोरणात येतात.'[३०]

अलाहाबाद उच्च न्यायालयाच्या निर्णयावर मात करण्यासाठी कायद्यात जे नेमके बदल करण्यात आले, त्यांना न्यायालयाने निमूटपणे मान्यता दिली, ह्यावर कोणाचा आज विश्वास तरी बसेल का? पण एका न्यायमूर्तींनी काय म्हटले आहे ते पाहा : 'न्यायालयांच्या व ट्रायब्युनलच्या निर्णयांच्या आधाराचा पाया बदलून ते निर्णय निष्क्रिय करायचे, असे अनेक प्रमाणीकरण कायद्यांचे (validation acts) सूत्र असते.'[३१]

आणि ह्याचे काही वाटून घेऊ नका! तेच न्यायमूर्ती म्हणतात: 'कायद्यांचा आधार बदलून त्याला निष्क्रिय करणे, हे न्यायसंस्थेच्या अधिकारावर आक्रमण होत नाही कारण, अखेरीस कायदे करण्याचा अधिकार विधिमंडळाला आहेच.'[३२]

एका विशिष्ट व्यक्तीला लाभ व्हावा यासाठी निवडणूक कायदे बदलले नाहीत का? समानतेच्या तत्त्वाचा भंग करता येणार नाही, असे जे न्यायालये म्हणत असतात त्याच्यात हे कसे बसते? पण ह्या खटल्यामध्ये नाही. कारण ते न्यायमूर्ती म्हणतात, 'दुरुस्ती कायदा १९७४ व १९७५ यांच्या अन्वये जे बदल झाले, ते सर्वांना लागू आहेत आणि त्यात भेदभाव नाही. कायदा पूर्वलक्षी (retrospective) करणे म्हणजे भेदभाव नव्हे. १९५१च्या कायद्यातील बदल सर्वांनाच लागू आहेत.'[३३]

पण बदल पूर्वलक्षी करणे ही श्रीमती गांधींना न्यायालयाच्या निर्णयावर मात करण्यास मदत करण्यासाठी टाकलेली नेहमीची चाल नव्हती का? न्यायमूर्ती एकदम निर्विकार होते : 'कोणताही कायदा भविष्यासाठी असतो, तसाच पूर्वलक्षीसुद्धा असू शकतो. घटना-दुरुस्तीला पूर्वलक्षी बनवणे, हे कायदे बनविण्याच्या वाजवी अधिकारात बसते. विधिमंडळाला कायदे बनवण्याचा जो अधिकार आहे, त्यात तो कायदा पूर्वलक्षी करण्याचा अधिकारही समाविष्ट आहे.'[३४]

पण न्यायालयाने एक निर्णय आधीच दिलेला आहे. ज्या कायद्यावर तो निर्णय आधारित होता, त्यातील ज्या कृत्याबद्दल एका उमेदवाराला दोषी ठरवण्यात आले होते, त्याच कृत्याच्या बाबतीत तो कायदा उलथून टाकण्यात येत होता. हरकत नाही, न्यायमूर्ती म्हणाले, 'न्यायालयाच्या निर्णयाचा आधार असलेला कायदा पूर्वलक्षी दुरुस्त करणे व त्या निर्णयावरील अपिलाच्या वेळी सुधारित कायद्याचा आधार घेणे हे वैध आहे. अपील ऐकणारे न्यायालय अशा खटल्यामध्ये, कायद्यातील दुरुस्ती पूर्वलक्षी असली आणि ती मूळ न्यायालयाच्या निर्णयानंतर केलेली असली, तरी अपिलावर निर्णय देताना सुधारित कायद्याचा वापर करेल.'[३५]

पण असे करणे म्हणजे लोकशाही सरकारचा पाया असलेल्या मुक्त व न्याय्य निवडणुकीत हस्तक्षेप करणे होणार नाही का? अजिबात नाही : '१९७५ च्या कायदा क्र.४० च्यावरील तरतुदी पूर्वलक्षी केल्याने निवडणुकीच्या मुक्ततेवर व न्याय्यपद्धतीवर परिणाम होत नाही. १९७५ च्या कायदा क्र.४० च्या वरील तरतुदी सर्वसाधारण आहेत आणि त्या सर्व निवडणूक विवादांना, जे उच्च न्यायालयांमध्ये किंवा अपिलासाठी सर्वोच्च न्यायालयापुढे असतील किंवा भविष्यात येतील त्यांना, लागू होतात. हे नि:संशय सत्य आहे की, दुरुस्ती कायदा पूर्वलक्षी लागू केला की, विवादातील एका पक्षाला त्याचा फायदा मिळू शकतो, पण हे सर्वच पूर्वलक्षी दुरुस्त्यांच्या बाबतीत होते.' भूपेश गुप्ता व इंद्रजित गुप्ता जे संसदेत बोलले, त्याचा जवळ-जवळ, सही-सही प्रतिध्वनीच उमटला!

हे बदल जेव्हा केले गेले ती वेळ, ते ज्या घाईघाईत केले गेले ती पद्धत, सर्वोच्च न्यायालयापुढे विचारार्थ जो खटला होता त्याच्या निर्णयावर त्यांचा होणारा परिणाम, ह्या सर्व गोष्टी जो परिस्थितीजन्य पुरावा निर्माण करतात, त्यावरून हे बदल कोणत्या उद्देशाने केले गेले हे लक्षात येत नाही का? काही अडचण नाही. न्यायमूर्ती म्हणाले: 'जेव्हा विधिमंडळ एखादा कायदा बनवते किंवा दुरुस्त करते, तेव्हा तो कायदा किंवा दुरुस्ती केव्हापासून लागू होईल, हे त्यात नमूद करावे लागते. ही गोष्ट विधिमंडळाच्या कार्यक्षेत्रातील बाब आहे आणि त्यात विधिमंडळाच्या मतांच्या जागी न्यायालय आपले मत देऊ शकत नाही. कायद्यातील बदल विचारार्थ असलेल्या सर्व प्रकरणांना लागू होणार आणि अशा प्रकरणांचे वर्गीकरण करताना निर्णय झालेल्या सर्व प्रकरणांचा एक गट व अनिर्णित खटल्यांचा दुसरा गट करणे हे कलम १४ शी विसंगत नाही. निवडणूक कायद्यामधील दुरुस्ती पूर्वलक्षी करणे गैर आहे, ह्या कारणावरून न्यायालय हस्तक्षेप करू शकत नाही. असे करणे गैर आहे की नाही हे विधिमंडळाने ठरवायचे आहे. त्याचा कायद्याच्या वैधतेवर परिणाम होत नाही.'[३६]

जे स्पष्ट दिसते आहे, त्याकडे डोळेझाक करण्याची अशी शेकडो उदाहरणे आहेत आणि ती मिळवण्याचा सर्वोच्च न्यायालयाचा निर्णय हा केवळ एक विभाग आहे. ह्या पुनरावलोकनातून आपल्याला घेता येण्याजोगे धडे असे:

- मूलभूत रचनेची संकल्पना ही भारताने न्यायशास्त्राला दिलेली सर्वांत महत्त्वाची देणगी असून राजकारण्यांच्या हुकूमशाही महत्त्वाकांक्षेपासून लोकशाहीचे रक्षण करणारी ती आवश्यक तटबंदी आहे.
- राजकारणी लोक जितके तत्त्वांपासून दूर जातील, तितकी ह्या उपायांची आवश्यकता वाढते.
- घटनेतील प्रस्तावित बदलांचा विचार करताना एक महत्त्वाची अट म्हणजे घटनेतील मूलभूत रचना अबाधित राहिली पाहिजे.
- सर्वोच्च न्यायालयाने आपल्या घटनेच्या रचनेसाठी मूलभूत अशी जी वैशिष्ट्ये सांगितली आहेत, त्यांच्याशी प्रस्तावित बदल पूर्णपणे अनुरूप आहेत. आपण आपल्या संसदीय पद्धतीचे जे काही (वाटोळे) केले आहे; ते लक्षात घेता, वेगळ्या पद्धतीचा अंगीकार करणे, हाच त्या मूलभूत वैशिष्ट्यांचे रक्षण करण्याचा एकमेव मार्ग आहे.
- स्वतंत्र व बळकट न्यायसंस्था हा वैकल्पिक पद्धतीचा एक महत्त्वाचा घटक असावा.
- इतर वैशिष्ट्यांव्यतिरिक्त– न्यायाधीशांची नेमणूक करण्याची पद्धत, त्यांच्या बदल्या करण्याची व त्यांची सचोटी तपासण्याची पद्धत, न्यायालयांकडे जाता येण्याची हमी, वगैरे– स्वातंत्र्य टिकण्यासाठी ज्यांना स्वातंत्र्य दिले आहे, त्यांनी प्रत्यक्षात

खरोखरीच स्वतंत्रपणे वागले पाहिजे. स्वातंत्र्य जेवढे वापरावे तेवढेच मिळते.
● त्यांचे स्वातंत्र्य राहावे यासाठी एक उपाय म्हणजे त्यांच्या निर्णयांचे बारकाईने व सातत्याने परीक्षण करत राहिले पाहिजे... ज्यांचा वाचणे आणि लिहिणे हा व्यवसाय आहे, अशी आमच्यासारखी मंडळी त्याकडे दुर्लक्ष करत आली आहेत.

तळटीप :

१. 'Courts and their judgements, Premises, pre-requisites, consequences' रूपा, दिल्ली, २००१ 'Falling over backwards, An essay against reservations and against judicial populism, ASA व रूपा, २००६.

२. ADM. Jabalpur vs. Shivakant Shukla (1976) 2 SCC 521, at 640.

३. ADM. जबलपूर विरुद्ध शिवकांत शुक्ला (1976), 2SCC 521, at 658-61.

४. ADM. जबलपूर विरुद्ध शिवकांत शुक्ला (1976), 2SCC 521, at 658.

५. राजस्थान राज्य विरुद्ध भारत (1977), 3SCC 592,614.

६. कर्नाटक राज्य विरुद्ध भारत (1977), 4SCC 608, at 681.

७. समता विरुद्ध आंध्र प्रदेश (1997), 8SCC 191, at 248, 262, 264.

८. कर्नाटक राज्य विरुद्ध भारत (1977), 4SCC 608, at 677.

९. 'दुरुस्तीच्या संदर्भात मूलभूत रचना मान्य करण्याने आपल्याला एक नवी दृष्टी मिळते. जिच्यामुळे असे दिसून येते की, तरतुदींच्या शब्दांपलीकडे, घटनेतील तरतुदींच्या मागे असणारी व त्या तरतुदींना जोडणारी पद्धतशीर तत्त्वे आहेत. ह्या तत्त्वांमुळे घटनेत सुसूत्रता येऊन ती एकसंध झाली आहे. ही तत्त्वे नियमांच्या रूपात सांगितली नसली, तरी ती घटना कायद्याचाच एक भाग आहे. एक उदाहरण म्हणजे वाजवीपणाचे तत्त्व (Principle of reasonableness) जे कलम १४, १९ व २१ ह्यांना जोडते. ह्यांतील काही तत्त्वे इतकी महत्त्वाची व मूलभूत आहेत की, ती घटनेची अत्यावश्यक वैशिष्ट्ये किंवा घटनेच्या मूलभूत रचनेचा भाग समजले जाण्यास पात्र असतात, म्हणजेच त्यांच्यात दुरुस्ती करता येत नाही. परंतु तरतुदींची अशा तत्त्वांशी सांगड घालूनच घटनेची आवश्यक वैशिष्ट्ये कोणती व इतर कोणती, हे समजून येते. इथे लक्षात ठेवण्यासारखा महत्त्वाचा मुद्दा हा की संघराज्य, धर्मनिरपेक्षता, वाजवीपणा व समाजवाद यांची तत्त्वे कोणत्याही विशिष्ट तरतुदींच्या पलीकडे आहेत. घटनेतील विविध तरतुदींना जोडणारी, अध्यहत अशी पद्धतशीर तत्त्वे आहेत. त्यांनीच घटनेला सुसूत्रता येते. त्यांनीच घटना एकसंध झाली आहे. जरी ती नियमांच्या रूपात सांगितलेली नसली, तरी ती घटनेच्या कायद्याचा भाग आहेत.' एम. नागराज विरुद्ध भारत (2006), 8SCC 212, at 243.

१०. केशवानंद भारती, at 959-60.

११. भारत विरुद्ध तुलसीराम पटेल (1985) 3SCC 398, at 526.

१२. न्या कृष्ण अय्यर, भीमसिंगजी विरुद्ध भारत (1981) 1SCC 166, at 185-86. अशा प्रकारच्या अनेक उदाहरणांसाठी पाहा: Falling over Backwards, An essay against reservations and judicial populism, ASA, नवी दिल्ली २००६.

१३. एच. एम. सीरवाई, Constitutional Law of India त्रिपाठी, मुंबई १९९६. भाग ३.

१४. शंकरी प्रसाद सिंग देव विरुद्ध भारत १९५२, SCR 89.

१५. सज्जनसिंग विरुद्ध राजस्थान राज्य (1965) 1SCR 933.

१६. लोकसभेत, २५ व २८ ऑक्टोबर १९७६.

१७. केशवानंद भारती विरुद्ध केरळ राज्य (1973) 4SCC 225, at 767; at 768; at 769; 806; 824.

१८. केशवानंद भारती विरुद्ध केरळ राज्य at 750.

१९. केशवानंद भारती विरुद्ध केरळ राज्य at 781.

२०. (1981) 2SCC, 362 at 381.

२१. वरीलप्रमाणे at 763.

२२. वरीलप्रमाणे at 823.

२३. वरीलप्रमाणे at 764.

२४. वरीलप्रमाणे at 765.

२५. वरीलप्रमाणे at 766.

२६. वरीलप्रमाणे at 767.

२७. इंदिरा नेहरू गांधी विरुद्ध राज नारायण 1975, Supp SCC1, at 262.

२८. इंदिरा नेहरू गांधी विरुद्ध राज नारायण 1975, Supp SCC1, at 61.

२९. केशवानंद भारती वि. केरळ राज्य (1973), at 62.

३०. वरीलप्रमाणे, at 62.

३१. वरीलप्रमाणे, at 62.

३२. वरीलप्रमाणे, at 45.

३३. वरीलप्रमाणे, at 62.

३४. वरीलप्रमाणे, at 100.

३५. वरीलप्रमाणे, at 104-105.

३६. वरीलप्रमाणे, 656.

३७. मिनर्व्हा मिल्स लि. वि. भारत (1980), ३ SCC 625, at 644.

३८. केशवानंद भारती वि. केरळ राज्य, (1973) at 776-77.

३९. - वरीलप्रमाणे, 140 - 41.
    - वरीलप्रमाणे, 108.

४०. वरीलप्रमाणे, 131, 138-39.

४१. वरीलप्रमाणे, 142.

१०

'जनते'बद्दलच्या कविकल्पना

आपण लोकशाहीचे जे काही केले आहे, त्यामुळे तिच्यात ज्या विकृती निर्माण झाल्या आहेत त्यांच्या पलीकडे अशी काही मिथके आहेत की, ज्यांच्यावर आपली संसदीय पद्धत आधारित आहे. ही मिथके स्वातंत्र्य व लोकशाही यांच्याशी इतकी निगडित आहेत की, कोणी त्यांच्या खरेपणाबद्दल नुसता प्रश्न जरी विचारला, तरी त्यांच्यावर 'स्वातंत्र्य व जे काही चांगले आहे त्याचा शत्रू' असल्याचा आरोप करण्यात येईल.

ह्यातील सर्वांत आघाडीवर असलेली म्हणजे व्यक्तीबद्दलची मिथके अशी : १.सामान्य माणूस जे काही करतो, ते व्यक्ती ह्या नात्याने करतो, २.त्याला बरीच माहिती असते व त्याला जे काही करायचे असते, ते तो विविध विकल्पांचा विचार करूनच करतो, ३.सहसा सर्वांचे भले होईल असाच मार्ग तो निवडतो किंवा जरी त्याने स्वत:च्याच हिताचा मार्ग निवडला, तरी एखाद्या 'अदृश्य हाताने' सामुदायिक हित साधले जाते.

वस्तुस्थिती मात्र अगदी उलट आहे. देशावर बाहेरून आक्रमण होण्यासारखी अगदी टोकाची परिस्थिती सोडली, तर सामान्य माणूस स्वत:च्या हिताचाच विचार करतो. आपल्याला आत्ता आणि इथे किती फायदा होणार आहे, याचा तो विचार करतो, देशाच्या हिताचा नाही; बरेचदा स्वत:च्याही दूरगामी हिताचा नाही. खोटी आश्वासने व स्वप्ने यांमध्ये तो सहज वाहवत जातो, अगदी नुसत्या घोषणांनी किंवा हेवा, द्वेष, भीती, लोभ, अंधश्रद्धा यांनीसुद्धा. भोंदू माणसांचा त्याच्यावर सहज प्रभाव पडतो. धादांत थापांना तो बळी पडतो. अर्थात त्याला नंतर उमगते की, हा माणूस भोंदू होता, त्या थापा होत्या; पण तोपर्यंत त्यानेच सत्तेवर बसवलेल्या माणसाने केलेले नुकसान भरून निघण्यास उशीर झालेला असतो. जर नेत्यात काही चांगुलपणा असेल, तर त्याच्या चुकांची जाणीव दीर्घ काळानंतर होते. उदाहरणार्थ पंडित नेहरू व 'धर्मनिरपेक्षता', पंडित नेहरू आणि आपल्या सैन्याने पाकिस्तानचे सैन्य जम्मू-काश्मीरमधून पूर्णपणे हाकलून लावण्याच्या आधीच त्यांना थांबवणे;

पंडित नेहरू आणि जम्मू-काश्मीरवरील पाकिस्तानच्या आक्रमणाचा प्रश्न संयुक्त राष्ट्रांकडे नेण्याचा त्यांचा एकतर्फी निर्णय; सरदार पटेलांनी दिलेल्या इशाऱ्यानंतरही पंडित नेहरूंनी चीनवर ठेवलेला विश्वास... श्रीमती गांधी आणि आणीबाणी: श्रीमती गांधी आणि विघातक समाजवादी अर्थशास्त्र; श्रीमती गांधी आणि बांगलादेशी घुसखोरांना मतदार याद्यांमध्ये घुसडणाऱ्या त्यांच्या हस्तकांपासून देशाला वाचवण्याचा प्रयत्न करणाऱ्या आसामच्या विद्यार्थ्यांना चिरडणे; श्रीमती गांधी आणि एलटीटीइच्या सैनिकांना निलगिरीत दिलेले प्रशिक्षण; श्रीमती गांधी आणि भिंद्रनवालेंना दिलेले उत्तेजन; श्रीमती गांधी आणि नॅशनल कॉन्फरन्स सरकारची बडतर्फी... आपण त्यांच्यावर एवढा विश्वास ठेवण्यात मोठी चूक केली, असे कोणाला वाटणार नाही? पण तोपर्यंत नुकसान होऊन गेले होते, नेत्याचेसुद्धा!

माणसाला व्यक्तिश: स्तुती करून हरभऱ्याच्या झाडावर सहज चढवता येते; समाजाला तर अगदी सहज. त्यांच्या आकांक्षांना सहज भडकावता येते. मग ह्या आकांक्षा पुऱ्या झाल्या नाहीत की दुसऱ्यांना खाली ओढण्यासाठीसुद्धा लोकांना सहज उद्युक्त करता येते. समाजवादी अर्थशास्त्राच्या बाबतीत हेच इंधन वापरले गेले आणि आता आरक्षणाच्या बाबतीतसुद्धा तेच वापरले जात आहे. पत्रकारांना वाटेल ते लिहिण्याचे स्वातंत्र्य आहे, हे जितके खरे आहे तितकेच त्यांचा वापर करून हवे ते छापूनही आणता येते, हेही लक्षात ठेवले पाहिजे. लोकशाही पद्धतीत मतदारांना निर्णयाचा अधिकार देताना त्यांची किती सहजपणे दिशाभूल करता येते, हेही लक्षात ठेवले पाहिजे. ही गोष्ट ओळखून असणारे निर्लज्ज राज्यकर्ते निर्ढावतात व आपण लोकांना काही काळ कोणत्याही भ्रमात ठेवू शकतो, असे त्यांना वाटू लागते. आपले विरोधक लोकांची दिशाभूल करून आपल्याला खाली खेचतील ह्या भीतीने काही जण निष्क्रिय होतात.

सामान्य माणसाला जगात काय चालले आहे, याची चांगली माहिती असते; कोणत्याही गोष्टीविषयी आपले मत बनवण्यापूर्वी व मत देण्यापूर्वी तो त्याबद्दल प्रयत्नपूर्वक माहिती मिळवतो; ह्या समजुती अगदी काल्पनिक आहेत. प्रसारमाध्यमे जो मठ्ठपणा प्रसारित करतात तो सोडून द्या. निरक्षरतेचा मुद्दाही सोडून द्या. मॅन्कर ओलसन (Mancur Olson) याने दाखवून दिले आहे की, अगदी आदर्श परिस्थितीतसुद्धा आजूबाजूला काय चालले आहे याबद्दल, सरकारच्या विशेष योजना व धोरणे यांच्याबद्दल किंवा आपण ज्यांच्या हातात सत्ता देत आहोत, त्या नेत्यांबद्दलसुद्धा माहिती काढायची तसदी मतदार घेत नाही आणि त्याच्या अशा वागण्यामध्येसुद्धा एक विचार असतो. तो हा की कोणीही जिंकला तरी किंवा सरकारने कुठलेही धोरण आखले तरी, त्याच्या जीवनावर काही फारसा परिणाम होणार नसतो आणि असे झाले काय किंवा तसे झाले काय? त्याला जर काही लाभ झालाच, तरी तो अगदीच

नगण्य असतो. 'सार्वजनिक घडामोडींबद्दल माहिती असणे, समाजाच्या हिताचे असते...' असे ओलसन म्हणतो. काय केले असता जनतेचे भले होईल, ह्याबाबतीत सामान्य मतदार जाणीवपूर्वक उदासीन असतो. देशातील निवडणुकांच्या वेळी हे प्रकर्षाने दिसून येते. कोणाला मत देणे आपल्या हिताचे आहे, हे ठरवण्यासाठी मुद्दे व उमेदवार यांचा अभ्यास करून मतदाराला होणारा फायदा हा निवडणुकीचा निकाल 'बरोबर' किंवा 'चुकीचा' लागल्याने मतदाराला व्यक्तिश: (समाजाला नव्हे) पडणारा फरक गुणिले एका मतदाराने आपले मत बदलले, तर निवडणुकीचा निकाल बदलण्याची शक्यता एवढा असतो. सामान्य मतदाराच्या मतात बदल झाल्यामुळे निवडणुकीच्या निकालात बदल होण्याची शक्यता अगदीच नगण्य असल्यामुळे सामान्य मतदार– मग तो/ती डॉक्टर असो नाहीतर हमाल असो– सार्वजनिक घडामोडींबद्दल अज्ञ असतो/राहतो.[१]

मतदार फक्त सनसनाटी बातम्यांसाठीच वेळ खर्च करायला तयार असतो. उदाहरणार्थ एखादे लफडे, चोरी, खून किंवा जेव्हा त्याला मोठा फायदा होण्याची अपेक्षा असते तेव्हा– जसे शेअर बाजारातील 'आतली बातमी'; आणि तेव्हासुद्धा, आपण भारतात बघतो तसे, तो बातमीवर नुसती वरवर नजर टाकेल. त्याच्या अशा वर्तनाला प्रसारमाध्यमे जबाबदार आहेत. दर दोन तासांनी नवी 'ब्रेकिंग न्यूज' देण्याची चढाओढ माध्यमांमध्ये लागलेली असते. नंतरच्या 'ब्रेकिंग न्यूज'ने आधीची 'न्यूज' विसरली जाते. ही गोष्ट राजकारण्यांच्या चांगली लक्षात आलेली आहे आणि ती त्यांच्या पथ्यावर पडते आहे. 'आज वर्तमानपत्रात तुमच्याबद्दल जे छापून आले आहे, त्यामुळे तुम्ही एवढे अस्वस्थ का होता?' एक राजकारणी दुसऱ्या राजकारण्याला सांगताना मी एकदा ऐकले, 'जरा दोन-तीन दिवस बाहेर दिसू नका. ते आपोआप दुसऱ्या कोणाच्या मागे लागतील...!'

आज एखादी गंभीर बातमीसुद्धा वाचकांचे किंवा प्रेक्षकांचे लक्ष फार काळ खेचून घेऊ शकत नाही. घोटाळ्यांचे प्रमाण जसे वाढत आहे, तशी नव्या घोटाळ्यांमुळे निर्माण होणारी खळबळ कमी-कमी होते. क्वचित एखाद्या बातमीने लक्ष वेधून घेतलेच, तर त्याचा उपयोग काहीच नसतो. कारण, त्या प्रकरणात पुढे काय घडले; ह्याचा माग ठेवणे रोजच्या दगदगीत कठीण जाते. शिवाय सत्ताधारी लोक बातम्या पेरून वाचकांची इतकी दिशाभूल करतात की, लोकांचा पक्षाबद्दलच नाही तर माध्यमांबद्दलचा अविश्वास वाढू लागतो.

त्यामुळे फक्त जेव्हा एखादे मोठे संकट येते व जर त्याचा नागरिकाच्या जीवनावर थेट परिणाम होणार असेल, तरच तो कविकल्पनेतच भेटेल असा सर्व शक्तिमान, सर्वज्ञानी, नेहमी सावध असणारा जागरूक नागरिक त्याची माहिती घेण्याची, ठेवण्याची तसदी घेतो. पण जरी त्याला पूर्ण माहिती मिळाली, राज्यकर्त्यांची

हातमिळवणी स्पष्ट दिसत असली; तरी तो फार तर एक शिवी हासडेल व गप्प बसेल. ती गोष्ट तडीला जाईपर्यंत त्याचा पाठपुरावा करण्यासाठी लागणारा वेळ व चिकाटी त्याच्याकडे नसते.

आणि शिवाय अनेक नेते त्याला पटवून देतात की; ते जरी हरत असले, तरी त्यांच्या पैसे मिळविण्यामुळे, कायदा मोडल्यामुळे, गटाचा खरा फायदाच होणार आहे. 'आपली अस्मिता पुन्हा प्रस्थापित झाली आहे' असे ते म्हणतात व त्यांचे अनुयायी त्यावर विश्वास ठेवतात.

त्यामुळे बहुतेक लोकांना आपले खरे हित कशात आहे, हे समजत नाही; आणि जरी समजले, तरी त्यासंबंधात कोणतीही कृती ते करत नाहीत. ह्याच्याविरुद्ध, हितसंबंध असणारे सर्व माहिती गोळा करतात. त्यांचा गट थोड्याच लोकांचा असतो, आणि सरकारी धोरणात बदल झाला, तर त्यामुळे त्यांच्यापैकी प्रत्येकाला मोठा फायदा होणार असतो. गटातील जरा जास्त श्रीमंत, जास्त चांगल्या प्रकारे संघटित व विविध साधने उपलब्ध असलेले लोक हे त्या गटाचे नेते व प्रवक्ते बनतात; त्यांना हव्या असलेल्या बदलांमुळे सर्वांचाच फायदा कसा होणार आहे, हे इतरांच्या गळी उतरवतात, पण बहुतेक खरा फायदा त्यांनाच मिळणार असतो. सध्या अनुसूचित जाती, जमाती व इतर मागासवर्गीय वर्गांमधील श्रीमंत लोकच ह्या आरक्षणाचा फायदा कसा लुटत आहेत आणि सर्वोच्च न्यायालयाचे अनेक निर्णय असूनसुद्धा 'क्रिमी लेअर' काढून टाकण्याच्या सर्व प्रयत्नांना कसे हाणून पाडीत आहेत; हे याचे अगदी ताजे उदाहरण आहे.

त्यामुळे विखुरलेल्या, असंघटित व निष्क्रिय लोकांच्या तुलनेत हे मूठभर लोकच त्यांच्या फायद्याचे बदल घडवून आणण्याच्या प्रयत्नात असतात. कोणाच्या नकळत आपला माल आयात धोरणाच्या आपल्याला सोयीच्या अशा प्रकारात समाविष्ट करतात, व गरज भासलीच तर धोरणातील हा बदल लोकांच्या हिताचा कसा आहे, हे लोकांना सांगून स्वत: फायदा लाटतात. खतांवरील अनुदान, तंबाखूचा दर ह्यांसारख्या बाबतीत हेच घडले. अपराधी भावना व भीती चेतवून आरक्षणे कशी लादली गेली ते पाहा. आपल्याला लोकांचे गुणगान करायला व सत्ता लोकांच्या हातात आहे, असा जप करायला शिकवले जाताना, ज्याच्यामुळे फार मोठा फरक पडतो; अशा एका उपजत असंतुलनाकडे ओल्सन आपले लक्ष वेधतो. 'कोणत्याही उद्योगधंद्यांत नफा किंवा कच्च्या मालाव्यतिरिक्तचे खर्च आणि कोणत्याही कलेच्या किंवा व्यवसायाच्या क्षेत्रातील नोकरांचे पगार हे देशाच्या एकूण उत्पादनाचा (ग्रॉस डोमेस्टिक प्रॉडक्ट – GDP) अगदी लहान भाग असतात. समजा देशातील एखाद्या संघटित धंद्याची मिळकत ही देशाच्या एकूण उत्पादनाच्या एक टक्का इतकी आहे, त्यांना ज्या प्रमाणात भाववाढ हवी असेल त्यासाठी प्रशासकीय आणि

उद्योगसमूह ह्यांतून येणाऱ्या खर्चाची सामाजिक किंमत ही त्या खर्चाच्या शंभर पट असेल. अशा प्रकारच्या संघटित गटाला संपूर्ण समाजाच्या भल्याशी काही देणेघेणे नसते, त्याला फक्त स्वत:च्या हितात स्वारस्य असते. त्यांना त्यांच्या कार्यक्षेत्रात प्रेरक ठरणाऱ्या गोष्टी; ज्या सर्व समाजाला उपकारक आहेत, त्या सर्वसमावेशक असतील असे नाही... एखाद्या एकट्यादुकट्या अशा गुन्हेगाराशी सामना करणे किंवा गावोगावी असलेल्या सुरक्षिततेसाठी हप्ता मागणाऱ्या टोळ्या किंवा वाटसरूंना अडवून त्यांच्याकडून खंडणी वसूल करणारे ह्यांच्यापेक्षा अशा प्रकारे पैसे उकळणे हे समाजासाठी अधिक विघातक ठरते.

अशा विशेष हितसंबंधांमध्ये केवळ उद्योगधंदे व कामगार संघटनाच नाही तर मुस्लीम/ख्रिश्चन/अनुसूचित जाती/अनुसूचित जमाती/इतर मागासवर्गीय हे गट व त्यांचे नियंत्रक ह्यांचाही समावेश असायला हवा. भ्रष्ट राजकारणी लोक हासुद्धा असाच एक गट धरायला हवा. असे विशेष हितसंबंध असलेले गट एका बाजूला आणि दुसऱ्या बाजूला कशातही रस नसलेला, काय चालले आहे आणि त्याचा परिणाम काय होणार आहे, याची जाणीव नसलेला; विखुरलेला आणि म्हणून काहीही करण्यास असमर्थ असा 'सामान्य माणूस'. एक साधा पण जीवघेणा विरोधाभास पाहा. विशेष आर्थिक गटांच्या हितसंबंधांची पकड आपण अंतर्गत स्पर्धेच्या माध्यमातून मोडून काढू शकतो; पण ज्या गटांना स्वत:कडे व्यक्ती म्हणून, एक भारतीय म्हणून न बघता 'मुस्लीम', 'अनुसूचित जमाती', 'इतर मागासवर्गीय' असे समजण्यास चिथावले गेले आहे. त्यांची पकड कशी ढिली करायची? हिंदूंना हिंदू म्हणूनच चेतवणे हाच एक मार्ग आहे. आणि गेल्या पन्नास वर्षांतील धर्मनिरपेक्षतावादाच्या साठलेल्या अवशेषांमुळे ही शक्यता वास्तवात आणणे शक्य नाही.

सर्वसाधारणपणा ही कसोटी :

'तुम्ही जनताजनार्दन आहात' 'तुम्ही पंच परमेश्वर आहात.' 'तुम्ही सार्वभौम, सर्वेसर्वा आहात.' असे राजकारणी लोक सर्वसामान्य लोकांना सांगतात.

'तुम्हांला सार्वभौम राजाचे हक्क आहेत.' एवढेच ते सांगत नाहीत. राजकारणी त्यांना म्हणताहेत, 'तुम्हीच परमेश्वर आहात. त्यामुळे तुम्ही काहीही तडीस नेऊ शकता.'

'तुम्हीच पंच परमेश्वर. त्यामुळे तुम्हांला सर्व काही माहीत आहे.' ओर्टगा गॅसे (Ortoga Y. Gasset) याने फार पूर्वी म्हटले होते की, 'लोकांना माहीत आहे' असे म्हणण्याचे, 'सामान्य माणसाच्या आडाख्याप्रमाणे झाले पाहिजे', असे म्हणण्याचे एक खास कारण आहे. 'त्याचा आडाखा बरोबर असतो' असे म्हणतात, याचे

कारण तो सामान्य माणसाचा असतो आणि सामान्य माणसाला त्या विषयाबद्दल काही विशेष ज्ञान असते असे नाही, हे आहे. दुसऱ्या शब्दांत सांगायचे म्हणजे प्रश्न कोणताही असो, त्या विषयीचा सामान्य माणसाचा आडाखा खरा ठरतो, कारण तो त्या विषयातील तज्ज्ञ नसतो. खरे म्हणजे त्याने त्या विषयावर काही खास माहिती, ज्ञान मिळवण्याचा प्रयत्नच केलेला नसतो, म्हणून तो पूर्वग्रहदूषित नसतो, म्हणून तो खरा ठरावा.

ओर्टेगा गॅसे म्हणाला होता अगदी त्याचप्रमाणे 'तूच जनता जनार्दन आहेस' ह्या विधानाला जोडण्यासारखी आणखी एक पुस्ती म्हणजे 'तू जसा आहेस तसाच जनार्दन आहेस'. तुला कोणत्याही प्रकारे सुधारण्याची गरज नाही. तसे होण्याचा तू प्रयत्न करण्याचीही गरज नाही. बिहारमध्ये अंदाधुंदीचा अगदी कळस झाला. टीकाकार तिला 'जंगलराज' म्हणू लागले. लालू प्रसादने चटकन ते लेबल स्वीकारले. 'हाँ, हम जंगली है.' टीकाकारांनाच बचावाचा पवित्रा घ्यावा लागला. लालू प्रसादचा अनागोंदी कारभार संपवण्याचा प्रयत्न करणाऱ्यांची एक सभा मला चांगली आठवते. बिहारमधील एक वक्ता म्हणाला, 'लालूच्या सरकारला जंगलराज म्हणू नका, कारण ह्या शब्दप्रयोगाला बिहारमध्ये राजकीय रंग आला आहे आणि लालू हा शब्दप्रयोग आपल्याविरुद्ध वापरत आहे.' ओर्टेगा गॅसेने याला 'आपल्या काळाचे वैशिष्ट्य' म्हटले आहे– 'मवाली माणसाची आपण मवाली नसून नरोत्तम आहोत, अशी समजूत नसतेच, पण मवाली असणे हा माझा अधिकार आहे, अशी त्याची भावना असते व तो अधिकार तो वापरत असतो.'[२]

लोकांना त्यांच्या हक्कांविषयी कायम सांगितले जाते. राजकारणी लोक त्यांना रात्रंदिवस सांगत असतात: तुला ज्याची गरज आहे असे वाटते, केवळ तेवढेच मिळण्याचा तुझा हक्क नाही; तसेच तुला ज्याची इच्छा आहे, तेवढेच मिळण्याचा तुझा हक्क आहे असेही नाही. ते सर्व आणि वर काही असे तुला आत्ता आणि इथे मिळणे, हा हक्क आहे. आणि ते तुला का मिळत नाही, माहीत आहे? कारण जे तुझे आहे, ते इतर लोक बळकावत आहेत.

वस्तुस्थिती अशी आहे की, कोणत्याही समाजात आणि भारतासारख्या समाजात तर निश्चितच; प्रत्येकाला ज्याची गरज आहे ते, ज्याची इच्छा आहे ते, आत्ता आणि इथे मिळत नाही. हक्क हेच अंतिम ध्येय, अशा कल्पनेमुळे असे समाज देशाची उभारणी व सुरक्षा हे सोडून दुसऱ्याच मार्गाला लागतात.

ह्या कल्पना लोकांच्या डोक्यात पेरून, त्यांना गरज आहे ते किंवा हवे ते ताबडतोब मिळाले पाहिजे, असा त्यांचा समज करून देऊन, नेते व पक्ष त्यांच्यात असंतोष निर्माण करतात, त्यातून कडवटपणा निर्माण होतो, त्याचे पर्यवसान संतापात होते, त्यातून हिंसाचार होतो व राजकीय अस्थैर्य निर्माण होते, आणि मग

लोक एका निवडणुकीत एका पक्षाला निवडून देतात तर दुसऱ्या निवडणुकीत त्या पक्षाला खाली ओढून दुसऱ्या पक्षाला निवडून देतात.

सत्तेवरील पक्ष असे बदलल्यामुळे लोकांच्या मनात, आपल्याला निवड करण्याचे स्वातंत्र्य आहे एवढेच नव्हे तर ते प्रत्यक्षात वापरण्याचा अधिकारही आहे, असे वाटू लागते. पण, आपण आधी बघितल्याप्रमाणे, यातून क्रमाक्रमाने एकसारखेपणा (homogenisation) निर्माण होतो. वेगवेगळे पक्ष आणि त्यांचे नेते, हे सगळे सारखेच होऊ लागतात. प्रत्येकाला सारख्याच दबावाला तोंड द्यावे लागते, ते सर्वच प्रलोभनांना बळी पडतात. सर्वांची कामाची पद्धतही समान होते आणि प्रत्येकात एकाच प्रकारचे लोक वर चढतात.

हे लोकांपेक्षा राजकारण्यांच्या लवकर लक्षात येते. मी संसदेत आल्यापासून मला एका गोष्टीचे फार आश्चर्य वाटत आले आहे की, राजकारणी लोक एकमेकांच्या अडचणींविषयी किती जाणीव ठेवून असतात आणि कसे समजून घेतात. ह्या त्यांच्या साट्यालोट्यामुळे आणि आपल्या तुंबलेल्या तपासयंत्रणा व न्यायव्यवस्था यांमुळे कोणताही राजकारणी सहसा पकडला जात नाही. विरोधकांनी केलेल्या भ्रष्टाचाराबद्दल त्यांचा धिक्कार करून सत्तेवर आलेले लवकरच 'समजुतीने' घेतात, 'बिचाऱ्याने इतका गोंधळ करून ठेवला. पण भाईसाहेब, बऱ्याच जणांना असे वाटते की; हे सर्व केले नाही तर मंत्री होण्याचा उपयोग काय?

असे परस्परांना 'समजून घेणे', सांभाळून घेणे; हेच राजकारण्यांचे बळ असते व तोच ह्या प्रणालीचा (of the system) कमकुवतपणा आहे. त्याचा परिणाम म्हणजे राजकारणी वाचतो व प्रणाली कमकुवत होते. कारण लोकांचा संपूर्ण शासनावरचा विश्वास उडतो. थोड्याच काळात त्यांचा कशावरच विश्वास उरत नाही. ते कोणालाही मानत नाहीत.

ह्यामुळे दर्जा घसरतो आणि कायद्याचा दरारा नाहीसा होतो. प्रत्येकाला फक्त एकच गोष्ट महत्त्वाची वाटू लागते : स्वत:चे हित. आपले हित कशात आहे, हे प्रत्येकाला माहीत असते, आणि प्रत्येक जण सार्वभौम असतो त्यामुळे प्रत्येकाला त्याच्या मार्गात येणारा कोणताही अडथळा दूर करण्याचा हक्क प्राप्त होतो. जो कायदा, जे तत्त्व तुमच्या हिताच्या आड येते; ते अनैतिक, अशी व्याख्या बनते. ते तुमच्या वाइटावर असणाऱ्या लोकांनी, तुमच्या हक्काचे तुम्हांला मिळू नये यासाठी, केलेले कारस्थान ठरते. तुमचे निवडून आलेले प्रतिनिधी 'तुम्ही सार्वभौम आहात आणि म्हणून तुमच्या मार्गात येणारे अडथळे दूर करण्याचा तुम्हांला पूर्ण हक्क आहे' असे नुसते सांगत राहतात. आणि स्वत:च्या कृतीने तुम्हांला उदाहरण घालून देतात. संसदेतील आपल्या जागा वाचवण्यासाठी त्यांनी नुकताच कायदा संमत केला: जी पदे आत्तापर्यंत 'लाभाची पदे' म्हणून समजली जायची, ती आता तशी

समजली जाणार नाहीत.

तुम्ही ज्यांना संसदेत पाठविले, ते असे करू शकतात तर तुम्ही का नाही करू शकणार? का नाही करत? तुम्ही 'जनार्दन' आहात. कायदा न मानणे, वाटले तर झुगारून देणे, हा तुमचा हक्क आहे. त्यामुळे सर्व बंधने दूर केली जाऊ शकतात आणि दूर केली जावीत असे प्रत्येकाला वाटू लागते. पण नदीचे बांध काढून टाकले, तर ती नदी उरणार नाही!

ह्या 'हक्क', 'अधिकार' ह्यांच्या बोलण्याने एका बाजूला 'भूक' वाढते आणि दुसऱ्या बाजूला आपण काहीही प्रयत्न करायची गरज नाही, अशी लोकांची भावना होते. प्रत्येक जण 'तुम्ही सार्वभौम आहात' असे त्यांना सांगतो. मग सगळे फायदे त्यांना का मिळू नयेत? ते आपोआप मिळाले पाहिजेत. अशा प्रकारे ह्या हक्काच्या भाषेमुळे एक महत्त्वाची गोष्ट लोक विसरतात ती ही की, हक्क असण्यासाठी, ते मिळवण्यासाठी जबाबदाऱ्याही पार पाडाव्या लागतात. आपल्याला हव्या असलेल्या भौतिक समृद्धीसारख्या गोष्टी प्राप्त होण्यासाठी आपल्या कामाच्या सवयी, पद्धती बदलणे आवश्यक आहे. शिस्त, सतत परिश्रम यांची सवय लावून घेणे आवश्यक आहे, हे पटावे लागते.

पद्धतशीर हक्कखोरी :

अर्थात, कार्यकर्ते व आपले बस्तान बसवण्याच्या प्रयत्नात असलेले राजकारणी लोक हेच केवळ हक्कांचा प्रसार करत असतात असे नाही. इतर लोकसुद्धा ह्यात मागे नसतात. प्रत्येक आयोगाला, आपल्या आधीच्या आयोगांवर कडी करावीशी वाटते. घटनेच्या कामाचे पुनरावलोकन करणाऱ्या आयोगाचा अहवाल, ज्याचा आपण आधी उल्लेख केला आहे, त्याचे उदाहरण घ्या. गरिबी, असमानता, जागतिकीकरण... आणि सर्वांत जास्त म्हणजे हक्क अशा शाब्दिक जंजाळाने भरलेल्या, घटनेच्या भाग ३मध्ये आधीच असलेल्या मूलभूत हक्कांशिवाय पुढे दिलेले हक्कसुद्धा त्यात समाविष्ट करावेत, असे ह्या आयोगाने सुचवले आहे.

- वृत्तपत्रे व इतर माध्यमे ह्यांचे स्वातंत्र्य, मत असण्याचा व माहिती मिळवणे, मिळणे व तिचे प्रसारण करणे यांचे अधिकार.
- छळ, अमानुष व क्रूर वागणूक किंवा शिक्षा ह्यांच्या विरुद्धचा हक्क.
- जीव आणि स्वातंत्र्य यांवर अवैध रीतीने घाला घातल्यास नुकसानभरपाईचा हक्क.
- परदेशी प्रवास करणे व मायदेशी परतणे हे हक्क.
- खासगीपणाचा (Privacy) हक्क.
- काम करण्याचा, विशेषत: वर्षातून ऐंशी दिवस ग्रामीण रोजगार योजनेत काम

करण्याचा हक्क.

- न्यायालय, लवाद यांच्याकडे जाण्याचा व विनाविलंब न्याय मिळण्याचा हक्क, कायद्याने सुटणाऱ्या कोणत्याही तंट्याची स्वतंत्र न्यायालय किंवा, जिथे योग्य असेल तिथे स्वतंत्र लवाद किंवा व्यासपीठ यांच्यासमोर न्याय्य व सार्वजनिक सुनावणीचा हक्क; तसेच न्यायालये, लवाद आणि इतर पीठे ह्यांच्यासमोर असलेल्या दाव्यांचे त्वरित व परिणामकारक निर्णय लागणे आणि हे शक्य होण्यासाठी सरकारने आवश्यक ती कृती करणे.
- मालमत्तेचा हक्क. कोणाचीही मालमत्ता कायद्यात सांगितलेल्या प्रक्रियेची पूर्तता न करता आणि सार्वजनिक कारणाव्यतिरिक्त इतर कारणांसाठी काढून न घेणे.
- मालमत्ता अनुसूचित जातीच्या किंवा जमातीच्या नागरिकाच्या मालकीची असल्यास, मालकाच्या पुनर्वसनाची योजना अमलात आणल्याशिवाय काढून न घेणे.
- वयाच्या चौदा वर्षांपर्यंत मोफत व सक्तीच्या शिक्षणाचा हक्क– (अनुसूचित जातीच्या व जमातीच्या बाबतीत अठरा वर्षे वयापर्यंत.)
- मुलांचे हक्क : प्रत्येक बालकाला कोणत्याही प्रकारचे दुर्लक्ष, इजा व शोषण यांच्यापासून संरक्षणाचा तसेच मूलभूत गरजांच्या बाबतीत काळजीचा व मदतीचा हक्क असेल.
- पिण्यासाठी शुद्ध पाणी, प्रदूषणाला मज्जाव, निसर्ग संरक्षण व पर्यावरणाचे जतन आणि शाश्वत विकास, यांचा हक्क.
प्रत्येक व्यक्तीला पुढील गोष्टींचा हक्क राहील:
   अ. पिण्याचे सुरक्षित पाणी.
   आ. आरोग्याला व कल्याणाला हानिकारक नसलेले पर्यावरण.
   इ. पुढील उद्दिष्टांसाठी सध्याच्या व येणाऱ्या पिढ्यांसाठी पर्यावरणाचे रक्षण करण्यासाठी–
      १. प्रदूषण व पर्यावरणाला हानी पोहोचण्यास प्रतिबंध करणे.
      २. संवर्धनाला प्रोत्साहन देणे.
      ३. न्याय्य आर्थिक व सामाजिक विकास साधताना, पर्यावरणाच्या दृष्टीने शाश्वत विकास साधणे व नैसर्गिक साधनसंपत्तीचा वापर करणे.
- सामाजिक सुरक्षा व कामाचा हक्क.
- आरोग्याचा हक्क.
- अन्नाचा व भुकेपासून मुक्तीचा हक्क.
- कपडा व घर/निवाऱ्याचा हक्क.
- संस्कृतीचा हक्क...
   आणि गंमत म्हणजे घटनेत आधीच असलेल्या हक्कांमध्ये वरील हक्कांचाही

समावेश करावा, हे घटनेनेच मान्य केले आहे. यात आयोगाने स्वत:हून पुढाकार घेतला नव्हता. मागे मांडलेले बहुतेक हक्क सर्वोच्च न्यायालयाच्या न्यायमूर्तींनी विविध प्रकरणांवरील निर्णय देताना सुचवले होते.

आयोग आरक्षणाच्या पूर्णपणे बाजूने होता. आणि जरी तो सूची ९च्या (of Schedule IX) अति वापराच्या विरुद्ध होता, तरी त्यांनी अशी शिफारस केली की, वाजवी प्रमाणात आरक्षण देणारे कायदे सूची ९ मध्ये घालून ते न्यायालयांच्या अधिकारकक्षेच्या बाहेर ठेवावेत. अल्पसंख्याकांना आरक्षण देण्याच्या बाबतीत आयोग उदार होता; त्याच्या मते सरकारला सध्याचे आरक्षण वाढवण्याची गरज आहे, असे वाटले तर ते तसे करू शकते, त्यासाठी घटना-दुरुस्तीची आवश्यकता नाही.

ह्याशिवाय आयोगाने रोजगार निर्मितीसाठी वनीकरण, फलोत्पादन, पशुपालन, मत्स्यसंवर्धन, जल व मृद्संधारण, जलाशयांचे नूतनीकरण, व्हर्मीकल्चर व सेंद्रीय खाद्योत्पादन अशा क्षेत्रांमध्ये राबवण्यायोग्य अनेक योजना सुचवल्या– हे सर्व घटनेच्या कामकाजाच्या पुनरावलोकनाच्या संदर्भात. आणि का नाही? निर्देशक तत्त्वांमध्ये समानता, रोजगार... यांचा उल्लेख आहे.

आयोगाचे मत ठाम होते– हे हक्क प्रत्यक्षात आणण्यासारखे असावेत, पण 'संस्कृतीचा हक्क' किंवा बालकांचा 'दुर्लक्ष, इजा व शोषण यांच्यापासून संरक्षणाचा तसेच मूलभूत गरजांच्या बाबतीत काळजीचा व मदतीचा हक्क' अशा प्रकारच्या हक्कांसाठी कोणाला जबाबदार धरायचे, हे स्पष्ट केलेले नाही. हक्कांची अंमलबजावणी करण्याचे क्षेत्र जास्तीत जास्त विस्तृत असावे यासाठी आयोगाने सुचवले की, 'राज्यसंस्था (the state) ह्या शब्दाची व्याप्ती वाढवून तिच्यात ज्याच्या कामाचा लोकांशी संबंध आहे, अशा सर्वांचा अंतर्भाव करावा. ह्याचा अर्थ प्रत्येक डॉक्टर, प्रत्येक वैमानिक, प्रत्येक बस चालक, शिक्षक, कारखानदार, पत्रकार, शेअरब्रोकर, अगदी प्रत्येक आई-बापसुद्धा... यांपैकी प्रत्येक जण ह्यापुढे 'भारत राष्ट्र' असेल कारण यांपैकी प्रत्येकाचा कोणतातरी पैलू लोकांशी संबंधित असतो.'

निर्देशक तत्त्वांची परिणती प्रत्यक्ष कृतीत झाली पाहिजे, यावर आयोगाने भर दिला. त्यामुळे, पहिली गोष्ट म्हणजे निर्देशक तत्त्वे ही संज्ञा सुधारून ती 'राज्य संस्थेची धोरणे व कृती यांच्यासाठी निर्देशक तत्त्वे' अशी करावी, अशी शिफारस आयोगाने केली. आणि प्रत्येक निर्देशक तत्त्वाच्या अंमलबजावणीसाठी आपण काय केले, ह्याबद्दल नियोजन आयोग व प्रत्येक मंत्रालय ह्यांनी दरवर्षी अहवाल सादर करावा, असे आयोगाने म्हटले आहे. प्रत्येक अहवालावर संसदेच्या स्थायी समितीमध्ये चर्चा व्हावी. (...कलम ४७... दारूबंदी, किंवा कलम ४८... गोहत्याबंदी, किंवा कलम ४४... समान नागरी कायदा... यांवरसुद्धा चर्चा व्हावी का, हे आयोगाने स्पष्ट केले नाही.)

हाच साचा शेवटपर्यंत आहे. राज्यसंस्थेच्या मानाने नागरिक कमकुवत असतो, म्हणून हे हक्क; सामान्य नागरिकाच्या तुलनेत गरीब माणूस कमकुवत असतो, म्हणून अमुक-अमुक हक्क; ह्याच्या पुढील फार दूर नसलेली पायरी म्हणजे 'गरिबांच्या तुलनेत मुस्लीम कमकुवत. म्हणून...' अशा प्रकारे सच्चर समितीमध्ये आपल्याला परिचित साखळी व तिच्यावरून काढलेले अतर्क्य निष्कर्ष दिसून येतात.

आपली वोटबँक परत मिळवण्यासाठी जे करणे सत्ताधारी आघाडीला आवश्यक वाटले, त्याला आधार मिळावा म्हणून सरकारने ह्या समितीची स्थापना केली. त्यानुसार, मुसलमानांची परिस्थिती चांगली नाही, हे सिद्ध होईल असा पुरावा समिती गोळा करते. आपल्या अहवालातील जी आकडेवारी वरील उद्दिष्टांविरुद्ध निष्कर्ष दाखवते, (देशाच्या अनेक भागांत मुस्लिमांची स्थिती इतरांपेक्षा चांगली आहे, असा) तिच्याकडे बघताना समिती डोळे घट्ट मिटून घेते. देशाच्या इतर भागांमध्ये मुस्लिमांची त्यांच्या मते जी स्थिती आहे, तिला मुस्लीमच जे करत आहेत किंवा करीत नाहीत; ते कसे कारणीभूत आहे, हे त्यांच्या नजरेला आणण्याची समितीची इच्छा नाही. त्यांची जबाबदारी ते 'इतरां'वर ढकलतात.

एकूण निष्कर्ष काय असणार, ते अपेक्षित आहे. ह्या गटाला देशाच्या इतर जनतेपेक्षा वेगळा गट करून त्याला सवलती देणार.

कारगिल युद्धाच्या पार्श्वभूमीवर स्थापन केलेल्या चार अभ्यास गटांपैकी सीमा व्यवस्थापनावरील अभ्यासगटाने काळजीयुक्त इशारा दिला की, भारताच्या सीमेलगतच्या भागात अनेक मदरसे अचानक स्थापन झाले आहेत. हेर खात्याकडून मिळालेल्या माहितीचा हवाला देऊन ह्या मदरशांना परदेशांमधून मिळणाऱ्या मोठ्या आर्थिक मदतीबद्दल अभ्यासगटाने गंभीर चिंता व्यक्त केली. ह्या मदरशांमध्ये अनेक मुलांना रोजगाराभिमुख शिक्षण दिले जात नाही. शिक्षक व प्रचारक होण्याचे शिक्षण दिले जात होते. हे मदरसे अभ्यासक्रमातून, शिक्षणाच्या माध्यमातून, शिक्षणाच्या दिशेतून आपण कसे वेगळे आहोत याची तसेच अरबी, इस्लामी राज्यांच्या सुवर्णयुगाची आठवण विद्यार्थ्यांना करून देत होते, त्याबद्दल त्यांनी अतिशय गंभीर चिंता व्यक्त केली. मदरशांच्या तालिबानीकरणामुळे निश्चितपणे होणाऱ्या दुष्परिणामांकडे त्यांनी लक्ष वेधले.३

आणि सच्चर समितीची शिफारस काय आहे? 'मदरशांमधून दिल्या जाणाऱ्या पदव्यांना प्रशासकीय सेवा, बँका, सेना व अशा इतर परीक्षांच्या पात्रतेसाठी मान्यता देण्यात यावी!' समितीने अशीही शिफारस केली आहे की, मुस्लीम सामाजिक संस्था स्थापन करण्यास प्रोत्साहन देण्यासाठी व त्यांच्या कार्यक्रमांसाठी जनतेचा पैसा वापरावा. ज्या क्षेत्रांत व उद्योगांत मुस्लीम बहुसंख्येने आहेत, त्यांना सरकारने आर्थिक व इतर मदत द्यावी; अशीही तिची शिफारस आहे. सार्वजनिक सेवांसाठीच्या

निवड समित्या, मुलाखत समित्या व मंडळे यांवर मुस्लिमांना नेमावे, असेही समितीने सुचवले आहे. जनतेशी संबंध येणाऱ्या कार्यालयांमध्ये व कार्यक्षेत्रांमध्ये– शिक्षण व आरोग्य खाते, पोलीस, बँका अशा प्रकारच्या– मुस्लिमांना जास्त संख्येने घ्यावे, मदरशांच्या प्रमाणपत्रांना व पदव्यांना उच्च शिक्षणसंस्थांमधील प्रवेशांसाठी, इतर शैक्षणिक संस्थांच्या दर्जाचे समजावे; अशाही त्यांच्या शिफारशी आहेत. बँकांनी मुस्लिमांच्या ठेवी, त्यांना दिलेली कर्जे, वगैरेंचे अभिलेख वेगळे ठेवून ते त्यांनी रिझर्व्ह बँकेला नियमितपणे सादर करावेत अशीसुद्धा शिफारस आहे! बँकांना 'प्रायॉरिटी सेक्टर'ला कर्ज देण्याचे जे बंधन आहे, त्यात मुस्लिमांनाही समाविष्ट करावे. बँकांनी मुस्लीम भागांमध्ये शाखा उघडण्यासाठी त्यांना काही प्रोत्साहने (Incdentives) द्यावीत. अल्पसंख्याकांना दिलेली एकूण शिल्लक कर्जे (outstanding amount) किती, एवढीच माहिती न देता, अल्पसंख्याकांना किती कर्जे मंजूर केली व त्यांपैकी किती वितरित केली; ही माहितीसुद्धा बँकांनी नियमितपणे द्यावी. मुस्लीम उद्योजकांना प्रशिक्षण देण्यासाठी आर्थिक संस्थांनी वेगळ्या निधीची तरतूद करावी, मुस्लिमांना लहान कर्जे देण्याच्या खास योजना तयार कराव्यात अशाही समितीच्या शिफारशी आहेत. ज्या जिल्ह्यांमध्ये मुस्लिमांची संख्या एकूण लोकसंख्येच्या २५% हून जास्त असेल, ते जिल्हे पंतप्रधानांच्या १५ कलमी कार्यक्रमाच्या अंतर्गत आणण्यात यावेत, अशीही समितीची शिफारस आहे. 'सर्व क्षेत्रांत अल्पसंख्याकांच्या बाबतीत दिलेल्या माहितीत पारदर्शकता असावी.' समिती म्हणते, 'ही माहिती विहित नमुन्यात दर तीन महिन्यांनी प्रसिद्ध करणे व सरकारी खात्यांच्या वेबसाइटवर लावणे सक्तीचे असावे...' सरकारच्या प्रत्येक कार्यक्रमाच्या बाबतीत त्याचा लाभ मुस्लीम व इतर अल्पसंख्याकांना किती होत आहे, हे दर्शवणारी माहिती वेगळी देण्यात यावी. खास व वेगळ्या अशा केंद्रसरकार पुरस्कृत योजना अल्पसंख्याकांसाठी तयार करण्यात याव्यात व त्यात मुस्लिमांसाठी संख्येनुसार योग्य अशी तरतूद असावी. उर्दूच्या प्रसारासाठी खास उपाय योजावेत. समितीने अशी शिफारस केली आहे की, विद्यापीठे व स्वायत्त (Autonomous) महाविद्यालयांमधील प्रवेशासाठी वैकल्पिक निकष वापरण्यात यावेत. गुणवत्तेला साठ गुण व उरलेले चाळीस गुण कुटुंबाचे उत्पन्न, जिल्हा किती मागासलेला आहे, जातीचा मागासलेपणा, कुटुंबाचा व्यवसाय यांना असावेत. विद्यापीठ अनुदान आयोग जी अनुदाने देते, ती विद्यापीठातील विद्यार्थ्यांमधील विविधतेवरसुद्धा अवलंबून असावीत. ITI प्रवेशासाठीच्या पात्रतेच्या अटी सैल कराव्यात, त्या अभ्यासक्रमासाठी मदरशांमधून आलेल्या मुलांनासुद्धा पात्र ठरवावे, मुस्लीम लोकवस्ती जास्त असणाऱ्या भागांमध्ये उच्च दर्जाच्या सरकारी शाळा काढाव्यात.' पुढे समिती अशी शिफारस करते की, 'सामाजिक-धार्मिक प्रकारच्या' तरुणांचा एकमेकांशी संबंध येण्यासाठी 'सामाईक सार्वजनिक जागा'

मिळाव्यात म्हणून सरकारने जमीन व इतर साधनसामग्री उपलब्ध करून द्यावी; बिल्डर्स, खासगी क्षेत्रातील उद्योग, शिक्षण संस्था यांना त्यांच्या जागांमध्ये किंवा संस्थांमध्ये लोकांची किती 'विविधता' (diversity of population) आहे, यावर आधारित सवलती ठेवाव्यात. ह्यासाठी, वेगवेगळ्या क्षेत्रांसाठी 'विविधता निर्देशक' (Diversity Index) निर्माण करण्यात यावा, असेही समितीने सुचविले आहे. मतदारसंघांचे क्षेत्र ठरवण्याच्या पद्धतीत बदल सुचविले आहेत. जिथे पुरेशा संख्येपेक्षा कमी मुस्लीम उमेदवार निवडले जातात, तिथे तळाच्या थरात अल्पसंख्याकांचा सहभाग वाढविण्यासाठी काळजीपूर्वक तयार केलेली नामांकन पद्धत अमलात आणावी. सरकारी प्रयत्नांविरुद्ध तक्रारींचे निवारण करण्यासाठी मानवी हक्क आयोग व अल्पसंख्याक आयोग आधीच कार्यरत आहेत, याची नोंद समितीने घेतली आहे. 'पण हे पुरेसे नाहीत कारण आपल्याला न्याय्य भाग मिळत नाही, असे मुस्लिमांना अजून वाटते.' उपाय? समितीची शिफारस व एक प्रातिनिधिक उतारा बघा :

'*जर अल्पसंख्याकांना असमाधानीपणाची भावना असेल...*' कसोटी कोणती ते बघा : '*जर अल्पसंख्याकांना असमाधानीपणाची भावना असेल...*'

'...तर त्यांच्या तक्रारींवर त्वरेने कृती करण्यासाठी सरकारने सर्व प्रयत्न करावेत. *अल्पसंख्याकांचे पूर्ण समाधान होईल अशा प्रकारे* ह्या यंत्रणेने काम करावे.'

पुन्हा कसोटी बघा : '*अल्पसंख्याकांचे पूर्ण समाधान होईल...*'

'कोणाही सार्वजनिक अधिकाऱ्याने किंवा खासगी व्यक्तीने अल्पसंख्याक समाजातील व्यक्तीशी व्यवहार करताना कोणत्याही प्रकारचा भेदभाव केला, संधी नाकारली; तर त्या तक्रारीवर ताबडतोब कार्यवाही व्हावी व न्याय दिला जावा. आपल्याला आपल्या विशिष्ट सामाजिक, धार्मिक गटामुळे किंवा लैंगिकतेमुळे नोकरी देणाऱ्यांकडून किंवा व्यक्तीकडून कमी प्रतीची किंवा भेदभावाची वागणूक मिळाली, अशी तक्रार असणाऱ्या सर्व व्यक्तींना व संस्थांना ह्या यंत्रणेकडे जाता आले पाहिजे.'

जबाबदारी पूर्णपणे इतरांची! इतर सर्वांनी मुस्लिमांचे पूर्ण समाधान होईल, असे वागलेच पाहिजे. जोपर्यंत मुस्लिमांना असमाधानी वाटेल, तोपर्यंत चूक इतरांची...

आणि हे सर्व होण्यासाठी समितीने एक राष्ट्रीय 'माहिती बँक' स्थापन करण्याची शिफारस केली आहे. सर्व खात्यांच्या व संस्थांच्या कामकाजाचा मुस्लीम व अल्पसंख्याकांवर कसा परिणाम होत आहे, याची नोंद करण्यासाठी त्यांनी बँकेला माहिती पुरवावी, असे म्हटले आहे. आणि हेही पुरेसे नाही म्हणून की काय, सरकारने आपल्या प्रत्येक कार्यक्रमाचा लाभ अल्पसंख्याकांना कसा मिळत आहे, यावर लक्ष ठेवण्यासाठी एक मूल्यांकन व निरीक्षण प्राधिकारण (Assessment and Monitoring Authority) नेमावे...

नेहमीचाच क्रम :

- हक्कखोरीतून निर्माण होते–
- तक्रारखोरी, त्यातून निर्माण होते–
- तक्रारीस कारण शोधणे, त्यातून निर्माण होते–
- गाऱ्हाणे शोधून काढणे (निर्माण करणे), त्यातून निर्माण होते–
- 'अन्यायाची भावना निर्माण होणे' ही कसोटी ठरते. त्यातून निर्माण होते–
- त्या गटाचे नेते असमाधानाची भावना कायम राहील असे बघतात, ज्यातून निर्माण होते–
- सत्तेवर असणारे व सत्तेवर येण्याची इच्छा बाळगणारे त्या गटाचे 'गट' म्हणून चोचले पुरवू लागतात, ज्यातून निर्माण होते–
- समाजाचे आणखी लहान-लहान गटांत विभाजन.

काय सुंदर उत्क्रांती! काही दिवसांपूर्वी तुम्ही मुसलमान माणसाकडे माणूस म्हणून नाही तर मुसलमान म्हणून बघितलेत, तर तुम्ही धर्मनिरपेक्ष नव्हता. आज मुसलमान माणसाकडे तुम्ही माणूस म्हणून बघितले मुसलमान म्हणून नाही, तर तुम्ही धर्मनिरपेक्ष नाही!

परिणाम :

अशा प्रकारच्या हक्कखोरीचे परिणाम आपल्याभोवती सगळीकडे दिसतात. लोक भ्रष्टाचाराच्या बाबतीत समाधानी आहेत असे नाही; पण तो थांबवण्यासाठी अधिकाऱ्यांशी सामना करायची त्यांची तयारी नसते. अगदी उलट, 'मला कितीही पैसे द्यावे लागले तरी हरकत नाही; पण ती प्रश्नपत्रिका मला मिळवलीच पाहिजे. अखेरीस माझ्या मुलाच्या आयुष्याचा प्रश्न आहे' असे ते म्हणतात, 'पण मी तुला एक सांगतो, तुम्ही वर्तमानपत्रवाल्यांनी ह्या लोकांचे बिंग फोडून भ्रष्टाचार थांबवला नाही, तर आपल्या देशाचे काही खरे नाही; अशी अपेक्षा असतेच. राष्ट्रीय सुरक्षेसारख्या गंभीर विषयाच्या बाबतीतसुद्धा असेच होते. अनेक वेळा आपला विश्वासघात केला असूनसुद्धा मुशर्रफवर आपण पुन्हा-पुन्हा का विश्वास ठेवतो? कारण त्याच्या विश्वासघाताचा पुरावा जर बाहेर आला, तर आपल्याला आपल्या वागण्यात बदल करावा लागेल, देशाच्या सुरक्षेसाठी आपल्याला खरोखरीच काहीतरी करावे लागेल. आणि ते करायला आपण तयार नाही. बांगलादेशी घुसखोर आमच्या जमिनी बळकावतात म्हणून त्यांच्या नावाने आसाममधले लोक ओरडतात, पण त्याच घुसखोरांना घरकामासाठी नोकरीला ठेवतात; असे का? ही तीच लक्षणे (syndrome). असे केल्याशिवाय दुसरा इलाजच नाही. पण तुम्ही...'– त्यांना पकडा आणि लाचखोरी बंद करा/घुसखोरांना शोधून काढा आणि हाकलून द्या.

'प्रत्येकाला हक्क आहेत' यातून 'प्रत्येकाकडे *क्षमता* असते' ही समजूत येते.

तसेच 'प्रत्येकाला समान हक्क आहेत' यावरून 'प्रत्येकाकडे *समान क्षमता* आहे' हा निष्कर्ष निघतो. दर्जाची अपेक्षा करणे म्हणजे उच्चभ्रूपणा ठरतो. 'प्रत्येकाची क्षमता समान' हे ठरल्यावर, ज्यामुळे ते खोटे ठरेल अशी परिमाणे व चाचण्या म्हणजे, उच्चभ्रू लोकांचे गरिबांना दाबून ठेवण्याचे कारस्थान ठरते. दर्जा बेकायदा ठरतो– उच्चभ्रू. सामान्य दर्जा हे प्रमाण बनते. परिणाम?

'गुणवत्ता (Merit) आणि कार्यक्षमता म्हणजे आपली मक्तेदारी (monopoly) कायम ठेवण्यासाठी आर्यांनी लावलेला शोध आहे.' असे व्ही. टी. राजशेखर नावाच्या कोणा माणसाच्या लेखातील वाक्य सर्वोच्च न्यायालयाच्या एका निर्णयात (समर्थनार्थ) उद्धृत आहे. लेखाचे शीर्षक आहे 'गुणवत्ता गेली खड्ड्यात!' (Merit my foot!)– आरक्षणविरोधी वंशभेदवाल्यांना (racists) हे उत्तर?'४ ह्या माणसाच्या उद्गारांचा उल्लेख करून सर्वोच्च न्यायालय म्हणते, 'बुद्धी व कार्यक्षमता यांना जगात कुठेही नाही इतके महत्त्व भारतात,– जो आता १२० व्या म्हणजे जगातील विविध देशांमध्ये जवळ-जवळ शेवटच्या स्थानावर आहे– दिले जाते.' भारतातील उच्चवर्णीय सत्ताधाऱ्यांनी हा 'गुणवत्ता मंत्र' वापरून देशाच्या अस्पृश्य जमाती, मागासलेल्या जाती आणि 'धार्मिक अल्पसंख्य' या देशाच्या मूळ रहिवाशांना कायम गुलामगिरीत ठेवले आहे. 'गुणवत्ता व कार्यक्षमता म्हणजे जन्मजात गुण, असे त्यांना म्हणायचे असते. उच्च वर्णीयांकडे गुणवत्ता उपजत असते. हा शुद्ध व सरळ वंशभेदवाद आहे. गुणवत्ता व कार्यक्षमता यांचा जन्म व त्वचेचा रंग यांच्याशी काहाही संबंध नसतो, ही वैज्ञानिकरीत्या सिद्ध झालेली वस्तुस्थिती आहे.' पण जगातील कुठलाही सत्ताधारी वर्ग विज्ञानाची किंमत करत नाही, कारण विज्ञान म्हणजे प्रगती आणि ज्यांना प्रगती हवी आहे, त्यांनी मानवतावादी असलेच पाहिजे. तसे भारतात नाही. माणसानेच माणसाला कसे अमानुषपणे वागवले आहे, हे कोणाला बघायचे असेल; तर त्याने वंशभेद व असमानता यांचे उगमस्थान असणाऱ्या भारतात यावे. यामुळे गुणवत्तेचा सिद्धान्त सत्ताधारी वर्गाला, जातींना अगदी छानपैकी सोयीचा होतो...'५

मागील उताऱ्याचा लेखक हा एक अतिरेकी प्रचारक आहे. तो अगदी अर्वाच्य अशा शिव्या देतो. वर्षानुवर्षे त्याचे लंगोटीपण ब्रिटिश व ब्रिटिश राजवट ह्यांची स्तुती करत आले आहेत. ब्रिटिशांना भारतावर सत्ता मिळवण्यास ज्यांनी मदत केली, त्यांचा तो उदोउदो करतो; त्याने हिंसेचा पुरस्कार केला आहे आणि अशा माणसाच्या मूर्ख वचनांचा आपल्या निर्णयामध्ये उल्लेख करून सर्वोच्च न्यायालयाने त्याला प्रतिष्ठा प्राप्त करून देऊन, त्यावर आपल्या संमतीचे शिक्कामोर्तब केले आहे.

हे तत्त्वज्ञान आता राजमान्य झाले आहे आणि त्याचा केंद्रबिंदू आहे 'सामान्य माणूस'. त्याच्याकडे कोणतेही काम करण्यासाठी लागणारी खास अशी पात्रता

नसते. कायदे बनवण्यासाठी लागणारी विशेष पात्रता सांसदांकडे नसते. शासनातील वेगवेगळे विभाग चालवण्यासाठी लागणारी विशेष पात्रता अधिकाऱ्यांकडे नसते. आरक्षणवाद्यांकडे जे काम करायचे असते, त्याची पात्रता नसते.

ही अधोगती थांबवण्याचा एक मार्ग म्हणजे संवाद; पण इथेसुद्धा सामान्य माणसाला देवत्व देण्याने तेच परिणाम दिसतात. जसे खासदार किंवा मंत्री किंवा अधिकारी होण्यासाठी कोणतीही विशेष पात्रता लागत नाही, तसेच कोणत्याही विषयावर उदाहरणार्थ चीन, पाकिस्तान, अंदाजपत्रक अशा कोणत्याही विषयावर आपले मत व्यक्त करण्यासाठी त्या त्या विषयाचे खास ज्ञान असावे लागत नाही किंवा खास प्रयत्न करावे लागत नाहीत. ओर्टगा गॅसेने म्हटल्याप्रमाणे 'आज पूर्ण विश्वात काय घडत आहे किंवा काय घडायला हवे, याबद्दल सामान्य माणसाकडे सर्वांत जास्त गणिती 'कल्पना' असतात, त्यामुळे त्याची ऐकण्याची क्षमता जणू नष्ट झाली आहे. सर्व काही माझ्याकडे आहे मग ऐकायचे कशाला? आता ऐकायचे काही कारण नाही; निवाडा करण्याचे, शेरा मारण्याचे, निर्णय करण्याचे कारण मात्र आहे. सार्वजनिक जीवनाशी त्याला काही देणे-घेणे नसते. आंधळा व बहिरा असल्याप्रमाणे तो त्यात ढवळाढवळ करत नाही. फक्त आपली 'मते' मांडतो'[६]

आणि ह्या 'कल्पना' असण्याला एक महत्त्वाचा उपनियम आहे. ओर्टगा गॅसे पुढे म्हणतो, 'सामान्य माणसाच्या डोक्यात 'कल्पना' येतात, पण कल्पना कशा निर्माण होतात, हे त्याला माहीत नसते. कोणत्या दुर्मीळ वातावरणात कल्पना जगतात, याची त्याला कल्पनाही नसते. त्याला स्वत:चे मत हवे असते, पण प्रत्येक मताच्या मागे असणाऱ्या अटी व गृहीतके स्वीकारण्याची त्याची तयारी नसते. त्यामुळे त्याच्या कल्पना म्हणजे शब्दांचा नुसता खेळ होतो, काही रोमँटिक गाण्यांसारखा.'[७]

आणि अशा 'सामान्य माणसां'चे मत घेतले जाते आणि उपाय म्हणून सांगितले जाते. ज्यात वेगवेगळ्या प्रकारच्या 'सामान्य माणसां'ना निर्णय द्यायला सांगितले जाते, असे कार्यक्रम पाहा. दूरदर्शन पडद्यावर इकडून तिकडे जाणारे SMS केलेले संदेश पाहा, दूरदर्शन वाहिन्यांचे 'तत्काल मतदान' पाहा; ८३% लोक म्हणतात आपण मुशर्रफवर विश्वास ठेवू नये; तर ७८% म्हणतात की त्यांच्या प्रस्तावाला आपण प्रतिसाद दिला पाहिजे. किती संख्येच्या ८३%? १०चे की १०००० चे ८३%? हे ते सांगत नाहीत. असे कोणत्याही विषयाचे खास ज्ञान नसलेली 'सामान्य माणसे' असतात; अशी किती सामान्य माणसे आहेत, ते आम्हांलाही माहीत नाही. पण तरीही प्रत्येक क्षेत्रात त्यांच्या मतांचा विचार गंभीरपणे करावा लागतो. 'सचिन तेंडुलकरने निवृत्त व्हावे का'पासून 'चीनबद्दल आपले काय धोरण असावे' इथपर्यंत.

एखाद्या विषयाबद्दल माहिती मिळवण्याचा प्रयत्न न करता, माहिती नसताना मत व्यक्त करणाऱ्यांच्या वर्गात माध्यमामधील लोकही घालता येतील– उदाहरणार्थ वाहिन्यांचे हल्लीचे वार्ताहर : नुकतेच महाविद्यालयामधून बाहेर पडलेले, हातात मायक्रोफोन घेऊन कशावरही मत व्यक्त करीत असतात. दूरदर्शनवरील चर्चांमध्ये भाग घेणारेसुद्धा फार वेगळे नसतात. केवळ एखाद्या अधिकारपदावर असल्यामुळे किंवा एखाद्या राजकीय पक्षाचे असल्यामुळे ते तिथे असतात. किंवा तसेही नसतील तर 'सामान्य माणसाचे प्रतिनिधी' म्हणून असतात. क्वचित प्रसंगी एखाद्या तज्ज्ञ व्यक्तीला आमंत्रित केले असेल, तर त्यांना त्यांचे मत सामान्य माणसाला समजेल अशा सोप्या भाषेत मांडण्यास सांगितले जाते. त्यामुळे ते जरी ज्ञानावर आधारलेले असले, तरी ते इतरांच्या मताप्रमाणेच, त्यांच्याच मतांपैकी एक होते– एवढी वेगवेगळी मते असतात त्यांतीलच एक. चर्चांमध्ये भाग घेणाऱ्या अनेक जणांना त्यांच्या मताच्या पुष्टीसाठी तर्क किंवा पुरावा देता येत नाही. एखाद्या जमावाचा पाठिंबा, हेच त्यांचे पाठबळ असते. यातील अलिखित संदेश असा की, त्यांच्या म्हणण्याला तुम्ही मान तुकवली नाही; तर 'हे गरिबांच्या/दलितांच्या विरोधात आहेत' अशी तुमची संभावना केली जाईल व तुम्हांला हिंसक जमावाला तोंड द्यावे लागेल.

दूरदर्शनवरील कार्यक्रमांची लोकप्रियता 'TRP रेटिंग'वरून ठरवली जाते. जेवढे वरचे रेटिंग तेवढ्या जाहिराती जास्त मिळतात. चित्रपट किती चांगला, हे त्याने किती गल्ला जमवला, यावरून ठरते. म्हणजे किती लोक तो बघतात यावरून! वर्तमानपत्राच्या वाचकांची संख्या वाढली की त्यातील मजकूर उथळ होत जातो. आणि हे योगायोगाने होत नाही, वर्तमानपत्राला सर्वसामान्य वाचक डोळ्यांसमोर ठेवावा लागतो. जर वरचा वर्ग डोळ्यांसमोर ठेवला, तर संख्येने जास्त असणारा, सर्वसामान्य वाचक/प्रेक्षक दुसऱ्या वर्तमानपत्राकडे किंवा दूरदर्शन वाहिनीकडे वळेल.

वर्तमानपत्रांचा दर्जा खालावतो. विशेषत:जेव्हा नफा हा वाचकांच्या संख्येवर अवलंबून असतो तेव्हा किंवा जनतेची पसंती हे प्रमाण मानले जाते, तेव्हा हा विरोधाभास म्हणजे हा सिद्धान्त– जो सामान्य जनतेला तुच्छ मानायचा, त्या लेनिनने आणि ज्याने सामान्य जनतेला, आणि त्यांची वाक्ये सतत फेकणाऱ्या आपल्याकडील बुद्धिवाद्यांना त्यांची जागा दाखवली, त्या माओने मांडला. एका बाजूला लोकांना मूर्ख बनवणे आणि दुसऱ्या बाजूला नफा हेच उद्दिष्ट ठेवणे, किंबहुना लोकांना मूर्ख बनवण्याला नफा मिळवण्याचे साधन करणे, हेच आता तत्त्वज्ञान बनले आहे. इतरांना तुच्छ लेखण्याचे तत्त्वज्ञान. वर्तमानपत्र हे केवळ उत्पादन आहे, असे आता म्हणतात. त्याच्या पुढची पायरी जितकी अपेक्षित तितकीच अटळ होती. आता काही वर्तमानपत्रे, फोटो, लेख किंवा अगदी बातमी छापण्यासाठीसुद्धा उघड-उघड

पैसे घेतात. ह्यावर माझा विश्वास बसत नाही, असे जेव्हा मी म्हणालो; तेव्हा कोलकातातील पुस्तक जगतातल्या एका उद्योजकाने एका वृत्तपत्राचे, कोणत्या प्रकारच्या बातमीसाठी किती पैसे पडतील, हे दाखवणारे छापील दरपत्रकच पाठवून मला आश्चर्याचा धक्का दिला.

पण सामान्य माणसाच्या पंथावर लवकरच कुरघोडी झाली. आपण बघितले आहे की, सामान्य माणसाच्या वाईट परिस्थितीबद्दल छाती बडवण्यातूनच सामान्यांमधील गरीब माणसाच्या नावाने गळा काढणे सुरू झाले. राजकारण्यांइतकेच बुद्धिवादी व कार्यकर्ते हेसुद्धा, आधी ते ज्याच्याकडे लक्ष देत होते, त्या समाजघटकापेक्षाही आणखी दैन्यावस्थेत असलेला एखादा नवा गट शोधून काढतात. अशा गटाची, इतरांच्या लक्षात न आलेली अशी वैशिष्ट्ये ते हेरतात. लोकांची काही गाऱ्हाणी असली, तर त्यांच्या आधारे त्यांना भडकवतात. आणि मग पूर्ण वेळ राजकारण्यांप्रमाणे ते गाऱ्हाणी शोधू लागतात. ह्या सामान्य माणसांच्या पंथाने आता इतके मूळ धरले आहे की, वर उल्लेख केल्याप्रमाणे पुढे-पुढे जात राहणे म्हणजे पुरोगामित्व, असे काही लोक समजू लागले आहेत.

लोकांचा प्रतिनिधी :

जे स्वत:ला सामान्य माणसाचे प्रतिनिधी म्हणवितात, त्यांच्या बाबतीत 'सामान्य माणूस' पंथाचा कळस होतो. खासदार व आमदार म्हणतात की, आम्हांला सामान्य माणसांनी निवडून दिले आहे, त्यामुळे आम्ही त्याचे खरे प्रतिनिधी आहोत. लोकसभेच्या एकूण सभासदांपैकी ९८.८% सभासद मतदारसंख्येच्या बहुमतानेसुद्धा निवडून आलेले नाहीत, त्यामुळे त्यांच्या वरील दाव्यात फारसे तथ्य नाही, हे आपण बघितलेच आहे. पण विधिमंडळसभासद आणि त्यांचे नेते आणखी एक दावा ह्यापेक्षा मोठ्याने करतात. 'आम्ही सामान्य माणसाचे प्रतिनिधी आहोत, कारण आम्ही सर्वांत जास्त, सामान्य माणसासारखे आहोत.' ते खेड्यातील भाषेत बोलू लागतात, त्यांच्यासारखा पोशाख करतात, आणि आपला अस्सलपणा सिद्ध करण्यासाठी त्यांच्यासारख्या शिव्या देणे, बोलणे, वागणे हे सारे सुरू करतात. सामान्य माणसाच्या वतीने बोलण्याचा हक्क स्वत:कडे घेतल्यावर, त्यांनी प्रभुत्व मिळवलेली सध्याची व्यवस्था बदलण्याच्या कोणत्याही प्रस्तावाला ते विरोध करतात.

थोडक्यात म्हणजे आपण प्रतिनिधित्वाऐवजी परिणामकारकतेवर भर दिला पाहिजे.

एक उलटे उदाहरण :

एडमंड बर्क आठवतो? वेगवेगळ्या प्रश्नांवर तो जो पवित्रा घेत होता, त्यामुळे त्याचे मतदार खवळले होते. जेव्हा पुढच्या निवडणुकीची वेळ आली, तेव्हा त्यांनी त्याच्याकडे आपल्या संतापाचे कारण व्यक्त केले– की 'तू जेव्हा आमचे प्रतिनिधित्व करत होतास, तेव्हा आमचे (ते सर्व व्यापारी होते) हित बघण्याऐवजी तुला जे देशाचे हित वाटत होते; त्याचाच पाठपुरावा तू करत होतास.' संसद सभासदाने त्याच्या मतदारांच्या सूचना पाळल्याच पाहिजेत का, ह्याबद्दल त्याने त्याच्या मतदारांना लिहिलेले पत्र व त्यांना उद्देशून केलेली भाषणे आपण शिकावीत अशी आहेत.

जो आपल्या मागण्या पुऱ्या करेल, आपल्या भागाकडे लक्ष देईल, आपल्या जातीच्या फायद्याच्या गोष्टी करेल; असा माणूस आपण शोधत असतो. 'माझ्या जन्मगावाबद्दल माझ्या मनात प्रेम निश्चितच आहे.' बर्क त्याच्या मतदारांना मोकळेपणाने सांगतो. 'परंतु माझे कर्तव्य पूर्ण देशासाठी आहे.'

जो माणूस आपल्या इच्छेप्रमाणे वागेल किंवा करेल, असा माणूस आपण शोधतो. तुलमोहनरामसारखा. फरक एवढाच की, तो जे करायचा ते त्याने फक्त स्वतःसाठी नाही, आपल्यासाठीसुद्धा करावे. आणि प्रत्येक राजकारणी, दुसऱ्यापेक्षा आपण कसे जास्त होऊ, हे सांगतो. आणि बर्क? तो त्याच्या मतदारांना सांगतो–

स्वातंत्र्यावर ज्यांचे प्रेम आहे, ते स्वतंत्र राहतील याची खात्री बाळगा. ते केवळ आपल्याला खूश करण्यासाठी त्यांच्या सदसद्‌विवेकबुद्धीच्या विरुद्ध काहीही करणार नाहीत. आपण जर त्यांना गुलामाप्रमाणे समजून त्यांच्या प्रज्ञेवर आपला अंकुश ठेवण्याचा प्रयत्न केला, तर नाना प्रलोभने दाखवणाऱ्या ह्या बलवान सत्तेपुढे आपल्या स्वातंत्र्यासाठी त्यांना निर्भीडपणे लढता येईल का? नाही! मानवी स्वभाव तसा नाही. तसे करून त्यांच्या बुद्धीला व नैतिकतेला पुष्टी तर मिळणार नाहीच, उलट ते लबाड व दांभिक बनतील.

मी आता सार्वजनिक क्षेत्रात नाही, त्यामुळे मी अगदी स्पष्टपणे सांगतो की, आपल्या प्रतिनिधींशी आपण न्याय्य, उदार व सभ्य पद्धतीने वागलो नाही; त्यांना आत्मविश्वास आणि विचारस्वातंत्र्य दिले नाही; विशाल दृष्टिकोन ठेवू दिला नाही; तर आपले राष्ट्रीय प्रतिनिधी हे सुमार बुद्धीचे दलाल बनतील. आणि जेव्हा लोकप्रतिनिधी हा संकुचित कल्पना असणारा व भित्रा असतो, तेव्हा चांगल्या प्रतीचे मुत्सद्दी फक्त राजाकडे (म्हणजे प्रतिस्पर्ध्याकडे) असतील. आणि मग त्यांच्याकडे आधीच असलेल्या अनेक अधिकारांमध्ये बुद्धीच्या मक्तेदारीचीही भर पडेल. आणि

जनतेच्या बाजूला असेल फक्त नपुंसकता, कारण अज्ञान म्हणजे नपुंसकता. संकुचित मन म्हणजे नपुंसकता. भित्रेपणा म्हणजे नपुंसकता; आणि नपुंसकता आली की इतर कितीही गुण असले, तरी त्यांचा काहीही उपयोग राहत नाही, तेही नपुंसक बनतात.

आज राजदरबाराची योजना सर्व सेवकांना नगण्य बनविणे ही आहे. जर जनतेनेसुद्धा आपले प्रतिनिधी त्याच तत्त्वावर निवडायचे असे ठरवले– स्वतःची प्रज्ञा नसणारे, लाचार, तडजोड करणारे, सार्वजनिक बाबींमध्ये बेफिकीर असे, तर राष्ट्राचे कुठलेही अंग बलवान राहणार नाही आणि राष्ट्राला वाचवण्याचा विचार व्यर्थ ठरेल.

त्याच्या प्रतिस्पर्ध्याने लोकांना सांगितले की, मी तुमच्या म्हणण्याप्रमाणे वागेन. बर्कने ती मागणी धुडकावून लावली– त्याचे काय परिणाम होतील, हे स्पष्ट असतानासुद्धा. तो आपल्या मतदारांना म्हणाला,

'लोकांच्या प्रतिनिधीने त्याच्या मतदारांशी सतत व मनमोकळा संवाद ठेवला पाहिजे. त्यांच्या इच्छांना व मतांना त्याने मान दिला पाहिजे व त्यांच्या गरजांकडे, कामाकडे सतत लक्ष दिले पाहिजे. त्यासाठी त्याने स्वतःची विश्रांती, सुखे, आवडीनिवडी यांचा त्याग करायची तयारी ठेवली पाहिजे आणि केव्हाही स्वतःच्या हितापेक्षा लोकांच्या हिताला प्राधान्य दिले पाहिजे. पण आपले पूर्वग्रहमुक्त, परिपक्व अंदाज, सदसद्विवेकबुद्धी यांचा (लोकांना खूश करण्यासाठी) कधीही त्याग करता कामा नये. ह्या गोष्टी त्याला तुमच्याकडून मिळालेल्या नसतात तसेच कायद्याने किंवा घटनेने दिलेल्या नसतात, ती ईश्वरी देणगी असते व तिचा दुरुपयोग केला; तर जाब द्यावा लागतो. तुमच्या प्रतिनिधीने तुम्हांला त्याचा वेळ व श्रमच नाही तर त्याच्या अनुभवाचा फायदाही दिला पाहिजे, आणि त्याऐवजी तो तुमच्या मतानुसार वागू लागला, तर ती खरी प्रतारणा ठरेल.'

बर्कचा विरोधक म्हणाला होता की, 'माझ्या इच्छेपेक्षा, ज्यांचे मी प्रतिनिधित्व करणार त्यांचे मत, त्यांचे आदेश ह्यांना मी जास्त महत्त्व देईन.' बर्कने हे विधान खोडून काढले. त्याने आपल्या मतदारांना स्पष्ट सांगितले की, 'तुमची मते आणि आवड-नावड हे असू शकते, पण शासन व कायदे करणे याला सारासार विचार, युक्तिवाद व अनुभव लागतात, केवळ आवडीनिवडींचा विचार करता येत नाही.' तो म्हणाला,

'माझे सन्माननीय सहकारी म्हणतात की, तुमच्या मतापुढे आपल्या मताचा ते विचार करणार नाहीत. ही इतकी साधी बाब नाही. जर शासन

कोणाच्यातरी इच्छेनुसारच चालायचे असेल, तर ते तुमच्याच इच्छेनुसार चालले पाहिजे, याबद्दल प्रश्नच नाही. पण शासन करणे व कायदे करणे या गोष्टींसाठी सारासार विचार, युक्तिवाद व अनुभव यांची आवश्यकता असते, आवडीनिवडींची नाही, आणि जिथे चर्चेच्या आधीच निर्णय होतो, जिथे विचार करणारे वेगळे व निर्णय घेणारे वेगळेच असून त्यांचा परस्परांशी काहीही संपर्क नसतो. तिथे कसली अपेक्षा करावी?

मत व्यक्त करणे हा प्रत्येकाचा हक्क आहे. त्यातही मतदाराचे मत महत्त्वाचे असते आणि प्रतिनिधीने ते खुशीने ऐकले पाहिजे व त्याचा गंभीरपणे विचार केला पाहिजे. पण प्रतिनिधीने अधिकृत आज्ञा डोळे बंद करून पाळणे, त्याला त्यानुसार मत द्यावे लागणे, त्या बाजूने बोलावे लागणे आणि हे स्वतःच्या बुद्धीला आणि सदसद्विवेकबुद्धीला पटले नाही, तरी करावे लागणे; ह्या गोष्टी इथल्या कायद्याला माहीत नाहीत आणि त्या आपल्या घटनेतील रचना व तरतुदी यांच्या विरुद्ध आहेत.'

आणि मग त्याने विधिमंडळाचे खरे स्वरूप आणि कर्तव्य काय, याचे वर्णन केले. आपल्याकडील विधिमंडळ सदस्य आणि टीकाकार ह्यांनी ते मनन करण्याजोगे आहे. बर्क म्हणतो,

'संसद ही वेगवेगळे हितसंबंध असलेल्या वेगवेगळ्या मतदारसंघांच्या प्रतिनिधींची (ambassadors) इतर वकिलांपासून आपल्या हितसंबंधांचे रक्षण करण्यासाठी असलेली सभा नाही. संसद ही एका राष्ट्राची, सर्वांचा मिळून एकच हितसंबंध असलेली, विचार व चर्चा करण्यासाठी असलेली सभा आहे, जिथे स्थानिक हितसंबंध, स्थानिक हेवेदावे यांना थारा नाही. इथे सर्वांच्या विचाराने, सर्वांच्या कल्याणाचे काम करण्याला महत्त्व आहे. तुम्ही सभासदाची निवड करता, पण एकदा निवड झाली की तो फक्त अमुक एका मतदारसंघाचा राहत नाही, तो राष्ट्रीय संसदेचा सभासद होतो. जर स्थानिक मतदारांचे काही हितसंबंध असतील किंवा त्यांचे असे काही मत असेल की जे इतर संपूर्ण समाजाच्या हिताचे नाही, तर तिथल्या प्रतिनिधीनेसुद्धा इतरांप्रमाणेच त्याला विरोध केला पाहिजे. ह्या विषयावर मी माझे विचार (इतक्या परखडपणे) मांडल्याबद्दल कृपया माफ करा.'

आजकाल राष्ट्रीय पक्षांचे सभासद आपले खरे मत व्यक्त करायला घाबरतात. एवढेच नव्हे तर पक्षसुद्धा त्यांना तसे करू देणार नाहीत. जाहीर वादविवादाची स्थिती अशी आहे की विरोधी पक्ष आणि माध्यमेसुद्धा अशा मतप्रदर्शनावर तुटून पडतील व 'पक्षांतर्गत वादळ किंवा लाथाळी' अशा मथळ्याखाली चमचमीत

बातमी छापतील: आणि बर्क? जेव्हा आयरिश लोकांच्या प्रश्नावर त्यांची बाजू योग्य वाटली, तेव्हा त्याने आयरिशमन असल्याप्रमाणे त्यांची बाजू मांडली, तसेच जेव्हा अमेरिकेच्या प्रश्नाच्या बाबतीत झाले, तेव्हा त्याने आपण ब्रिटिश असूनही अमेरिकन असल्याप्रमाणे त्यांची बाजू मांडली, दोन्ही प्रसंगांत तो सर्वसाधारण लोकमताच्या विरुद्ध उभा राहिला, त्याने लोकांच्या रोषाला तोंड दिले आणि ह्या लोकांच्या न्याय्य मागण्या मान्य केल्या पाहिजेत, असे सांगितले. तो त्याच्या मतदारांना सांगतो की, अशी दुर्घटना होण्याची वेळ येणार, हे मी तुम्हांला आधीच सांगितले होते, तुम्हांला इशारा दिला होता, त्याची आठवण करून दिली होती, पण तुम्ही माझी निंदा केलीत.' तो म्हणतो:

> 'काय? हे सगळे असे होणार हे मला दिसत असताना, तो अपमान आणि वाह्यातपणा यांच्यापासून तुम्हांला वाचवण्यासाठी मी ते तुमच्या नजरेला आणून द्यायला नको होते आणि कळत असताना त्याबद्दल काही करायला नको होते? मतदारांची आज्ञा शिरसावंद्य मानावी. त्यांच्या मताप्रमाणे करावे, अशी विचारशून्य माणसांच्या केवळ कानांना आनंद देणाऱ्या निरुपयोगी बडबडीने अशा भयंकर वादळातून तुम्हांला वाचवले असते? ज्यांना धोक्याला तोंड देण्याची हिंमत नाही, अशा भित्र्या व बेपर्वा लोकांमुळे हे संकट आले असून त्यांनी आपल्या देशाला पराभूत, भुईसपाट, शस्त्रविरहित व प्रतिकारशून्य अशा स्थितीला आणले आहे. ज्या दिवशी ग्रेट ब्रिटनच्या मानहानीमुळे मी शरमेने मान खाली घालून गुपचूप रडलो तेव्हा? मी इंग्लंड व आयर्लंड दोन्ही देशांच्या लोकांमध्ये अप्रिय झालो. मग काय? लोकप्रिय होण्याची मला काय गरज होती? दोन्ही राष्ट्रांची सेवा करणे, हे माझे कर्तव्य होते. माझ्या सेवेमुळे आनंद होतो किंवा नाही, हे त्यांच्यावर अवलंबून, त्याला माझा काही इलाज नाही.
>
> आयर्लंडच्या प्रश्नांच्या बाबतीत मी आयरीश होतो. तसेच अमेरिकेच्या बाबतीत. अमेरिका जेव्हा आपल्या पायापाशी गुडघे टेकून सवलतींसाठी विनवण्या करत होती, जेव्हा मी संसदेला आपण विजयी स्थितीत असताना, त्यांच्या पूर्ण पराजयाची वाट न बघता, अटी सांगण्याची विनंती करत होतो, तेव्हा मी तितकाच अमेरिकन होतो...'

अशी कार्यक्षमता, कणखर स्वातंत्र्य आणि निष्ठा– स्वत:शी किंवा आपल्या गटाशी नव्हे तर पूर्ण देशाशी...

बर्कने, आपल्या उक्तीने तसेच कृतीने दाखविल्याप्रमाणे; उमेदवार निवडीस

पात्र असेल, तर त्याचे कारण 'तो लोकांसारखा आहे.' अल्पशिक्षित, बाहेरील जगाबद्दल अज्ञानी, कायद्याच्या प्रस्तावांवर विचार करून त्यातील योग्य-अयोग्य ठरवण्याची कुवत नसलेला आहे– म्हणून नव्हे विविध वैकल्पिक प्रस्तावांची तुलना करून त्यांच्यापैकी मतदारांसाठीच नव्हे तर संपूर्ण देशासाठी सर्वांत हितकारक कोणते, हे ठरवण्याची क्षमता आहे, म्हणून उमेदवार निवडून दिला जावा.

ह्या मूलभूत तत्त्वांना सोडचिठ्ठी दिल्यामुळे जनतेची कशी फसवणूक केली जाते, हे आपण बघितले आहे. जनता सार्वभौम आहे. निवडून दिलेला सांसद जनतेप्रमाणे आहे. म्हणून तो तिचा प्रतिनिधी. तो तिचे हित बघतो. त्यामुळे तो त्यांच्या वतीने अधिकार वापरतो. त्यामुळे अशा सर्व प्रतिनिधींची मिळून बनलेली संसद सार्वभौम... हे लोकांच्या नाही तर त्यांच्या तथाकथित प्रतिनिधींच्या फायद्याचे होते. आपल्या आमदार/खासदारांकडे बघा– कसे ते सभापतींच्या आज्ञा पाळत नाहीत. सभागृहाच्या कामकाजाचे नियम पाळत नाहीत. ते म्हणजे जनता! ते सार्वभौम. नियम कोणी बनवले– त्यांनीच ना? मग ते जर त्यांनी बनवले, तर ते त्यांचा अर्थही लावू शकतात, मोडूही शकतात. तात्पर्य: 'म्हणून, संसद सार्वभौम आहे' हे नेत्याच्या पथ्यावर पडते, हे आपण बघितलेच. कारण, सांसद तुम्हा-आम्हांसमोर आपण 'सार्वभौम' म्हणून ऐट दाखवतो पण नेत्यापुढे गोगलगाय असतो– एक शासकीय अधिकारी एकदा मला म्हणाला त्याप्रमाणे 'सशापुढे सिंह, आणि सिंहापुढे ससा' असतो. थोडक्यात सांगायचे म्हणजे आपण जेव्हा जनतेला देव्हाऱ्यात बसवितो, तेव्हाच आपण उपटसुंभाचा मार्ग मोकळा करतो. जनतेचा प्रतिनिधी जनतेच्या नावाने पण स्वतःच्या भल्याचे जे काही करेल त्याला कायदेशीरपणाचे अधिष्ठान देतो. जनता सार्वभौम नसते. ते सर्वज्ञ नसतात. भामटे त्यांना भूलथापा देऊन फसवू शकतात.

म्हणून, आपण ज्याप्रमाणे प्रतिनिधित्वाऐवजी परिणामकारकपणावर भर दिला पाहिजे, त्याचप्रमाणे लोकांना त्यांच्या जबाबदारीची जाणीवही करून दिली पाहिजे. आणि कोणत्या मर्यादेच्या आत त्यांनी राहावे हेही सांगितले पाहिजे.

नियम पाळणे :

तो अगदी चमकदार सोहळा होता. संसदेचे सभासद मध्यवर्ती सभागृहात जमले होते– ते सभागृह जेथे घटना मंजूर झाली होती. ते स्वातंत्र्याचा सुवर्णमहोत्सव साजरा करण्यासाठी जमले होते. राष्ट्रपती, पंतप्रधान वगैरे सर्व जण होते. इतरही असेच ऐटबाज समारंभ झाले. लोकसभेच्या सदस्यांनी त्या 'ऐतिहासिक प्रसंगी' एक ठराव एकमताने संमत केला. त्याला त्यांनी 'आमचा भारतासाठी कार्यक्रम' असे म्हटले. त्यात म्हटले होते, 'आपली संसद व इतर वैधानिक संस्था ह्या लोकशाहीचे

समतोल व परिणामकारक साधन बनावे ह्यासाठी अर्थपूर्ण निवडणूक सुधारणा करण्यात याव्यात.' एवढ्यावर समाधान न होऊन त्यांनी पुढील परिच्छेदात त्याचा विस्तार केला. 'संसदेचे व इतर वैधानिक संस्थांचे स्वातंत्र्य, अधिकार व प्रतिष्ठा यांचे जतन व संवर्धन होण्यासाठी सार्वजनिक जीवनात जास्त पारदर्शकता, सचोटी व जबाबदारीची भावना हे साध्य व्हावे, यासाठी सतत प्रयत्न केले जावेत; तसेच राजकीय क्षेत्रातून गुन्हेगारीकरण व त्याचे महत्त्व यांचे उच्चाटन व्हावे यासाठी सर्व राजकीय पक्षांनी सर्व उपयांचा अवलंब करावा.' सभासदांनी आणखी असे ठरविले की, 'संसदेच्या प्रतिष्ठेचे जतन व संवर्धन होण्यासाठी सभागृहांच्या कामकाजाचे नियम, पद्धत व कामकाज सुरळीतपणे व्हावे यासाठी सभापतींनी दिलेल्या सूचनांचे, विशेषत: पुढील सूचनांचे पालन व्हावे.'

- प्रश्नोत्तरांच्या तासाचे अबाधित्व ठेवणे.
- सभागृहातील शासकीय भागांवर अतिक्रमण न करणे तसेच घोषणाबाजी न करणे.
- राष्ट्रपतींच्या भाषणात कधीही अडथळा न आणणे.

आता सभागृहांचे कामकाज दूरदर्शनवर दाखवण्यात येते यावरून, वरील नियम सभासद किती पाळतात, हे आपण बघत असालच!

'पण आम्ही सार्वभौम आहोत. सभागृहातील कामकाज करण्याचे व वागणुकीचे नियम म्हणजे काय? ते कोणी बनवले? आम्हीच बनवले; त्यामुळे आम्ही ते बदलू शकतो, त्यांचा अर्थ लावू शकतो, त्यांचा अवमानसुद्धा करू शकतो. प्रश्न असा आहे की, 'सार्वभौम कोण?', 'आम्ही की आम्ही बनवलेले नियम?' असा युक्तिवाद आहे व तो सामान्य माणसाच्या 'देवताकरणा'मुळे व लोकांना गृहीत धरण्यातून निर्माण होतो.'

पण अशा रीतीने आपल्या विधिमंडळांची जी गत झाली आहे, तीच गत देशाचीही होईल. ह्याच्या नेमके उलट होण्याची गरज आहे.

मी डॉक्टरेट करण्यासाठी अगदी पहिल्यांदा अमेरिकेला गेलो, तेव्हा शिकलेला एक धडा मला अगदी स्पष्ट आठवतो. त्या काळात फक्त शंभर डॉलरच्या तिकिटात ग्रे हाउंड बसने अमेरिकेत अनेक महिने कुठेही कितीही प्रवास करता येत असे. माझ्या पहिल्या सुट्टीत मी सिरॅक्यूज ते सिएटल, ते सॅन फ्रॅन्सिस्को ते सॅन होजे... असे करत परत सिरॅक्यूज असा प्रवास करायचे ठरवले. अगदी शेवटच्या क्षणी माझे एक प्राध्यापक म्हणाले की, ते त्यांच्या गाडीने सिएटलला त्यांच्या घरी जाणार आहेत आणि माझी इच्छा असेल, तर मला बसने जाण्याऐवजी त्यांच्याबरोबर जाता येईल.

त्यांची स्पोर्ट्स कार होती. आम्ही मध्य-पश्चिमेतील राज्यांतून वेगाने जात होतो.

मैलोन्मैल चिटपाखरूही दिसत नव्हते. प्राध्यापक तुफान वेगाने चालले होते; पण मधून-मधून ते गती कमी करत. कधी पूर्णपणे थांबत आणि मग पुढे जात. शेवटी 'तुम्ही असे का करत आहात' असे मी त्यांना विचारले. 'पण तिथे 'स्टॉप' अशी पाटी होती' ते म्हणाले. आम्ही प्रचंड मोकळ्या मैदानातून जात होतो, अगदी क्षितिजापर्यंत चारही बाजूंना चिटपाखरू दिसत नव्हते आणि तरीही फक्त 'ती' पाटी होती म्हणून ते गृहस्थ गाडी पूर्णपणे थांबवत होते...

आपल्याकडे एखादा माणूस किती कायदे पायदळी तुडवतो, याच्यावर त्याचे मोठेपण ठरते. मंत्री, आमदार आणि खासदार मोठे का समजले जातात, त्याचे हेही एक मोठे कारण!

पण बांधलेले काठ असले की पाणी जोरात वाहते. नियमांमुळे माझे स्वातंत्र्य वाढते कारण माझ्याप्रमाणेच इतरांवरही ते बंधन घालतात. अनेक लोकांचा जमाव हा जमावच असतो. त्यांची नीतिमूल्ये एक झाली व ते सर्वमान्य नियम पाळू लागले की, त्याचा 'समाज' होतो. आपल्या घटनेच्या रचनेचे काम व्यवस्थित चालण्यासाठी ही नियम पाळायची सवय मुलांप्रमाणेच आपल्या विधिमंडळ सदस्यांनाही लावली पाहिजे.

योग्य माणसांची योग्य जागांवर नेमणूक करण्यासाठी योग्य पद्धती व योग्य प्रथा ह्यांचा आपण विकास केला पाहिजे. पण एखाद्या कामासाठी सर्वांत उच्च माणसाची निवड करणे, हे पहिले पाऊल झाले. रोजच्या कामकाजात सामान्य बाबींमध्ये संस्था कशा वागतात, यावरून त्या बलवान होत जाणार की कसे हे ठरते. आपल्याकडील उन्हाळ्यात जसे आपण दिवसातून दोनदा स्नान करतो, तसे आपण ह्या संस्थांचे दिवसातून दोन वेळा पोषण केले पाहिजे.

दिवसभर.

दररोज.

आपण जिवंत असेपर्यंत.

बटण दाबताच संस्था उत्तम चालेल, असे बटण जसे नसते, तद्वतच रचनेतसुद्धा असा कोणताही बदल नाही की जो केला आणि तेव्हापासून संस्था स्वतःचे हित देशाच्या हितापुढे गौण मानू लागली.

धम्मपद आपल्याला व्यक्ती म्हणून जो उपदेश करते, तोच संस्थांनासुद्धा लागू पडतो; तो असा :

ज्याप्रमाणे सोनार चांदी पुनःपुन्हा वितळवून तिच्यातील हीण काढून टाकतो, त्याप्रमाणे सुज्ञ माणसाने स्वतःतील दोष काढून टाकावेत... एकामागून एक, थोडे-थोडे, वारंवार.

व्यक्ती :

शेवटी, अर्थात... सर्व काही व्यक्तीवर, ती स्वत: कशी वागते याच्यावर अवलंबून असते.

घटना समितीचे प्रभारी अध्यक्ष डॉ. सच्चिदानंद सिन्हा यांनी त्यांच्या उद्घाटनाच्या भाषणात सांगितलेला जोसेफ स्टोरी यांचा इशारा आठवा. स्टोरी म्हणाले होते,

> 'अमेरिकन तरुणांनी हे विसरू नये की, त्यांना त्यांच्या पूर्वजांचे परिश्रम, हालअपेष्टा, रक्त यांचे मोल देऊन आलेला (त्यांची राज्यघटना हा) एक उदात्त वारसा मिळाला आहे. त्याच्यात सुज्ञपणे सुधारणा केली व त्याचे प्रामाणिकपणे रक्षण केले, तर त्यांना तो पुढील पिढ्यांना निरामय मुक्ती, समृद्धी, धर्म व स्वातंत्र्य यांच्या उपभोगासाठी वापरता येईल. (घटनेची) इमारत कुशल व विश्वासू तज्ज्ञांनी उभारली आहे. तिचा पाया मजबूत आहे. तिचे विभाग सुंदर व उपयुक्त आहेत. तिची रचना हुशारीने व व्यवस्थितपणे केली आहे. बाह्य धोक्यांपासून ती पूर्णपणे सुरक्षित आहे. ती चिरंतन (मनुष्यनिर्मित वस्तूला तसे म्हणता येत असेल तर) राहावी अशा प्रकारे बांधली आहे. परंतु तिचे रक्षणकर्ते असणाऱ्या नागरिकांनीच जर भ्रष्टाचार करून तिच्याकडे दुर्लक्ष केले, तर ती तासाभरातसुद्धा नाश पावू शकते. (इथे थोडे थांबून डॉ. सिन्हा सभासदांना उद्देशून म्हणाले की, पुढील शब्दांचा आपण गंभीरपणे विचार करावा; असे मी आपणास सुचवीन.) राष्ट्र उभे राहते ते नागरिकांचे गुण, सार्वजनिक भावना व बुद्धी यांच्या जोरावर. जेव्हा सुज्ञ माणसांना, त्यांनी प्रामाणिक राहण्याचे धाडस दाखवल्याबद्दल देशोधडीला लावले जाते, आणि धोका देण्याच्या उद्देशाने लोकांची स्तुती करणाऱ्या लबाड माणसांना डोक्यावर घेतले जाते, तेव्हा ते लयाला जाते.'[८]

जरा थांबून शेवटचे काही शब्द पुन्हा वाचा, 'जेव्हा सुज्ञ माणसांना, त्यांनी प्रामाणिक राहण्याचे धाडस दाखवल्याबद्दल देशोधडीला लावले जाते आणि धोका देण्याच्या उद्देशाने लोकांची स्तुती करणाऱ्या लबाड माणसांना डोक्यावर घेतले जाते, तेव्हा ते लयाला जाते.' डॉ. सिन्हा ज्या राज्यातून आले, त्या बिहारच्या आजच्या परिस्थितीचे हे अचूक वर्णन नाही का? अगदी तशीच परिस्थिती निर्माण झालेली असल्यामुळे स्टा२३४रीने सांगितलेले तिचे भविष्यातील परिणाम टाळतील का? आणि उत्तर प्रदेशचाही बिहारच बनत नाही आहे का? तिथे कोणते स्वातंत्र्य राहणार? तिथे जो काही विकास होत आहे, तो कसा टिकणार?

तीन वर्षांनंतर घटना-समितीतील चर्चेचा समारोप करताना राष्ट्रपती डॉ. राजेंद्रप्रसाद यांनी हाच मुद्दा घेतला. ते म्हणाले,

'घटनेत काहीही दिलेले असो वा नसो, देशाचे कल्याण हे देशाचा कारभार कसा केला जातो, यावर अवलंबून असेल. आणि कारभार बघणाऱ्या लोकांवर ते अवलंबून राहील. एक जुनी म्हण आहे: कोणत्याही देशाला त्याच्या लायकीनुसारच सरकार मिळते. आपल्या घटनेतील काही तरतुदी काही जणांना विविध कारणांमुळे मान्य होणार नाहीत. ह्याची कारणे देशातील परिस्थिती आणि लोक ही आहेत. जर निवडून येणारे लोक कर्तबगार, प्रामाणिक व सच्चे असतील; तर सदोष घटनेच्या साहाय्यानेसुद्धा ते जास्तीत जास्त भले करू शकतील. ते तसे नसतील, तर देशाला घटनेचा काहीही फायदा होणार नाही. अखेरीस, घटना ही एखाद्या यंत्राप्रमाणेच निर्जीव वस्तू आहे. ती वापरणाऱ्या, तिच्यावर नियंत्रण करणाऱ्या माणसांमुळे तिच्यात चैतन्य येते. आणि आज भारताला दुसऱ्या कशापेक्षाही नितांत गरज आहे ती देशाचे हित डोळ्यांपुढे ठेवणाऱ्या काही प्रामाणिक माणसांची. आपल्या जीवनातील विविध घटकांमुळे आज विभंजक प्रवृत्ती निर्माण झाली आहे. आपल्यात धर्मांवरून, जातींवरून, भाषांवरून, प्रांतांवरून मतभेद आहेत. आज आपल्याला तेजस्वी चारित्र्य असलेले, द्रष्टे, लहान गट व विभाग ह्यांच्या फायद्यासाठी जे देशाच्या हिताचा बळी देणार नाहीत आणि ह्या मतभेदांचा मार्ग टाकून जे संपूर्ण देशाचा विचार करतील; असे लोक हवे आहेत...'

आणि मग त्यांनी प्रसंगानुरूप आशाही व्यक्त केली :

'अशा अनेक माणसांना हा देश जन्म देईल, अशी आपण आशा बाळगू या.'

आणि विश्वास :

'स्वातंत्र्य लढ्यातील अनुभवावरून मी म्हणू शकतो की, नवी परिस्थिती नव्या प्रकारचे लोक निर्माण करते. एकदा नाही तर अनेक वेळा. जेव्हा काँग्रेसच्या सर्व नेत्यांना अचानक तुरुंगात डांबण्यात आले होते आणि त्यांना दुसऱ्यांना सूचना द्यायला किंवा आपल्या गैरहजेरीत चळवळ कशी चालू ठेवावी याची योजना आखायलासुद्धा वेळ मिळाला नव्हता, तेव्हा जनतेतून नवे लोक उभे राहिले आणि त्यांनी अतिशय हुशारीने, स्वयंप्रेरणेने व संघटन कौशल्य वापरून चळवळ चालू ठेवली. त्यांच्यात हे गुण असतील असे आधी कोणाला वाटलेही नसते. त्याचप्रमाणे भविष्यातसुद्धा जेव्हा देशाला चारित्र्यसंपन्न लोकांची गरज भासेल, तेव्हा तसे अनेक नेते लोकांमधून उभे राहतील.'

अर्थात ते किंवा त्या पिढीतील कोणीच स्वस्थ बसणारे नव्हते. त्यांना किंवा तिथे मध्यवर्ती सभागृहात जमलेल्या कोणालाही राष्ट्राचे भवितव्य अनिश्चित ठेवायचे नव्हते. आणि म्हणून जरी तिथे उपस्थित असलेल्या लोकांनी देशासाठी आधीच अनेक दशके हालअपेष्टा सहन केल्या होत्या, तरी त्यांना उद्देशून ते म्हणाले,

> 'ज्यांनी आत्तापर्यंत काम केले आहे, त्यांनी 'आम्ही आमची जबाबदारी पार पाडली. आता आम्हांला आमच्या श्रमाची फळे उपभोगू द्या' असे म्हणून स्वस्थ बसू नये. ज्याला आपल्या कर्तव्याविषयी आस्था असते, त्याच्याबाबतीत अशी वेळ कधीच येत नाही. मला असे वाटते की, आज भारतात आपल्यापुढे उभे असलेले काम हे आपण स्वातंत्र्याचा जो लढा दिला त्याच्यापेक्षाही जास्त कठीण आहे. त्या लढ्यात आपले परस्परांमधील वादविवाद, सत्तेत वाटा, अधिकाराची विभागणी अशा तंटा उत्पन्न करणाऱ्या गोष्टी नव्हत्या. त्या सर्व आता आहेत आणि प्रलोभने मोठी आहेत. मी देवापाशी प्रार्थना करतो की, त्या सर्वांवर मात करण्याची बुद्धी व शक्ती दे आणि ज्याचे स्वातंत्र्य आपण मिळवले आहे, त्या देशाची सेवा करण्याची दृष्टी दे.'[१]

त्यांची प्रार्थना देवाने ऐकली का? त्यांचा पुढील घटनांवरील व शक्यतांवरील विश्वास खरा ठरला का? आपले राजकारणी परस्परविरोधी तंटे मिटवण्याचा प्रयत्न करत आहेत की स्वतःचा पाया मजबूत व्हावा म्हणून त्यांना खतपाणी घालत आहेत? त्यांनी ती प्रलोभने, सत्तेतील वाटा, अधिकाराची विभागणी हे सारे टाळले आहे का?

माझे दुसरे दोन मुद्देही आहेत. संकट आले की ते पेलणारी माणसे आपोआप पुढे येतील –जसे आणीबाणीत जेपी आले– हे पुरेसे नाही. शासनव्यवस्था ही कायमच किमान दर्जाची असली पाहिजे. तेव्हा प्रश्न असे आहेत की, घटनेतून आलेली आपली संसदीय प्रणाली व तिच्या मुळाशी असलेली निवडणूक पद्धती, (किंवा त्यांचे जे काही आपण आज केले आहे ते–) ह्यांतून आज ज्यांची आवश्यकता आहे, अशी 'देशाचे हित आपल्या हिताच्या वर ठेवणारी प्रामाणिक माणसे' पुढे येत आहेत का? त्यांच्यातून 'तेजस्वी चारित्र्य, दूरदृष्टी असणारी आणि लहान गट व विभाग ह्यांच्या फायद्यासाठी देशाच्या हिताचा बळी न देणारी व यातून उत्पन्न होणाऱ्या हेव्यादाव्यांच्या पलीकडे असणारी माणसे निर्माण होत आहेत का?' सरकार चालवण्याची क्षमता असलेली माणसे निवडणुकींमधून निवडून येत आहेत का?

म्हणून–

- शेवटी सर्वकाही व्यक्तीवर अवलंबून असते.
- घटना, योगायोग, अचानक उद्भवलेली संकटे, अगदी दीर्घ व क्लेषदायक अधोगतीमध्येसुद्धा त्या वेळेस समाजाला गरज असलेली माणसे आपोआप निर्माण होत नाहीत. अगदी नेमके म्हणायचे म्हणजे घटना, संकटे, अधोगतीचा काळ अशा वेळी अशी माणसे परिस्थितीवर नियंत्रण मिळवू शकतील, अशा पदांवर आपोआप येत नाहीत.
- एखाद्या प्रसंगी खरोखरच अशी काही माणसे निर्माण झाली, तर देशाने त्यावर समाधान मानू नये. विकास, संरक्षण अशा बाबतींतील धोरणांमध्ये सातत्य असावे लागते. ती परिणामकारक होण्यासाठी वर्षानुवर्षे जावी लागतात. योगायोग पुरेसा नाही.
- शासनाच्या बाहेरील क्षेत्रात स्पर्धेमुळे उत्तम क्षमतेची माणसे अधिकाराच्या जागेवर येतात हेही पुरेसे नाही. शासनाचा आपल्या जीवनातील प्रभाव कमी होणे आवश्यक आहे. पण काही कमीत कमी गोष्टी अशा असतात की, त्या शासनच करू शकते आणि त्याच्या कोणत्याही शाखेत एखादी जरी अक्षम व्यक्ती असली, तरी त्यामुळे संपूर्ण यंत्रणेवर परिणाम होतो.
- थोडक्यात म्हणजे आपण अशा पद्धती निर्माण केल्या पाहिजेत, की ज्यामुळे उत्तम माणसे शासनात येतील व टिकतील.

अव्यवहार्य आदर्शवाद?

हे सर्व म्हणजे अरण्यरुदनच आहे का? हे अव्यवहार्य असण्याइतके आदर्श आहे का? १९६०-६५च्या दरम्यान माझ्यासारख्या लोकांनी जेव्हा 'लायसेन्स-कोटा राज'च्या विरुद्ध लिहिले, तेव्हा अशाच प्रतिक्रिया झाल्या. आम्ही जेव्हा म्हटले की, समाजवाद व समाजवादाच्या नावाखाली जी आर्थिक धोरणे देशावर लादण्यात येत होती ती विनाशकारी आहेत, त्यामुळे देशातील एक पिढी बरबाद होईल, ती धोरणे बदलली पाहिजेत; तेव्हा आमची केवळ आदर्शवादी, अव्यवहारी अशी संभावनाच झाली नाही, तर आमचा आवाज निषेधाच्या गदारोळाने दाबून टाकण्याचाही प्रयत्न केला गेला. एका पिढीचे आर्थिक नुकसान होऊन गेल्यावर आता काय स्थिती आहे? जे लोक त्यावेळी सत्तेवर असणाऱ्यांसाठी समाजवादी भाषणे लिहीत होते, तेच आता सुधारणांचे कैवारी म्हणून मिरवत आहेत!

काय करण्याची आवश्यकता आहे, हे त्यावेळी स्पष्ट होते. पण राजकारणी वर्ग गोंधळलेला, कमकुवत, स्वतःच्या घोषणांमध्ये आणि त्याच त्या गोष्टींमध्ये गुरफटलेला, विचार करण्याची क्षमता नसलेला असा होता– त्यांना ते करण्यासाठी आर्थिक संकट यावे लागले. ह्यावरूच मानसशास्त्रीय विश्लेषणातील म्हण निर्माण झाली

असावी: संकटातूनच वाट सापडते.

साधारण शासनव्यवस्थेच्या बाबतीतसुद्धा आता जवळ-जवळ तशीच परिस्थिती निर्माण होत आहे. त्या क्षेत्रातील दुरवस्थेची झळ समाजातील जे प्रभावी घटक आहेत, त्यांनाही बसू लागली आहे– डेंग्यूची साथ आली की तिचा धोका दिल्लीतील बड्या लोकांच्या कुटुंबांनासुद्धा तेवढाच असतो, श्रीमंतांच्या मुलांचेसुद्धा अपहरण होऊ शकते; गुन्हेगारी, दहशतवाद यांचा फटका सर्वांनाच बसतो. विविध जातींना खूश करण्यामुळे श्रीमंत, गरीब सर्वांच्याच हुशार मुलांना उच्च दर्जाच्या शिक्षणापासून वंचित राहावे लागते. मुस्लिमांचा अनुनय करण्याच्या धोरणामुळे जी प्रतिक्रिया होईल, तिचा देशातील सर्वांवरच परिणाम होईल.

त्यामुळे लोकांची आता तयारी होत आहे, याविषयी मला शंका नाही. लवकरच ते दुसरा पर्याय शोधू लागतील. पण आपले एक कर्तव्यही आहे: लेनीन म्हणाला होता तसे, इतिहासाला मदत करण्याचे! आपण पर्याय शोधून ठेवले पाहिजेत. आणि त्यांवर चर्चाही घडली पाहिजे; म्हणजे जेव्हा (सध्याची पद्धती) बंद पडण्याची वेळ येईल आणि लोक चांगला पर्याय शोधू लागतील, तेव्हा आपले उत्तर तयार असेल.

तो मदतीचा हात कोणी द्यायचा? आपण सुरुवातीला पाहिले त्याप्रमाणे सध्या भारतात दोन शर्यती सुरू आहेत. एका शर्यतीत एका बाजूला अमाप उत्साह असलेला व प्रयोगशील असा निर्मितीक्षम समाज आणि दुसऱ्या बाजूला वाळवीने पोखरलेला शासनाचा डोलारा. आणि दुसरी शर्यत जे नवा भारत घडवत आहेत– मध्यमवर्गीय व्यावसायिक व उद्योजक आणि राजकारणी वर्ग जो स्वत: सत्तेवर राहण्यासाठी जुन्या भारताला कवटाळून आहे, यांच्यात आहे. 'देशाला पर्यायी पद्धतीकडे कोण घेऊन जाणार?' ह्या प्रश्नाचे उत्तर वरील शर्यतीत कोण जिंकणार, यावर अवलंबून आहे. जे लोक नवा भारत घडवत आहेत, त्यांनाच हे काम करावे लागेल.

वैधता, अधिकार आणि अगदी सत्तासुद्धा राजकारण्यांकडून त्यांच्याकडे गेली आहे. ती हातात घेऊन देशाच्या प्रगतीसाठी त्यांनी त्याचा उपयोग करावा. अर्थात, त्यांच्यापैकी अनेक जण, उदाहरणार्थ अनेक उद्योगसमूह –आधीच त्यांच्या व्यवसाय- धंद्याच्या पलीकडे उत्तम कार्य करत आहेत. ते शिक्षणाच्या प्रसाराला मदत करत आहेत, संशोधनाला उत्तेजन देत आहेत, गरजूंना मदत करणाऱ्या माणसांना व संस्थांना मदत करत आहेत. हे कार्य प्रशंसनीय आहे. ते आवश्यकही आहे; पण हे पुरेसे नाही. आज सर्वांत मोठ्या दुखण्याने कोणाला पछाडले असेल, तर सार्वजनिक जीवनाला. पुनर्वसनाची, पुनर्निर्माणाची सर्वांत प्रथम गरज आहे ती आपल्या सार्वजनिक संस्थांना. नवा भारत घडवणाऱ्यांनी ह्या कामासाठी आपले

परिश्रम व साधने वापरावीत. कारण त्याची गरज आहे. हे केले नाही, तर ते जे काही चांगले काम करीत आहेत; त्याचा काहीही उपयोग होणार नाही व ह्या संस्था कोसळतील. तुम्ही एखाद्या कापडावर सुंदर नक्षीकाम केले; पण जर ते कापडच जळून गेले, तर नक्षीकामही उरणार नाही. दुसरे कारण म्हणजे थोडासा दोष त्यांचाही आहे. एकच उदाहरण घ्यायचे म्हटले, तर राजकारण्यांना मोठी मदत त्यांचीच असते. उद्योगपतींकडून मिळणाऱ्या आर्थिक मदतीशिवाय राजकारण्यांचे कामच चालणार नाही. ती मदत देण्यामुळे जो अधिकार मिळतो, तो वापरून तुम्ही त्यांना असे का म्हणत नाही की; 'गुन्हेगारी पार्श्वभूमी असलेला एक जरी उमेदवार तुम्ही उभा केलात, तर आम्ही सर्व आर्थिक मदत बंद करू!'

कार्यकर्ते :

जो बरेच काही करू शकेल, असा आणखी एक गट म्हणजे गांधीजी ज्याला 'रचनात्मक कार्य' म्हणायचे ते करीत असलेले कार्यकर्ते. जे अनेक अडचणी व अडथळे ह्यांच्याशी सामना करत इतरांना मदत करणाऱ्या अशा हजारो व्यक्ती आणि संस्था आहेत. गांधीजींच्या शिकवणीमुळे प्रेरित होऊन असे कार्य करणाऱ्यांची संख्या गांधीजींच्या काळापेक्षाही आज जास्त असण्याची शक्यता आहे. त्यांच्यामुळे अनेक लोकांना आधार मिळतो. अनेकांच्या बाबतीत तर त्यामुळे जीवन-मरणाचा फरक पडतो. परंतु गांधीजींच्या काळात अशा रचनात्मक कार्याचा जेवढा परिणाम व्हायचा, तेवढा ते आज एवढे प्रचंड काम करत असूनसुद्धा कोठेही दिसत नाही– ना ज्या दिशेने देश जात आहे त्यावर, ना सार्वजनिक जीवन किंवा संस्थांवरही. हा विरोधाभास का, यावर विचार केला पाहिजे आणि त्यावर काहीतरी उपाय केला पाहिजे. ज्या लोकांना पुढे सार्वजनिक क्षेत्रात आणायचे असेल, त्यांना प्रशिक्षण म्हणून गांधींजी असे रचनात्मक कार्य करायला लावायचे. दुसरे म्हणजे ते त्या कार्याचा –मग ते चरखा फिरवणे असो की महारोग्यांची सेवा करणे असो– समाज-सुधारणेच्या चळवळीचा भाग म्हणून उपयोग करायचे. शेवटी या प्रकारचे सर्व काम त्यांच्याशी संबंधित होते व ते आपल्या महान स्वातंत्र्य चळवळीचे अध्वर्यू होते, त्यामुळे ते कामही स्वातंत्र्य चळवळीशी जोडले जायचे. पण गांधीजीही ते परस्परांशी व स्वातंत्र्य चळवळीशी जाणीवपूर्वक जोडायचे. त्यांपैकी प्रत्येक कार्य हे ब्रह्मपुत्रेला येऊन मिळणाऱ्या उपनद्यांप्रमाणे असेल याची ते खातरजमा करून घेत. याउलट आज जे परिश्रम होत आहेत, ते एका उद्दिष्टाने परस्परांशी बांधलेली नाहीत.

पण एक फरक आहे. तो म्हणजे गांधीजींच्या कौशल्यांपैकी एक असे होते की, त्यांचा प्रत्येकासाठी काहीतरी कार्यक्रम असायचा. तुम्हांला पूर्ण आयुष्याचा त्याग करायचा असेल, तर त्यांच्याकडे एक कार्यक्रम असे, तुम्हांला आयुष्य देता येणार

नाही, पण तुरुंगात जाण्याची तयारी आहे; तर तुमच्यासाठी एक वेगळा कार्यक्रम असणार. तुम्हांला तुरुंगात जायचे नाही पण निदर्शनांमध्ये भाग घेऊ शकता, तर तुमच्यासाठी वेगळा कार्यक्रम. तुम्हांला निदर्शनात भाग घेता येणार नसेल, पण खादी वापरू शकाल; तर तुमच्यासाठी एक वेगळा कार्यक्रम. तुम्हांला बाहेर खादी वापरायची नसेल पण घरी खासगीत खादीसाठी सूत काढता येणे शक्य असेल, तर तुमच्यासाठी वेगळा कार्यक्रम. तुम्हांला खादी विणता येणार नसेल पण नुसती रामधून म्हणता येणार असेल, तर त्या भजन म्हणण्यालासुद्धा त्यांनी राष्ट्रीय चळवळीशी जोडले होते. आज तुम्ही ज्या व्यक्तीने किंवा गटाने निवडलेल्या कार्याला तनमनाने वाहून घेतले नाही, तर तुमची निंदा होईल, टिंगल-टवाळी होईल.

अशा 'एक कलमी कार्यक्रमा'मुळे तेवढेच उत्कृष्ट काम करणाऱ्या अन्य लोकांची माहिती आपल्या कार्यकर्त्यांना होत नाही. बांगलादेशी लोकांचा देशात सुळसुळाट होऊ नये म्हणून तुम्ही सर्वस्व पणाला लावून काम करत असाल, पण वनसंरक्षणासाठी तुम्ही काही करत नसाल, तर सौम्य शब्दांत सांगायचे म्हणजे तुम्ही 'खऱ्या गंभीर' समस्यांसाठी काही करता, असे मानले जात नाही.

आणि मग साधनांमध्ये असलेल्या दोषांचा प्रश्न आहे. गांधीजी साधनशुचितेला सर्वांत जास्त महत्त्व देत असत. पण आज, माझ्या स्वतःच्या अनुभवावरून मी सांगू शकतो की; उत्साह, जिद्द, ध्येयावरील निष्ठा यांच्यापुढे अतिशयोक्ती अगदी असत्य सुद्धा, आणि हिंसाचार व अडवणूक क्षम्य समजले जातात. बंद, मोर्चे, संप, दोन जेवणांमधील 'आमरण' उपोषणे, लोकांना भडकावणे, हुल्लडबाजी, निषेध ही नेहमीचीच साधने झाली आहेत. त्यामुळे लोकांची निराशा होत आहे.

अर्थात, अगदी चांगल्या कामातसुद्धा निर्माण केले जाणारे अडथळे भयंकर असतात. त्याची प्रतिक्रिया म्हणून चांगले काम करणारे संतापतात आणि त्यामुळे अडथळे निर्माण करणाऱ्यांनाही कारण मिळते. त्यामुळे ज्या उद्दिष्टांसाठी ते काम करत असतात त्याची हानी होते: व्हिएतनाम युद्धाच्या काळात अमेरिकेच्या राष्ट्राध्यक्षांवर रोज जो संतप्त पत्रांचा पाऊस पडायचा त्यासंबंधी थिच न्हात हान म्हणायचा की, अशा पत्रांमधील पहिल्या एक दोन संतप्त ओळींच्या पुढे राष्ट्राध्यक्ष वाचत असतील की नाही शंकाच आहे. शिवाय ह्या संतापाचा स्वतःवरच काय परिणाम होतो, हेही लक्षात घेतले पाहिजे. थिच न्हात हानने शांततावादी कार्यकर्त्यांना जो प्रश्न विचारला, तो अगदी सार्थ आहे: 'ते वाचतील असे प्रेमपत्र तुम्ही लिहू शकाल का?' आपल्या कार्यकर्त्यांचे निषेधाचे गदारोळ आणि पुरावे, आणि बुद्धाने केलेले योग्य बोलण्याचे वर्णन यांतील फरक बघा: 'तो असत्य बोलण्याचे टाळतो, तो नेहमी सत्य असेल तेच बोलतो, त्यामुळे तो भरवशाचा आहे, विश्वासू आहे, तो फसवणार नाही असे

लोक मानतात. तो कुत्सितपणे बोलण्याचे टाळतो, तो त्या बाजूला गेला की, इकडच्यांची हानी होईल असे काही बोलत नाही तसेच इकडे आला की, तिकडच्यांची हानी होईल असे बोलत नाही. तो मतभेद असणाऱ्यांची दिलजमाई करणारा आहे...'

ह्याचा परिणाम ज्या उद्दिष्टांसाठी कार्यकर्ते लढत असतात, त्या उद्दिष्टांची हानी होण्यात होतोच पण कार्यकर्ते व उद्दिष्टे यांच्या पलीकडेही होतो. अशी भाषा, अशी साधने वापरल्याचा परिणाम सार्वजनिक जीवनावर होतो. आणि तो प्रत्यक्ष व अप्रत्यक्ष असतो:

- जे चांगले काम केले जात असते, त्याचा संबंध लोकांच्या मनात अडथळे व निषेध यांच्याशी लागतो, त्यामुळे एक चांगले उदाहरण म्हणून त्याचे महत्त्व कमी होते.
- त्यामुळे लोकांच्या मनात आधीच जी प्रचंड नकारात्मक भावना निर्माण झाली आहे, तिच्यात भर पडते.
- आपल्या राजकीय व्यवस्थेमुळे आधीच जे संघर्षाचे वातावरण निर्माण झालेले आहे, ते वाढते.
- जे काम चांगले चाललेले असते, त्याचे एक विशेष असे स्वत:पुरते क्षेत्र बनते. प्रशासकीय संस्थांच्या पुनर्वसनासाठी किंवा समाजातील विचारांच्या पुनर्बांधणीसाठी त्याचा उपयोग होत नाही.

अशा प्रकारे, समाजकार्याचे स्वरूप बदलले पाहिजे. समाजकार्य करणारे गट हे सरकारवर अवलंबून असू नयेत. खरे म्हणजे ते एक वैकल्पिक शासनच असावे. पण आपण जर एखाद्या राजकीय पक्षाचा भाग असलो किंवा सरकारवरच अवलंबून असलो, तर आपण सरकारला पर्याय कसे होऊ शकू, प्रतिशक्ती कसे होऊ शकू?

बरेच काही करू शकतील अशा कार्यकर्त्यांची आपल्याकडे मोठी फौजच आहे. रचनात्मक कार्यकर्त्यांनी व त्यांच्या नेत्यांनी पुढील गोष्टी करायला हव्यात :

- आवाजाची पातळी कमी करावी.
- कटाक्षाने फक्त योग्य व उचित साधनांचाच वापर करावा.
- परस्परांविषयी उदार दृष्टिकोन बाळगावा.
- आपल्या कार्यांचे सुसूत्रीकरण करून, त्यांचा समन्वय साधून त्यांचा उपयोग सार्वजनिक संस्था सुधारण्यास करावा.

आपले कर्तव्य :

ते काहीही असले, तरी नवा भारत घडवण्याचे काम करणारे व्यावसायिक व उद्योजक, तसेच विशिष्ट क्षेत्रांमध्ये चांगले काम करणारे कार्यकर्ते त्यांची दिशा

बदलोत किंवा नाही, आपण प्रत्येकाने एक व्यक्ती ह्या नात्याने आपले कर्तव्य बजावले पाहिजे. अगदी एकटी व्यक्ती म्हणूनसुद्धा आपण मदत करू शकतो : धम्मपद म्हणते, 'वाइटापासून दूर राहा' चांगले करायला शिका. आपण आणखी काही करू शकतो. एक चांगला मार्गसुद्धा आहे, ह्याकडे आपण लक्ष वेधू शकतो. हे आपण करत राहिले पाहिजे आणि गांधीजी ज्यांना गुरू मानायचे त्या गोपाळ कृष्ण गोखले यांनी ज्या शब्दांमध्ये आपला विश्वास प्रकट केला, तशा विश्वासाने करत राहिले पाहिजे :

मार्च १९११ : सरकारने प्राथमिक शिक्षणाचा प्रसार करावा, असा ठराव गोखले यांनी मांडला होता. त्याच्यावर दोन पूर्ण दिवस अटीतटीची चर्चा झाली. तिला उत्तर देताना शेवटी ते म्हणाले,

'अध्यक्ष महाशय, माझे हे विधेयक आज नामंजूर होणार, हे मला माहीत आहे. त्याबद्दल माझी काहीही तक्रार नाही. मला निराशही वाटणार नाही, कारण इंग्लंडमध्येसुद्धा १८७० चा कायदा मंजूर झाला त्यासाठी आधी किती प्रयत्न करावे लागले होते, ते मला माहीत आहे. शिवाय मला असे नेहमी वाटत आले आहे आणि मी तसे म्हणतही आलो आहे की, आपल्याला –भारतातील आत्ताच्या पिढीला– अपयशातूनच देशाची सेवा करावी लागणार आहे. ते पुरुष व स्त्रिया, ज्यांना यशाच्या माध्यमातून सेवा करता येईल ते नंतर येतीलच. आपल्या या प्रवासात आपल्याला कोणते स्थान दिले जाईल, त्याबद्दल आपण समाधानी असले पाहिजे. हे विधेयक आज जरी नामंजूर झाले, तरी ज्ञानाचा प्रकाश पसरेपर्यंत ते सतत येतच राहणार. आपण जे प्रयत्न करत आहोत, त्याचा कदाचित आपले जे उदात्त ध्येय आहे ते साध्य होण्यात फार मोठा उपयोग होणार नाही; ते कदाचित समुद्रकिनाऱ्यावरील वाळू नांगरण्याप्रमाणे होईल. पण, अध्यक्ष महोदय, आमच्या श्रमांचे फळ काहीही मिळो, एक गोष्ट निश्चित आहे. आपण आपले कर्तव्य केल्याचे समाधान आम्हांला लाभेल. जिथे आपल्याकडून कृतीची अपेक्षा आहे, तिथे प्रयत्नच न करण्यापेक्षा प्रयत्न करून अपयश आले तरी श्रेयस्कर!'

आपल्याला जास्त आशा करण्यास जागा आहे. घटनाकारांनी निर्माण केलेल्या संसदीय पद्धतीचा विपर्यास करण्याचे काम ज्यांनी केले, त्यांच्या हातातून आता सत्ता काढून घेण्यात आली आहे. ती आता जे भारताचे नवनिर्माण करत आहेत, त्यांच्या हातात गेली आहे. दुसरी गोष्ट म्हणजे अगदी एकट्याने प्रयत्न करणाऱ्यांनासुद्धा लक्षणीय यश प्राप्त झाले आहे. आणि शेवटी, राजकारण्यांनी जो काही गोंधळ

घालून ठेवला आहे, तो इतक्या थराला गेला आहे की लोकांना आता मनापासून बदल हवा आहे.

आणि ह्यांपैकी कोणताही अनुकूल घटक नसता, तरी ज्यांनी स्वातंत्र्य आणले, त्या गेल्या पिढीचे उदाहरण आपल्या डोळ्यांपुढे आहेच. त्यांच्यावर श्रद्धा ठेवून आपण काम केले पाहिजे.

तळटीप :

१. मॅन्कर ओलसन, Power & Prosperity. आणि पुरावा म्हणून आपल्याकडे, गेल्या शतकातील महान न्यायाधीशांपैकी एक अशा न्या. हँड यांचा निर्णय आहे. ते म्हणाले होते - 'माझे मत हे माझ्या जीवनातील एक अतिशय अमहत्त्वाची कृती आहे. ते ज्याच्यावर अवलंबून असायला हवे त्या गोष्टींची मी माहिती करुन घ्यायची म्हटली तर मला दुसरे काहीही करता येणार नाही, आणि तो एका मूर्खपणाच्या ज्ञानावर आधारित मूर्ख निर्णय ठरेल.' Learned Hand, 'Democracy : Its presumptions and realities', 1932. 'The Spirit of Liberty, Papers and Addresses of Leareaned Hand, लीगल क्लासिक्स लायब्ररी, बर्मिंगहॅम, १९८९.

२. Jose Ortega Y. Gasset, The Revolt of the Massess, W.W.Norton & Co, New York, 1957.

३. पाहा : Will the Iron Fence Save a Tree Hollowed by Termites? Defence imperatives beyond the military, ASA, Delhi 2005.

४. दलित साहित्य अकादमी, १९९६, बंगलोर.

५. अशोक कुमार गुप्ता विरुद्ध उत्तर प्रदेश (1997) 5 SCC 201, at 231.

६. ओर्टगो गॅसे.

७. वरीलप्रमाणे.

८. Constituent Assembly of India, Debates, 9 Dec. 1946, Book 1, Vol. I, P.5.

९. वरीलप्रमाणे 26 Nov. 1949, Book VI, Vol.X.

१०. मँकर ओल्सन, Power and Prosperity.

११. थिच न्हात हान, Being Peace, पॅरॅलॅक्स प्रेस, बर्कले, कॅलिफोर्निया, १९८७.

१२. ही प्रसिद्ध उक्ती अय्या खेमा यांच्या Who is My Self ? मधील आहे. विज्डम पब्लिकेशन्स, बोस्टन, १९९७, यातून भाषांतरित भाग घेण्यात आलेला आहे.

काही वाचनीय :

(क) आपली घटना :
Constitution of India

(ख) आपल्या घटनेची निर्मिती कशी झाली:
* 'Constituent Assembly Debates', Vol. I to XII, लोकसभा सचिवालय, नवी दिल्ली, १९८५.
* 'The Framing of India's Constitution' - बी. शिव राव,Vol. I to IV. इंडियन इन्स्टिट्यूट ऑफ पब्लिक ॲडमिनिस्ट्रेशन, नवी दिल्ली, १९६६-६८.
* 'The Framing of India's Constitution, A study' - बी. शिव राव आणि इतर. - इंडियन इन्स्टिट्यूट ऑफ पब्लिक ॲडमिनिस्ट्रेशन, नवी दिल्ली, १९६८.
* ग्रॅनव्हिल ऑस्टिन, 'The Indian Constitution, cornerstone of a Nation,' ऑक्सफर्ड युनिव्हर्सिटी प्रेस, दिल्ली, १९६६, ९ वे पुनर्मुद्रण, २००५.
* अरुण शौरी, 'Worshipping False Gods,' ASA, 1997.

(ग) ज्या प्रकारे आपल्या घटनेत बदल करण्यात आले, ते :
* 'Constitution Amendment in India' - लोकसभा सचिवालय, नवी दिल्ली, १९८६.
एस. सी. कश्यप, 'Constitution Making Since 1950'- युनिव्हर्सल लॉ पब्लिशिंग कं., दिल्ली २००४.

(घ) व्यवहारात आपली घटना :
* 'Report of the National Commission to Review the working of the constitution', न्या. एम. एन. वेंकटचलय्या आणि इतर, नवी दिल्ली, २००२.
* ग्रॅनव्हिल ऑस्टिन, 'Working a Democratic Constitution, The Indian Experience,' ऑक्सफर्ड युनिव्हर्सिटी प्रेस, दिल्ली, १९९९, ५ वे पुनर्मुद्रण, २००१.
* एन. ए. पालखीवाला, 'Our Constitution, Defaced and Defiled,' मॅकमिलन, दिल्ली, १९७४.

(च) सुधारणांचे प्रस्ताव :

* जयप्रकाश नारायण, 'A plea for reconstruction of the Indian Polity' - 'A Revolutionary Quest' मधे. संपादक - बिमल प्रसाद, ऑक्सफर्ड युनिव्हर्सिटी प्रेस, १९८०.

* बी. के. नेहरू, 'A Proposal for Constitutional Reform.' मधे. अलाइड, दिल्ली, १९८६.

* एन. ए. पालखीवाला 'We, The people', स्ट्रँड बुक स्टॉल, मुंबई १९८४.

* एल. पी. सिंग, 'Electoral Reform', उप्पल पब्लिशिंग हाऊस, दिल्ली, १९८६.

(छ) निवडणूक पद्धती :

* अँड्र्यू रेनॉल्डस, बेन रेली व अँड्र्यू एलिस, 'Electroal System Design, The New International Handbook,' इंटरनॅशनल इन्स्टिट्यूट फॉर डेमॉक्रसी अॅन्ड इलोक्टोरल असिस्टन्स, स्टॉकहोम, २००५.

* हॅन्सर्ड सोसायटी, 'Report of the Hansard Society Commission on Electoral Reform: हॅन्सर्ड सोसायटी, लंडन,१९७६

* सी. जेफरी 'Electoral Reform : Learning From Germany', 'द पोलिटिकल कॉर्टरली, १९९८.

* 'Refreshing the Parts : Electoral Reform and British Politics" जी. स्मिथ (संपादक), लॉरेन्स अॅन्ड विशार्ट, लंडन, १९९२.

* आर. ब्लॅकबर्न, 'The Electoral system in Britain.' मॅकमिलन, लंडन १९९५.

* डी. फारेल, 'Comparing Electoral Systems,' प्रेंटिस हॉल, १९९७.

* डी. फारेल, 'Electoral Systems', पालग्रेव्ह, २००१.

* ए. रीव्ह व ए. वेअर, 'The Electoral Systems : A Comparative and Theoretical Introduction', सूटलेज, १९९२.

* 'Report of the Royal Commission on the Electoral System' न्यूझीलंड, १९८६, विशेषत: पृ. ११-८०. 'The Voting System'.

(ज) सामान्य माणसाचा पंथ आणि आपला राजकारणी वर्ग :

* जोस ओर्टेगा गॅसे, ' The Revolt of the Masses, डब्ल्यू डब्ल्यू नॉर्टन अॅन्ड कं., न्यूयॉर्क, १९५७.

* मँकर ओलसन, 'Power and Prosperity, Outgrowing Communist and Capitalist Dictatorships,' बेसिक बुक्स, न्यूयॉर्क, २०००.

* 'Adversary Politics and Electroral Reform,' एस. ई. फाइनर (संपादक), अँथनी वायग्रॅम, लंडन, १९७५.

* एच. डब्ल्यू. आर. वेड, 'Constitutional Fundamentals' द हॅमालिन लेक्चर्स, ३२ वी मालिका, स्टीव्हन्स, लंडन १९८०.